ॐ

ಶ್ರೀ ವಿಘ್ನೇಶ್ವರಾಯ ನಮಃ

ಕರ್ನಾಟಕದ ಮತ್ತು ಭಾರತ ದೇಶದ ಪ್ರತಿಯೊಂದು ಹಳ್ಳಿಯ ತನ್ನೂರಲ್ಲೆ ಇದ್ದುಕೊಂಡು ಶ್ರೀಮಂತರಾಗುವ ಅವಕಾಶದ ಸಂದೇಶವಾಗಿದೆ ಎಲ್ಲೂ ಕಂಡು ಕೇಳರಿಯದ ಉಪಯುಕ್ತ ಮಾಹಿತಿಯಾಗಿದೆ.

**ಚಿದಾನಂದ ಮೂರ್ತಿ**

# ಹುಟ್ಟೂರಿನಲ್ಲೇ ಕೋಟ್ಯಾಧಿಪತಿ

## ಬ್ಯಾಂಕ್ ಅಥವಾ ಸಾಲವಿಲ್ಲದೆ ಶ್ರೀಮಂತರಾಗುವ ಮಾರ್ಗ



ಪ್ರಕಾಶಕರು :

**ಎಸ್. ಎನ್. ಪಬ್ಲಿಕೇಷನ್**

:: ಲೇಖಕರು ::

**ಚಿದಾನಂದಮೂರ್ತಿ**

ಶಾಂತಿನಗರ ರಾವುತ್ತನಹಳ್ಳಿ ದಾಖಲೆ

ಕಿತ್ತನಹಳ್ಳಿ ಅಂಚೆ,

ದಾಸನಪುರ ಹೋಬಳಿ,

ಬೆಂಗಳೂರು ಉತ್ತರ ತಾಲ್ಲೂಕು

ಪಿನ್ ಕೋಡ್ : 562130.

ಮೊಬೈಲ್ ನಂ. 8970120759 / 9036190352

| | |
|---|---|
| ಲೇಖಕರು | : **ಚಿದಾನಂದಮೂರ್ತಿ**<br>ಶಾಂತಿನಗರ, ರಾವುತ್ತನಹಳ್ಳಿ ದಾಖಲೆ,<br>ಕಿತ್ತನಹಳ್ಳಿ ಅಂಚೆ, ದಾಸನಪುರ ಹೋಬಳಿ,<br>ಬೆಂಗಳೂರು ಉತ್ತರ ತಾಲೂಕ್– 562130 |
| ಪ್ರಕಾಶಕರು | : ಎಸ್.ಎನ್. ಪಬ್ಲಿಕೇಷನ್ |
| ಪ್ರಥಮ ಮುದ್ರಣ | : 2026 |
| ಹಕ್ಕುಗಳು | : ಲೇಖಕರದ್ದು |
| ಪುಟಗಳು | : viii + 126 |
| ಬೆಲೆ | : ರೂ.255/– |
| ಬಳಸಿದ ಕಾಗದ | : 70ಜಿ.ಎಸ್.ಎಂ. ಮ್ಯಾಪ್ಲಿಥೋ |
| ಪ್ರತಿಗಳು | : 500 |
| ಮುಖಪುಟ ವಿನ್ಯಾಸ | : ಚಿದಾನಂದಮೂರ್ತಿ |
| ಡಿ.ಟಿ.ಪಿ. ಮತ್ತು ಮುದ್ರಣ | : **ಏಕಾಕ್ಷರ ಪ್ರಿಂಟರ್ಸ್**<br>ನಂ. 2, 5ನೇ 'ಬಿ' ಮುಖ್ಯರಸ್ತೆ,<br>ಬ್ಯಾಂಕ್ ಆಫ್ ಬರೋಡಾ ರಸ್ತೆ,<br>ಕಾಮಾಕ್ಷಿಪಾಳ್ಯ, ಬೆಂಗಳೂರು – 560 079,<br>ಮೊಬೈಲ್: 9844365538 |

ಸ್ನೇಹಿತರೆ ನಾನು ಹೆಚ್ಚಾಗಿ ತಿಳಿದ ಮಟ್ಟಿಗೆ, ಬಡ ಮಕ್ಕಳ ವಿದ್ಯಾಭ್ಯಾಸಕ್ಕಾಗಿ ಅಂಗವಿಕಲ ಮಕ್ಕಳ ಶ್ರೇಯೋಭಿವೃದ್ಧಿಗಾಗಿ, ಗೋ ಶಾಲೆಗಳ ಉನ್ನತಿಗಾಗಿ ಸಾವಿರಾರು ಬಡ ಕುಟುಂಬಗಳಿಗೆ ಯಾರಿಗೂ ಗೊತ್ತಾಗದ ಹಾಗೆ ಸಹಾಯ ಹಸ್ತ ನೀಡಿದ ಈ ಸರಳ ಸಜ್ಜನಿಕೆಯ ನಗುಮುಖದ ಉದಾರಿಯಾದ, ಕರ್ನಾಟಕದ ಯುವರತ್ನ ಪುನೀತ್‌ರಾಜ್‌ಕುಮಾರ್ ರವರ ಜೀವನದ ಆದರ್ಶ ಗುಣಗಳು ಎಲ್ಲರಲ್ಲೂ ಕಾಣಲಿ ಎಂದು ಈ ನನ್ನ ಬರವಣಿಗೆಯು ಎಲ್ಲರ ಮನದಲ್ಲಿ ಮನೆಯಲ್ಲಿ ಬೆಳಗಲಿ ಎಂದು **ಕರ್ನಾಟಕದ ಕನ್ನಡ ರತ್ನ ಪವರ್ ಸ್ಟಾರ್ ಪುನೀತ್ ರಾಜ್ ಕುಮಾರ್**ರವರ ನೆನಪಲ್ಲಿ ಈ ಪುಸ್ತಕವನ್ನು ಅರ್ಪಿಸುತ್ತಿದ್ದೇನೆ.

ಈ ಪುಸ್ತಕವು ನಮ್ಮ ರಾಜ್ಯ ಮತ್ತು ದೇಶದ ಪ್ರತಿಯೊಂದು ಹಳ್ಳಿಗಳ ಮನೆಯಲ್ಲಿ ಇಡಬೇಕಾದ ಉಪಯುಕ್ತ ಮಾಹಿತಿಯಾಗಿದೆ. ಈ ಮಾಹಿತಿಯಿಂದ ಎಲ್ಲಾ ಹಳ್ಳಿಗಳು ಶ್ರೀಮಂತಿಕೆಯಿಂದ ಮುಂದೆ ಬರಲಿ ಎಂಬುದೇ ನನ್ನ ಚಿಂತನೆಯಾಗಿದೆ.

| ಸಿರಿಗನ್ನಡಂ ಗೆಲ್ಗೆ | ಜೈ ಕರ್ನಾಟಕ | ಸಿರಿಗನ್ನಡಂ ಬಾಳ್ಗೆ |
|---|---|---|
| ಜೈಹಿಂದ್ | ಜೈ ಭಾರತ್ ಮಾತಾಕಿ | ಜೈ ಭುವನೇಶ್ವರಿ |

# ಮುನ್ನುಡಿ

## ಲೇಖಕರ ಸಲಹೆ

ಸ್ನೇಹಿತರೆ ನಮ್ಮ ರಾಜ್ಯ ಮತ್ತು ನಮ್ಮ ದೇಶದಲ್ಲಿ ಲಕ್ಷಾಂತರ ಹಳ್ಳಿಗಳಿಂದ ಕೂಡಿದ ದೇಶವಾಗಿದೆ. ಎಲ್ಲಾ ಹಳ್ಳಿಗಳಿಂದ ಹಿಡಿದು ರಾಜ್ಯ ಮತ್ತು ದೇಶದಲ್ಲಿ, ನಿರುದ್ಯೋಗ ಸಮಸ್ಯೆ ಹೆಚ್ಚಾಗಿದೆ. ಎಲ್ಲರಿಗೂ ಸರ್ಕಾರಗಳು ಉದ್ಯೋಗವನ್ನು ಕೊಡಲು ಸಾಧ್ಯವಾಗುವುದಿಲ್ಲ. ನಮ್ಮ ದೇಶದಲ್ಲಿ ಕೋಟ್ಯಾಂತರ ನಿರುದ್ಯೋಗ ಸಮಸ್ಯೆ ಎದುರುಸುತ್ತಿರುವ ವಿದ್ಯಾವಂತ ಯುವಕ ಯುವತಿಯವರು ಸಾಕಷ್ಟು ಸಂಖ್ಯೆಯಲ್ಲಿ ಪ್ರತಿ ಹಳ್ಳಿಯಲ್ಲಿ ರಾಜ್ಯದಲ್ಲಿ ದೇಶದ್ಯಾಂತ ಕಂಡು ಬರುತ್ತಾರೆ.

ಮೊದಲು ನಾವು ನಮ್ಮ ರಾಜ್ಯದ ಮತ್ತು ದೇಶದ ಪ್ರತಿಯೊಂದು ಹಳ್ಳಿಗಳ ಗ್ರಾಮ ಪಂಚಾಯ್ತಿಯ ಅಧ್ಯಕ್ಷರು, ಉಪದ್ಯಾಕ್ಷರು ಹಾಗೂ ಸದಸ್ಯರುಗಳು ರಾಜಕೀಯದ ಜೊತೆಗೆ ಈ ಪುಸ್ತಕದಲ್ಲಿರುವ ಜ್ಞಾನವನ್ನು ಅಳವಡಿಸಿಕೊಂಡರೆ ಹೆಚ್ಚು ಉಪಯುಕ್ತವಾಗಬಹುದೆಂದು ನನ್ನ ಅನಿಸಿಕೆಯಾಗಿದೆ.

ಹಾಗೂ ವಿದ್ಯಾವಂತ ಯುವಕ ಮತ್ತು ಯುವತಿಯರ ನಿರುದ್ಯೋಗಿಗಳಿಗೆ ನನ್ನ ಸಲಹೆಯೆಂದರೆ ಇದೂವರೆಗೂ ನಿಮಗೆ ಯಾವ ವಿಶ್ವ ವಿದ್ಯಾನಿಲಯದಲ್ಲೂ ಎಂದು ತಿಳಿಸಿಕೊಟ್ಟಿರದಂತಹ ಶ್ರೀಮಂತಿಕೆಯ ವಿಚಾರವನ್ನು ನಾನು ನಿಮಗೆ ಹೊಸ ಐಡಿಯಾದೊಂದಿಗೆ ನಿಮ್ಮ ಹಳ್ಳಿಯಲ್ಲಿಯೇ ಯಾವ ಸಾಲವಿಲ್ಲದೆಯೆ ಯಾರ ಹತ್ತಿರ ಕೈಚಾಚದೆ ಯಾವ ಫೈನಾನ್ಸ್ ಕಂಪನಿಗಳಿಂದ ಸಾಲ ಮಾಡದೆ ನಿಮ್ಮ ಹಳ್ಳಿಯಲ್ಲಿದ್ದುಕೊಂಡೆ ನೀವುಗಳು ಹೇಗೆ ಶ್ರೀಮಂತರಾಗಿ ಬದುಕಬಹುದೆಂದು ತಿಳಿಸಲು ಇಚ್ಚಿಸುತ್ತೇನೆ.

ಎಂದೂ ಕಂಡು ಕೇಳರಿಯದ ಹೊಸ ಐಡಿಯಾದೊಂದೊಗೆ ಈ ನನ್ನ ಬರವಣಿಗೆಯ ಮುಖಾಂತರ ಪುಸ್ತಕ ರೂಪದಲ್ಲಿ ಹೊರ ತಂದಿದ್ದೇನೆ. ಈ ನನ್ನ ಬರವಣಿಗೆಯಲ್ಲಿ ಇರುವಂತ ಸಾರಾಂಶವನ್ನು ಒಂದು ಸಾರಿ ಅಲ್ಲ ಹತ್ತು ಸಾರಿ ಓದಿ ತಿಳಿದುಕೊಂಡು ನಿಮ್ಮ ಪ್ರತಿಯೊಂದು ಹಳ್ಳಿಯಲ್ಲಿ ಜಾರಿಗೆ ತಂದರೆ ಇದರಿಂದ ಪ್ರತಿಯೊಂದು ಹಳ್ಳಿಯು ಶ್ರೀಮಂತಿಕೆಯಿಂದ ಮುಂದೆ ಬರಲು ಸಾಧ್ಯವಾಗುತ್ತದೆ. ಈ ನನ್ನ ಬರವಣಿಗೆಯಿಂದ ನಿಮ್ಮ ಮನಸ್ಸಿಗೆ ಹಿಡಿಸಿದರೆ ಪ್ರತಿಯೊಂದು ಹಳ್ಳಿಗಳ ಮನೆಯಲ್ಲಿ ಇಡಬೇಕಾದ ಅತ್ಯುತ್ತಮ ಮಾಹಿತಿಯಾಗಿದೆ. ಹೊಸ ಐಡಿಯಾದಿಂದ ಕೂಡಿದ ಮುಂದಿನ ಪೀಳಿಗೆಗಳ ಭವಿಷ್ಯಕ್ಕೂ ಇಡಬೇಕಾದ ಪುಸ್ತಕವಾಗಿದೆ, ಈ ಪುಸ್ತಕ ನಿಮ್ಮೆಲ್ಲರ ಜೀವನದ ದಿಕ್ಕನ್ನು ಬದಲಾಯಿಸಲು ಸಹಾಯಕವಾಗುತ್ತದೆ.

ನಮ್ಮ ರಾಜ್ಯ ಮತ್ತು ದೇಶದ ಪ್ರತಿಯೊಬ್ಬ ವಿದ್ಯಾವಂತ ನಿರುದ್ಯೋಗಿಗಳ ಮನೆಗಳಲ್ಲಿ ಇಡಬೇಕಾದ ಪುಸ್ತಕವಾಗಿದೆ. ನಮ್ಮ ರಾಜ್ಯ ಮತ್ತು ದೇಶದ ಹಳ್ಳಿಗಳ ಆರ್ಥಿಕತೆಯನ್ನೆ ಬದಲಾಯಿಸುವ ಪುಸ್ತಕವಾಗಿದೆ.

ಎಲ್ಲಾ ಹಳ್ಳಿಗಳಲ್ಲಿ ನಿಮ್ಮೂರಲ್ಲಿ ಇದ್ದುಕೊಂಡೆ ನೀವುಗಳು ಬಿಸ್‌ನೆಸ್ ಮಾಡುವ ತಂತ್ರಗಾರಿಕೆಯ್ನು ಕಲಿತು ನಿಮ್ಮೂರಲ್ಲಿ ನಿಮ್ಮ ಹಳ್ಳಿಗಳಲ್ಲೆ, ನೀವು ಶ್ರೀಮಂತರಾಗುವುದನ್ನು ಈ ಪುಸ್ತಕದಲ್ಲಿ ತಿಳಿಸಲಾಗಿದೆ, ಆದ್ದರಿಂದ ಎಲ್ಲರೂ ಈ ಪುಸ್ತಕವನ್ನು ನಿಮ್ಮ ಜೀವನದ ಆರ್ಥಿಕ ಬೆಳವಣಿಗೆಯ ಮೂಲದಾರವೆಂದೆ ತಿಳಿದುಕೊಂಡು ಈಗಿನಿಂದಲೇ ಓದಿ, ತಿಳಿದುಕೊಂಡು, ನಿಮ್ಮ ಹಳ್ಳಿಯಿಂದಲೇ ಪ್ರಥಮವಾಗಿ ಒಂದು ಪ್ರಯೋಗ ಮಾಡಿನೋಡಿ.

ಈ ಪುಸ್ತಕವನ್ನು ರಾಜ್ಯ ಹಾಗೂ ಕೇಂದ್ರ ಸರ್ಕಾರಗಳು ಒಮ್ಮೆ ಈ ಪುಸ್ತಕದ ನನ್ನ ಬರವಣಿಗೆಯ ವಿಚಾರವನ್ನು ಪರಿಶೀಲಿಸಿ ಈ ನನ್ನ ಬರವಣಿಗೆ ಸರಿಯಾಗಿದೆಯೆಂದು ತಮಗೆ ಗೋಚರಿಸದರೆ, ಎಲ್ಲಾ ಹಳ್ಳಿಗಳು ಈ ಪುಸ್ತಕವನ್ನು ಓದಲು ತಾವುಗಳು ಪ್ರೋತ್ಸಾಹಿಸಿದರೆ, ಹಾಗೂ ಎಲ್ಲಾ ಹಳ್ಳಿಗಳು ಈ ಪುಸ್ತಕದಿಂದ ಪ್ರೇರೇಪಣೆಗೊಂಡರೆ ಈ ಪುಸ್ತಕದ ಜ್ಞಾನದಿಂದ ಎಲ್ಲಾ ಹಳ್ಳಿಗಳು ಉದ್ದಾರವಾಗ-ಬಹುದು ಎಂದು ತಮ್ಮ ಗಮನಕ್ಕೆ ಬಂದರೆ ರಾಜ್ಯ ಹಾಗೂ ದೇಶಕ್ಕೆ ಆರ್ಥಿಕ ದೃಷ್ಟಿಯಿಂದ

ಒಳ್ಳೆಯ ಬೆಳವಣಿಗೆ ಎಂದು ತಮಗೆ ಕಂಡು ಬಂದರೆ ಈ ವಿಚಾರವು ರಾಜ್ಯ ಹಾಗೂ ದೇಶದ ಆರ್ಥಿಕತೆಗೆ ಬಲ ಸಿಕ್ಕಂತಾಗುತ್ತದೆ. ಎಂದು ತಮಗೆ ಅನಿಸಿದರೆ ಮತ್ತು ರಾಜ್ಯ ಮತ್ತು ರಾಷ್ಟ್ರದ ಪ್ರತಿಯೊಂದು ಹಳ್ಳಿಗಳು ಬಿಸ್‌ನೆಸ್ ಮಾಡುವುದರಿಂದ ಎಲ್ಲಾ ಹಳ್ಳಿಗಳೂ ತೆರಿಗೆ ವ್ಯಾಪ್ತಿಗೆ ಬರುತ್ತವೆ. ಮತ್ತು ರಾಜ್ಯ ದೇಶದ ಆರ್ಥಿಕತೆ ಉತ್ತಮಗೊಳ್ಳುತ್ತದೆ. ರಾಜ್ಯ ಮತ್ತು ದೇಶಕ್ಕೆ ಪ್ರತಿಯೊಂದೊ ಹಳ್ಳಿಗಳಿಂದ ತೆರಿಗೆ ರೂಪದಲ್ಲಿ ಹಣ ಸಂಗ್ರಹವಾಗುವುದರಿಂದ, ದೇಶದ ಭದ್ರತೆಗೆ ಹೆಚ್ಚು ಬಲ ಬಂದಂತಾಗುತ್ತದೆ.

ಆದ್ದರಿಂದ ಸರ್ಕಾರಗಳೇ ಈ ನನ್ನ ಬರವಣಿಗೆಯ ಪುಸ್ತಕವನ್ನು ಪ್ರತಿಯೊಂದು ಹಳ್ಳಿಯ ಜನರು ತೆಗೆದುಕೊಂಡು ಓದಲಿ ಎಂದು ಪ್ರೋತ್ಸಾಹ ಮಾಡಿದರೆ, ನನಗೆ ಇಂತಹ ಹೆಚ್ಚಿನ ಉಪಯುಕ್ತ, ಮಾಹಿತಿಯನ್ನು ಕೊಡಲು ಅನುಕೂಲವಾಗುತ್ತದೆ. ನಿಮ್ಮೆಲ್ಲರ ಪ್ರೋತ್ಸಾಹ ಆಶೀರ್ವಾದ ನನ್ನ ಮೇಲಿರಲಿ ಈ ನನ್ನ ಬರವಣಿಗೆಯಿಂದ ಯಾರಿಗಾದರೂ ತೊಂದರೆಯಾಗಿದ್ದಲ್ಲಿ ಹಾಗೂ ಈ ವಿಚಾರದಲ್ಲಿ ಎಲ್ಲಾದರೂ ಲೋಪದೋಷಗಳು ಕಂಡುಬಂದಲ್ಲಿ ಎಲ್ಲ ನನ್ನ ಓದುಗ ಬಾಂದವರು ಕ್ಷಮಿಸುತ್ತಿರೆಂದು ನಾನು ನಂಬಿದ್ದೇನೆ.

ಈ ಪುಸ್ತಕವನ್ನು ಕರ್ನಾಟಕ ರಾಜ್ಯದ ಎಲ್ಲಾ ಗ್ರಾಮಪಂಚಾಯ್ತಿಯ ಲೈಬ್ರೇರಿಗಳಿಗೆ ಕಳುಹಿಸಲು, ಕರ್ನಾಟಕ ರಾಜ್ಯ ಸರ್ಕಾರವು ಉತ್ತೇಜನ ಕೊಟ್ಟರೆ, ಎಲ್ಲಾ ಹಳ್ಳಿಯ ಯುವಕ–ಯುವತಿಯರಿಗೆ ಹಾಗೂ ರಾಜ್ಯದ ಎಲ್ಲಾ ಗ್ರಾಮಪಂಚಾಯ್ತಿಯ ಅಧ್ಯಕ್ಷರುಗಳು ಮತ್ತು ಸದಸ್ಯರುಗಳಿಗೆ ಅನುಕೂಲವಾಗುತ್ತದೆಂದು ನಂಬಿದ್ದೇನೆ.

ಇಂತಿ ನಿಮ್ಮವ

**ಚಿದಾನಂದಮೂರ್ತಿ**

***

ಸ್ನೇಹಿತರೇ ನಾನು ನೇರವಾಗಿ ವಿಷಯಕ್ಕೆ ಬಂದು ಬಿಡುತ್ತೇನೆ. ಈ ಜಗತ್ತಿನಲ್ಲಿ ಪ್ರತಿಯೊಬ್ಬ ಮನುಷ್ಯನಿಗೂ ನಾನು ದೊಡ್ಡ ಶ್ರೀಮಂತನಾಗಬೇಕು, ನಾನು ದೊಡ್ಡ ಉದ್ಯಮಿಯಾಗಬೇಕು, ನಾನು ಡಾಕ್ಟರ್ ಆಗಬೇಕು, ನಾನು ಇಂಜಿನಿಯರ್ ಆಗಬೇಕು, ನಾನು ವಿಜ್ಞಾನಿಯಾಗಬೇಕು, ನಾನು ದೊಡ್ಡ ಸಿನಿಮಾ ನಟನಾಗಬೇಕು, ದೊಡ್ಡ ರಾಜಕಾರಣಿಯಾಗಬೇಕು, ದೊಡ್ಡ ಸಂಗೀತಗಾರನಾಗಬೇಕು, ದೊಡ್ಡ ಸಿನಿಮಾ ನಿರ್ದೇಶಕನಾಗಬೇಕು, ದೊಡ್ಡ ಹೋಟೆಲ್ ಉದ್ಯಮಿಯಾಗಬೇಕು ಹೀಗೆ ಹೇಳುತ್ತಾ ಹೋದರೆ ಲೆಕ್ಕವಿಲ್ಲದಷ್ಟು ಪ್ರಪಂಚದಲ್ಲಿ ಎಣಿಸಲಾರದಷ್ಟು ಉದ್ಯಮಗಳನ್ನು ಸೃಷ್ಟಿ ಮಾಡುವಷ್ಟು ಭಗವಂತನು ಮನುಷ್ಯನಿಗೆ ಜ್ಞಾನವನ್ನು ಕೊಟ್ಟಿದ್ದಾನೆ.

ಈ ಜ್ಞಾನವನ್ನು ಪ್ರತಿಯೊಬ್ಬ ಮನುಷ್ಯನು ಈ ಲೋಕದ ಹಿತಕ್ಕಾಗಿ ಸತ್ಕಾರ್ಯಕ್ಕಾಗಿ ತನ್ನ ಸ್ವಾವಲಂಭನೆ ಮರೆತು ಎಲ್ಲರನ್ನೂ ಕರೆದುಕೊಂಡು ಹೋಗುವ ಬಡಕುಟುಂಬ ಮತ್ತು ನಿರಾಶ್ರಿತರ ಏಳಿಗಾಗಿ ದುಡಿಯುವ ತನ್ನ ಗುರಿಯನ್ನು ಮುಟ್ಟುವವರಿಗೂ ಸಾಧಿಸುವ ಛಲವನ್ನು ಹೊಂದಿರುವ ಮನುಷ್ಯನು ಬೇಗ ಶ್ರೀಮಂತನಾಗುತ್ತಾನೆ.

ಯಾವ ಮನುಷ್ಯನು ತನ್ನ ಸ್ವಾರ್ಥಕ್ಕಾಗಿ ದುಡಿಯುವವನು ಇನ್ನೊಬ್ಬರನ್ನು ತುಳಿದು ಮೇಲೋಗುವವನು, ಬೇರೆಯವರ ಬಗ್ಗೆ ಚಾಡಿ ಹೇಳುವವನು, ಇನ್ನೊಬ್ಬರನ್ನು ನೋಡಿ (ಬೆಳೆಯುವುದನ್ನು ನೋಡಿ) ಹೊಟ್ಟೆ ಉರಿದುಕೊಳ್ಳುವವನು, ಹೆತ್ತ ತಂದೆ ತಾಯಿಯನ್ನು ದಿಕ್ಕರಿಸುವವನು, ಒಡ ಹುಟ್ಟಿದವರ ಏಳಿಗೆಯನ್ನು ಸಹಿಸದಿರುವವನು, ತನ್ನ ಕುಟುಂಬದವರನ್ನು ಕೇವಲವಾಗಿ ನೋಡುವವನು, ಗುರು-ಹಿರಿಯರನ್ನು ಹೀಯಾಳಿಸುವವನು, ಕೆಟ್ಟ ಸ್ನೇಹಿತರ ಸಹವಾಸ ಮಾಡುವವನು, ದುಶ್ಚಟಗಳನ್ನು ಅಂಟಿಸಿಕೊಂಡಿರುವವ ಮನುಷ್ಯನು ಯಾವತ್ತು ಶ್ರೀಮಂತನಾಗಲಾರ.

ಹಿಂದೆ ಮನುಷ್ಯನಿಗೆ ಯಾವುದೇ ಟೆಕ್ನಾಲಜಿ ಇರಲಿಲ್ಲ, ಆದರೂ ಕೆಲವರು ಬುದ್ಧಿವಂತರಾಗಿ ದೊಡ್ಡ ಶ್ರೀಮಂತರಾದರು, ಆದರೆ ಇಂದಿನ ಯುಗದಲ್ಲಿ ಎಲ್ಲಾ

ತರಹದ ಟೆಕ್ನಾಲಜಿ ಕೈಗೆ ಎಟುಕುವುದಿದೆ ಆದರೆ ಇದನ್ನು ಸರಿಯಾಗಿ ಸಮರ್ಪಕವಾಗಿ ಉಪಯೋಗಿಸಿಕೊಂಡರೆ ಕೆಲವೇ ತಿಂಗಳು ವರ್ಷದಲ್ಲಿ ಶ್ರೀಮಂತರಾಗಬಹುದು.

ಮೊದಲು ಮನುಷ್ಯನು ತಾನು ಸಾಧಿಸುವ ಕನಸಿನ ಗುರಿಯನ್ನು ಸತತವಾಗಿ ದೃಢ ಸಂಕಲ್ಪ ಮಾಡಿಕೊಂಡು ಮುನ್ನುಗ್ಗಬೇಕು. ಸಾಧಿಸುವ ಮನುಷ್ಯನಿಗೆ ಅನೇಕ ಸಂಕಷ್ಟಗಳು ಸಮುದ್ರದ ಅಲೆಗಳಂತೆ ಅಪ್ಪಳಿಸುತ್ತೆ ಎದುರಾಗುವ ಅಲೆಗಳನ್ನು ಸೀಳಿಕೊಂಡು ಮುನ್ನುಗ್ಗಬೇಕು.

ಅಲೆಗಳು ಅಂದರೆ ಸಮುದ್ರದ ಅಲೆಗಳಲ್ಲ, ಎದುರಾಗುವ ಕಷ್ಟಗಳು ಅವಮಾನಗಳನ್ನು ಸಹಿಸಿಕೊಂಡು, ದೃತಿಗೆಡದೆ ತನ್ನ ಕಾರ್ಯ ಸಾಧನೆ ಮಾಡಿಕೊಳ್ಳಬೇಕು.

ಈ ಪ್ರಕೃತಿಯೇ ಭಗವಂತ, ಮನುಷ್ಯನಾದವನು ಯೋಚನೆ ಮಾಡಬೇಕು. ಹೇಗೆ ಪ್ರಕೃತಿ ಭಗವಂತನಾಗುತ್ತಾನೆ, ಸೂರ್ಯ ಬೆಳಿಗ್ಗೆ ಹೇಗೆ ಉದಯಿಸುತ್ತಾನೋ ಹಾಗೆ ಸಾಯಂಕಾಲ ಮುಳುಗುತ್ತಾನೆ, ಇದನ್ನು ಮನುಷ್ಯ ಅರ್ಥ ಮಾಡಿಕೊಳ್ಳಬೇಕು, ಪ್ರತಿಯೊಬ್ಬ ಮನುಷ್ಯನ ಜೀವನದಲ್ಲಿ ಬೆಳಕು, ಕತ್ತಲು ಆವರಿಸುತ್ತದೆ. ಅಂದರೆ ಪ್ರತಿಯೊಬ್ಬ ಮನುಷ್ಯನಲ್ಲೂ ಭಗವಂತನು ಬೆಳಕು ಮತ್ತು ಕತ್ತಲೆಯನ್ನು ಸಮವಾಗಿ ಹಂಚಿಕೆ ಮಾಡಿದ್ದಾನೆ.

ಈ ಪ್ರಪಂಚದಲ್ಲಿರುವವರೆಲ್ಲರಿಗೂ ಒಂದಲ್ಲ ಒಂದು ರೀತಿ ಕಷ್ಟ ಇರುತ್ತದೆ. ಯಾರು ನಾನು ಸುಖವಾಗಿ ಇದ್ದೀನಿ ಅಂತ ಹೇಳುವವರು ಈ ಪ್ರಪಂಚದಲ್ಲಿ ಯಾರೂ ಇಲ್ಲ, ಎಷ್ಟೇ ಶ್ರೀಮಂತಿಕೆಯಿದ್ದರು ಒಂದಲ್ಲ ಒಂದು ಕೊರತೆ ಭಗವಂತ ಕೊಟ್ಟಿರುತ್ತಾನೆ. ಮೇಲ್ನೋಟಕ್ಕೆ ಶ್ರೀಮಂತರಂತೆ ಕಂಡರೂ ತನ್ನ ಅಂತರ್ಯದಲ್ಲಿ ಸಾಕಷ್ಟು ನೋವು ಅನುಭವಿಸುತ್ತಿರುತ್ತಾನೆ. ಇದನ್ನ ಜ್ಯೋತಿಷಿಗಳು ಮತ್ತು ವಿಜ್ಞಾನಿಗಳು ಪ್ರಕೃತಿಯ ಗ್ರಹಗಳ ಅಧ್ಯಯನ ಮಾಡಿ ಸಾಧು–ಸಂತರು ಋಷಿಮುನಿಗಳು ಧೀರ್ಘ ಕಾಲ ತಪಸ್ಸು ಮಾಡಿ ಭಗವಂತನ ಸಾಕ್ಷಾತ್ಕಾರಗಳ ವೇದಗಳನ್ನು ರಚಿಸಿ ಮನುಷ್ಯ ಹೇಗೆ ಬದುಕಬೇಕೆಂದು ತನ್ನ ಮಹಾಗ್ರಂಥ ಪುರಾಣಗಳಲ್ಲಿ ಸ್ಪಷ್ಟಪಡಿಸಿದ್ದಾರೆ.

ಯಾವ ಮನುಷ್ಯನು ಕಷ್ಟ ಬಂದಾಗ ಕುಗ್ಗದೆ, ಸುಖ ಬಂದಾಗ ಹಿಗ್ಗದೆ ಈ ಕಷ್ಟ ಸುಖಗಳ ಮಧ್ಯೆ ಬ್ಯಾಲೆಂಸ್ ಮಾಡಿಕೊಂಡು ಹೋಗುವವನೆ ನಿಜವಾದ ಶ್ರೀಮಂತನಾಗುತ್ತಾನೆ.

ಶ್ರೀಮಂತಿಕೆಯೆನ್ನುವುದು ಶಾಶ್ವತವಲ್ಲ, ಬಡತನವೆನ್ನುವುದು ತಿದ್ದಿಕೊಳ್ಳುವ ಸಮಯ. ತನ್ನನ್ನು ತಾನು ಅರಿತುಕೊಳುವ ಉತ್ತಮ ಕಾಲ, ಎಲ್ಲಾ ಜ್ಞಾನವನ್ನು ತಿಳಿದುಕೊಳ್ಳುವುದು

ಅತ್ಯುತ್ತಮ ಸಮಯವಾಗಿರುತ್ತದೆ, ಆಗಲೇ ನಾನು ಯಾರು, ನಾನೇಕೆ ಇಲ್ಲಿಗೆ ಬಂದಿದ್ದೇನೆ, ನನ್ನಿಂದ ಈ ಸಮಾಜಕ್ಕೆ ಏನಾಗಬೇಕು, ಈ ಸಮಾಜದಲ್ಲಿ ನಾನು ಏನು ಕಲಿಯುವುದಿದೆ, ಯಾರನ್ನ ನಂಬಬೇಕು, ಯಾರನ್ನ ಬಿಡಬೇಕು, ಏನು ಸಾಧಿಸಬೇಕು, ಯಾವ ಸಾಧನೆ ಮಾಡಿದರೆ ಪುಣ್ಯ ಲಭಿಸುತ್ತದೆ, ಈ ಭಗವಂತ ನನ್ನನ್ನ ಸೃಷ್ಠಿ ಮಾಡಿ ಕಳಿಸಿದ್ದಾನೆ ನನ್ನಿಂದ ನೆನಪಿನಲ್ಲಿ ಉಳಿಯುವಂತಹ ಏನೋ ಕೆಲಸ ಆಗಬೇಕಾಗಿದೆ. ನಾನು ಈ ಸಮಾಜಕ್ಕೆ ನನ್ನ ಕೈಲಾದಷ್ಟು ಸಹಾಯ ಮಾಡಬೇಕಾಗಿದೆ ಎಂದು ಯಾವ ಮನುಷ್ಯನು ಸೂಕ್ಷ್ಮವಾಗಿ ತನ್ನನ್ನು ತಾನು ಅರಿತುಕೊಂಡು, ತಾನು ಬೆಳೆದು ಉದ್ದಾರವಾಗಿ ಇತರರನ್ನು ಜೊತೆಯಲ್ಲಿ ಕರೆದುಕೊಂಡು ಹೋಗುವವನೆ ನಿಜವಾದ ಮನುಷ್ಯನಾಗುತ್ತಾನೆ. ಆ ಭಗವಂತನಿಗೆ ನಿಜವಾದ ಪ್ರಿಯ ಭಕ್ತನಾಗುತ್ತಾನೆ.

ಸಮಾಜದಲ್ಲಿ ಒಂದು ಕುಟುಂಬ ಹೇಗೆ ಉದ್ದಾರವಾಗುತ್ತದೆ ಮತ್ತು ಹೇಗೆ ನಾಶವಾಗುತ್ತದೆ ಎಂಬುದು ಉದಾಹರಣೆ ಸಹಿತ ನಾನು ಇಲ್ಲಿ ಹೇಳಬಯಸುತ್ತೇನೆ. ನಾನು ನೆರೆ ಹೊರೆಯವರ ಕುಟುಂಬಗಳನ್ನು ನೋಡಿದ್ದನ್ನ ಇಲ್ಲಿ ತಿಳಿಸಬಯಸುತ್ತೇನೆ. ಒಂದು ಕುಟುಂಬದಲ್ಲಿ ಗಂಡ ಹೆಂಡತಿ ಐದು ಜನ ಮಕ್ಕಳಿರುತ್ತಾರೆ ಎಂದು ತಿಳಿದುಕೊಳ್ಳಿ, ತಂದೆ ತಾಯಿ ಐದು ಜನ ಮಕ್ಕಳನ್ನು ಕಷ್ಟ ಪಟ್ಟು ವಿದ್ಯಾಭ್ಯಾಸ ಕೊಡಿಸಿ ತನ್ನ ಪಿತ್ರಾರ್ಜಿತ ಆಸ್ತಿಯನ್ನು ತಾನು ಜೀವಂತವಿರುವಾಗಲೇ ತನ್ನ ಮಕ್ಕಳಿಗೆ ಸಮಭಾಗವಾಗಿ ಹಂಚಿ ಎಲ್ಲರಿಗೂ ಒಂದೊಂದು ಜವಾಬ್ದಾರಿ ಕೊಟ್ಟು ತನ್ನ ಹೆಗಲ ಮೇಲಿರುವ ಭಾರವನ್ನು ಮಕ್ಕಳ ಕೈಗೆ ಕೊಟ್ಟು ತಾನು ಯಾವ ಮಕ್ಕಳಿಗೂ ಭಾರವಾಗದೆ ತಾನು ಅಲ್ಪ ಸ್ವಲ್ಪ ಉಳಿಸಿಕೊಂಡು ಜೀವನ ನಡೆಸುವುದೇ ನಿಜವಾದ ತಂದೆ ತಾಯಿಗಳ ಧರ್ಮವಾಗಿದೆ.

ಪಿತ್ರಾರ್ಜಿತ ಆಸ್ತಿಯಿಲ್ಲದಿದ್ದರೂ ಅಥವಾ ತಾನು ಆಸ್ತಿ ಸಂಪಾದನೆ ಮಾಡಿಲ್ಲದಿದ್ದರೂ ಮಕ್ಕಳಿಗೆ ಸರಿಯಾದ ಉತ್ತಮವಾದ ವಿದ್ಯಾಭ್ಯಾಸ, ನಯ, ವಿನಯ, ಗುಣ, ನಡತೆ, ಸಮಾಜದಲ್ಲಿ ಹೇಗೆ ಬದುಕಬೇಕೆಂದು ಜ್ಞಾನವನ್ನು ಹೇಳಿಕೊಟ್ಟರೆ ಆ ತಂದೆ ತಾಯಿಯ ಮಕ್ಕಳು ಮುಂದೆ ಸಮಾಜದಲ್ಲಿ ಒಳ್ಳೆಯ ಪ್ರಜೆಗಳಾಗಿ ಬದುಕುತ್ತಾರೆ, ಬಡತನದಿಂದ ಹುಟ್ಟಿದ್ದರೂ, ಒಳ್ಳೆಯ ಮಕ್ಕಳಾಗಿ ಬದುಕುತ್ತಾರೆ.

ಅದೇ ತಂದೆ ತಾಯಿಯ ಐದು ಜನ ಮಕ್ಕಳ ಕುಟುಂಬ ದಾರಿ ತಪ್ಪಿದರೆ ಹೇಗಾಗುತ್ತದೆ ಎಂಬುದು ಇನ್ನೊಂದು ಉದಾಹರಣೆ ನಿಮಗೆ ಕೊಡುತ್ತಿದ್ದೇನೆ. ಕುಟುಂಬದಲ್ಲಿ ಮಕ್ಕಳ ಮುಂದೆ ತಂದೆ ತಾಯಿಗಳಾದವರು ನಾನು ಮೇಲು, ನೀನು ಕೀಳು, ನೀನು ಕೀಳು, ನಾನು ಮೇಲು ಎಂಬ ಬೇದ-ಭಾವ ಬಂದರೆ ತಂದೆ

ಒಂದು ಕಡೆ, ತಾಯಿ ಒಂದು ಕಡೆಯಾದರೆ ಇವರು ಮಕ್ಕಳು ಸಹ ಮುಂದೆ ಈ ನಡೆಯನ್ನೇ ಅನುಸರಿಸುತ್ತಾರೆ.

ಮುಂದೆ ಕುಟುಂಬಗಳು ಒಡೆದು ಚೂರು ಚೂರು ಹಾಗಿ ತಮ್ಮ ತಮ್ಮ ಕುಟುಂಬಗಳಲ್ಲೆ ವೈಮನಸ್ಸು ಜಾಸ್ತಿಯಾಗಿ ಯಾರು ಉದ್ಧಾರವಾಗಲು ಬಿಡದೆ ತಾನು ಉದ್ಧಾರವಾಗದೆ ಕೊನೆಯಲ್ಲಿ ದ್ವೇಶದಿಂದ ಜೀವನ ಸಾಗಿಸಬೇಕಾಗುತ್ತದೆ. ಸ್ನೇಹಿತರೆ ಇಷ್ಟೆಲ್ಲ ಕಾರಣಗಳು ಏತಕ್ಕೆ ಹೇಳುತ್ತೇನೆಂದರೆ ಎಲ್ಲರು ಕೂಡಿ ಬಾಳಿದರೆ ಸ್ವರ್ಗ ಸುಖ ಎಂಬ ಮಾತನ್ನ ಹಿರಿಯರು ಹೇಳಿದ್ದಾರೆ. ಹನಿ ಹನಿ ಗೂಡಿದರೆ ಹಳ್ಳ, ತೆನೆ ತೆನೆಗೂಡಿದರೆ ಬಳ್ಳ ಎಂಬ ಮಾತನ್ನು ದೊಡ್ಡವರು ಹೇಳಿದ್ದಾರೆ. ಸ್ನೇಹಿತರೆ ಈ ಸಮಾಜದಲ್ಲಿ ಎಲ್ಲರೂ ಒಗ್ಗಟ್ಟಿನಿಂದ ದುಡಿದರೆ ಎಲ್ಲಾ ಹಳ್ಳಿ ಊರುಗಳು ಉದ್ಧಾರವಾಗುವುದರಲ್ಲಿ ಸಂಶಯುವಿಲ್ಲ. ಈ ಮೇಲಿನ ಕಾರಣಗಳಿಗೋಸ್ಕರ ನಾನು ನಿಮಗೆ ಇಷ್ಟೊಂದು ಪೀಟಿಕೆ ಬರೆಯಬೇಕಾಯಿತು.

ಸ್ನೇಹಿತರೆ ನನ್ನ ಈ ಬರವಣಿಗೆಯಲ್ಲಿ ಏನಾದರೂ ಲೋಪ–ದೋಷವಿದ್ದಲ್ಲಿ ನನ್ನನ್ನು ಕ್ಷಮಿಸಿ ಇಂದಿನ ಜೀವನದಲ್ಲಿ ಪ್ರತಿಯೊಂದು ಹಳ್ಳಿಯು ಮನಸ್ಸು ಮಾಡಿದರೆ ಹೇಗೆ ಶ್ರೀಮಂತವಾಗಬಹುದು ಎಂಬುದು ನನ್ನ ಕನಸಿನ ಮಾತನ್ನು ಈ ಕಿರುವತ್ತಿಗೆಯ ಬರವಣಿಗೆಯ ರೂಪದಲ್ಲಿ ನಿಮ್ಮ ಮುಂದೆ ಇಡುತ್ತಿದ್ದೇನೆ. ಇದನ್ನು ನಮ್ಮ ರಾಜ್ಯದ ಮತ್ತು ದೇಶದ ಪ್ರತಿಯೊಂದು ಹಳ್ಳಿಯು ಈ ವಿಚಾರವನ್ನು ಅರ್ಥ ಮಾಡಿಕೊಂಡು ಒಂದು ಹತ್ತು ಹಳ್ಳಿಯಲ್ಲಿ ಜಾರಿಗೆ ತಂದರೆ ನನ್ನ ಜನ್ಮ ಸಾರ್ಥಕವಾಗುತ್ತದೆ.

ಪ್ರತಿಯೊಬ್ಬ ಮನುಷ್ಯನು ಶ್ರೀಮಂತನಾಗಲು ಆಸೆ ಪಡುತ್ತಾನೆ, ಆಸೆ ಪಡುವುದು ತಪ್ಪಲ್ಲ ಆದರೆ ಅದನ್ನು ಕಾರ್ಯಗತ ಮಾಡಬೇಕು, ನಿಮ್ಮೂರಿನ ಅಧ್ಯಕ್ಷರು ಅಥವಾ ಸದಸ್ಯರು ಈ ವಿಷಯನ್ನು ಅರ್ಥಮಾಡಿಕೊಂಡು ತನ್ನೂರಲ್ಲೇ ಜಾರಿಗೆ ತಂದರೆ ಅವರ ಹೆಸರು ಮತ್ತು ಕೀರ್ತಿ ಇನ್ನೂ ಉನ್ನತ ಮಟ್ಟಕ್ಕೆ ಏರುತ್ತದೆ. ಅವರು ಪ್ರತಿಯೊಬ್ಬರನ್ನು ಮೇಲೆತ್ತುವ ಅವಕಾಶ ಲಭಿಸುತ್ತದೆ. ಎಲ್ಲರಿಗೂ ಉದ್ಯೋಗವಕಾಶ ಕಲ್ಪಿಸಿಕೊಡಲು ಒಬ್ಬ ಉತ್ತಮ ನಾಯಕನೆನಿಸಿಕೊಳ್ಳಬಹುದು.

ಪ್ರತಿಯೊಂದು ಹಳ್ಳಿ ಊರು ಉದ್ಧಾರವಾಗಬೇಕಾದರೆ, ನಿಮ್ಮ ಊರಿನಲ್ಲಿ ನೀವು ಆಯ್ಕೆ ಮಾಡಿದ ನಾಯಕನು ಮನಸ್ಸು ಮಾಡಿದರೆ ಎಲ್ಲರೂ ಶ್ರೀಮಂತರಾಗಬಹುದು.

ನೀವು ಆಯ್ಕೆ ಮಾಡಿದ ನಾಯಕನು ತನ್ನ ಸ್ವಾರ್ಥವಿಲ್ಲದೆ ಎಲ್ಲರನ್ನು ಮುಂದೆ ತರಲು ಶ್ರಮ ಪಡುವವನಾಗಿರಬೇಕು, ತನ್ನ ಹಳ್ಳಿಯ ಜನರ ಕಷ್ಟ ಸುಖಗಳಿಗೆ ಸ್ಪಂದಿಸುವವನಾಗಿರಬೇಕು. ಆಗ ಮಾತ್ರ ಹಳ್ಳಿಯ ಜನರ ಜೊತೆಗೆ ಆ ನಾಯಕನು

ಬೆಳೆಯುತ್ತಾನೆ. ಸ್ನೇಹಿತರೆ ಎಷ್ಟೋ ಹಳ್ಳಿಯ ಮುಗ್ಧ ಜನರಿಗೆ ಹೇಗೆ ಬದುಕಬೇಕು, ನಾವು ಹೇಗೆ ಶ್ರೀಮಂತರಾಗಬಹುದು ಎಂಬುದು ಮುಖ್ಯವಾಗಿ ಸರಿಯಾಗಿ ತಿಳುವಳಿಕೆ ಹೇಳುವ ಬುದ್ಧಿಜೀವಿಗಳು, ಮಾರ್ಗದರ್ಶನ ಮಾಡುವ ನಾಯಕರು ಬೇಕು.

ಎಷ್ಟೋ ಹಳ್ಳಿಯಲ್ಲಿ ಉತ್ತಮ ವಿದ್ಯಾಭ್ಯಾಸ ಮಾಡಿದ ವಿದ್ಯಾರ್ಥಿಗಳಿದ್ದಾರೆ, ಆದರೆ ಎಲ್ಲರೂ ಸರ್ಕಾರ ಕೆಲಸ ಕೊಡುತ್ತದೆ ಎಂದು ನಿರೀಕ್ಷೆಯಲ್ಲಿ ಕಾಲ ಕಳೆಯುತ್ತಾರೆ. ಇಂದಿನ ಕಾಲದಲ್ಲಿ ಎಷ್ಟೋ ಲಕ್ಷ ನಿರುದ್ಯೋಗಿಗಳು ಕೆಲಸವಿಲ್ಲದೆ ತನ್ನ ದುಡಿಯುವ ವಯಸ್ಸಲ್ಲಿ ಸರ್ಕಾರಿ ಕೆಲಸ ಸಿಗುತ್ತದೆಂದು ಎಲ್ಲ ಉದ್ಯೋಗಕ್ಕೂ ಅರ್ಜಿ ಹಾಕುತ್ತಾ ವಯಸ್ಸು 45 ದಾಟುತ್ತಿದ್ದರೂ ಇನ್ನೂ ಸರ್ಕಾರದ ಕಛೇರಿಯಿಂದ ಕಛೇರಿಗೆ ಅಲೆಯುತ್ತಾ, ರಾಜಕಾರಣಿಗಳ ಮನೆ ಬಾಗಿಲು ತಟ್ಟುತ್ತಾ, ಅವರ ಮುಂದೆ ಕೈಕಟ್ಟಿ ನಿಂತುಕೊಂಡು, ತನ್ನ ಸ್ವಾಭಿಮಾನ ಮರೆತು ಅವರ ಸೇವಕ ಗುಲಾಮನಾಗಿ ಕೆಲಸ ಮಾಡಿದರೂ ನಿಮಗೆ ಅವರು ಕೆಲಸ ಕೊಡಿಸಲು ಆಗುವುದಿಲ್ಲ.

ನಿರುದ್ಯೋಗ ಯುವಕ ಯುವತಿಯರೇ ಮೊದಲು ನಿಮ್ಮನ್ನು ನೀವು ಅರ್ಥಮಾಡಿಕೊಳ್ಳಿ, ನಿಮಗೆ ಯಾರು ಕೆಲಸ ಕೊಡಿಸುವುದಿಲ್ಲ, ಸ್ವಲ್ಪ ಆಳವಾಗಿ ಯೋಚನೆ ಮಾಡುವುದನ್ನು ಕಲಿಯಿರಿ. ನಿಮ್ಮಲ್ಲಿರುವ ಕನಸನ್ನು ಬಡಿದೆಬ್ಬಿಸಿ, ನಿಮ್ಮ ಕನಸಿನ ಬಗ್ಗೆ ದೀರ್ಘವಾಗಿ ಯೋಚನೆ ಮಾಡಿ, ತನ್ನಲ್ಲಿರುವ ಅಘಾಧವಾದ ಶಕ್ತಿಯನ್ನು ಈ ಪ್ರಪಂಚಕ್ಕೆ ತೋರಿಸಿ, ಸ್ವಾವಲಂಬನೆ ಬೆಳೆಸಿಕೊಳ್ಳಿ, ನಾನು ಏನಾದರೂ ದೊಡ್ಡ ಸಾಧನೆ ಮಾಡಬೇಕೆಂದು ಹಗಲು ರಾತ್ರಿ ಕನಸು ಕಾಣಿ, ಒಂದಲ್ಲ ಒಂದು ದಿನ ನಿಮ್ಮ ಕನಸು ನನಸಾಗಲು ನಿಮ್ಮಲ್ಲಿಯೇ ಜ್ಞಾನೋದಯ ಆಗುತ್ತದೆ.

ಆಗ ನಿಮ್ಮ ನರ ನಾಡಿಗಳೆಲ್ಲ ಹುಮ್ಮಸ್ಸು ಎದ್ದು ಕಾಣುತ್ತದೆ. ನೀವು ಏನು ಅಂದುಕೊಂಡಿದ್ದೀರೋ ಆ ಗುರಿಯ ಕಡೆಗೆ ಕರೆದುಕೊಂಡು ಹೋಗುತ್ತದೆ. ನಿಮ್ಮ ಮನಸ್ಸಿನಲ್ಲಿ ಮೂಡುತ್ತಿರುವ ಹೊಸ ಹೊಸ ಐಡಿಯಾ ಅವಿಷ್ಕಾರಗಳು ತನ್ನ ಕಣ್ಣ ಮುಂದೆಯೇ ಬಾಸವಾಗುತ್ತದೆ. ಮೊದಲು ತಮ್ಮ ಆತ್ಮವನ್ನು ನಂಬಬೇಕು. ನಮ್ಮ ಆತ್ಮನೇ ಪರಮಾತ್ಮ, ಆತ್ಮವನ್ನು ಶುದ್ಧವಾಗಿ ಇಟ್ಟುಕೊಂಡರೆ ಪರಮಾತ್ಮನು ಒಲಿಯುತ್ತಾನೆ. ಆಗ ನಾವು ಬದುಕಿನ ದಾರಿಯನ್ನು ಕಂಡುಕೊಳ್ಳಬಹುದು. ನಿಮಗೆ ಯಾರು ಯಾವ ಉದ್ಯೋಗ ಕೊಡಿಸಬೇಕಾಗಿಲ್ಲ, ನೀವೆ ಉದ್ಯೋಗ ಸೃಷ್ಟಿ ಮಾಡುವುದನ್ನು ಕಲಿಯಿರಿ, ನೂರಾರು ಕುಟುಂಬಗಳಿಗೆ ನೀವೆ ಆದರ್ಶ ವ್ಯಕ್ತಿಯಾಗಿ ಬೆಳೆಯಿರಿ, ಒಳ್ಳೆಯ ಉದ್ಯಮಿ ಎಂದು ಸಾಬೀತು ಮಾಡಿ, ನೂರಾರು ಕುಟುಂಬಗಳಿಗೆ ನೀವೆ ಯಜಮಾನರಾಗುತ್ತೀರಿ ಇದು ಸತ್ಯ.

ಸ್ವಾಮಿ ನೀವು ಹೇಳುವುದೆಲ್ಲ ಸರಿ, ಇದು ಪುಸ್ತಕದಲ್ಲಿ ಮಾತ್ರ ನಿಜ ಜೀವನದಲ್ಲಿ ಇದೆಲ್ಲ ಆಗಲ್ಲ ಅಂತ ಕೇಳಬಹುದು, ಉದ್ಯಮ, ವ್ಯಾಪಾರ ಮಾಡುವುದಕ್ಕೆ ಹಣ ಎಲ್ಲಿಂದ ತರೋದು, ಯಾರು ನಮಗೆ ಸಾಲ ಕೊಡುತ್ತಾರೆ, ಈಗಾಗಲೇ ನಾವು ನಿರುದ್ಯೋಗಿಗಳು, ನಮ್ಮನ್ನ ನಂಬಿ ಯಾರು ಹಣ ಕೊಡುತ್ತಾರೆ, ಯಾವ ಬ್ಯಾಂಕಿನಲ್ಲಿ ಸಾಲ ಕೇಳಲು ಹೋದರೆ ಅವರು ಕೇಳುವ ದಾಖಲೆಗಳು ನೋಡಿದರೆ ಯಾವ ಸಾಲನು ಬೇಡ ಅನ್ನಿಸುತ್ತದೆ. ಹೋಗಲಿ ನಮ್ಮ ಹಳ್ಳಿಯಲ್ಲಿ ಯಾರತ್ರನಾದರೂ ಸಾಲ ತೆಗೆದುಕೊಂಡರೆ ಮುಗಿತು! ತಿಂಗಳಾಯ್ತು ಎಂದರೆ ಸಾಲಗಾರರು ಮನೆಯ ಬಾಗಿಲಲ್ಲಿ ನಿಂತಿರುತ್ತಾರೆ. ನಾವೇನಾದರು ಸರಿಯಾದ ಸಮಯಕ್ಕೆ ಸಾಲದ ಬಡ್ಡಿ ಕಟ್ಟದಿದ್ದರೆ ನಮ್ಮ ಮಾನ ಮರ್ಯಾದೆಯನ್ನು ನಮ್ಮ ಸಂಬಂಧಿಕರ ಮುಂದೆ ಮತ್ತು ಸ್ನೇಹಿತರ ಮುಂದೆ ಹತ್ತು ಜನಗಳ ಕೂಡಿರುವ ಸಂದರ್ಭದಲ್ಲಿ ಸಮಯ ನೋಡಿಕೊಂಡು ಮಾನ ಹರಾಜಾಕುತ್ತಾರೆ. ಇಂತ ಸಾಲ ಮಾಡಿ ಬದುಕುವುದಕ್ಕಿಂತ ಗಂಜಿ ಕುಡಿದು ಕಾಲ ಕಳೆದರು ಪರವಾಗಿಲ್ಲ ಇಂತವರ ಸಹವಾಸ ಬೇಡಪ್ಪ ಅನ್ನಿಸುತ್ತದೆ.

ಹಾಗಾದರೆ ನೀವು ಯಾವ ಆಧಾರದ ಮೇಲೆ ಜೀವನ ನಡೆಸುತ್ತೀರಾ? ನಿಮ್ಮ ಮಕ್ಕಳಿಗೆ ಯಾವ ರೂಪದಲ್ಲಿ ವಿದ್ಯಾಭ್ಯಾಸ ಕೊಡಿಸುತ್ತಿದ್ದೀರಾ? ನೀವು ಯಾವಾಗ ಮಕ್ಕಳಿಗೆ ಮದುವೆ ಮಾಡುತ್ತೀರಾ? ಯಾವ ಆಧಾರದ ಆದಾಯದ ಮೇಲೆ ವಿದ್ಯಾಭ್ಯಾಸ ಕೊಡಿಸುತ್ತೀರಾ? ಯಾವ ಆದಾಯದಿಂದ ಮನೆಯನ್ನು ಕಟ್ಟುತ್ತೀರಾ? ಯಾವ ಆದಾಯದಿಂದ ಕುಟುಂಬವನ್ನು ಸಲಹುತ್ತೀರಾ? ಆಕಸ್ಮಾತ್ ಮನೆಯಲ್ಲಿ ಅನಾರೋಗ್ಯ ಪೀಡಿತರಿದ್ದರೆ ಅವರ ಗತಿಯೇನು, ಪ್ರಪಂಚದಲ್ಲಿ ಪ್ರತಿಯೊಬ್ಬರು ಒಂದಲ್ಲ ಒಂದು ರೀತಿ ಸಾಲಗಾಗರೆ, ಈ ದೇಶವೇ ಸಾಲ ಮಾಡಿದೆ, ನೀನು ಸಾಲಗಾರ ಅಲ್ಲ ಅಂತ ಹೇಳಿಕೊಳ್ಳಬಹುದು.

ಈ ನಮ್ಮ ದೇಶದಲ್ಲಿ ಪ್ರತಿಯೊಬ್ಬ ಮನುಷ್ಯನಿಗೂ ಇಂತಿಷ್ಟು ಸಾಲ ಅಂತ ನಿಗದಿಮಾಡಿದೆ, ಆದರೆ ಅದು ಯಾರಿಗೂ ಗೊತ್ತಾಗುವುದಿಲ್ಲ. ನೀನು ತೆಗೆದುಕೊಳ್ಳುವ ಪ್ರತಿಯೊಂದು ವಸ್ತುವಿನ ಮೇಲೆ ಅದು ಟ್ಯಾಕ್ಸ್ ರೂಪದಲ್ಲಿ ಪಡೆಯುತ್ತಾ ಇರುತ್ತದೆ. ಸಾಲ ಮಾಡದಿದ್ದರೆ ನೀನು ಶ್ರೀಮಂತನಾಗುವುದಿಲ್ಲ, ಸಾಲ ಮಾಡಬೇಕು. ಅದನ್ನು ಸರಿಯಾದ ರೀತಿಯಲ್ಲಿ ಬಳಸಿಕೊಂಡರೆ ನೀನು ಒಬ್ಬ ಉದ್ಯಮಿಯಾಗಿ ಉದ್ಯೋಗ ಸೃಷ್ಟಿ ಮಾಡಬಹುದು.

ಉದಾ: ನಿಮ್ಮೂರಲ್ಲಿ ಎಲ್ಲರೂ ಸೇರಿ ಒಂದು ಚೀಟಿಯನ್ನು ನಡೆಸುತ್ತೀರಾ, ಆ ಚೀಟಿಯಲ್ಲಿ 30 ರಿಂದ 50% ನವರಿಗೂ ಕೂಗಿ ಚೀಟಿ ಹಣವನ್ನು ಪಡೆಯುತ್ತೀರಾ, ಆಗ ಅದು ಸಾಲವಲ್ಲವೆ!

ಪ್ರತಿ ತಿಂಗಳು ಚೀಟಿ ಹಣವನ್ನು ಕಟ್ಟದಿದ್ದರೆ ನಿಮ್ಮೂರಲ್ಲೇ ನಿಮ್ಮನ್ನ ಸುಮ್ಮನೆ ಬಿಡುತ್ತಾರೆಯೇ, 10 ತಿಂಗಳಿಂದ 30 ತಿಂಗಳೊಳಗೆ ಪ್ರತಿ ತಿಂಗಳು ತಪ್ಪದೆ ಚೀಟಿ ಹಣ ಕಟ್ಟಬೇಕು.

ಚೀಟಿ ಹಣ ತೆಗೆದುಕೊಂಡಾಗ ಆ ಹಣದಲ್ಲಿ ಯಾವುದಾದರೂ ವ್ಯಾಪಾರದಲ್ಲಿ ಹಣ ಹೂಡಿಕೆ ಮಾಡಿದರೆ ಬರುವ ಲಾಭದಿಂದ ಚೀಟಿ ಹಣ ಕಟ್ಟಿಕೊಂಡು ಹೋಗಬಹುದು. ಆದರೆ ನಾವು ಏನು ಮಾಡುತ್ತೇವೆಂದರೆ ಆ ಹಣ ಕೈಗೆ ಸೇರುವಾಗಲೇ ನಾನಾ ಕಮಿಟ್‌ಮೆಂಟ್‌ಗಳು ಕಾದು ಕುಳಿತಿರುತ್ತವೆ. ಮಕ್ಕಳ ವಿದ್ಯಾಭ್ಯಾಸಕ್ಕೋ, ಹಿರಿಯರ ಆಸ್ಪತ್ರೆಯ ಖರ್ಚಿಗೋ, ಮಕ್ಕಳ ಮದುವೆಗೋ, ಸಾಲದ ಒತ್ತಡದಿಂದಲೇ ಬಂದ ಚೀಟಿ ಹಣವನ್ನು ಯಾವುದೇ ಉಪಯೋಗಕ್ಕೆ ಬಾರದೆ ಕಾಲಿಯಾಗುತ್ತದೆ. ಇನ್ನೂ ಚೀಟಿ ಇಂತಿಷ್ಟು ವರ್ಷ ಮುಗಿಯುವವರಿಗೂ ಚೀಟಿ ಕಟ್ಟುತ್ತಲೇ ಇರಬೇಕು. ಹೋಗಲಿ ಇದರಿಂದ ಯಾರಾದರೂ ಉದ್ಧಾರ ಹಾಗಿದ್ದಾರ? ಹುಹೂಂ... ಇಲ್ಲ ಎಲ್ಲಾ ತರಹದ ಇನ್ಶೂರೆನ್ಸ್ ಮಾಡಿಸಿ ಕಟ್ಟುತ್ತಿದ್ದೀರಾ ಎಂದುಕೊಳ್ಳಿ ಅದರಿಂದ ನಾವು ಮುಂದುವರೆಯುತ್ತೇವೆಯೇ? ಇಲ್ಲ.

ನಾವು ಸತ್ತ ಮೇಲೆ ಬರುತ್ತದೆ. ಹಾಗಾದರೆ ನಾವು ಯಾವುದರಿಂದ ಉದ್ಧಾರವಾಗಿ ಶ್ರೀಮಂತರಾಗಬೇಕು? ಏನು ಮಾಡಿದರೆ ನಾವು ನಮ್ಮ ಹಳ್ಳಿಯಲ್ಲಿ ಮುಂದೆ ಬರುತ್ತೇವೆ? ನಮಗೆ ಯಾರು ಹಣದ ಸಹಾಯ ಮಾಡುತ್ತಾರೆ? ನಾವು ಹೇಗೆ ಈ ಸಮಾಜದಲ್ಲಿ ಬದುಕಬೇಕು? ಬದುಕಲು ನಾವು ಏನು ಮಾಡಬೇಕು? ಏನು ಮಾಡಿದರೆ ನಾವು ಮುಂದೆ ಬರಲು ಸಾಧ್ಯ? ಈ ಪ್ರಶ್ನೆಗಳು ನಿಮ್ಮಲ್ಲಿ ಮೂಡಿದರೆ ಆಗ ನೀವು ಹೊಸ ಮನುಷ್ಯರಾಗಿ ಬರಲು ಸಾಧ್ಯ.

ನಮ್ಮಲ್ಲಿ ಒಂದು ಸಂಕೋಚ ಭಾವನೆಯಿರುತ್ತದೆ. ಯಾವುದೇ ಒಂದು ವ್ಯಾಪಾರ ಮಾಡಬೇಕಾದರೆ ಮೊದಲು ಸಂಕೋಚವನ್ನು ಬಿಡಬೇಕು. ಸಂಕೋಚವನ್ನು ಬಿಟ್ಟರೆ ನೀನು ಉದ್ಧಾರವಾಗಲು ಸಾಧ್ಯ. ಯಾರು ನಮ್ಮನ್ನು ನೋಡಿ ಆಡಿಕೊಳ್ಳುತ್ತಾರೊ, ಯಾವ ಕೆಲಸ ಮಾಡಲು ಗತಿಯಿಲ್ಲವ ಇವನಿಗೆ, ಫುಟ್‌ಪಾತ್‌ನಲ್ಲಿ ವ್ಯಾಪಾರ ಮಾಡುತ್ತಾನೆ, ಯಾವುದೋ ಒಂದು ಕಾರ್ಖಾನೆಗೆ ಹೋದರೆ 10,000 ಸಾವಿರ ಸಂಬಳ ಕೊಡುತ್ತಾರೆ, ಅದನ್ನು ಬಿಟ್ಟು ಫುಟ್‌ಪಾತ್‌ನಲ್ಲಿ ವ್ಯಾಪಾರ ಮಾಡುತ್ತಾನೆ ಎಂದು ಆಡಿಕೊಳ್ಳುವವರು ಈ ಸಮಾಜದಲ್ಲಿ ಜಾಸ್ತಿ ಜನ ಇರುತ್ತಾರೆ.

ಈ ಜನಗಳಿಗೆ ಏನು ಗೊತ್ತು ವ್ಯಾಪಾರದ ಗುಟ್ಟು, ವ್ಯಾಪಾರ ಮಾಡುವವನಿಗೆ ಗೊತ್ತು ಅದರ ಗಮ್ಮತ್ತು, ಈ ಜನರು ಹೇಳಿದಂಗೆ ಯಾವುದೊ ಕಾಸಗಿ ಕಂಪನಿಗೊ ಅಥವಾ ಸರ್ಕಾರಿ ಕೆಲಸಕ್ಕೊ ಹೋದರೆ ತಿಂಗಳಿಗೆ ಇಂತಿಷ್ಟು ಹಣ ಬರುತ್ತದೆ. ಆ ಹಣದಿಂದಲೇ ಅವನು ಎಲ್ಲವನ್ನು ಕರೆಕ್ಟಾಗಿ ಸರಿದೂಗಿಸಿಕೊಂಡು ಹೋಗಬೇಕು.

ಸ್ವಲ್ಪ ಏರು–ಪೇರಾದರೂ ಸಾಲದ ಸುಳಿಯಲ್ಲಿ ಸಿಕ್ಕಿಹಾಕಿಕೊಳ್ಳಬೇಕಾಗುತ್ತದೆ. ಏಕೆಂದರೆ ತಿಂಗಳಿಗೆ ಬರುವ ಹಣದಿಂದಲೇ ಸಂಸಾರ ಸಾಗಿಸಬೇಕು.

ಮಕ್ಕಳ ವಿದ್ಯಾಭ್ಯಾಸದ ಖರ್ಚು, ಬಟ್ಟೆ ಬರೆಗಳ ಖರ್ಚು, ಮನೆ ಬಾಡಿಗೆಯ ಖರ್ಚು, ಮಕ್ಕಳ ಪುಸ್ತಕಗಳ ಖರ್ಚು, ನೀರಿನ ಬಿಲ್ಲು, ಗ್ಯಾಸ್ ಬಿಲ್ಲು, ಲೈಟ್ ಬಿಲ್ಲು, ಗಾಡಿಯಿದ್ದರೆ ಪೆಟ್ರೋಲ್ ಖರ್ಚು, ಕಾಯಿಲೆ ಬಂದಾಗ ಆಸ್ಪತ್ರೆಯ ಬಿಲ್ಲು, ತರಕಾರಿ ಬಿಲ್ಲು, ಹಾಲಿನ ಬಿಲ್ಲು ಹೇಳುತ್ತಾ ಹೋದರೆ ಸಂಕಷ್ಟಗಳ ಸರಮಾಲೆಯನ್ನೇ ಜೀವನದುದ್ದಕ್ಕೂ ಅನುಭವಿಸಿಕೊಂಡು ಹೋಗಬೇಕಾಗುತ್ತದೆ.

ಒಮ್ಮೆಯಾದರೂ ಇನ್ನು ಇವನು ಮಕ್ಕಳಿಗೆ ಮದುವೆ ಮಾಡಬೇಕೆಂದರೆ ಮತ್ತು ಜೀವನದಲ್ಲಿ ಮನೆ ಕಟ್ಟಿ ಸುಖವಾಗಿರಬೇಕೆಂದರೆ ಇವನ ಆಯಸ್ಸು ಮುಗಿದಿರುತ್ತದೆ. ಈ ಜನ್ಮ ಬೇಕಾ ಮನುಷ್ಯನಿಗೆ?

ಮೊದಲು ಮನುಷ್ಯರಾದ ನಾವು ನಮ್ಮ ಸುತ್ತಮುತ್ತಲಿನ ಜನಗಳನ್ನು ಸೂಕ್ಷ್ಮವಾಗಿ ಗಮನಿಸಬೇಕು. ನಾವು ವರ್ಷಾನುಗಟ್ಟಲೆಯಿಂದಲೂ ದುಡಿಯುತ್ತಲೇ ಇದ್ದೀವಿ, ಅದೇ ಊಟ, ಅದೇ ಬಟ್ಟೆ ಆದರೆ ನೆನ್ನೆ ಮೊನ್ನೆ ಬಂದವನು ನಮ್ಮ ಮುಂದೆನೆ ಮನೆ ಕಟ್ಟಿಸುತ್ತಿದ್ದಾನೆ, ಕಾರು ತೆಗೆದುಕೊಂಡಿದ್ದಾನೆ, ಲೆಕ್ಷುರಿ ಲೈಫ್ ನಡೆಸುತ್ತಿದ್ದಾನೆ, ನಾನ್ಯಾಕೆ ಹೀಗಿದ್ದೀನಿ ಎಂದು ತಮ್ಮಲ್ಲೇ ಪ್ರಶ್ನೆ ಮಾಡಿಕೊಳ್ಳಬೇಕು. ಈ ಪ್ರಶ್ನೆಗೆ ಉತ್ತರ ಹುಡುಕುವವರಿಗೂ ನೀವು ಶ್ರೀಮಂತರಾಗೋಕೆ ಸಾಧ್ಯವಿಲ್ಲ. ಮೊದಲು ನಮ್ಮನ್ನು ನಾವು ಅರಿತುಕೊಳ್ಳಬೇಕು.

ಉದಾಹರಣೆಗೆ ಮುಸ್ಲಿಂ ಮತ್ತು ಮಾರ್ವಾಡಿಗಳನ್ನು ನೋಡಿ, ನಮ್ಮ ಹಾಗೆ ಅವರಲ್ಲಿ ಹೆಚ್ಚಿನ ವಿದ್ಯಾಭ್ಯಾಸ ಮಾಡಿರುವುದಿಲ್ಲ, ಅವರ ಉದ್ದೇಶ ಒಂದೇ, ಅದು ವ್ಯಾಪಾರ ಮುಸ್ಲಿಂರಲ್ಲಿ ತನ್ನ ಮಕ್ಕಳು 10ನೇ ವರ್ಷಕ್ಕೆ ಕಾಲಿಡುತ್ತಿರುವಾಗಲೆ ಅವರಿಗೆ ವ್ಯಾಪಾರದ ಗುಟ್ಟನ್ನು ಕಲಿಸಿಕೊಡುತ್ತಾರೆ.

ಆ ಮಕ್ಕಳು 10 ವರ್ಷದಲ್ಲೇ ವ್ಯಾಪಾರದ ರಹಸ್ಯ ತಿಳಿದುಕೊಂಡು ಮುಂದೆ ಹೇರಳವಾಗಿ ಹಣ ಸಂಪಾದನೆ ಮಾಡುತ್ತಾರೆ.

ಮಾರ್ವಾಡಿಗಳು ಹಾಗೆನೆ, ಚಿಕ್ಕವಯಸ್ಸಿನಿಂದಲೇ ವ್ಯಾಪಾರದಲ್ಲೆ ತೊಡಗಿಸಿಕೊಂಡು ಮತ್ತು ದೊಡ್ಡ ದೊಡ್ಡ ಕಂಪನಿಗಳನ್ನು ತೆರೆದು ಕೋಟ್ಯಾಂತರ ಹಣವನ್ನು ಸಂಪಾದಿಸುತ್ತಾರೆ. ಮತ್ತು ನೂರಾರು ಜನಕ್ಕೆ ಕೆಲಸ ಕೊಟ್ಟು ದೊಡ್ಡ ಉದ್ಯಮಿ ಎನಿಸಿಕೊಳ್ಳುತ್ತಾರೆ.

ಆದರೆ ನಮ್ಮ ನಿಮ್ಮಲ್ಲಿ ಸ್ವಲ್ಪ ಹಣವಿದ್ದರೆ ಸಾಕು ಆಡಂಬರದ ಜೀವನ, ನಾನು ಯಾರಿಗೇನು ಕಮ್ಮಿ, ಎಲ್ಲರಿಗಿಂತ ನಾನು ಚೆನ್ನಾರಿಬೇಕು, ಎಲ್ಲರು ನನ್ನ ಹತ್ತಿರ

ಬರಬೇಕು, ಎಲ್ಲರೂ ನನ್ನ ಮಾತನ್ನೇ ಕೇಳಬೇಕು, ಎಲ್ಲರೂ ನನ್ನನ್ನು ಗುರ್ತಿಸಬೇಕು, ಎಲ್ಲರೂ ನನ್ನ ಹಿಂದೆ ಸುತ್ತುತ್ತಾ ಇರಬೇಕು, ನಾನು ಹೇಳಿದಂಗೆ ಕೇಳಬೇಕು, ಯಾರೂ ನನ್ನ ಮಾತನ್ನು ಮೀರಬಾರದು ಈ ಮನೋಭಾವನೆ ನಮ್ಮಲ್ಲಿ ಹುಟ್ಟಿಕೊಂಡರೆ ಇವರು ಯಾರನ್ನು ಉದ್ಧಾರ ಮಾಡುವುದಿಲ್ಲ, ಯಾರಿಗೂ ಸಹಾಯವನ್ನು ಮಾಡುವುದಿಲ್ಲ. ಇಂತವರಿಂದ ಯಾವ ನಿರೀಕ್ಷೆಯನ್ನು ಇಟ್ಟುಕೊಳ್ಳಬೇಡಿ, ಇವರು ಸಮಾಜ ಸುಧಾರಕರು ಅಲ್ಲ, ಇವರಿಂದ ಸಮಾಜಕ್ಕೆ ಯಾವ ಪ್ರಯೋಜನವಿಲ್ಲ.

ಇವರು ತನ್ನ ತಂದೆ ತಾಯಿಗಳನ್ನು ಸರಿಯಾಗಿ ನೋಡಿಕೊಳ್ಳುವುದಿಲ್ಲ, ಒಡ ಹುಟ್ಟಿದವರಿಗೂ ಸರಿಯಾದ ದಾರಿ ತೋರಿಸುವುದಿಲ್ಲ, ಇವರು ಸ್ವಾರ್ಥಿಗಳು ಇವರಲ್ಲಿ ಅಹಂಕಾರ ತುಂಬಿ ತುಳುಕಾಡುತ್ತಿರುತ್ತದೆ. ಇಂತವರ ಸಹವಾಸ ಮಾಡಿದರೆ ಯಾರು ಉದ್ಧಾರವಾಗುವುದಿಲ್ಲ. ಇವರಲ್ಲಿ ಕುಡಿತ, ಜೂಜು ಎಲ್ಲಾ ಬಗೆಯ ದುಶ್ಚಟಗಳನ್ನು ಅಂಟಿಸಿಕೊಂಡಿರುತ್ತವೆ. ಇಂತಹವರಿಂದ ಯಾವ ಮನುಷ್ಯನು ಇವರ ಸಹವಾಸ ಮಾಡಿದರೆ ಇವನು ಏನು ಮಾಡುತ್ತಾನೋ ಜೊತೆಯಲ್ಲಿದ್ದವರು ಅದನ್ನೇ ಕಲಿಯುತ್ತಾರೆ. ಇವರು ಸಮಾಜಕ್ಕೆ ಒಂದು ರೀತಿ ಕಂಟಕ ಪ್ರಾಯರಾಗಿ ಬದಲಾಗುತ್ತಾರೆ.

ಇಂತಹವರಿಂದ ಬುದ್ಧಿವಂತನಾದ ಮನುಷ್ಯನು ದೂರವಿರುವುದೇ ಉತ್ತಮ. ಯಾವತ್ತು ಸಜ್ಜನರ ಸಹವಾಸ ಮಾಡಬೇಕು, ಸಜ್ಜನರ ಸಹವಾಸ ಹೆಜ್ಜೇನು ಸವಿದಂತೆ ಎಂದು ಸರ್ವಜ್ಞರು ಹಿಂದೆಯೇ ಹೇಳಿದ್ದಾರೆ. ನಾವು ಅರ್ಥ ಮಾಡಿಕೊಳ್ಳಬೇಕಷ್ಟೆ.

ಅದೇ ಉತ್ತಮವಾದ ಆದರ್ಶ ಜೀವನ ನಡೆಸುವ ಮನುಷ್ಯನು ಎಲ್ಲರನ್ನೂ ಒಗ್ಗೂಡಿಸಿಕೊಂಡು ತನ್ನ ಗುಣ ನಡತೆಯಿಂದ, ತಾಳ್ಮೆ ಸಹನೆಯಿಂದ, ಸಣ್ಣ ಸಣ್ಣ ವಿಷಯಗಳಿಗೆ ಕೋಪಮಾಡಿಕೊಳ್ಳದೆ, ಎಲ್ಲರಿಗೂ ಉತ್ತಮ ಮಾರ್ಗದರ್ಶನ ಮಾಡಿಕೊಂಡು, ಎಲ್ಲರನ್ನು ಜೊತೆಯಲ್ಲಿ ಕರೆದುಕೊಂಡು ಹೋಗುವವನೇ ನಿಜವಾದ ಶ್ರೀಮಂತನಾಗುತ್ತಾನೆ.

ರೀ ಸ್ವಾಮಿ ನಿಮ್ಮ ಮೆಗಾ ಬರವಣಿಗೆಯನ್ನು ಇಷ್ಟೊತ್ತು ಓದಿಕೊಂಡು ನಮಗೆ ಸಾಕಾಗಿದೆ, ಈಗಿನ ಕಾಲದಲ್ಲಿ ನಿಮ್ಮ ಹಿಸ್ಟರಿಯನ್ನು ಓದಲು ಜನಗಳಿಗೆ ಪುರುಸೊತ್ತು ಇಲ್ಲ, ಹೀಗೇನಿದ್ರು ಫಾಸ್ಟ್ ಜನರೇಷನ್. ಮೊದಲು ಹೇಗೆ ನಾವು ಶ್ರೀಮಂತರಾಗಬೇಕು, ನಮ್ಮ ಹಳ್ಳಿಯಲ್ಲಿ ಮೊದಲು ಅದನ್ನು ತಿಳಿಸಿ, ಅದು ಬಿಟ್ಟು ಮೆಗಾ ಸೀರಿಯಲ್ ತರ ಎಳೆದುಕೊಂಡು ಹೋಗಬೇಡಿ ಅಂತ ನೀವು ನನ್ನನ್ನು ಕೇಳಬಹುದು.

ಸ್ನೇಹಿತರೆ ನಾನು ನಿಮಗೆ ಯಾವುದೇ ಮೆಗಾಸೀರಿಯಲ್, ಮೆಗಾ ಬರವಣಿಗೆ ಹೇಳುತ್ತಿಲ್ಲ, ಇದನ್ನೇ ನಾನು ನಿಮಗೆ ಹೇಳಹೊರಟಿರುವುದು. ಮನುಷ್ಯನಿಗೆ ಯಾವುದೇ

ಕೆಲಸ ಪ್ರಾರಂಭಿಸುವ ಮೊದಲು ಆ ಕೆಲಸದ ಆಳ ಅಗಲ ಗೊತ್ತಿರಬೇಕು. ಆ ಕೆಲಸದಲ್ಲಿ ನಿಮಗೆ ನೈಪುಣ್ಯತೆ ಗೊತ್ತಿರಬೇಕು, ಕೆಲಸದಲ್ಲಿ ಕಲಿಯುವವರಿಗೂ ತಾಳ್ಮೆ ವಹಿಸಬೇಕು, ವ್ಯಾಪಾರ ಪ್ರಾರಂಭಿಸುವ ಮೊದಲು ಅದರ ಮಾರ್ಕೆಟಿಂಗ್ ಚೆನ್ನಾಗಿ ಗೊತ್ತಿರಬೇಕು, ಕೆಲಸ ಪ್ರಾರಂಭಿಸುವ ಮೊದಲು ಸರ್ಕಾರದ ರೂಲ್ಸ್ ಅನ್ನು ಪಾಲೋ ಮಾಡಬೇಕು, ಸ್ಥಳೀಯ ಸಂಸ್ಥೆಗಳಿಂದ ಲೇಸನ್ಸ್ ಪಡೆದುಕೊಳ್ಳಬೇಕು, ಮೊದಲು ತಳಪಾಯ ಗಟ್ಟಿಯಾಗಿದ್ದರೆ ಬಿಲ್ಡಿಂಗ್ ನಿಲ್ಲುತ್ತದೆ. ತಳಪಾಯ ಪಿಲ್ಲರು ಗಟ್ಟಿಯಿಲ್ಲದಿದ್ದರೆ ಬಿಲ್ಡಿಂಗ್ ಕುಸಿಯುತ್ತದೆ, ಇದೇ ರೀತಿ ವ್ಯಾಪಾದಲ್ಲಿ ಬಂಡವಾಳ ಹೂಡಬೇಕಾದರೆ ಜಾಗ್ರತೆ ವಹಿಸಬೇಕು.

ಇಲ್ಲದಿದ್ದರೆ ನಷ್ಟ ಅನುಭವಿಸಬೇಕಾಗುತ್ತದೆ. ವ್ಯಾಪಾರ ಪ್ರಾರಂಭಿಸಬೇಕಾದರೆ ಅದರ ಅನುಭವವನ್ನು ನುರಿತ ತಜ್ಞರಿಂದ ತಿಳಿದು ಆ ಮೇಲೆ ಪ್ರಾರಂಭಿಸಬೇಕು, ವ್ಯಾಪಾರದಲ್ಲಿ ಎಲ್ಲಾ ರೀತಿಯಿಂದಲೂ ಕಾಂಪಿಟೇಷನ್ ಇರುತ್ತದೆ. ಆ ಕಾಂಪಿಟೇಷನ್‌ನ್ನು ಗೆದ್ದು ತೋರಿಸಬೇಕು. ಆಗಲೇ ನಿಜವಾದ ವ್ಯಾಪಾರಸ್ತ ಎನಿಸಿಕೊಳ್ಳಬಹುದು.

ನಾನು ಮೊದಲೇ ಹೇಳಿದ್ದೇನೆ ನಿಮ್ಮ ಸುತ್ತ ಮುತ್ತಲಿನ ವ್ಯಾಪಾರಸ್ಥರನ್ನು ಸೂಕ್ಷ್ಮವಾಗಿ ಗಮನಿಸಿ ನಿಮ್ಮೂರಲ್ಲಿ ಯಾವ ವಸ್ತುವಿರುವುದಿಲ್ಲವೋ ಹಾಗೂ ಜನರಿಗೆ ಯಾವಾಗಲು ಬೇಕಾಗುವ ವಸ್ತುವನ್ನು ಗಮನದಲ್ಲಿ ಇಟ್ಟುಕೊಂಡು ಯಾರೂ ಪೈಪೋಟಿ ಕೊಡದ ವಸ್ತುವಿನ ವ್ಯಾಪಾರ ಪ್ರಾರಂಭಿಸಿ, ಆಗ ನೋಡಿ, ನೀವೇ ನಿಮ್ಮೂರಿನಲ್ಲಿ ಹೆಚ್ಚು ಬ್ಯುಸಿನೆಸ್ ಮಾಡುವ ವ್ಯಾಪಾರಸ್ತರಾಗುತ್ತೀರಿ.

ಈಗಿನ ಕಾಲದಲ್ಲಿ ಯಾವ ಮನುಷ್ಯನು ತನ್ನ ಸ್ವಂತ ಬ್ಯುಸಿನೆಸ್ ಪ್ರಾರಂಭ ಮಾಡುತ್ತಾನೋ ಅವನು ಯಾರ ಹಂಗಿಲ್ಲದೆ, ಯಾರಲ್ಲಿಯೂ ಕೈ ಚಾಚದೆ, ಇನ್ನೊಬ್ಬರ ಗುಲಾಮನಾಗದೆ ಬದುಕುವವನೇ ನಿಜವಾದ ವ್ಯಾಪಾರಸ್ತನಾಗುತ್ತಾನೆ. ವ್ಯಾಪಾರವನ್ನು ಉನ್ನತ ಮಟ್ಟಕ್ಕೆ ಏರಿಸುತ್ತಾ ಹತ್ತಾರು ಜನಕ್ಕೆ ಕೆಲಸಕೊಡುತ್ತಾ, ದೊಡ್ಡ ಉದ್ಯಮಿಯಾಗಿ ಬೆಳೆದು ಶ್ರೀಮಂತನಾಗುತ್ತಾನೆ.

ಮನುಷ್ಯ ಶ್ರೀಮಂತನಾಗಬೇಕಾದರೆ ಬ್ಯುಸಿನೆಸ್ ಮಾಡಬೇಕು. ನೀವು ಎಷ್ಟು ಬ್ಯುಸಿನೆಸ್ ಮಾಡುತ್ತೀರೋ ಅಷ್ಟು ಹಣ ಬರುತ್ತದೆ. ಬ್ಯುಸಿನೆಸ್ ಮಾಡುತ್ತಾ ಹೋದರೆ ಇಂತಿಷ್ಟು ಹಣದ ಟಾರ್ಗೆಟ್ ಇರುವುದಿಲ್ಲ. ಎಷ್ಟು ಬೇಕಾದರೂ ಸಂಪಾದಿಸಿಕೊಳ್ಳಬಹುದು. ಆದರೆ ನೀವೇನಾದರು ಉದ್ಯೋಗಕ್ಕೆ ಹೋದರೆ ಅಲ್ಲಿ ನಿಮ್ಮ ಕೈಗೆ ಸಿಗುವುದು ವರ್ಷನುಗಟ್ಟಲೆ ದುಡಿದರು ಬರೀ ಸೀಮಿತ ಹಣವಷ್ಟೆ.

ಉದಾ: ನೀವು ಸ್ಟಾಟಿಂಗ್ ಕೆಲಸಕ್ಕೆ ಹೋದರೆ ಸರಾಸರಿ 15,000 ಸಂಬಳ ಕೊಡುತ್ತಾರೆ. ನೀವು 50,000 ಸಂಬಳ ಪಡೆಯುವವರಿಗೆ ನಿಮ್ಮ ಆಯಸ್ಸು ಅಲ್ಲಿಗೆ

ಮುಗಿದಿದ್ದು ಕೆಲಸದಿಂದ ರಿಟೈರ್‌ಮೆಂಟ್ ಕೊಡುತ್ತಾರೆ. ಸರ್ಕಾರಿ ನೌಕರರಾದರೆ ಒಂದು ರೀತಿ ಸ್ವಲ್ಪ ಬಚಾವ್ ಹಾಗುತ್ತಾರೆ. ಏಕೆಂದರೆ ಪೆನ್ಷನ್ ಪಿ.ಎಫ್ ಯಾವುದಾದರೂ ಒಂದು ರೀತಿಯಲ್ಲಿ ಹಣ ಬರುತ್ತಾ ಇರುತ್ತದೆ. ಎಲ್ಲರಿಗೂ ಸರ್ಕಾರಿ ಕೆಲಸ ಸಿಗಬೇಕಲ್ಲ! ಖಾಸಗಿ ನೌಕರಿಗಂತು ಕೆಲಸ ಖಾಯಂ ಇರುವುದಿಲ್ಲ ಒಂದು ತರ ನೀರಿನ ಮೇಲೆ ಗುಳ್ಳೆಯಿದ್ದಂತೆ, ಯಾವಾಗ ಕೆಲಸದಿಂದ ತೆಗೆದುಹಾಕುತ್ತಾರೋ, ಯಾವಾಗ ತೆಗೆದುಕೊಳ್ಳುತ್ತಾರೋ ಯಾರಿಗೂ ಗೊತ್ತಾಗುವುದಿಲ್ಲ. ಅದಕ್ಕೆ ನಾನು ಹೇಳುವುದು. ನಮ್ಮದೇ ಆದ ಒಂದು ಬ್ಯುಸಿನೆಸ್ ಪ್ರಾರಂಭ ಮಾಡಿದರೆ ಅದಕ್ಕೆ ನಾವೇ ಬಾಸ್, ನಮ್ಮ ಶಕ್ತಿ ಇರುವವರಿಗೂ ಟಾರ್ಗೆಟ್ ಇಲ್ಲದೆ ಎಷ್ಟುಬೇಕಾದರೂ ಹಣ ಸಂಪಾದನೆ ಮಾಡಬಹುದು. ಇಲ್ಲಿ ನಮ್ಮದೇ ಸ್ವತಂತ್ರ, ನಮ್ಮದೇ ರಾಜ್ಯಭಾರ, ನಮ್ಮನು ಹೇಳುವವರು, ಕೇಳುವವರು, ದಂಡಿಸುವವರು ಯಾರೂ ಇರುವುದಿಲ್ಲ. ನಾನೇ ರಾಜ, ನಾನೇ ಮಂತ್ರಿ.

ಸ್ನೇಹಿತರೆ ಇಂದಿನ ಪಾಸ್ಟ್ ಜನರೇಷನ್‌ನಲ್ಲಿ ಪಾಪ ನಿಮಗೆ ಓದುವುದಕ್ಕೂ ಟೈಂ ಸಿಗುತ್ತಿಲ್ಲ. ಅಂತಹದರಲ್ಲಿ ನಾನು ನಿಮ್ಮ ತಲೆಗೆ ಹುಳಬಿಡುತ್ತಾ ಹೋದರೆ ನೀವು ನನ್ನ ಮೇಲೆ ಸಿಟ್ಟಾಗಬಹುದು. ದಯವಿಟ್ಟು ನನ್ನನ್ನ ಕ್ಷಮಿಸಿ, ನಿಮ್ಮಗಳ ಯೋಗಕ್ಷೇಮಕ್ಕೆ ಒಳಿತಾಗಲಿ ಅಂತ ನೀವು ಬ್ಯುಸಿನೆಸ್ ಮಾಡಿ ದೊಡ್ಡ ಶ್ರೀಮಂತರಾಗಲಿ ಎಂಬುದೇ ನನ್ನ ಉದ್ದೇಶವಾಗಿದೆ.

ಈ ರಾಜ್ಯ ಮತ್ತು ದೇಶಕ್ಕೆ ಒಳ್ಳೆಯ ಕೊಡುಗೆಯ ಪ್ರಜೆಯಾಗಲಿ, ದೇಶದ ಆರ್ಥಿಕತೆಗೆ ಬೆನ್ನೆಲುವಾಗಲಿ, ನಿಮ್ಮಿಂದ ನೀವು ಕಟ್ಟುವ ತೆರಿಗೆಯಿಂದ ಎಲ್ಲಾ ವರ್ಗದವರಿಗೂ ಮೂಲಭೂತ ಸೌಲಭ್ಯಗಳನ್ನು ಸರ್ಕಾರ ಒದಗಿಸಿ ಕೊಡಲಿ ಸರ್ಕಾರದಿಂದ ಸಿಗುವ ಸೌಲಭ್ಯಗಳನ್ನು ಎಲ್ಲರೂ ಬಳಸಿಕೊಂಡು ನೂರಾರು ಮಂದಿ ಕುಟುಂಬಗಳಿಗೆ ಕೆಲಸ ಕೊಟ್ಟು ಎಲ್ಲರಿಗೂ ಮಾರ್ಗದರ್ಶನವಾಗಲಿ ಎಂಬುದೇ ನನ್ನ ಆಸೆಯಾಗಿದೆ.

ನೀವುಗಳು ಇಲ್ಲಿವರಿಗೂ ತಾಳ್ಮೆಯಿಂದ ಓದಿದಕ್ಕೆ ನನ್ನ ಧನ್ಯವಾದಗಳು, ಈಗ ನಿಮಗೆ ಕಾಡುತ್ತಿರುವ ಯೋಚನೆ ಒಂದೇ, ಅದೇ ಬ್ಯುಸಿನೆಸ್ ಮಾಡುವುದಕ್ಕೆ ಹಣ ಎಲ್ಲಿಂದ ತರುವುದು. ಇದೇ ತಾನೆ ನಿಮ್ಮ ಚಿಂತೆ. ಅದು ನಿಮ್ಮ ಕೈಯಲ್ಲೇ ಇದೆ. ನಿಮ್ಮೂರಲ್ಲೇ ಇದೆ, ನೀವು ಸರಿಯಾಗಿ ಉಪಯೋಗಿಸಿಕೊಂಡರೆ ಮಾತ್ರ ಅದು ನಿಮ್ಮಗಳ ಕೈ ಸೇರುತ್ತೆ ನೀವೆಲ್ಲರೂ ಸೇರಿ ಒಗ್ಗಟ್ಟಿನಿಂದ ಪ್ರಯತ್ನ ಪಡಬೇಕು ಅಷ್ಟೆ.

ದಿನ ನಿತ್ಯ ನೀವುಗಳು ಯಾವುದೊ ಸಣ್ಣ ಪುಟ್ಟ ಕೆಲಸ ಮಾಡುತ್ತೀರಾ ಅಲ್ಲವೆ? ವ್ಯವಸಾಯವಾಗಬಹುದು, ಖಾಸಗಿ ಉದ್ಯೋಗಕ್ಕಾಗಿಯಾದರು ಹೋಗಬಹುದು

ಅಥವಾ ಸಣ್ಣ ಪುಟ್ಟ ಚಿಲ್ಲರೆ ಅಂಗಡಿ, ತರಕಾರಿ ವ್ಯಾಪಾರ ಮಾಡಬಹುದು, ಕೂಲಿ ಕೆಲಸಕ್ಕಾದರೂ ಹೋಗುತ್ತೀರಾ ಅಲ್ಲವೆ, ನಿಮ್ಮಿಷ್ಟದಂತೆ ಯಾವುದಾದರೂ ಒಂದು ಕಸುಬು ಮಾಡುತ್ತೀರಲ್ಲವೆ? ಕೆಲಸದಿಂದ ಮತ್ತು ವ್ಯಾಪಾರದಿಂದ ಬಂದಂತಹ ಹಣವನ್ನು ನಿಮ್ಮ ಮಕ್ಕಳ ವಿದ್ಯಾಭ್ಯಾಸಕ್ಕೊ, ಮಕ್ಕಳ ಮದುವೆ ಮಾಡಕ್ಕೊ, ಮನೆ ಕಟ್ಟಿಸಕ್ಕೊ, ಬಟ್ಟೆ ಬರೆ ಹಬ್ಬಗಳಿಗೆ ಕೊಂಡುಕೊಳ್ಳುವುದಕ್ಕೊ, ಮನೆಯ ಇತರ ಸಾಮಾನುಗಳಿಗಾಗಿ, ಬಂಗಾರದ ಒಡವೆಗಳಿಗಾಗಿ, ನಿವೇಷನ ಕೊಂಡುಕೊಳ್ಳುವುದಕ್ಕಾಗಿ ಯಾವುದೋ ಒಂದು ರೀತಿಯಲ್ಲಿ ನೀವು ದುಡಿದಿರುವ ಹಣದಲ್ಲಿ ಸ್ವಲ್ಪನಾದರೂ ಕೂಡಿಡುವ ಹವ್ಯಾಸ ಪ್ರತಿಯೊಂದು ಹಳ್ಳಿಯಲ್ಲಿ ನಾವು ನೋಡುತ್ತಿರುತ್ತೇವೆ. ಕೆಲವರು ಇನ್ಸುರೆನ್ಸ್ ಕಟ್ಟುತ್ತಿರುತ್ತಾರೆ. ಕೆಲವರು ಚೀಟಿ ನಡೆಸುತ್ತಿರುತ್ತಾರೆ ಇದಕ್ಕೆ ನೀವುಗಳು ಎಲ್ಲಿಂದ ಹಣ ಒದಗಿಸುತ್ತೀರಾ? ದಿನ ನಿತ್ಯದ ಖರ್ಚುಗಳಿಗೆ ಹಣ ಬೇಕೇ ಬೇಕು. ಆದ್ದರಿಂದ ನೀವುಗಳು ಕೈಗೆ ಯಾವ ಕೆಲಸ ಸಿಕ್ಕುತ್ತದೆಯೋ ಅದನ್ನು ಮಾಡಿಕೊಂಡು ಹಣ ಸಂಪಾದಿಸುತ್ತೀರಲ್ಲವೆ.

ಅದೇ ರೀತಿ ನಾನು ನಿಮಗೆ ತಿಳಿಸುವ ಈ ವಿಚಾರಕ್ಕಾಗಿ ಶ್ರೀಮಂತರಾಗುವುದಕ್ಕಾಗಿ ನೀವೆಲ್ಲರೂ ಒಗ್ಗಟ್ಟಾಗಿ ಸೇರಿ ನಿಮ್ಮೂರಲ್ಲೇ ನಿಮ್ಮ ಹಣ ಹೇಗೆ ಸಂಪಾದಿಸಬಹುದು ಅನ್ನುವುದನ್ನ ತಿಳಿಸಿಕೊಡುವುದೇ ನನ್ನ ಉದ್ದೇಶವಾಗಿದೆ. ಇದೂವರೆಗೂ ನೀವುಗಳು ವ್ಯವಸಾಯದಿಂದಾಗಲಿ, ಖಾಸಗಿ ಉದ್ಯೋಗದಿಂದಾಗಲೀ, ಸಣ್ಣ ಪುಟ್ಟ ವ್ಯಾಪಾರದಿಂದಾಗಲೀ, ನಿಮ್ಮೂರಿನ ಚೀಟಿ ವ್ಯಾವಹಾರದಿಂದಾಗಲಿ, ಯಾವುದೇ ಸ್ಕೀಮ್‌ಗಳಿಂದಾಗಲಿ ನೀವು ಮುಂದುವರಿಯುವುದಕ್ಕೆ ಸರಿಯಾದ ದಾರಿ ಮಾರ್ಗ ನಿಮಗೆ ಯಾರು ಹೇಳಿ ಕೊಟ್ಟಿರುವುದಿಲ್ಲ. ಕೊನೆ ಪಕ್ಷ ಈ ಪುಸ್ತಕವನ್ನು ಓದಿಯಾದರೂ ಕೇವಲ ಹತ್ತು ಹಳ್ಳಿಗಳು ಅಳವಡಿಸಿಕೊಂಡರೆ ನನ್ನ ಈ ಬರವಣಿಗೆಗೆ ನಿಮ್ಮೆಲ್ಲರ ಸಹಕಾರದಿಂದ ನನ್ನ ಜನ್ಮ ಸಾರ್ಥಕವಾಗುತ್ತದೆ.

ನನ್ನ ಈ ಬರವಣಿಗೆಯ ಸಾರಾಂಶವನ್ನು ಓದಿ ಹತ್ತು ಹಳ್ಳಿಯಾದರೂ ಜಾರಿಗೆ ತಂದರೆ ನನ್ನ ಜೀವನ ಪಾವನವಾಗುತ್ತದೆ. ಕೇವಲ ಒಂದು ಹಳ್ಳಿ ಪ್ರಾರಂಭ ಮಾಡಿದರೆ ಇಡೀ ಕರ್ನಾಟಕದ ಪ್ರತಿಯೊಂದು ಹಳ್ಳಿಯು ಇದನ್ನು ಅನುಸರಿಸುತ್ತವೆ. ಈ ನನ್ನ ಬರವಣಿಗೆಯಿಂದ ಯಾರಿಗೂ ನೋವು ಮಾಡುವುದಕ್ಕಾಗಲಿ, ಯಾರನ್ನು ತುಳಿಯುವುದಕ್ಕಾಗಲಿ ಅಲ್ಲ, ಹಳ್ಳಿಗಳು ಉದ್ಧಾರವಾದರೆ, ಹೋಬಳಿಗಳು ಉದ್ಧಾರವಾಗುತ್ತದೆ. ಹಾಗೆ ತಾಲ್ಲೂಕು, ಜಿಲ್ಲೆಗಳೂ ಉದ್ಧಾರವಾಗುತ್ತದೆ ಮತ್ತು ರಾಜ್ಯವು ಉದ್ಧಾರವಾಗುತ್ತದೆ. ರಾಜ್ಯ ಉದ್ಧಾರವಾದರೆ ದೇಶ ಉದ್ಧಾರವಾಗುತ್ತದೆ, ದೇಶ ಉದ್ಧಾರವಾದರೆ ಎಲ್ಲರಿಗೂ ಮೂಲಭೂತ ಸೌಲಭ್ಯ ದೊರಕಿ ಜನಗಳು

ಉದ್ಧಾರವಾಗುತ್ತಾರೆ. ಜನಗಳೂ ಉದ್ಧಾರವಾದರೆ ದೇಶದ ಸಂಪತ್ತು ಹೆಚ್ಚುತ್ತದೆ. ದೇಶದ ಸಂಪತ್ತು ಹೆಚ್ಚಿದರೆ ತೆರಿಗೆ ಕಡಿಮೆಯಾಗಿ ಜನರು ಶ್ರೀಮಂತರಾಗುತ್ತಾರೆ.

ಒಂದು ಹಳ್ಳಿಯಲ್ಲಿ ನಾನಾ ತರಹ ಕಸುಬು(ಕೆಲಸ) ಮಾಡುವವರನ್ನು ನಾವು ನೀವು ದಿನನಿತ್ಯ ನೋಡುತ್ತಿರುತ್ತೇವೆ. ಎಲ್ಲರೂ ಒಂದೇ ತರಹದ ಕೆಲಸ ಮಾಡುವುದನ್ನು ಎಲ್ಲಿಯಾದರೂ ನೋಡಿದ್ದೀರ? ಸಾಧ್ಯವಿಲ್ಲ, ಹಾಗಾಗಿ ಒಬ್ಬೊಬ್ಬ ಮನುಷ್ಯ ಒಂದೊಂದು ಕೆಲಸದಲ್ಲಿ ನಿಪುಣನಾಗಿರುತ್ತಾನೆ. ಅವನಲ್ಲಿರುವ ಕಲೆಗಾರಿಕೆಯನ್ನು ಯಾರೂ ಸರಿಯಾಗಿ ಗುರುತಿಸುವುದಿಲ್ಲ. ಆ ಹಳ್ಳಿಯಲ್ಲಿರುವ ಜನರ ಕೆಲಸದ ಕಲೆಯನ್ನು ಗುರುತಿಸಿ ಅಂತವರಿಗೆ ಸರಿಯಾದ ಮಾರ್ಗದರ್ಶನದ ಅವಕಾಶ ಕೊಟ್ಟರೆ ಪ್ರತಿಯೊಬ್ಬ ಮನುಷ್ಯನು ಉನ್ನತ ಮಟ್ಟಕ್ಕೆ ಹೋಗುವುದರಲ್ಲಿ ಸಂಶಯವಿಲ್ಲ. ಒಬ್ಬೊಬ್ಬ ಒಂದೊಂದು ಕೆಲಸದಲ್ಲಿ ನೈಪುಣ್ಯತೆ ಪಡೆದಿರುತ್ತಾನೆ. ಇಂತಹವರಿಗೆ ಸರಿಯಾದ ಮಾರ್ಗದರ್ಶನದ ಅವಕಾಶ ಕೊಟ್ಟರೆ ನಿಮ್ಮ ಹಳ್ಳಿಗೆ ಹೆಸರು ಕೀರ್ತಿ ಬಂದೇ ಬರುತ್ತದೆ. ನಾವು ಅವನು ಮೇಲು, ಇವನು ಕೀಳು, ಜಾತಿ-ಧರ್ಮ, ಮನೋಭಾವನೆ ಮೊದಲು ಬಿಡಬೇಕು. ಬಡವ ಶ್ರೀಮಂತ ಅಂತ ಭೇದ-ಭಾವ ಇರಬಾರದು, ಒಟ್ಟಿನಲ್ಲಿ ನಮ್ಮ ಹಳ್ಳಿ ಉದ್ಧಾರವಾಗಬೇಕು. ನಮ್ಮ ಹಳ್ಳಿ ರಾಜ್ಯದಲ್ಲಿ ಮಾದರಿ ಗ್ರಾಮವಾಗಬೇಕು. ನಿಮ್ಮ ಹಳ್ಳಿಗೆ ಸರ್ಕಾರದಿಂದ ಎಲ್ಲಾ ಸೌಲಭ್ಯ ಸಿಗುವಂತಾಗಬೇಕು. ಎಲ್ಲಾ ಬ್ಯಾಂಕುಗಳು ಸಾಲ ಕೊಡಲು ಮುಂದೆ ಬರಬೇಕು, ಹಳ್ಳಿಗಳಲ್ಲಿ ಒಗ್ಗಟ್ಟಿದ್ದರೆ ಸರ್ಕಾರದಿಂದ, ಅಧಿಕಾರಿಗಳಿಂದ ಎಲ್ಲಾ ಸೌಲಭ್ಯಗಳನ್ನು ಸುಲಭ ರೀತಿಯಲ್ಲಿ ಪಡೆದುಕೊಳ್ಳಬಹುದು.

ಈಗ ನೀವು ನಿಮ್ಮ ಊರಿನಲ್ಲಿ ಯಾವುದೇ ವ್ಯಾಪಾರ ಪ್ರಾರಂಭಿಸಿದರೆ, ಒಂದು ವಸ್ತು ತಯಾರಿಸಿದರೆ ಈಗ ಮಾರ್ಕೆಟಿಂಗ್ ಮಾಡುವುದು ಸುಲಭವಾದ ವಿಧಾನವಾಗಿದೆ. ಏಕೆಂದರೆ ಪ್ರತಿಯೊಂದು ಹಳ್ಳಿಯಲ್ಲಿಯೂ ಇಂಟರ್ನೆಟ್ ಸೌಲಭ್ಯವಿದೆ. ಪ್ರತಿಯೊಬ್ಬರ ಕೈಯಲ್ಲಿ ಮೊಬೈಲ್ ಇದೆ. ಇದರ ಸಹಾಯದಿಂದ ನಿಮ್ಮ ವ್ಯಾಪಾರವನ್ನು ವಿಸ್ತಾರಮಾಡಿಕೊಳ್ಳಬಹುದು.

ಸ್ನೇಹಿತರೆ ಇಂದಿನ ದಿನದಲ್ಲಿ ಯಾವುದೇ ವ್ಯಾಪಾರ, ಉದ್ಯಮ ಸ್ಥಾಪಿಸಬೇಕಾದರೆ ಕನಿಷ್ಠ ಎರಡು ಲಕ್ಷದಿಂದ ಐದು ಲಕ್ಷದವರಿಗೂ ಹಣ ಕ್ರೂಢೀಕರಿಸಬೇಕಾಗುತ್ತದೆ. ಇಷ್ಟು ಹಣ ನಿಮ್ಮ ಹತ್ತಿರ ಇರಲೇಬೇಕು, ಈಗಿನ ದುಬಾರಿ ಜೀವನದಲ್ಲಿ ಇಷ್ಟು ಹಣ ಹೊಂದಿಸುವುದು ಬಡವ ಮತ್ತು ಸಾಮಾನ್ಯ ವರ್ಗದವರಿಗೆ ತುಂಬಾ ಕಷ್ಟವಾಗುತ್ತದೆ.

ಅದಕ್ಕೋಸ್ಕರನೇ ನಾನು ನಿಮಗೆ ನಿಮ್ಮೂರಿನಲ್ಲಿ ನಿಮ್ಮ ಹಳ್ಳಿಯಲ್ಲಿ ಎಲ್ಲರೂ ಹೇಗೆ ಹಣ ಕ್ರೂಢೀಕರಿಸಿಕೊಂಡು ಹೇಗೆ ಎಲ್ಲರೂ ಬ್ಯುಸಿನೆಸ್ ಮ್ಯಾನ್‌ಗಳಾಗಿ

ಬೆಳೆಯಬೇಕು ಎಂಬುದೇ ನನ್ನ ಈ ಬರವಣಿಗೆಯ ಮುಖಾಂತರ ನಿಮಗೆ ತಿಳಿಸಲು ಇಚ್ಛಿಸುತ್ತೇನೆ, ಎಲ್ಲರೂ ಒಗ್ಗಟ್ಟಾಗಿ ಪ್ರಯತ್ನಿಸಿದರೆ ಎಂತಹ ಕಷ್ಟಗಳು ಬಂದರು ಜಯಿಸಬಹುದು. ಮನುಷ್ಯನಿಗೆ ತಾಳ್ಮೆ ಇಲ್ಲಿ ಅತಿ ಮುಖ್ಯವಾಗಿರುತ್ತದೆ.

ಈ ನಿಮ್ಮ ಹಳ್ಳಿಯಲ್ಲಿ ಹೇಗೆ ಹಣ ಕ್ರೂಢೀಕರಿಸಬಹುದು, ಹೇಗೆ ಎಲ್ಲರು ಬ್ಯುಸಿನೆಸ್ ಮಾಡಬಹುದು, ಹೇಗೆ ಎಲ್ಲರು ಬುದ್ಧಿವಂತರಾಗಬಹುದು, ಹೇಗೆ ಈ ಕಾನ್ಸೆಪ್ಟ್‌ನಲ್ಲಿ ಶ್ರೀಮಂತರಾಗಬಹುದು, ಯಾರಲ್ಲೂ ಕೈ ಚಾಚದೆ, ಸಾಲ ಮಾಡದೆ ಹೇಗೆ ಉದ್ಧಾರವಾಗಬಹುದು, ಇದು ಸಾಧ್ಯನಾ!

ಹಾಗಾದರೆ ನಾವೇನು ಮಾಡಬೇಕು? ನಾವು ಇದರಲ್ಲಿ ಮುಂದೆ ಬರಬಹುದಾ? ನಮ್ಮ ಕಷ್ಟಗಳೆಲ್ಲವನ್ನು ತೀರಿಸಿಕೊಳ್ಳಬಹುದಾ? ಇದರಲ್ಲಿ ಮುಂದಿನ ಜೀವನದಲ್ಲಿ ಭವಿಷ್ಯವಿದೆಯಾ? ನಮ್ಮ ಕುಟುಂಬವನ್ನು ಇದರಲ್ಲಿ ನಡೆಸಬಹುದಾ? ಎಲ್ಲಾ ಕಷ್ಟಗಳಿಗೆ ಇದರಲ್ಲಿ ಪರಿಹಾರ ಇದೇಯಾ? ಎಲ್ಲಾ ತೊಂದರೆಗಳನ್ನು ಇದರಲ್ಲಿ ಜಯಿಸಬಹುದಾ? ಮಕ್ಕಳ ವಿದ್ಯಾಭ್ಯಾಸ, ಮದುವೆ, ಮನೆ ಎಲ್ಲವನ್ನು ಇದರಲ್ಲಿ ನಡೆಸಬಹುದಾ? ನಮ್ಮೂರಲ್ಲೇ ನಾವು ಶ್ರೀಮಂತರಾಗಬಹುದೆಂದು ಈ ಪುಸ್ತಕದಲ್ಲೇ ಲೇಖಕರು ವಿವರಿಸಿದ್ದಾರೆ. ಅಂತದ್ದೇನಿದೆ ಈ ಪುಸ್ತಕದಲ್ಲಿ? ಒಮ್ಮೆಯಾದರು ಈ ಪುಸ್ತಕವನ್ನು ಓದಿ ತಿಳಿದುಕೊಂಡು ಒಂದು ನಿರ್ಧಾರಕ್ಕೆ ಎಲ್ಲರೂ ಬರೋಣ. ಹೀಗೆ ನಾನಾ ಆಲೋಚನೆಗಳು ನಿಮ್ಮಲ್ಲಿ ಬರುತ್ತಾ ಇರುತ್ತದೆ. ಈ ಆಲೋಚನೆಗಳು ಬಂದರೆ ನಿಮ್ಮೂರಲ್ಲಿ ನೀವೆಲ್ಲರು ಒಗ್ಗಟ್ಟಾಗಿ ಒಂದು ನಿರ್ಧಾರ ಕೈಗೊಂಡರೆ ನನ್ನ ಬರವಣಿಗೆಗೂ ಒಂದು ಬೆಲೆ ಸಿಕ್ಕಂತಾಗುತ್ತದೆ.

ನಿಮ್ಮ ಹಳ್ಳಿಯಲ್ಲಿ ಹೇಗೆ ಹಣ ಕ್ರೂಢೀಕರಿಸುವ ಬಗ್ಗೆ, ಹೇಗೆ ಬ್ಯುಸಿನೆಸ್ ಪ್ರಾರಂಭಿಸುವ ಬಗ್ಗೆ ವಿವರಿಸುತ್ತಾ ಹೋಗುತ್ತೇನೆ. ಸರಿಯಾಗಿ ಸೂಕ್ಷ್ಮವಾಗಿ ಒಂದಲ್ಲ ಹತ್ತು ಬಾರಿ ಓದಿ ತಿಳಿದುಕೊಳ್ಳಿ. ಇದೂವರೆಗೂ ಯಾರೂ ಮಾಡದ ಕಂಡು ಕೇಳರಿಯದ ವಿಷಯದ ಅತ್ಯುನ್ನತ ಹೊಸ ಮಾದರಿಯ ಹಣ ಹೂಡಿಕೆಯ ಮತ್ತು ತೆಗೆದುಕೊಳ್ಳುವ ನಿಮ್ಮ ಅನುಕೂಲಕ್ಕೆ ತಕ್ಕಂತೆ ಉಪಯೋಗಿಸಿಕೊಳ್ಳುವ ಹಣದ ಮೂಲವಾಗಿದೆ. ತಾಳ್ಮೆಯಿಂದ ಎಲ್ಲರೂ ಕೈ ಜೋಡಿಸಿದರೆ ಎಲ್ಲಾರು ಲಕ್ಷಾಧೀಶರರು ಮತ್ತು ಕೋಟ್ಯಾಧೀಶರರು ಹಾಗಬಹುದು. ನಿಮ್ಮೂರಲ್ಲೇ ಒಂದು ದೊಡ್ಡ ಕಂಪನಿ ಮಾಡಿ ನೀವೇ ನೂರಾರು ಜನಕ್ಕೆ ಕೆಲಸ ಕೊಡಬಹುದು.

ನಾನು ಕೊಡುವ ಐಡಿಯಾ ದೀರ್ಘಕಾಲ ಉಳಿಯುವಂತಹದ್ದು, ನಿಮ್ಮ ಭವಿಷ್ಯ ಅತ್ಯುತ್ತಮವಾಗಿ ರೂಢಿಸಿಕೊಳ್ಳಬಹುದು. ಯಾರಿಗು ಯಾವ ಹಣದ ತಾಪತ್ರೆ ಬರುವುದಿಲ್ಲ. ಸುಲಭವಾಗಿ ನಿಮ್ಮೂರಲ್ಲಿ ನೀವೇ ಉತ್ತಮವಾಗಿ ನಿಭಾಯಿಸಿಕೊಂಡು

ಹೋಗುವ ಕಾನ್ಸೆಪ್ಟ್ ಹಾಗಿದೆ. ಯಾರಿಗೂ ಹಣದ ಮುಗ್ಗಟ್ಟು ಬರುವುದಿಲ್ಲ. ಯಾರಿಗೂ ಹಣ ಕಟ್ಟುವಾಗ, ಪಡೆಯುವಾಗ, ಕಷ್ಟ ಅನುಭವಿಸಬೇಕಾಗಿಲ್ಲ. ಯಾರಿಗೂ ತೊಂದರೆ ಕೊಡಬೇಕಾಗಿಲ್ಲ, ಯಾರು ಹಣ ಪಡೆದುಕೊಂಡು ಮೋಸ ಮಾಡಲು ಸಾಧ್ಯವಿಲ್ಲ, ನಿಮ್ಮೊರಲ್ಲೆ ನಿಮ್ಮ ಹಣದ ಲಕ್ಷ್ಮೀದೇವಿಯು ಅಲ್ಲೇ ನೆಲೆಯೂರುತ್ತಾಳೆ. ಲಕ್ಷ್ಮೀ ಇದ್ದ ಕಡೆ ನಿವೆಲ್ಲರೂ ಶ್ರೀಮಂತರಲ್ಲವೆ.

ಸ್ನೇಹಿತರೆ ನೀವುಗಳು ಮತ್ತು ನಿಮ್ಮ ಮನೆಯ ಅಕ್ಕತಂಗಿಯರು, ತಾಯಿಯಂದಿರು, ಮೈಕ್ರೋ ಪೈನಾನ್ಸ್‌ನಿಂದ ಮತ್ತು ಧನಲಕ್ಷ್ಮಿ ಪೈನಾನ್ಸ್‌ನಿಂದ ಸಾಲವಾಗಿ ಹಣವನ್ನು ತೆಗೆದುಕೊಂಡಿರುವುದು ನಿಮಗೆಲ್ಲ ಗೊತ್ತೇ ಇದೆ. ಆ ಸಾಲಗಾರರ ಕಾಟ ಪ್ರತೀ ತಿಂಗಳೂ ಸಾರ್ವಜನಿಕರಿಗೆ ಕೊಡುವ ಕಿರುಕುಳ, ಹಿಂಸೆ ನೋಡಿದರೆ ಯಾರಿಗೂ ನಿದ್ರೆ ಬರುವುದಿಲ್ಲ. ಅನ್ನ ತಿನ್ನುವುದಕ್ಕೂ ನೆಮ್ಮದಿ ಕೊಡುವುದಿಲ್ಲ. ನಿಮ್ಮೊರಲ್ಲೆ ನಿಮ್ಮ ಜನಗಳನ್ನ, ನಿಮ್ಮ ಸ್ನೇಹಿತರನ್ನ, ನಿಮ್ಮ ಅಣ್ಣ–ತಮ್ಮ, ಅಕ್ಕ–ತಂಗಿಯರನ್ನೇ ಉಪಯೋಗಿಸಿಕೊಂಡು ನಿಮ್ಮಲ್ಲೇ ಜಗಳ ತಂದಿಟ್ಟು ಅವರ ಸಾಲವನ್ನು ಪ್ರತಿ ತಿಂಗಳು ತಪ್ಪದೇ ಹಣ ಪಡೆದುಕೊಂಡು ಹೋಗುತ್ತಾರೆ. ಅವರಲ್ಲಿ ಯಾರಾದರು ಒಬ್ಬರು ಹಣ ಕಟ್ಟಿಲ್ಲವೆಂದರೆ ಚಾಪೆ ಹಾಕಿಸಿಕೊಂಡು ನಿಮ್ಮ ಮನೆಯಲ್ಲಿ ಟಿಕಾಣಿ ಹೂಡುತ್ತಾರೆ.

ಸಾಲದ ಹಣ ಪಡೆಯುವವರಿಗೂ ಹೋಗುವುದಿಲ್ಲ. ಇದು ಸಾಲದು ಎಂಬಂತೆ ನಿಮ್ಮ ನಿಮ್ಮಲ್ಲೇ ಜಗಳ ಹೊಡೆದಾಟಕ್ಕೆ ಕಾರಣ ತಂದು ಬಿಡುತ್ತಾರೆ. ಅವರು ಮೊದಲೇ ಸಾಕ್ಷಿಗಾಗಿ ನಿಮ್ಮ ಗುಂಪುಗಳಲ್ಲೆ ಸಾಕ್ಷಿ ಮಾಡಿಕೊಂಡು, ನಿಮ್ಮ ಗುಂಪುಗಳಿಗೆ ಸಾಲ ಕೊಟ್ಟು, ನಿಮ್ಮ ಗುಂಪಿನಲ್ಲೇ ಸಾಲ ವಸೂಲಿಗಾಗಿ ಜಗಳ ಪ್ರಾರಂಭಮಾಡಲು, ಎಲ್ಲರ ಮುಂದೆ ಅವಮಾನ ಮಾಡಲು, ನಿಮ್ಮಗಳ ಅಸ್ತಿತ್ವವನ್ನು ಎಲ್ಲರ ಮುಂದೆ ಬೆತ್ತಲು ಮಾಡಲು ಇಂತಹ ಅವಕಾಶಗಳನ್ನು ಉಪಯೋಗಿಸಿಕೊಳ್ಳುತ್ತಾರೆ.

ಆದ್ದರಿಂದ ಇನ್ನೂ ಮೇಲಾದರು ಇಂತಹವರ ಸಾಲದ ಸುಳಿಯಲ್ಲಿ ಯಾರೂ ಸಿಕ್ಕಿಕೊಳ್ಳಬೇಡಿ, ದಿನನಿತ್ಯ ನ್ಯೂಸ್ ಪೇಪರ್, ಮೇಡಿಯಾಗಳಲ್ಲಿ ಇವರು ಸಾಲ ವಸೂಲಿ ಮಾಡುವ ದೊಡ್ಡ ದಂದೆಯೇ ಎಲ್ಲಾ ಕಡೆ ನೋಡಿರುತ್ತೀರಿ, ಎಷ್ಟೋ ಹಳ್ಳಿ, ಊರುಗಳಲ್ಲಿ ಈ ಸಾಲ ವಸೂಲಿಗಾರರ ಕಾಟ ತಾಳಲಾರದೆ ಊರೂರೇ ಖಾಲಿ ಮಾಡಿದ್ದಾರೆ. ಎಷ್ಟೋ ಜನಗಳು ಸಾಲ ಕಟ್ಟಲಾಗದೆ ಮನೆ–ಮಠ ಬಿಟ್ಟು ತಲೆಮರಿಸಿಕೊಂಡು ಓಡಾಡುತ್ತಿದ್ದಾರೆ. ಇತ್ತ ಮನೆ ಕಡೆ ಬರಲು ಹಾಗದೆ ಬೇರೆ ಕಡೆ ದುಡಿಯಲು ಹಾಗದೆ, ನೆಮ್ಮದಿಯಿಂದ ಬದುಕಲು ಹಾಗದೆ, ಮಕ್ಕಳನ್ನ ಶಾಲೆ ಬಿಡಿಸಿ ಊರೂರೂ ಅಲೆಯುತ್ತಾ ತಲೆಮರಿಸಿಕೊಂಡಿರುವವರನ್ನು ನೀವು ಈಗಾಗಲೇ

ನೋಡಿದ್ದೀರ. ಇದರಿಂದ ನಿಮ್ಮ ಜೀವನ ಹಾಳು, ನಿಮ್ಮ ನೆಮ್ಮದಿ ಹಾಳು ಇಂತಹವರಿಂದ ನಿಮಗೆ ಸಾಲ ಬೇಕಾ? ಅದಕ್ಕೆ ನಾನು ಹೇಳುವುದು, ಹತ್ತು ವರ್ಷದ ಹಿಂದೆ ನಿಮ್ಮೂರಲ್ಲಿ ನೀವು ಹೇಗೆ ಇದ್ದೀರ ಎಂಬುದು ಮೊದಲು ಯೋಚಿಸಿ. ಕಷ್ಟ ಬಂದಾಗ ನಿಮ್ಮೂರಲ್ಲೇ ಸಾಲ ಮಾಡುತ್ತಿದ್ದೀರಾ ತಾನೆ. ಒಂದು ವಾರ ಇಲ್ಲಾ ಅಂದರೆ ಮುಂದಿನ ವಾರ ಕೊಡುತ್ತಿದ್ದೀರಾ, ಮುಂದಿನ ವಾರ ಇಲ್ಲ ಎಂದರೆ ಮುಂದಿನ ತಿಂಗಳು ಕೊಡುತ್ತಿದ್ದೀರ ಅಲ್ಲವೇ. ಹಾಗೆ ನಿಮ್ಮೂರ ಜನ ಏನೂ ಮಾತನಾಡದೆ ಮುಂದಿನ ತಿಂಗಳಿನವರೆಗೂ ಅವಕಾಶ ಮಾಡಿಕೊಡುತ್ತಿದ್ದರಲ್ಲವೇ.

ಏನು ಬೇಜಾರು ಮಾಡಿಕೊಳ್ಳದೆ ಆಯಿತಪ್ಪ ಮುಂದಿನ ತಿಂಗಳು ಮಿಸ್ ಮಾಡಬೇಡ ಎಂದು ಸಾವದಾನದಿಂದ ಹೋಗುತ್ತಿದ್ದರು. ಆ ನಂಬಿಕೆ ಈ ಫೈನಾನ್ಸ್ ಕಂಪನಿಗಳಿಗೆ ಇದೆಯಾ ಸ್ವಲ್ಪ ಯೋಚನೆ ಮಾಡಿ. "ನೆರೂರು ನ್ಯಾಸ್ತಕ್ಕಿಂತ ಇದ್ದೂರು ಹಗೆವಸ್ತ್ರ ಮೇಲು" ಎಂಬ ಗಾಥೆಯನ್ನು ಹಿರಿಯರು ಮೊದಲೆ ಹೇಳಿದ್ದಾರೆ.

ಆದ್ದರಿಂದ ನಮ್ಮೂರಿನ ನಮ್ಮ ಜನಗಳು ನಮಗೆ ಪ್ರಿಯ. ಏನೇ ವ್ಯವಹಾರ ಮಾಡಿದರೂ ನಮ್ಮೂರಿನ ಜನ ಹೊಂದಾಣಿಕೆ ಮಾಡಿಕೊಂಡು ತಾಳ್ಮೆಯಿಂದ ಹೋಗುತ್ತಾರೆ. ಒಂದು ಮಾತು ಬೈದರೂ ಬೆಳಿಗ್ಗೆ ಬಂದು ಏನೋ ಕೆಟ್ಟ ಗಳಿಗೆಯಲ್ಲಿ ಮಾತಾಡಿದೆ ಬೇಜಾರು ಮಾಡಿಕೊಳ್ಳಬೇಡ ಎಂದು ಮತ್ತೆ ನಮ್ಮನ್ನು ಮಾತನಾಡಿಸುತ್ತಾರೆ. ಇದನ್ನು ನಾವು ನೀವೆಲ್ಲರೂ ಅರ್ಥಮಾಡಿಕೊಂಡು ಸಹಬಾಳ್ವೆಯಿಂದ ನಡೆದುಕೊಂಡರೆ ನಮ್ಮೂರೆ ಎಷ್ಟು ಚೆಂದವಲ್ಲವೆ.

ಇದಕ್ಕೋಸ್ಕರನೆ ನಾನು ಹೇಳುವುದು. ನಿಮ್ಮೂರಲ್ಲೇ ನೀವು ಒಗ್ಗಟ್ಟಾಗಿ ನಿಮ್ಮ ಹಣ ನೀವೇ ಕ್ರೂಢೀಕರಿಸಿಕೊಂಡು, ನೀವೇ ಉಪಯೋಗಿಸಿಕೊಂಡು ನಿಮ್ಮ ನಿಮ್ಮಲ್ಲೇ ಎಷ್ಟೇ ಕಷ್ಟ ಬಂದರು, ಯಾವುದೇ ಸಮಸ್ಯೆ ಬಂದರು, ನೀವೇ ಬಗೆಹರಿಸಿಕೊಳ್ಳಬಹುದಲ್ಲವೆ, ಇದನ್ನೆ ನಿಮ್ಮ ನಿಮ್ಮ ಸಮಸ್ಯೆಗಳನ್ನು ನೀವು ಹೇಗೆ ಬಗೆಹರಿಸಕೊಳ್ಳಬೇಕೆಂಬುದೆ ಈ ಬರವಣಿಗೆಯ ಸಂಕ್ಷಿಪ್ತ ವಿವರವಾಗಿದೆ.

ಎಲ್ಲರೂ ಒಗ್ಗಟ್ಟಾಗಿ ಹಣ ಕ್ರೂಢೀಕರಿಸಿ ಹೇಗೆ ಅದನ್ನು ಉಪಯೋಗಿಸಿಕೊಳ್ಳ-ಬಹುದು ಎಂದು ನಾನು ಈಗ ಹೇಳುವುದು ನೀವೆಲ್ಲರು ಸರಿಯಾಗಿ ತಾಳ್ಮೆಯಿಂದ ಸೂಕ್ಷ್ಮವಾಗಿ ಗಮನಿಸಿ ಚೆನ್ನಾಗಿ ಓದಿಕೊಂಡು ಅರ್ಥವಾಗದಿದ್ದರೆ ಪುನಃ ಪುನಃ ಓದಿಕೊಂಡು, ತಾಳ್ಮೆಯಿಂದ ಯೋಚನೆ ಮಾಡಿಕೊಂಡು ಸರಿಯಾದ ನಿರ್ಧಾರದೊಂದಿಗೆ ಈ ಕಾನ್ಸೆಪ್ಟನ್ನು ನಿಮ್ಮೂರಲ್ಲಿ ಮೊದಲು ಜಾರಿಗೆ ತರಲು ಪ್ರಯತ್ನಿಸಬೇಕು.

ಈ ಹೊಸ ಯೋಜನೆಯು ಎಲ್ಲರೂ ಸೇರಿ ಮಾಡಿದರೆ ಇದರಿಂದ ಯಾವ ತೊಂದರೆಯು ಬರುವುದಿಲ್ಲ. ತಾಳ್ಮೆಯಿಂದ ಎಲ್ಲರೂ ಸಹಕರಿಸಿಕೊಂಡು ನಡೆದರೆ ಐದು ವರ್ಷದ ನಂತರ ನಿಮ್ಮ ಊರಿನ ಯಾವುದೇ ಜನಕ್ಕೆ ಕಷ್ಟ ಬಂದರೂ, ಹಣದ ತೊಂದರೆ ಇದ್ದರೂ, ಸುಲಭವಾಗಿ ಬಗೆಹರಿಸಿಕೊಳ್ಳಬಹುದು. ಮೊದಮೊದಲು ಕಷ್ಟ ಅನಿಸಬಹುದು, ತದ ನಂತರ ಎಲ್ಲರೂ ಇದರಲ್ಲೇ ಅವಲಂಬನೆ ಮಾಡಿಕೊಳ್ಳುತ್ತೀರಾ, ಯಾರಿಗೇ ಕಷ್ಟ ಬಂದರೂ ತಕ್ಷಣವೇ ಹಣ ಸಿಗಲು ಪ್ರಾರಂಭವಾಗುತ್ತದೆ. ಯಾವುದೋ ಮೈಕ್ರೋ ಫೈನಾನ್ಸ್ ಸಾಲಗಳಿಂದ ಬದುಕುವ ಬದಲು ನಿಮ್ಮ ಊರಲ್ಲೆ ನಿಮ್ಮ ಬ್ಯಾಂಕ್ ಹಾಗಿ ಮಾಡಿಕೊಂಡು, ನೀವೆ ನಿಮ್ಮ ಸಮಸ್ಯೆಯನ್ನು ಬಗೆಹರಿಸಿಕೊಳ್ಳುವುದು ಉತ್ತಮವಲ್ಲವೆ, ನಿಮ್ಮೂರಲ್ಲೇ ನಿಮ್ಮ ಹಣಕ್ಕೆ ಕಾಲ ಮಿತಿ ಇರುವುದಿಲ್ಲ. ಕನಿಷ್ಠ ಹದಿನೈದು ದಿನಗಳವರಿಗೆ ಹಣ ಕಟ್ಟಲು ಅವಕಾಶ ಇರುತ್ತದೆ. ಇದರಿಂದ ನಿಮ್ಮ ಜೀವನದ ದಿಕ್ಕನ್ನೇ ಬದಲಾಯಿಸಿಕೊಳ್ಳಬಹುದು.

ನಿಮಗೆ ಈ ವಿಷಯ ಅರ್ಥವಾಗದಿದ್ದರೆ ಪುನಃ ಓದಿ ತಿಳಿದುಕೊಳ್ಳಿ. ಈ ಪುಸ್ತಕವನ್ನು ಪ್ರತಿಯೊಬ್ಬರ ಮನೆಯಲ್ಲಿ, ಪ್ರತಿಯೊಂದು ಕುಟುಂಬದ ಸದಸ್ಯನು ಕೊಂಡು ಓದಲು ಪ್ರೇರೇಪಿಸಿ ಎಂದು ನಾನು ಆಶಿಸುತ್ತೇನೆ. ಪ್ರತಿಯೊಂದು ಹಳ್ಳಿಯ ಜನರು ಈ ಪುಸ್ತಕವನ್ನು ಓದುತ್ತಾರೆ ಎಂದು ನಾನು ನಂಬಿದ್ದೇನೆ. ಮುಂದಿನ ಪೀಳಿಗೆಯ ಭವಿಷ್ಯಕೋಸ್ಕರನಾದರು ಈ ಪುಸ್ತಕ ಓದಲಿ ಎಂದು ಎಲ್ಲರ ಮನೆಯಲ್ಲಿ ಇರಬೇಕಾದ ನಿಮಗೆಲ್ಲ ಉಪಯುಕ್ತವಾದ ಒಳ್ಳೆಯ ಮಾಹಿತಿಯುಳ್ಳ ಪುಸ್ತಕವಾಗಿದೆ. ಈ ಪುಸ್ತಕದಲ್ಲಿ ಸುಧೀರ್ಘವಾದ ಕತೆ–ಕಾದಂಬರಿಯಲ್ಲ. ಕೇವಲ ಒಂದೇ ದಿನ ಓದಿ ಮುಗಿಸುವ ಪುಸ್ತಕವಾಗಿದೆ. ಎಲ್ಲರ ಜೀವನ ಸ್ವಲ್ಪವಾದರೂ ಸುಧಾರಿಸಲಿ ಎಂಬುದೇ ನನ್ನ ಮನದಾಳದ ಬರವಣಿಗೆಯ ಪುಸ್ತಕವಾಗಿದೆ.

ನನ್ನ ಮನಸಿನಲ್ಲಿ ಮೂಡಿದ ಭಾವನೆಗಳನ್ನು ಎಲ್ಲರೊಂದಿಗೂ ಹಂಚಿಕೊಳ್ಳಲು ಬಯಸುತ್ತೇನೆ. ನಿಮ್ಮಲ್ಲಿ ಸಾಧ್ಯವಾದರೆ ಈ ಯೋಜನೆಯನ್ನು ಉಪಯೋಗಿಸಿಕೊಂಡು ನಿಮ್ಮೂರಿನಲ್ಲೆ ಜಾರಿಗೆ ತನ್ನಿ, ಈ ವಿಚಾರ ನಿಮ್ಮ ಇಷ್ಟಕ್ಕೆ ಬಿಟ್ಟದ್ದು. ನನ್ನ ಬರವಣಿಗೆಯಲ್ಲಿ ಲೋಪಗಳು ಕಂಡು ಬಂದಲ್ಲಿ ದಯವಿಟ್ಟು ಕ್ಷಮಿಸಿ.

ಈಗ ನಿಮ್ಮೂರಲ್ಲೇ ನೀವು ಹಣ ಕ್ರೂಢೀಕರಿಸುವ ವಿಚಾರಕ್ಕೆ ಬರೋಣ. ಮೊದಲು ಮಾಡಬೇಕಾದ ವಿಚಾರವೆಂದರೆ ನಿಮ್ಮೂರಲ್ಲಿ ಒಬ್ಬ ಮುಖ್ಯಸ್ಥನನ್ನು ನೀವೇ ಆರಿಸಿಕೊಳ್ಳಿ ಅಥವಾ ಅಧ್ಯಕ್ಷನನ್ನು ನೀವೆ ಆಯ್ಕೆಮಾಡಿಕೊಳ್ಳಿ. ಎರಡನೆಯದಾಗಿ ಉಪಧ್ಯಕ್ಷನನ್ನಾಗಿ ನೀವೇ ಆಯ್ಕೆ ಮಾಡಿಕೊಳ್ಳಿ ಮತ್ತು ಒಬ್ಬ ಸದಸ್ಯನನ್ನಾಗಿ ನೇಮಕ ಮಾಡಿಕೊಳ್ಳಿ ಏಕೆಂದರೆ ಈ ಮೂರು ಜನ ನಿಮ್ಮೂರಿನ ಹಣದ ವ್ಯವಹಾರಕ್ಕೆ

ಅತ್ಯುತ್ತಮ ಆಯ್ಕೆಯಾಗಿರಬೇಕು ಅಥವಾ ನಿಮ್ಮೂರಲ್ಲಿ ಎಲೆಕ್ಷನ್‌ನಲ್ಲಿ ಆಯ್ಕೆಯಾದ ಅಧ್ಯಕ್ಷನನ್ನು, ಉಪಾಧ್ಯಕ್ಷನನ್ನು ಮತ್ತು ಸದಸ್ಯನನ್ನು ಆಯ್ಕೆ ಮಾಡಿಕೊಳ್ಳಬೇಕು ಅಥವಾ ನಿಮ್ಮೂರಲ್ಲೇ ಒಳ್ಳೆಯ ವಿದ್ಯಾವಂತ ಬುದ್ಧಿವಂತರನ್ನು ಎಲ್ಲರಿಗೂ ಸರಿಯಾಗಿ ಸ್ಪಂದಿಸುವಂತಹ ತಾಳ್ಮೆಯಿಂದ ಕೂಡಿದ ಎಲ್ಲರ ಕಷ್ಟ ಸುಖಗಳನ್ನು ವಿಚಾರ ಮಾಡುವಂತಹ, ಮೇಲು-ಕೀಳೆನ್ನದೆ ಭೇಧ-ಭಾವವಿಲ್ಲದ ಎಲ್ಲರ ಭಾವನೆಗಳನ್ನು ಅರ್ಥಮಾಡಿಕೊಳ್ಳುವಂತಹ, ಬಡವರ ಹೇಳ್ಗೆಗಾಗಿ ಶ್ರಮಿಸುವಂತಹ, ಸಮಾಜದ ಆಗುಹೋಗುಗಳನ್ನು ಅರ್ಥ ಮಾಡಿಕೊಳ್ಳುವಂತಹ, ರಾಜ್ಯದ ದೇಶದ ಆರ್ಥಿಕತೆಯನ್ನು ಅರ್ಥ ಮಾಡಿಕೊಳ್ಳುವಂತಹ, ಕಡೆಗೆ ನಿಮ್ಮ ಹಳ್ಳಿ ಜನಗಳ ಯೋಗಕ್ಷೇಮ ನೋಡಿಕೊಳ್ಳುವಂತಹ ಬುದ್ಧಿವಂತಹ ಸದಸ್ಯರನ್ನು ಆಯ್ಕೆಮಾಡಿಕೊಳ್ಳಲು ನಿಮಗೆ ಸೇರಿದ್ದು. ಏಕೆಂದರೆ ನಿಮ್ಮೆಲ್ಲರ ಭವಿಷ್ಯದ ದಿಕ್ಕನ್ನು ಇವರು ಮುಂದುವರಿಸುವವರಾಗಿರಬೇಕು. ಯಾರು ಸಮಾಜಸೇವೆ ಮಾಡಲು ತುಂಬಾ ಆಸಕ್ತಿಯಿರುವವರಿಗೆ ಈ ಪುಸ್ತಕದಲ್ಲಿರುವ ವಿಚಾರಗಳು ನಿಮಗೆ ತುಂಬಾ ಸಹಾಯಕವಾಗಬಲ್ಲದು.

## ಪಾಯಿಂಟ್ ನಂ. 1

ಉದಾಹರಣೆಗೆ ನಿಮ್ಮೂರಲ್ಲಿ ಅಥವಾ ನಿಮ್ಮ ಹಳ್ಳಿಗಳಲ್ಲಿ 102 ಕುಟುಂಬಗಳಿರಬೇಕು ಅಥವಾ 102 ಮನೆಗಳಿರಬೇಕು. ಕೊನೆಪಕ್ಷ 102 ಸದಸ್ಯರಿರುವ ಹಳ್ಳಿಯಾಗಿರಬೇಕು. ಯಾಕೆ 102 ಕುಟುಂಬಗಳಿರಬೇಕು ನಮ್ಮ ಊರು ದೊಡ್ಡ ಹಳ್ಳಿಯಾಗಿದೆ, ಸುಮಾರು 350 ಮನೆಗಳಿವೆ ಅಂತ ತಿಳಿದುಕೊಳ್ಳಿ ಆದರೂ ಪರವಾಗಿಲ್ಲ, ಆ ದೊಡ್ಡ ಹಳ್ಳಿಯಲ್ಲೇ ಮೂರು ವಿಭಾಗಗಳಾಗಿ 102 ಕುಟುಂಬಗಳು ಬರುವಂತೆ ಮಾಡಿಕೊಳ್ಳಿ. ಏನ್ ಸಾರ್ ನೀವು ಹೇಳುತ್ತಿರುವುದು? ನಮ್ಮ ಹಳ್ಳಿ ಕೇವಲ 50 ಮನೆಗಳಿರುವ ಹಳ್ಳಿಯಾಗಿದೆ. ನೀವು ಕೇಳಬಹುದು ಆದರೇನಂತೆ ಪರವಾಗಿಲ್ಲ. ಪಕ್ಕದ 50 ಮನೆಯಿರುವ ಹಳ್ಳಿಯನ್ನು ಸೇರಿಸುಕೊಂಡು 102 ಕುಟುಂಬಗಳು ಬರುವ ಹಾಗೆ ನೋಡಿಕೊಳ್ಳಿ. ಯಾಕೆ ಸಾರ್ ಪಕ್ಕ 102 ಕುಟುಂಬಗಳೇ ಇರಬೇಕು ಎಂದು ನೀವು ಕೇಳಬಹುದು, ನನ್ನ ಯೋಜನೆಗೆ ಮಿನಿಮಮ್ 102 ಕುಟುಂಬಳಿರಲೇ ಬೇಕು. ಇದು ನಿಮ್ಮ ಭವಿಷ್ಯದ, ನಿಮ್ಮ ಮಕ್ಕಳ ಭವಿಷ್ಯದ, ನಿಮ್ಮ ಕುಟುಂಬಗಳ ಭವಿಷ್ಯದ ದೃಷ್ಟಿಯಿಂದ 25 ವರ್ಷದಲ್ಲಿ ಎಲ್ಲರ ಭವಿಷ್ಯ ರೂಪಿಸುವ ನನ್ನ ಹೊಸ ಯೋಜನೆಯಾಗಿದೆ. ಮೇಲ್ನೋಟಕ್ಕೆ ಈ ಹೊಸ ಯೋಜನೆ ನಿಮಗೆ 25 ವರ್ಷ ಕಾಣಿಸಬಹುದು. ಹತ್ತು

ವರ್ಷದಲ್ಲೇ ನಿಮ್ಮನ್ನು ನೀವು ಉದ್ಧಾರ ಮಾಡಿಕೊಂಡು ನೀವು ಸ್ವಾವಲಂಬನೆ ಬದುಕು ಕಟ್ಟಿಕೊಂಡಿರುತ್ತೀರಾ.

**ಪಾಯಿಂಟ್ ನಂ. 2**

ಈಗ 102 ಕುಟುಂಗಳು ಅಥವಾ 102 ಸದಸ್ಯರು ಸೇರಿ ನಿಮ್ಮೂರಲ್ಲೆ ಅಥವಾ ನಿಮ್ಮ ಹಳ್ಳಿಯಲ್ಲೇ ಒಂದು ಸಂಘವನ್ನು ರಚನೆ ಮಾಡಿಕೊಳ್ಳಿ, ಈ ಸಂಘಕ್ಕೆ ಒಂದು ಚೆಂದವಾದ ಹೆಸರನ್ನು ನೇಮಕ ಮಾಡಿಕೊಳ್ಳಿ.

ಈ ಸಂಘದ ಹೆಸರಲ್ಲಿ ನಿಮ್ಮೂರಿನ ಗ್ರಾಮ ಪಂಚಾಯಿತಿಯಲ್ಲಿ ಒಂದು ಲೆಸೆನ್ಸ್ ಪಡೆದುಕೊಳ್ಳಿ. ಲೇಸೆನ್ಸ್ ಪಡೆದ ನಂತರ ನಿಮ್ಮೂರಿನ ಹತ್ತಿರದಲ್ಲಿರುವ ಒಂದು ರಾಷ್ಟ್ರೀಕೃತ ಬ್ಯಾಂಕಿನಲ್ಲಿ ಚಾಲ್ತಿಖಾತೆಯನ್ನು ತೆರೆಯಿರಿ ಅಥವಾ ನಿಮ್ಮ ಹತ್ತಿರದ ಯಾರಾದರೂ ಆಡಿಟರ್ (ಲೆಕ್ಕಪರಿಶೋಧಕರಲ್ಲಿ) ಹೋಗಿ ಉದ್ಯೋಗ ಆಧಾರ ರಿಸಿಪ್ಟ್ ಅನ್ನು ಪಡೆದುಕೊಳ್ಳಿ. ನಂತರ ನಿಮ್ಮ ಚಾಲ್ತಿ ಖಾತೆಯಲ್ಲಿ ಹೋಗಿ ನೊಂದಾಯಿಸಿ. ಆಗ ಬ್ಯಾಂಕಿನವರು ನಿಮಗೆ ಚಾಲ್ತಿ ಖಾತೆಯ ನಂಬರಿನ ನೀವು ಕಟ್ಟಿದ ಹಣಕ್ಕೆ ಅಕೌಂಟ್ ನಂಬರ್ ಇರುವ ಒಂದು ರಶೀದಿಯನ್ನು ಕೊಡುತ್ತಾರೆ. ಈಗ ನೀವು ಆಯ್ಕೆ ಮಾಡಿದ ಅಧ್ಯಕ್ಷರುಗಳು ನಿಮ್ಮ ಸಂಘಕ್ಕೆ ಬೇಕಾದ ಕಂಪನಿಯ ಪುಸ್ತಕಗಳು, ಲೆಟರ್ ಹೆಡ್, ಬಿಲ್‌ಬುಕ್, ಹಣದ ರಶೀದಿ, ಪ್ರೊಪರೇಟರ್‌ಗಳ ಸೀಲುಗಳು ಎಲ್ಲವನ್ನು ಸಿದ್ಧಮಾಡಿಕೊಂಡು ಇದಕ್ಕೋಸ್ಕರನೇ ಒಂದು 10x20 ಸೈಜುಳ್ಳ ಆಫೀಸನ್ನು ಮಾಡಿಕೊಳ್ಳಿ.

**ಪಾಯಿಂಟ್ ನಂ. 3**

ಈ 102 ಕುಟುಂಬಗಳು ಅಥವಾ ನಿಮ್ಮ ಊರಿನ ಸದಸ್ಯರು, ನಿಮ್ಮ ಹಳ್ಳಿಯ 102 ಜನರೆಲ್ಲ ಸೇರಿ ಯಾವ ದಿನದಿಂದ ಅಥವಾ ಯಾವ ತಿಂಗಳಿಂದ ಈ ಕಾನ್ಸೆಪ್ಟ್‌ನ್ನು ಪ್ರಾರಂಭ ಮಾಡುತ್ತೀರೋ ಆಯಾ ದಿನದ ತಿಂಗಳಿಂದ ಒಂದರಿಂದ 15ನೇ ತಾರೀಖಿನೊಳಗೆ ಪ್ರತಿಯೊಬ್ಬರು 3 ತಿಂಗಳಿಗೊಮ್ಮೆ ಒಂದು ಸಾರಿ 10000 ರೂ. ಹಣವನ್ನು ನಿಮ್ಮ ಬ್ಯಾಂಕಿನ ಚಾಲ್ತಿ ಖಾತೆಯಲ್ಲಿ ಕಟ್ಟಬೇಕು. ಚಾಲ್ತಿ ಖಾತೆಯಲ್ಲಿ ಕಟ್ಟಿದ ಹಣಕ್ಕೆ ಬ್ಯಾಂಕಿನವರು ನಿಮಗೆ ಚಲನ್‌ನ್ನು ಬ್ಯಾಂಕಿನ ಸೀಲು ಹಾಕಿ ನಿಮಗೆ ಕೊಡುತ್ತಾರೆ. ಈ ಚಲನ್‌ನನ್ನು ನೀವು ಆಯ್ಕೆ ಮಾಡಿದ ಸದಸ್ಯರಿಗೆ ಒಂದು ಜರಾಕ್ಸ್ ಮಾಡಿದ ಚಲನ್‌ನನ್ನು ತಂದು ಕೊಡಬೇಕು. ಒರಿಜಿನಲ್ ಚಲನ್‌ನನ್ನು ನೀವು ಇಟ್ಟುಕೊಳ್ಳಬೇಕು. ನೀವು ಬ್ಯಾಂಕಿಗೆ ಕಟ್ಟಿದ ಹಣಕ್ಕೆ ಅಧ್ಯಕ್ಷರು, ಉಪಾಧ್ಯಕ್ಷರು

ಹಾಗೂ ಸದಸ್ಯರಿಂದ ರಶೀದಿಯನ್ನು ಕೇಳಿ ಪಡೆದು ಅವರಲ್ಲಿರುವ ಪುಸ್ತಕದಲ್ಲಿ ಎಂಟ್ರಿ ಮಾಡಿಸಬೇಕು. ಅವರಿಂದ ಒಂದು ಪಾಸ್ ಬುಕನ್ನು ಕೇಳಿ ಪಡೆದು ಅವರಿಂದ ಪಾಸ್ ಬುಕ್ಕಿನಲ್ಲಿ 10000 ರೂ. ಹಣ ಜಮಾ ಹಾಗಿದೆ ಎಂದು ನಿಮ್ಮ ಪಾಸ್ ಬುಕ್ಕಿನಲ್ಲಿ ಎಂಟ್ರಿ ಮಾಡಿಸಿಕೊಳ್ಳಬೇಕು.

**ಪಾಯಿಂಟ್ ನಂ. 4**

ಹೀಗೆ 102 ಸದಸ್ಯರು ಸಹ ಒಂದರಿಂದ 15ನೇ ತಾರೀಖಿನೊಳಗೆ ಎಲ್ಲರೂ ಸಹ 3 ತಿಂಗಳಿಗೊಮ್ಮೆ 10000 ರೂ. ಹಣವನ್ನು ನಿಮ್ಮ ಚಾಲ್ತಿ ಖಾತೆಯಲ್ಲಿ ತುಂಬಿ ಚಲನ್‌ನನ್ನು ನಿಮ್ಮೂರಿನ ಸದಸ್ಯರಿಗೆ ತೋರಿಸಿ ಅವರ ಪುಸ್ತಕದಲ್ಲಿ ಎಂಟ್ರಿ ಮಾಡಿಸಿಕೊಂಡು ಎಲ್ಲರು ನಿಮ್ಮೂರಿನ ಸದಸ್ಯರಿಂದ ಪಾಸ್ ಬುಕ್ ಕೇಳಿ ಪಡೆದು ನೀವುಗಳೆಲ್ಲ ಕಟ್ಟಿದ 10000 ರೂ. ಹಣಕ್ಕೆ ಎಂಟ್ರಿ ಮತ್ತು ಸಹಿ ಮಾಡಿಸಿಕೊಂಡು ಈ ಪುಸ್ತಕವನ್ನು ನಿಮ್ಮಲ್ಲೇ ಜೋಪಾನವಾಗಿ ಇಟ್ಟುಕೊಳ್ಳಬೇಕು.

ಈಗ ಎಲ್ಲರೂ ಸೇರಿ ಹತ್ತು ಸಾವಿರ ಹಣವನ್ನು ನಿಮ್ಮ ಸಂಘ ಸಂಸ್ಥೆಯ ಹೆಸರಿನ ಬ್ಯಾಂಕಿನಲ್ಲಿ ಡೆಪಾಜಿಟ್ ಮಾಡಿದ್ದೀರಾ ಹೌದಲ್ಲವೇ? ಈಗ ಈ ಹಣ ಸುಮಾರು 10,20,000 ರೂ. (ಹತ್ತು ಲಕ್ಷದ ಇಪ್ಪತ್ತು ಸಾವಿರ ರೂಪಾಯಿಗಳು) ಹಣ ನಿಮ್ಮ ಸಂಘ ಸಂಸ್ಥೆಯ ಹೆಸರಿನ ಚಾಲ್ತಿ ಖಾತೆಯಲ್ಲಿದೆ. ನೆನಪಿಟ್ಟುಕೊಳ್ಳಿ ಇದು 25 ವರ್ಷ ನಡೆಯುವ ಯೋಜನೆಯಾಗಿದೆ.

ಪ್ರತಿಯೊಬ್ಬರೂ ಸಹ 3 ತಿಂಗಳಿಗೆ ಒಂದು ಸಾರಿ 10,000 ರೂ. ಹಣವನ್ನು 25 ವರ್ಷದವರಿಗೂ ಕಟ್ಟಬೇಕಾಗುತ್ತದೆ. ಅಂದರೆ ನೀವು ಕಟ್ಟುವುದು ಕೇವಲ 100 ತಿಂಗಳಾಗುತ್ತದೆ. ಇನ್ನೂ ಅರ್ಥವಾಗಿಲ್ಲವಾದರೆ ಕೇವಲ ಒಂಭತ್ತು ವರ್ಷ ಆಗುತ್ತದೆ. ಏಕೆಂದರೆ 3 ತಿಂಗಳಿಗೊಮ್ಮೆ ಕಟ್ಟುವುದರಿಂದ 25 ವರ್ಷ ಕಾಲ ಸಮಯ ತೆಗೆದುಕೊಳ್ಳುತ್ತದೆ.

**ಪಾಯಿಂಟ್ ನಂ. 5**

ನೀವುಗಳು ಇದೂವರೆಗೂ ನಡೆಸಿಕೊಂಡು ಬಂದಂತಹ ಚೀಟಿಯಿಂದಾಗಿ, ಇನ್ಸೂರೆನ್ಸ್ ಕಟ್ಟುವುದರಿಂದಾಗಿ ಅಥವಾ ಯಾವುದೇ ಫೈನಾನ್ಸ್ ಕಂಪನಿಯಿಂದ ಸಾಲ ಪಡೆದಿರುವುದರಿಂದಾಗಲಿ ನಿಮಗೆ ಯಾವುದೇ ಇದುವರೆಗೂ ಪ್ರಯೋಜನ–ವಾಗಿಲ್ಲ. ಹೋಗಲಿ ಇದರಿಂದ ಯಾರಾದರೂ ಉದ್ಧಾರವಾಗಿದ್ದೀರಾ ಅದೂ

ಇಲ್ಲ. ಎಲ್ಲಿ ನೋಡಿದರೂ ಅವಮಾನ ನೋವುಗಳನ್ನೇ ಎದುರಿಸಿಕೊಂಡು ಬಂದಿದ್ದೀರ ತಾನೇ. ಈಗ ನಾನು ಹೇಳುವುದು ಇದು ನಿಮ್ಮ ಹಣ, ನಿಮ್ಮ ದುಡ್ಡು ನೀವೇ ಹೇಗೆ ನಿಮ್ಮ ಸಮಸ್ಯೆಗಳನ್ನು ಬಗೆಹರಿಸಿಕೊಳ್ಳಬಹುದು. ಒಂದೊಂದೇ ಪಾಯಿಂಟ್ ಮೂಲಕ ವಿವರಿಸುತ್ತಾ ಹೋಗುತ್ತೇನೆ.

ಇದರಿಂದ ಎಲ್ಲರೂ ತನ್ನ ಸ್ವಂತ ಉದ್ಯೋಗ ಪ್ರಾರಂಭಿಸಿಕೊಂಡು, ತನ್ನ ಕಾಲ ಮೇಲೆ ತಾನೇ ನಿಂತುಕೊಂಡು ಸ್ವಾವಲಂಭಿಯಾಗಿ ಬದುಕು ಕಟ್ಟಿಕೊಂಡು, ನಿಮ್ಮ ಹಳ್ಳಿಯಲ್ಲೇ ನೀವು ಶ್ರೀಮಂತರಾಗಬಹುದು. ಇತರರಿಗೂ ನೀವು ಉದ್ಯೋಗ ಕೊಟ್ಟು ತಾವೂ ಮುಂದುವರಿಯುವ ಒಂದು ಶುಭ ಸಂದೇಶವಾಗಿದೆ. ಇದೂವರೆಗು ಯಾವ ಸರ್ಕಾರವಾಗಲಿ ಈ ಯೋಜನೆಯನ್ನು ಜಾರಿಗೆ ತಂದಿಲ್ಲ. ಸರ್ಕಾರವಾದರೂ ಎಚ್ಚೆತ್ತುಕೊಂಡು ಈ ನನ್ನ ಹೊಸ ಯೋಜನೆಗೆ ಪ್ರತಿಯೊಂದು ಹಳ್ಳಿಯ ಜನರಿಗೆ ಸರ್ಕಾರದಿಂದ 50% ಸಬ್ಸಿಡಿ ಕೊಟ್ಟರೆ ಪ್ರತಿಯೊಬ್ಬರು ಶ್ರೀಮಂತರಾಗುವುದರಲ್ಲಿ ಸಂಶಯವಿಲ್ಲ.

**ಪಾಯಿಂಟ್ ನಂ. 6**

ಈಗ ಪ್ರತಿಯೊಬ್ಬ 102 ಸದಸ್ಯರು ಅಥವಾ ಕುಟುಂಬಗಳೂ ತನ್ನೂರಿನ ಬ್ಯಾಂಕಿನ ಚಾಲ್ತಿ ಖಾತೆಯಲ್ಲಿ 10000 ರೂ. ಹಣವನ್ನು ಜಮಾ ಮಾಡಿದ್ದೀರಾ, ಈ ಹಣವನ್ನು ಏನು ಮಾಡುವುದು? ಯಾವ ರೀತಿ ಉಪಯೋಗಿಸಿಕೊಳ್ಳಬಹುದು? ಎಂದು ಹೀಗಾಗಲೇ ನಿಮ್ಮ ತಲೆಯಲ್ಲಿ ಯೋಚನೆ ಹೊಳೆಯುತ್ತಿರುವುದು ಅಲ್ಲವೆ, ಮೊದಲು ತಿಂಗಳು ಎಲ್ಲರೂ ಸೇರಿ 10000 ರೂ. ಹಣವನ್ನು ನಿಮ್ಮ ಸಂಸ್ಥೆಗೆ ಕಟ್ಟಿ ಪ್ರಾರಂಭಮಾಡಿದ್ದೀರಾ ಅಲ್ಲವೇ, ಈಗ ನೀವು ಆಯ್ಕೆ ಮಾಡಿದ ಅಧ್ಯಕ್ಷರು, ಉಪಾಧ್ಯಕ್ಷರು ಮತ್ತು ಸದಸ್ಯರು 102 ಜನಗಳ ಹೆಸರನ್ನು 102 ಚೀಟಿಗಳಲ್ಲಿ ಬರೆದು ಅಥವಾ 102 ಟೋಕನ್‌ಗಳನ್ನು ಪ್ರಿಂಟ್ ಮಾಡಿಸಿಕೊಂಡು ಟೋಕನ್ ಮೇಲೆ 102 ಜನಗಳ ಹೆಸರನ್ನು ಪ್ರಿಂಟ್ ಮಾಡಿಸಿಕೊಂಡು ಯಾವುದಾದರೂ ಒಂದು ಪುಟ್ಟ ಮಗುವಿನ ಕೈಯಲ್ಲಾದರೂ ಅಥವಾ 102 ಸದಸ್ಯರ ಸಮ್ಮುಖದಲ್ಲಿ ಯಾರಾದರೊಬ್ಬರಲ್ಲಿ ಕುಲುಕುವ ಮೂಲಕ ಒಂದು ಚೀಟಿಯಾಗಲಿ ಅಥವಾ ಒಂದು ಟೋಕನ್‌ನಾಗಲಿ ಎತ್ತುತ್ತಾರೆ. 102 ಜನರಲ್ಲಿ ಯಾರಿಗಾದರೂ ಒಬ್ಬರಿಗೆ ಲಾಟರಿ ಎತ್ತುವ ಮೂಲಕ ಒಬ್ಬರನ್ನು ಆಯ್ಕೆ ಮಾಡುತ್ತಾರೆ. ಆಯ್ಕೆಯಾದ ಮೊದಲನೇ ವಿಜೇತನಿಗೆ ಎಷ್ಟು ಹಣ ಸಿಗುತ್ತದೆ ಎಂಬುದೇ ಎಲ್ಲರಿಗೂ ಕುತೂಹಲ ಅಲ್ಲವೇ.

### ಪಾಯಿಂಟ್ ನಂ. 7

ಹೌದು ಎಲ್ಲರಿಗೂ ಕುತೂಹಲ ಇದ್ದೇ ಇರುತ್ತದೆ. ಏಕೆಂದರೆ ಇದು ನಿಮ್ಮೆಲ್ಲರ ಹಣವಾಗಿರುತ್ತದೆ. ನೀವೆ ನಿಮ್ಮೂರಿನ ಒಬ್ಬನನ್ನು ಗುರುತಿಸಿ ಅವನು ಮತ್ತು ಅವನ ಕುಟುಂಬಕ್ಕೆ ಸಹಾಯ ಮಾಡಿದಂತೆ ಆಗುತ್ತದೆ ಅಲ್ಲವೇ. ಅವನ ಜೀವನ ಬದಲಾಯಿಸಿಕೊಳ್ಳುವ ಉತ್ತಮ ಸಮಯವಾಗಿದೆ. ಡ್ರಾ ನಲ್ಲಿ ವಿಜೇತರಾದವರು ಯಾವುದೇ ಬಡ್ಡಿಯನ್ನು ಕಟ್ಟುವ ಹಾಗಿಲ್ಲ. ಪ್ರತೀ 3 ತಿಂಗಳಿಗೊಮ್ಮೆ 10,000 ರೂ. ಹಣವನ್ನು 100 ತಿಂಗಳು ಕಟ್ಟಿದ್ದರೆ ಸಾಕು. ಈ ಹಣದಿಂದ ಡ್ರಾನಲ್ಲಿ ವಿಜೇತನಾದವನು ಸ್ವಂತ ಬ್ಯುಸಿನೆಸ್ ಆದರೂ ಪ್ರಾರಂಭಮಾಡಬಹುದು. 20x30ವುಳ್ಳ ನಿವೇಷನವನ್ನಾದರೂ ತೆಗೆದುಕೊಳ್ಳಬಹುದು, ಸ್ವಂತ ಟ್ಯಾಕ್ಸಿಯನ್ನು ತೆಗೆದುಕೊಂಡು ಓಡಿಸಬಹುದು, ಮನೆಯನ್ನಾದರೂ ಕಟ್ಟಿಕೊಳ್ಳಬಹುದು, ಹೋಟೆಲ್ ಬ್ಯುಸಿನೆಸ್ ಆದರೂ ಮಾಡಬಹುದು. ಯಾವುದೇ ಬಡ್ಡಿ ಇಲ್ಲದಂಗೆ ಹಣ ಸಿಕ್ಕರೆ ಇದಕ್ಕಿಂತ ಖುಷಿ ಬೇರೆ ಏನು ಇದೆ ಹೇಳಿ?

ನೀವುಗಳೆಲ್ಲ ಚಿಂತೆ ಮಾಡಬಹುದು, ನಾವೆಲ್ಲರೂ ಸೇರಿ ಕಟ್ಟಿದ ಹಣ ಒಬ್ಬ ಎತ್ತಿಕೊಂಡು ಬಿಟ್ಟನಲ್ಲ ಎಂದು. ಎಲ್ಲರಿಗೂ ಇದೇ ತರಹ ಬಡ್ಡಿ ಇಲ್ಲದಂಗೆ ಹಣ ಸಿಗುತ್ತದೆ. ಚಿಂತೆ ಮಾಡಬೇಡಿ, ಯಾರಿಗೂ ನಷ್ಟವಾಗುವುದಿಲ್ಲ, ತಾಳ್ಮೆ ಕಳೆದುಕೊಳ್ಳಬೇಡಿ ಹಾಗೇ ಈ ವಿಚಾರವನ್ನು ಮುಂದೆ ನೀವೇ ಅರ್ಥಮಾಡಿಕೊಂಡು ಹೋಗುತ್ತೀರ. ಇದರಿಂದ ಎಲ್ಲರಿಗೂ ಒಳ್ಳೆಯದಾಗುತ್ತದೆ.

### ಪಾಯಿಂಟ್ ನಂ. 8

ಈಗ ಎಲ್ಲರಿಗೂ ಕುತೂಹಲವಿರಬಹುದು. ಡ್ರಾ ನಲ್ಲಿ ಆಯ್ಕೆಯಾದವನಿಗೆ ಎಷ್ಟು ಹಣ ಸಿಗುತ್ತದೆಂದು, ನೀವು ಹೇಗೆ 10000 ರೂ. ಹಣ ಕಟ್ಟಲು 1ನೇ ತಾರೀಖಿನಿಂದ 15ನೇ ತಾರೀಖಿನವರಿಗೂ ಕಾಲಾವಕಾಶವಿರುತ್ತದೋ ಹಾಗೇ ಡ್ರಾ ನಲ್ಲಿ ವಿಜೇತರಾದವರಿಗೆ ಹಣ ಕೊಡಲು 1 ರಿಂದ 15ನೇ ತಾರೀಖಿನವರೆಗೂ ಅವಕಾಶವಿರುತ್ತದೆ. ನೀವು ಹೇಗೆ ಬ್ಯಾಂಕಿನ ಮುಖಾಂತರ ಹಣ ಕಟ್ಟಿದ್ದೀರೋ ಹಾಗೇ ಬ್ಯಾಂಕಿನ ಮೂಲಕವೇ ಡ್ರಾನಲ್ಲಿ ಆಯ್ಕೆಯಾದವನು ನಿಮ್ಮ ಸಂಘ ಸಂಸ್ಥೆಯ ಚೆಕ್ ಮೂಲಕವೇ ಹಣವನ್ನು ಡ್ರಾ ಮಾಡಿಕೊಳ್ಳಬೇಕು.

ಇಲ್ಲಿ ಪ್ರತೀ ವರ್ಷಕ್ಕೆ 3 ತಿಂಗಳಿಗೊಂದರಂತೆ 4 ಡ್ರಾ ಮಾಡಿ 4 ವಿಜೇತರನ್ನು ಆಯ್ಕೆ ಮಾಡಲಾಗುತ್ತದೆ. ಒಂದು ವರ್ಷಕ್ಕೆ 4 ಡ್ರಾ ಮಾಡಲಾಗುತ್ತದೆ. 25ನೇ

ವರ್ಷಕ್ಕೆ 100 ಡ್ರಾ ಮಾಡಲಾಗುತ್ತದೆ. ಅಧ್ಯಕ್ಷರು, ಉಪಾಧ್ಯಕ್ಷರು ಹಾಗೂ ಸದಸ್ಯರು ಆಯ್ಕೆಯಾದ ವಿಜೇತನಿಗೆ ಯಾವುದೇ ಬಡ್ಡಿ ಇಲ್ಲದೆ ಈಗ 5 ಲಕ್ಷ ರೂ ಹಣವನ್ನು ಚೆಕ್ ಮೂಲಕ ಪಾವತಿಸುತ್ತಾರೆ. ಡ್ರಾ ನಲ್ಲಿ ಆಯ್ಕೆಯಾದ ವ್ಯಕ್ತಿ 5 ಲಕ್ಷ ರೂ ಹಣಕ್ಕೆ ಸಾಕ್ಷಿಗಾಗಿ ಡ್ರಾ ನಲ್ಲಿ ಆಯ್ಕೆಯಾದ ವಿಜೇತನು ತನ್ನ ಆಧಾರ್ ಕಾರ್ಡ್, ಪ್ಯಾನ್ ಕಾರ್ಡ್, ರೇಷನ್ ಕಾರ್ಡ್, ಎಲೆಕ್ಟ್ರಿಕಲ್ ಬಿಲ್, ಗ್ಯಾಸ್ ಬಿಲ್, ಮೂರು ಪಾಸ್ ಪೋಟೋ ಹಾಗೂ ನಿವೇಶನ (ಮನೆ) ಅಥವಾ ಜಮೀನು ಸಾಕ್ಷಿಗಾಗಿ ನಿಮ್ಮ ಸಂಘಕ್ಕೆ ಮಾರ್ಟಗೇಜ್ ಮಾಡಿಕೊಡಬೇಕು.

## ಪಾಯಿಂಟ್ ನಂ. 9

ನಿಮ್ಮ ಸಂಘ ಸಂಸ್ಥೆಗೆ ಡ್ರಾನಲ್ಲಿ ಆಯ್ಕೆಯಾದ ವಿಜೇತನು 5 ಲಕ್ಷ ಪಡೆದುಕೊಂಡು ನೀವು ಯಾವುದೇ ಕಾರಣಕ್ಕೂ ಸಾಕ್ಷಿಗಾಗಿ ಕೊಟ್ಟಿರುವ ದಾಖಲೆಗಳಿಗೆ ನೀವು ಎದರಬೇಕಾಗಿಲ್ಲ. ನಿಮ್ಮ ಸೈಟ್ ನಿಮ್ಮ ಜಮೀನಿನಲ್ಲಿ ನೀವೆ ನಿಮ್ಮ ಜಾಗದಲ್ಲಿ 25 ವರ್ಷಗಳ ಕಾಲ ಇರುತ್ತೀರ. ನಿಮ್ಮನ್ನು ಯಾರೂ ಓಡಿಸುವುದಿಲ್ಲ, ನೀವು ತೆಗೆದುಕೊಂಡ 5 ಲಕ್ಷಕ್ಕೆ ಯಾವುದೇ ಬಡ್ಡಿ ಕಟ್ಟುವ ಹಾಗಿಲ್ಲ. ಪ್ರತಿ 3 ತಿಂಗಳಿಗೆ ಒಂದು ಸಾರಿ ತಪ್ಪದೇ ಸರಿಯಾಗಿ 10000 ರೂ. ಹಣವನ್ನು 1 ರಿಂದ 15ನೇ ತಾರೀಖಿನೊಳಗೆ ನಿಮ್ಮ ಸಂಘ ಸಂಸ್ಥೆಯ ಬ್ಯಾಂಕಿನ ಚಾಲ್ತಿ ಖಾತೆಗೆ ತಪ್ಪದೇ ಹಣ ಕಟ್ಟಬೇಕು. ಏಕೆಂದರೆ 3 ತಿಂಗಳು ನಿಮಗೆ ಕಾಲಾವಕಾಶ ಇರುತ್ತದೆ. 10000 ಹಣ ಕಟ್ಟುವುದಕ್ಕೆ ನಿಮಗೆ ಯಾವುದೇ ತೊಂದರೆ ಇಲ್ಲಿ ಇರುವುದಿಲ್ಲ.

ನೀವು 5 ಲಕ್ಷ ಹಣ ಪಡೆದುಕೊಂಡು ಯಾವ ಬ್ಯುಸಿನೆಸ್ ಪ್ರಾರಂಭಮಾಡಬೇಕು ಎಂದು ಯೋಚಿಸುತ್ತಿದ್ದೀರಾ ಅಲ್ಲವೇ? ನಿಮಗೆ ಬ್ಯುಸಿನೆಸ್ ಯೋಜನೆ ಗೊತ್ತಿಲ್ಲವಾದರೆ ನಮ್ಮನ್ನು ಸಂಪರ್ಕಿಸಿ. ನಾವೇ ಬ್ಯುಸಿನೆಸ್ ಐಡಿಯಾ ಕೊಡುತ್ತೇವೆ. 5 ಲಕ್ಷ ಹಣ ಕೈಯಲ್ಲಿ ಇದೆ ಎಂದು ಯಾವುದೋ ಬ್ಯುಸಿನೆಸ್ ಮಾಡಿ ಲಾಸ್ ಮಾಡಿಕೊಂಡು ಕೈ ಸುಟ್ಟುಕೊಳ್ಳಬೇಡಿ. ಇದು ನಿಮ್ಮ ಜೀವನದ ಮೊದಲ ಹೆಜ್ಜೆ, ಎಚ್ಚರಿಕೆಯಿಂದ ನಾಲ್ಕಾರು ಬ್ಯುಸಿನೆಸ್ ಮಾಡುವ ತಜ್ಞರ ಸಲಹೆ ಪಡೆದುಕೊಂಡು ಪ್ರಾರಂಭಮಾಡಿ. ಬ್ಯುಸಿನೆಸ್ ಮಾಡುವ ಮುನ್ನ ನಿಮ್ಮ ಹತ್ತಿರ ಇರುವ ಆಡಿಟರ್‌ನ್ನುಸಂಪರ್ಕಿಸಿ.

## ಪಾಯಿಂಟ್ ನಂ. 10

ಯಾವುದೇ ಬ್ಯುಸಿನೆಸ್ ಮಾಡುವ ಮುನ್ನ ಸಂಘ ಸಂಸ್ಥೆಯ ಅಧ್ಯಕ್ಷರು ಒಬ್ಬ ಆಡಿಟರ್‌ನ್ನು ನೇಮಿಸಿಕೊಳ್ಳುವುದು ಒಳ್ಳೆಯದಾಗಿದೆ.

ಈಗ ಅಧ್ಯಕ್ಷರುಗಳು, ಉಪಾಧ್ಯಕ್ಷರುಗಳು ಮತ್ತು ಸದಸ್ಯರುಗಳು ಡ್ರಾನಲ್ಲಿ ಆಯ್ಕೆಯಾದ ವಿಜೇತನಿಗೆ 5 ಲಕ್ಷ ಹಣ ಕೊಟ್ಟಿದ್ದೀರ ಇನ್ನೂ ಉಳಿಕೆ 5 ಲಕ್ಷದ 20000 ರೂ. ಹಣ ನಿಮ್ಮ ಸಂಸ್ಥೆಯ ಅಕೌಂಟ್‌ನಲ್ಲೇ ಇದೆ.

ಈ 5 ಲಕ್ಷದ 20,000 ರೂ. ಹಣದಲ್ಲಿ ಮತ್ತಿಬ್ಬರನ್ನು ಡ್ರಾ ಮೂಲಕ ಆಯ್ಕೆಮಾಡಿ, ಆಯ್ಕೆಯಾದ ಇಬ್ಬರಿಗೆ ಅವರಿಂದ ಒಂದು ಅಗ್ರಿಮೆಂಟ್ ಮಾಡಿಸಿಕೊಂಡು, ಎರಡು ಖಾಲಿ ಚೆಕ್ ಪಡೆದು ತಲಾ 2 ಲಕ್ಷ ರೂ ಹಣವನ್ನು 2% ಬಡ್ಡಿಯಂತೆ ಇಬ್ಬರಿಗೆ ಎರಡೆರಡು ಲಕ್ಷ ಹಣ ಚೆಕ್ ಮೂಲಕ ಕೊಡಿ. ಈಗ ಈ ಇಬ್ಬರು 2 ಲಕ್ಷ ಹಣ ಪಡೆದುಕೊಂಡು ಸ್ವಂತ ಬ್ಯುಸಿನೆಸ್ ಪ್ರಾರಂಭಮಾಡಿಕೊಳ್ಳಬಹುದು. ಅಲ್ಲಿಗೆ ಮೊದಲನೇ ತಿಂಗಳಲ್ಲೇ 5 ಲಕ್ಷ ಹಣ ಪಡೆದು ಒಬ್ಬ ಜೀವನವನ್ನು ಉದ್ಧಾರಮಾಡಿಕೊಂಡ. ಇನ್ನಿಬ್ಬರು ಬ್ಯುಸಿನೆಸ್ ಮ್ಯಾನ್‌ಗಳಾಗಿ ನಿಮ್ಮೂರಲ್ಲೇ ಹುಟ್ಟಿಕೊಂಡರು. ಒಟ್ಟು ಮೊದಲನೇ ಸಾರಿ ನೀವೆಲ್ಲರು ಕಟ್ಟಿದ್ದ ಹಣದಲ್ಲಿ ನಿಮ್ಮೂರಲ್ಲಿ ಮೂರು ಜನ ಬ್ಯುಸಿನೆಸ್ ಮ್ಯಾನ್‌ಗಳಾಗಿ ಭವಿಷ್ಯ ರೂಪಿಸಿಕೊಂಡರು.

### ಪಾಯಿಂಟ್ ನಂ. 11

ಉದಾಹರಣೆಗೆ 2 ಲಕ್ಷ ರೂ. ಹಣ ನಾವು ತೆಗೆದುಕೊಂಡು ಯಾವ ಬ್ಯುಸಿನೆಸ್ ಮಾಡಬೇಕು ಎಂದು ಯೋಚಿಸುತ್ತಿದ್ದರೆ ನಿಮಗೊಂದು ನಿಮ್ಮೂರಲ್ಲೇ ನಾನು ಒಂದು ಸಲಹೆ ಕೊಡುತ್ತೇನೆ, ಗಮನವಿಟ್ಟು ಕೇಳಿ. ಈಗ ನಿಮ್ಮ ಹತ್ತಿರ 2 ಲಕ್ಷ ಹಣ ಇದೆ ಅಲ್ವ, ನಿಮ್ಮೂರಲ್ಲಿ ಯಾರ‍್ಯಾರು ಏನೇನು ಕೆಲಸ ಮಾಡುತ್ತಾರೆ ಎಂದು ಸೂಕ್ಷ್ಮವಾಗಿ ಗಮನಿಸಿ. ಯಾವ ಯಾವ ರೈತ ಏನೇನು ಬೆಳೆ ಬೆಳೆಯುತ್ತಾನೆ ಎಂದು ನೋಡಿ, ಯಾವ ವಸ್ತು ರೈತನಲ್ಲಿ ಸಂಗ್ರಹಣೆ ಇದೆ ಗಮನಿಸಿ. ಉದಾ: ರೈತರು ಹೆಚ್ಚಾಗಿ ಸಂಗ್ರಹಿಸಿ ಹಿಡುವುದು ರಾಗಿ ಮತ್ತು ಭತ್ತವನ್ನು ಅಲ್ಲದೆ ಅಡಿಕೆಯನ್ನು ಎಂದು ತಿಳಿದುಕೊಳ್ಳಿ, ಇಲ್ಲವೆ ಕಾಳುಗಳು, ನಿಮ್ಮಲ್ಲಿ ಈಗ 2 ಲಕ್ಷರೂ ಹಣವಿದೆಯೇ ನಿಮ್ಮ ವ್ಯಾಪಾರಕ್ಕೆ ಸ್ವಂತಕ್ಕೆ ಒಂದು ಕ್ಲೋಸ್ ಬಾಡಿ ಲಗೇಜ್ ಆಟೋವನ್ನು ವ್ಯಾಪಾರ ಮಾಡಿ. (ಹಳೆಯ ಆಟೋವಾದರೂ ಪರವಾಗಿಲ್ಲ, ಹೊಸದಾದರು ಪರವಾಗಿಲ್ಲ) ಅಲ್ಲಿಗೆ ನಿಮಗೆ ಒಂದು ಸ್ವಂತ ಆಟೋ ತಂದಾಯ್ತು. ಹೀಗೇನು ಮಾಡುವುದು? ನಿಮ್ಮೂರಿನಲ್ಲಿ ಎಲ್ಲಾ ರೈತರಿಂದ ರಾಗಿಯನ್ನು ಕೊಂಡುಕೊಳ್ಳಿ ಹೆಚ್ಚಿನ ದರ್ದು ಇರುವವರು ಕಡಿಮೆ ಬೆಲೆಗೆ ರಾಗಿಯನ್ನು ಕೊಡುತ್ತಾರೆ. ಆ ರಾಗಿಯನ್ನು ಕ್ಲೀನ್ ಮಾಡಿಸಿ ಫ್ಲೋರ್‌ಮಿಲ್‌ನಲ್ಲಿ ಹಿಟ್ಟನ್ನು ಮಾಡಿಸಿಕೊಂಡು ಜರಡಿ ಮಾಡಿ ಒಂದು ಕೇಜಿ ಪಾಕೇಟ್ ಮಾಡಿ, ಪಾಕೇಟ್ ಮೇಲೆ, ನಿಮ್ಮದೇ

ಬ್ರಾಂಡ್ ಲೇಬಲ್ ಹಾಕಿ ಪ್ರತೀ ಪ್ರಾವಿಷನ್ ಅಂಗಡಿಗಳಿಗೆ, ಸಣ್ಣ ಸಣ್ಣ ಹೋಟೆಲ್‌ಗಳಿಗೆ, ಮಿಲ್ಟ್ರಿ ಹೋಟೆಲ್‌ಗಳಿಗೆ ಮತ್ತು ಮಾಲ್‌ಗಳಿಗೆ ಹಾಕಿ ನೋಡಿ.

ಒಂದು ಕೇಜಿಗೆ ಕೇವಲ ಎಲ್ಲಾ ಖರ್ಚು ಕಳೆದು 5 ರೂ. ಉಳಿದರೆ ದಿನಕ್ಕೆ ಕೇವಲ 2 ಕ್ವಿಂಟಾಲ್ ಹಿಟ್ಟನ್ನು ಮಾರಿಕೊಂಡು ಬಂದರೆ 1000 ರೂ. ನಿಮ್ಮ ಜೇಬಿಗೆ ಬರುತ್ತದೆ. ನಿಮ್ಮದೇ ಬ್ರಾಂಡ್ ಮಾಡಿಕೊಂಡು ಉತ್ತಮ ಗುಣಮಟ್ಟದ ಹಿಟ್ಟನ್ನು ಪ್ಯಾಕ್ ಮಾಡಿ ಕೊಟ್ಟರೆ 2 ಕ್ವಿಂಟಾಲ್‌ನಿಂದ ದಿವಸಕ್ಕೆ 10 ಕ್ವಿಂಟಾಲ್ ಹೆಚ್ಚಿಗೂ ಹಿಟ್ಟನ್ನು ಸರಬರಾಜು ಮಾಡಲು ಅವಕಾಶ ಸಿಗುತ್ತದೆ. ಆಡಿಟರ್‌ನ ಸಂಪರ್ಕಿಸಿ ನಿಮ್ಮದೇ ಬ್ರಾಂಡ್ ಮಾಡಿಕೊಂಡು ಸರ್ಕಾರಕ್ಕೂ ಜಿ.ಎಸ್.ಟಿ ಬಂದಂತಾಗುತ್ತದೆ. ನಿಮಗೂ ಒಳ್ಳೊಳ್ಳೆಯ ಆರ್ಡರ್ ಗಳು ಬರುಲು ಅವಕಾಶ ಸಿಕ್ಕಂತಾಗುತ್ತದೆ. ಇದಕ್ಕಿಂತ ನಿಮಗೆ ಸುಲಭ ಕೆಲಸ ಬೇಕೆ.

ನೀವು ಯಾವಾಗ ಜಿ.ಎಸ್.ಟಿ ವ್ಯಾಪ್ತಿಯೊಳಗೆ ಬರುತ್ತೀರೋ ಹಾಗೆ ಬ್ಯಾಂಕಿನಲ್ಲಿ ಸುಲಭವಾಗಿ ನಿಮಗೆ ಸಾಲ ಕೊಡಲು ಮುಂದೆ ಬರುತ್ತಾರೆ. ಇನ್ನೂ ಹೆಚ್ಚಿಗೆ ನಿಮ್ಮ ವ್ಯಾಪಾರವನ್ನು ವಿಸ್ತರಿಸಿಕೊಂಡು ಹೋಗಬಹುದು. ಮತ್ತೆ ಒಂದು ವರ್ಷದ ನಂತರ ನೀವು ಕಟ್ಟಿದ ಜಿ.ಎಸ್.ಟಿ ಹಣವನ್ನು ಸರ್ಕಾರದಿಂದ ವಾಪಸ್ ಪಡೆಯಲು ಅವಕಾಶವಿದೆ. ಇದಕ್ಕಿಂತ ನಿಮಗೆ ಉತ್ತಮವಾದ ದಾರಿ ಬೇಕೆ.

ಇನ್ನೊಬ್ಬರ ಹತ್ತಿರ 2 ಲಕ್ಷರೂ ಹಣವಿದೆ, ಈಗ ನೀವು ನಿಮ್ಮೂರಿನ ರೈತ ಬೆಳೆದ ಕಾಳುಕಡಿ ತರಕಾರಿಯನ್ನು ಹೇಗೆ ಬ್ಯುಸಿನೆಸ್ ಮಾಡಬಹುದು ಎಂದು ಯೋಚಿಸಿ.

ಈಗ ಉತ್ತಮ ತರಕಾರಿಯನ್ನು ಆಯ್ಕೆ ಮಾಡಿಕೊಳ್ಳಿ. ಎಲ್ಲವನ್ನು ಒಂದೊಂದು ಕೆಜಿ ಪ್ಯಾಕ್ ಮಾಡಿ ಪ್ರತಿಯೊಂದು ಮನೆಗೆ ತರಕಾರಿಯ ಅವಶ್ಯಕತೆ ತುಂಬಾ ಇದೆ. ಯಾರಿಗೆ ಯಾವ ತರಕಾರಿ ಬೇಕು, ಆ ತರಕಾರಿಯನ್ನು ಮಾರ್ಕೆಟ್ ಬೆಲೆಗಿಂತ 5 ರೂ. ಕಡಿಮೆ ಮಾಡಿಕೊಡಿ, ನೇರವಾಗಿ ರೈತರಿಂದ ವ್ಯಾಪಾರ ಮಾಡಿ ಮತ್ತು ಗ್ರಾಹಕರಿಗೆ ಕೊಡಿ. ಆಗ ನೋಡಿ ನಿಮ್ಮ ಉತ್ತಮ ಗುಣಮಟ್ಟದ ತರಕಾರಿಗೆ ಎಷ್ಟು ಡಿಮ್ಯಾಂಡ್ ಬರುತ್ತದೆ ನೋಡಿ. ನಿಮ್ಮನ್ನು ಹಿಡಿಯುವವರೆ ಇಲ್ಲ ಅಷ್ಟು ಬಿಸ್‌ನೆಸ್ ಆಗುತ್ತದೆ. ನೀವೂ ಸಹ ಒಂದು ಲಗೇಜ್ ಆಟೋ ಪಡೆದುಕೊಂಡು ಪ್ರತಿಯೊಂದು ಬೀದಿಗಳಿಗೆ ಹೋಗಿ ಗುಣಮಟ್ಟದ ತರಕಾರಿಗಳನ್ನು ಕೊಡುತ್ತಾ ಬಂದರೆ, ನಿಮ್ಮ ಗ್ರಾಹಕರಿಂದ ಉತ್ತಮ ಪ್ರಶಂಸೆ ಸಿಗುತ್ತದೆ. ಮತ್ತು ಹೆಚ್ಚಿನ ವ್ಯಾಪಾರವಾಗುತ್ತದೆ.

ಇನ್ನು ಕಾಳುಗಳ ವಿಚಾರಕ್ಕೆ ಬಂದರೆ ಉದಾ: ಉರುಳಿಕಾಳು, ರೈತರ ಹತ್ತಿರ ಬಳಿ ಇದೆ ಎಂದು ತಿಳಿದುಕೊಳ್ಳಿ, ಈ ಉರುಳಿ ಕಾಳನ್ನು ಚೆನ್ನಾಗಿ ತೊಳೆದು ನೆನೆ

ಹಾಕಿ, ಮೊಳಕೆ ಬರುವಹಾಗೆ ನೋಡಿಕೊಂಡು, ಮೊಳಕೆ ಬಂದನಂತರ ಕಾಲು ಕೆಜಿ, ಅರ್ಧ ಕೆಜಿ, ಒಂದು ಕೆಜಿ ಪ್ಯಾಕ್ ಮಾಡಿ ಪ್ರತಿ ಮನೆಗೂ ಕೊಡಬಹುದು ಅಥವಾ ಎಲ್ಲಾ ತರಕಾರಿ ಅಂಗಡಿಗಳಿಗೂ ಹಾಕಿಕೊಂಡು ಬಂದರೆ ಪ್ರತಿ ದಿವಸ ಸಾವಿರಾರು ರೂಪಾಯಿ ವ್ಯಾಪಾರಮಾಡಿಕೊಂಡು ಮನೆಗೆ ಬರಬಹುದು. ಉದಾ: ಉರುಳಿಕಾಳು 1 ಕೆಜಿಗೆ 60 ರಿಂದ 70 ರೂ. ಇದ್ದರೆ ಅದೇ ಮೊಳಕೆ ಕಟ್ಟಿದ ಮೇಲೆ 120 ರಿಂದ 140 ರೂ.ಗೆ ಮಾರಬಹುದು. ಪ್ರತೀ ದಿವಸ 50 ಕೆಜಿ ಮಾರಿಕೊಂಡು ಬಂದರೆ ಸಾವಿರಾರು ರೂಪಾಯಿಗಳು ಸಂಪಾದನೆ ಮಾಡಿಕೊಂಡು ಬರಬಹುದು.

ಇನ್ನೂ ಡ್ರಾನಲ್ಲಿ 5 ಲಕ್ಷ ತೆಗೆದುಕೊಂಡಿರುವವರು ಯಾವ ಬ್ಯುಸಿನೆಸ್ ಮಾಡಲು ಯೋಚಿಸುತ್ತಿದ್ದರೆ ನಾನೊಂದು ಉದಾ: ಕೊಡುತ್ತೇನೆ ಅದನ್ನು ಸೂಕ್ಷ್ಮವಾಗಿ ವಿಚಾರವಾಗಿ ತಿಳಿದುಕೊಳ್ಳಿ, ನೀವು ಇದನ್ನೇ ಮಾಡಿ ಎಂದು ನಾನು ಹೇಳುವುದಿಲ್ಲ, ನಿಮ್ಮ ಇಷ್ಟಕ್ಕೆ ಬಿಟ್ಟದ್ದು. ನಿಮ್ಮೂರಿನಲ್ಲಿ ಎಷ್ಟು ಮದುವೆಗಳು ನಡೆಯುತ್ತದೆ, ಎಷ್ಟು ಜನ ಹುಟ್ಟು ಹಬ್ಬವನ್ನು ಆಚರಿಸಿಕೊಳ್ಳುತ್ತಾರೆ, ವರ್ಷದಲ್ಲಿ ಎಷ್ಟು ಹಬ್ಬಗಳು ಬರುತ್ತವೆ, ನಿಮ್ಮೂರಿನಲ್ಲಿ ಎಷ್ಟು ಕಾರ್ಯಕ್ರಮಗಳು ನಡೆಯುತ್ತವೆ ಇವರಿಗೆಲ್ಲ ಬೇಕಾಗಿರುವುದು ಆರ್ಟಿಪಿಶಿಯಲ್ ಒಂದು ಗ್ರಾಂ. ಗೋಲ್ಡ್ ಪ್ಲೇಟೇಡ್ ಒಡವೆಗಳು. ಹೀಗಿನ ದುಬಾರಿ ಜೀವನದಲ್ಲಿ ಚಿನ್ನ ಕೊಳ್ಳುವಷ್ಟು ಎಷ್ಟೋ ಜನರ ಹತ್ತಿರ ಹಣವಿಲ್ಲ.

ಆರ್ಟಿಪಿಶಿಯಲ್ ಒಡವೆಗಳಿಗಾಗಿ ಜನ ಮುಗಿ ಬೀಳುತ್ತಿದ್ದಾರೆ. ಒಳ್ಳೆ ಬ್ಯುಸಿನೆಸ್ ಜನಸಂದಣಿ ಇರುವ ಏರಿಯಾದಲ್ಲಿ ಈ ಆರ್ಟಿಪಿಶಿಯಲ್ ಅಂಗಡಿಯನ್ನು ಇಟ್ಟು ನೋಡಿ ಪುರುಸೊತ್ತು ಇಲ್ಲದ ವ್ಯಾಪಾರ ಆಗುತ್ತದೆ. ಈತರಹದ ಅಂಗಡಿಯನ್ನು ಮಾಡಿದರೆ ತಿಂಗಳಿಗೆ ಲಕ್ಷಾಂತರ ಹಣವನ್ನು ಸಂಪಾದಿಸಬಹುದು. ಸೇಟುಗಳು, ಮಾರ್ವಾಡಿಗಳು ಇಂತಹ ವ್ಯಾಪಾರಗಳಿಂದಲೇ ದೊಡ್ಡ ಶ್ರೀಮಂತರಾಗುತ್ತಾರೆ. ನೀವುಗಳು ಇದನ್ನು ಸರಿಯಾಗಿ ಉಪಯೋಗಿಸಿಕೊಂಡರೆ ನೀವೂ ಶ್ರೀಮಂತರಾಗ-ಬಹುದು. ಈ ತರಹದ ಹೊಸ ಉಪಾಯಗಳಿಂದ ನಿಮ್ಮ ವ್ಯಾಪಾರವನ್ನು ವಿಸ್ತರಿಸಿಕೊಳ್ಳಬಹುದು ಮತ್ತು ಮುಂದೆ ಬರಲು ಹೆಚ್ಚಿನ ಅವಕಾಶ ಸಿಗುತ್ತದೆ.

**ಪಾಯಿಂಟ್ ನಂ. 12**

ಡ್ರಾ ನಲ್ಲಿ 2 ಲಕ್ಷ ಹಣ ಪಡೆದವರು ತಿಂಗಳಿಗೆ 2% ನಂತೆ ಬಡ್ಡಿಯನ್ನು ಕಟ್ಟುತ್ತಾ ಹೋಗಬೇಕು. 2 ಲಕ್ಷರೂ ಹಣಕ್ಕೆ ತಿಂಗಳಿಗೆ 4000 ರೂ. ಬಡ್ಡಿ ಆಗುತ್ತದೆ. ತಿಂಗಳಿಗೆ ನೀವು 25 ರಿಂದ 30 ಸಾವಿರ ಸಂಪಾದಿಸುವಾಗ 4000 ರೂ. ಬಡ್ಡಿ

ಕಟ್ಟಲೇಬೇಕಾಗುತ್ತದೆ. ನೀವು ಬಡ್ಡಿ ಕಟ್ಟಲೂ ಸಹ 1 ರಿಂದ 15ನೇ ತಾರೀಖಿನವರಿಗೂ ಕಟ್ಟಲು ನಿಮ್ಮ ಸಂಸ್ಥೆಯಲ್ಲಿ ಅವಕಾಶ ಇರುತ್ತದೆ.

ಎಲ್ಲಾ ಸಾಲಗಾರರಂತೆ ಇಲ್ಲಿ ನಿಮಗೆ ಯಾವುದೇ ಟಾರ್ಚರ್ ಕೊಡುವುದಿಲ್ಲ. ನೀವು ಕೇಳಬಹುದು, 5 ಲಕ್ಷ ಹಣ ತೆಗೆದುಕೊಂಡವರಿಗೆ ಯಾವುದೇ ಬಡ್ಡಿ ಹಾಕಿಲ್ಲ, ನಮಗ್ಯಾಕೆ 2% ಬಡ್ಡಿ ಹಾಕುತ್ತೀರಾ ಎಂದು ಕೇಳುತ್ತೀರ, ಏಕೆಂದರೆ ಅವನಾಗಲೇ 10,20,000 ರೂ.ನಲ್ಲಿ 5,20,000 ರೂ. ಬಿಟ್ಟು 5,00,000 ರೂ. ಮಾತ್ರ ತೆಗೆದುಕೊಂಡಿದ್ದಾನೆ. ಒಟ್ಟಿಗೆ ಅವನಿಂದ 5,20,000 ರೂ. ಹಿಡಿದುಕೊಂಡು ಅವನಿಗೆ ಬರಬೇಕಾದ ದುಡ್ಡಿನಲ್ಲಿ ನೀವು 2% ಬಡ್ಡಿಯಂತೆ ನಿಮ್ಮ ಸಂಸ್ಥೆಗೆ ನೀವು ಹಣವನ್ನು ಕಟ್ಟಿಕೊಂಡು ಹೋಗಬೇಕು. ನಿಮಗೆ ಡ್ರಾ ಆದ ನಂತರ 2,00,000 ರೂ. ಹಣವನ್ನು ಮುರಿದುಕೊಂಡು ಉಳಿದದ್ದನ್ನು ಕೊಡುತ್ತೇವೆ. ಅಲ್ಲಿಯವರೆಗೂ ನೀವು 2,00,000ರೂ ಹಣಕ್ಕೆ 2% ಬಡ್ಡಿಯನ್ನು ಕಟ್ಟಿಕೊಂಡು ಹೋಗಬೇಕು. ನಿಮಗೆ ಯಾವುದೇ ಟಾರ್ಚರ್‌ನನ್ನು ನಿಮ್ಮ ಸಂಸ್ಥೆ ನಿಮಗೆ ಕೊಡುವುದಿಲ್ಲ. ನೀವು ಬಡ್ಡಿ ಕಟ್ಟುವುದಕ್ಕೂ 1 ರಿಂದ 15ನೇ ತಾರೀಖಿನವರೆಗೂ ಸಮಯ ಇರುತ್ತದೆ. ನೀವು ಕಟ್ಟುವ ಬಡ್ಡಿ ಮುಂದೊಂದು ದಿನ ನಿಮ್ಮ ಸಂಘ ಸಂಸ್ಥೆಯ ಎಲ್ಲರ ಜೀವನವನ್ನೇ ಬದಲಾಯಿಸುತ್ತದೆ.

### ಪಾಯಿಂಟ್ ನಂ. 13

10,20,000 ಸಾವಿರ ಹಣದಲ್ಲಿ ಒಬ್ಬನಿಗೆ 5,00,000 ಲಕ್ಷ ಕೊಟ್ಟಿದ್ದೀರ, ಇನ್ನಿಬ್ಬರಿಗೆ ಎರಡೆರಡು ಲಕ್ಷ ಕೊಟ್ಟಿದ್ದೀರ. ಮೊದಲನೇ ತಿಂಗಳಲ್ಲಿ ನಿಮ್ಮೂರಲ್ಲಿ ನೀವುಗಳು 3 ಜನ ಶ್ರೀಮಂತರಾಗಲು ಅವಕಾಶ ಮಾಡಿಕೊಟ್ಟಿದ್ದೀರ. ಇನ್ನೂ ಉಳಿದ 1,20,000 ರೂ. ಹಣವನ್ನು ಅಧ್ಯಕ್ಷರಿಗೆ 3 ತಿಂಗಳಿಗೆ ಒಂದು ಸಾರಿ ಸಂಬಳ 15000 ರೂ., ಉಪಾಧ್ಯಕ್ಷರಿಗೆ 10,000 ರೂ.ಗಳು ಹಾಗೂ ಸದಸ್ಯರಿಗೆ 5000 ರೂ. ಸಂಬಳ ಪಡೆಯಬೇಕು. ಏಕೆಂದರೆ ಎಲ್ಲರ ಲೆಕ್ಕಾಚಾರಗಳನ್ನು ಇವರು ನಿಭಾಯಿಸಿಕೊಂಡು ಹೋಗಬೇಕು. ಎಲ್ಲಾ ಲೆಕ್ಕಾಚಾರ ವಹಿವಾಟುಗಳನ್ನು ಪ್ರತೀ 3 ತಿಂಗಳಿಗೊಮ್ಮೆ ಆಡಿಟರ್ ಮಾಡುವವರಿಗೆ ಕಳುಹಿಸಬೇಕು.

ಆಡಿಟರ್‌ಗೆ 2000 ದಿಂದ 3000 ರೂ. ಹಣ ಕೊಡಬೇಕಾಗುತ್ತದೆ, ನಿಮ್ಮಗಳ ಲೆಕ್ಕ ಪರಿಶೋಧನೆ ಮಾಡುತ್ತಾ ಹೋಗುತ್ತಾರೆ ಮತ್ತು ಸರ್ಕಾರದ ರೂಲ್ಸ್ ರೆಗ್ಯುಲೇಷನ್ ನಿಯಮ ಬದ್ಧಗಳ ಕಾನೂನುಗಳನ್ನು ಅನುಸರಿಸಲು ತಿಳಿಸಿಕೊಡುತ್ತಾರೆ. ಅಧ್ಯಕ್ಷರ ಮತ್ತು ಉಪಾಧ್ಯಕ್ಷರ ಕಾಲಾವಧಿ 5 ವರ್ಷ ಇರುತ್ತದೆ. 5 ವರ್ಷದ ನಂತರ ಇವರ

ನಡವಳಿಕೆ ಸರಿ ಇದ್ದರೆ ಹಾಗೇ ಮುಂದುವರಿಸಿಕೊಂಡು ಹೋಗಬಹುದು. ಇವರ ನಡವಳಿಗೆ ಸರಿಯಿಲ್ಲದಿದ್ದರೆ ಬೇರೆ 3 ಜನರನ್ನು ನೀವೆ ಆಯ್ಕೆಮಾಡಿಕೊಳ್ಳಬಹುದು. ಅಲ್ಲಿಗೆ ಅಧ್ಯಕ್ಷರ ಸಂಬಳ 15,000 ರೂ., ಉಪಾಧ್ಯಕ್ಷರ ಸಂಬಳ 10,000 ರೂ. ಸಂಬಳ, ಸದಸ್ಯರ ಸಂಬಳ 5000 ರೂ. ಸಂಬಳ ಒಟ್ಟು 30,000 ರೂ. ಆಗುತ್ತದೆ. ಮತ್ತು ಆಡಿಟರ್‌ನ ಸಂಬಳ 3000 ರೂ. ಇತರೆ ಪುಸ್ತಕಗಳಿಗೆ 2,000 ರೂ. ಖರ್ಚಾದರೂ ಇನ್ನೂ ಉಳಿಕೆ 90,000 ರೂ. ಅಕೌಂಟ್‌ನಲ್ಲಿ ಉಳಿದಿರುತ್ತದೆ.

**ಪಾಯಿಂಟ್ ನಂ. 14**

ಇನ್ನೂ ಉಳಿದ 90,000 ರೂ. ನಲ್ಲಿ 5,00,000 ರೂ. ಪಡೆದು ಡ್ರಾನಲ್ಲಿ ಆಯ್ಕೆಯಾದ ವಿಜೇತನ ಹೆಸರಲ್ಲಿ ಒಂದು ಟರ್ಮ್ ಇನ್ಸುರೆನ್ಸ್ ಮಾಡಿಸಬೇಕು ಮತ್ತು ಹೆಲ್ತ್ ಇನ್ಸುರೆನ್ಸ್ ಮಾಡಿಸಬೇಕು. ಏಕೆಂದರೆ ಅಕಸ್ಮಾತ್ ಅವನಿಗೆ ಏನಾದರೂ ತೊಂದರೆ ಆದರೆ ಅವನಿಂದ ಬಂದ ಟರ್ಮ್ ಇನ್ಸುರೆನ್ಸ್‌ನಿಂದ ಸಂಘ ಸಂಸ್ಥೆಯಿಂದ ಕೊಟ್ಟ ಹಣವನ್ನು ಪಡೆದುಕೊಂಡು ಉಳಿದದ್ದನ್ನು ಅವನ ಕುಟುಂಬಳಿಗೆ ಕೊಡಬಹುದು. ಇದು ಮುಖ್ಯವಾದ ಜೀವನಲ್ಲಿ ಭರ್ಜರಿ ಉಳಿತಾಯವು ಇವರ ಕುಟುಂಬಕ್ಕೆ ಸೇರುತ್ತದೆ.

ಎರಡೂ ಲಕ್ಷ ರೂ. ಹಣ ತೆಗೆದುಕೊಂಡವವರಿಗೂ ಟರ್ಮ್ ಇನ್ಸುರೆನ್ಸ್ ಪಾಲಿಸಿ ಮಾಡಿಸಬೇಕು. ಈ ವಿಚಾರ ಎಲ್ಲಾ ಡ್ರಾನಲ್ಲಿ ಆಯ್ಕೆಯಾದ ಸದಸ್ಯರಿಗೆ ಅನ್ವಯಿಸುತ್ತದೆ.

ತದನಂತರ ಅಧ್ಯಕ್ಷರು, ಉಪಾಧ್ಯಕ್ಷರು ಮತ್ತು ಸದಸ್ಯರುಗಳೂ 3 ಜನ ಸೇರಿ ಸಂಸ್ಥೆಯ ಹೆಸರಿನಲ್ಲಿ ನಿಮ್ಮ ಬ್ಯಾಂಕಿನಲ್ಲಿ ಡೀಮ್ಯಾಟ್ ಖಾತೆಯನ್ನು ತೆರೆಯಬೇಕು. ಉಳಿದ 85,000 ರೂ. ಇದೆ ಎಂದು ತಿಳಿದುಕೊಳ್ಳಿ, ಪ್ರತೀ ತಿಂಗಳು ಸಂಸ್ಥೆ ಹೆಸರಿನಲ್ಲಿ 30,000 ರೂ. ಹಣವನ್ನು ಮ್ಯುಚ್ಯುಯಲ್ ಫಂಡ್‌ನಲ್ಲಿ ತೊಡಗಿಸಬೇಕು. ಹೀಗೆ ಇಂದಿನಿಂದ 25 ವರ್ಷದವರಿಗೂ ಪ್ರತೀ ತಿಂಗಳು 30,000 ರೂ. ಹಣ ಕಟ್ಟುತ್ತಾ ಹೋದರೆ ಪ್ರತೀ ವರ್ಷಕ್ಕೆ 5000 ರೂ. ಹೆಚ್ಚಿಸುತ್ತಾ ಹೋದರೆ 25 ರಿಂದ 30 ವರ್ಷದಲ್ಲಿ ಪ್ರತಿ 102 ಸದಸ್ಯರಿಗು 50 ಲಕ್ಷದಿಂದ 1 ಕೋಟಿವರೆಗೂ ಹಣ ಸಿಗುತ್ತದೆ.

**ಪಾಯಿಂಟ್ ನಂ. 15**

ಆಗ ಪ್ರತಿಯೊಬ್ಬ 102 ಸದಸ್ಯರಿಂದ ನಿಮ್ಮ ಸಂಸ್ಥೆಗೆ ಅಡಮಾನವಿಟ್ಟ, ಮಾರ್ಟಿಗೇಜ್ ಮಾಡಿಕೊಟ್ಟ ಸೈಟು ಮತ್ತು ಜಮೀನು ಎಲ್ಲರಿಗೂ ಪುನಃ ವಾಪಸ್ ನೀಡಲು ಅನುಕೂಲವಾಗುತ್ತದೆ. ಮತ್ತೊಂದು ವಿಷಯವೇನೆಂದರೆ ಇವರು ಕಟ್ಟುವ 2% ಬಡ್ಡಿ ಕಂಪನಿಯಲ್ಲೇ ಉಳಿಯುತ್ತಾ ಹೋಗುತ್ತದೆ. ಈ ಬಡ್ಡಿ ಹಣ 3 ತಿಂಗಳಿಗೊಮ್ಮೆ

ಇಬ್ಬರಿಂದ 8000 ರೂ., 16,000 ರೂ., 32,000 ರೂ. ಹೀಗೆ ಮಲ್ಟಿಪ್ಲೇ ಹಾಗುತ್ತಾ ಹೋಗುತ್ತದೆ. ಈ ಬಡ್ಡಿ ಉಳಿಕೆ ಹಣದಿಂದ ಬ್ಯಾಂಕಿನಲ್ಲಿ ಕೋಟಿಗಟ್ಟಲೆ ಸಾಲ ಸಿಗುತ್ತದೆ. ನಿಮ್ಮೂರಲ್ಲಿ ದೊಡ್ಡದಾದ ಒಂದು ಕಂಪನಿ ಮಾಡಿ ನೂರಾರು ಜನಕ್ಕೆ ನಿಮ್ಮ ಹಳ್ಳಿಯಲ್ಲಿಯೇ ಉದ್ಯೋಗವನ್ನು ಕಲ್ಪಿಸಿಕೊಡಬಹುದು.

ಇದರಿಂದ ನೀವೆಲ್ಲರೂ ಶ್ರೀಮಂತರಾಗುವುದಲ್ಲದೆ ಸುತ್ತಮುತ್ತಲಿನ ಜನಕ್ಕೂ ಕೆಲಸ ಕೊಟ್ಟು ದೊಡ್ಡ ಉದ್ಯಮಿ ಎನಿಸಿಕೊಳ್ಳಲು ಯಾವುದೇ ಸಂಶಯವಿಲ್ಲ. ನಿಮ್ಮ ಸಂಸ್ಥೆಯ ಅಕೌಂಟಿಗೆ ಹೇರಳವಾದ ಹಣ ಬರಲು ಪ್ರಾರಂಭವಾಗುತ್ತದೆ. ನಿಮ್ಮೂರಲ್ಲಿ ಯಾರೇ ಕಷ್ಟದಲ್ಲಿದ್ದರೂ ನಿಮ್ಮ ದುಡ್ಡನ್ನು 2% ಬಡ್ಡಿಗೆ ತೆಗೆದುಕೊಂಡು ನೀವೆ ಬಳಸಿಕೊಳ್ಳಲು ಅನುಕೂಲವಾಗುತ್ತದೆ.

ಏತಕ್ಕೆ 2% ಬಡ್ಡಿ ಜಾಸ್ತಿ ಆಗಲಿಲ್ಲವ ಎಂದು ಕೇಳಿದರೆ, ಎಲ್ಲಾ ಬ್ಯಾಂಕುಗಳಂತೆ ಬಡ್ಡಿ, ಚಕ್ರ ಬಡ್ಡಿ ಇಲ್ಲಿ ಯಾವುದೂ ಇರುವುದಿಲ್ಲ. ಈ ಹಣವನ್ನು ಮ್ಯೂಚಲ್‌ಫಂಡ್‌ನಲ್ಲಿ ಹೂಡಿಕೆ ಮಾಡುವುದರಿಂದ ನಿಮಗೆಲ್ಲರಿಗು ಉಪಯೋಗವಾಗುತ್ತದೆ. ನಿಮ್ಮ ಹಣವನ್ನು ನೀವೆ ಬಳಸಿಕೊಳ್ಳಲು ನಿಮಗೆ ಅನುಕೂಲವಾಗಲು ಸಹಾಯವಾಗುತ್ತದೆ.

## ಪಾಯಿಂಟ್ ನಂ. 16

ಇನ್ನೂ ಮೊದಲ ವರ್ಷ ಮೊದಲ 3 ತಿಂಗಳು ಕಳೆಯಿತು, 2ನೇ ಕಂತು ಮತ್ತೆ 3 ತಿಂಗಳಿಗೆ ಪ್ರಾರಂಭವಾಯಿತು. ಮತ್ತೇ ಎಲ್ಲಾ 102 ಸದಸ್ಯರು ಮತ್ತೆ 10,000 ಹಣವನ್ನು ನಿಮ್ಮ ಸಂಘ-ಸಂಸ್ಥೆಯ ಚಾಲ್ತಿ ಖಾತೆಯಲ್ಲಿ ತುಂಬಬೇಕು. 1 ರಿಂದ 15ನೇ ತಾರೀಖಿನೊಳಗೆ ಮತ್ತೆ 10,20,000 ರೂ. ನಿಮ್ಮ ಸಂಘ ಸಂಸ್ಥೆಗೆ ಹಣ ಜಮಾ ಆಯಿತು. ಮತ್ತೆ ಒಬ್ಬ ಸದಸ್ಯನನ್ನು ಲಾಟರಿ ಎತ್ತುವ ಮೂಲಕ ಒಬ್ಬನನ್ನು ಆಯ್ಕೆ ಮಾಡಬೇಕು.

ಡ್ರಾನಲ್ಲಿ ಆಯ್ಕೆಯಾದ ವಿಜೇತನಿಗೆ ಮತ್ತೇ ಇಲ್ಲಿ ಯಾವುದೇ ಬಡ್ಡಿ ಇಲ್ಲದೆ 5 ಲಕ್ಷ ಹಣವನ್ನು ಚೆಕ್ ಮೂಲಕ ವಿತರಿಸಬೇಕು. ಹಿಂದೆ ಮೊದಲ ಸಲ ಯಾವ ರೀತಿ ಸಾಕ್ಷಿ ಪಡೆದುಕೊಂಡಿದ್ದೀರೋ ಅದರಂತೆ ಈ ಸದಸ್ಯನಿಗೂ ಅದೇ ತರಹದ ಸಾಕ್ಷಿ ಪಡೆದುಕೊಳ್ಳಬೇಕು.

ತದನಂತರ ಇಲ್ಲೂ ಇಬ್ಬರನ್ನು ಆಯ್ಕೆಮಾಡಿ ಎರಡೆರಡು ಲಕ್ಷ ಹಣವನ್ನು ತಲಾ ಇಬ್ಬರಿಗೆ 2% ನಂತೆ ಬಡ್ಡಿಗೆ ಹಣ ಕೊಡಬೇಕು. ಇವರಿಗೂ ಸಹ ಹಿಂದಿನ ರೀತಿಯಲ್ಲಿ ಯಾವ ರೀತಿ ಅಗ್ರಿಮೆಂಟ್ ಮಾಡಿಕೊಂಡು ಖಾಲಿ ಚೆಕ್ ಪಡೆದುಕೊಂಡು ಕೊಟ್ಟಿದ್ದೀರೋ ಇಲ್ಲೂ ಸಹ ಇದೇ ರೀತಿ ರೂಲ್ಸ್ ಅನ್ವಯಿಸುತ್ತದೆ.

ಇಲ್ಲೂ ಸಹ 1,20,000 ರೂ. ಹಣ ಚಾಲ್ತಿ ಖಾತೆಯಲ್ಲಿ ಉಳಿತಾಯವಾಗುತ್ತದೆ. ಮತ್ತೆ 3 ಜನ ಅಧ್ಯಕ್ಷರ, ಉಪಾಧ್ಯಕ್ಷರು ಮತ್ತು ಸದಸ್ಯರ ಸಂಬಳ 30 ಸಾವಿರ ಕಳೆದರೂ ಇನ್ನೂ 90,000 ರೂ. ನಿಮ್ಮ ಸಂಘ ಸಂಸ್ಥೆಯ ಖಾತೆಯಲ್ಲಿ ಉಳಿಯುತ್ತದೆ. ಮತ್ತೆ ಇಲ್ಲಿ 2 ಲಕ್ಷ ಹಣ ತೆಗೆದುಕೊಂಡವರ ಇಬ್ಬರಿಂದ ಬಡ್ಡಿ 1 ತಿಂಗಳಿಗೆ 8000 ರೂ. ಆದರೆ 3 ತಿಂಗಳಿಗೆ 24,000 ರೂ. ಬಡ್ಡಿ ಬಂದಿರುತ್ತದೆ. ಈಗ ಸಂಘ ಸಂಸ್ಥೆಯ ಖಾತೆಯಲ್ಲಿ ಉಳಿಕೆ 90,000+24,000 = 1,14,000 ರೂ. ಹಣ ಆಗಿರುತ್ತದೆ. 3 ತಿಂಗಳು ಮ್ಯುಚ್ಯುಯಲ್ ಫಂಡ್‌ಗೆ 90,000 ರೂ. ಕಟ್ಟಿದ್ದರು ಉಳಿಕೆ ಖಾತೆಯಲ್ಲಿ 24,000 ರೂ. ಹಾಗೇ ಇರುತ್ತದೆ. ಸ್ನೇಹಿತರೆ ಹೀಗೆ 3 ತಿಂಗಳಿಗೊಮ್ಮೆ 10,000 ರೂ. ಹಣ ನಿಮ್ಮ ಸಂಸ್ಥೆಗೆ ಕಟ್ಟಿಕೊಂಡು ಡ್ರಾನಲ್ಲಿ ವಿಜೇತನಾದವನಿಗೆ 5 ಲಕ್ಷ ಹಣ ಕೊಡುತ್ತ ಅವನ ಹೆಸರಲ್ಲಿ ಹೆಲ್ತ್ ಇನ್ಸುರೆನ್ಸ್ ಮತ್ತು ಟರ್ಮ್ ಇನ್ಸುರೆನ್ಸ್ ಮಾಡಿಸಿ ಮತ್ತೇ 3 ತಿಂಗಳಿಗೆ ಇಬ್ಬರು 2 ಲಕ್ಷ ಪಡೆದವರಿಗೂ ಟರ್ಮ್ ಇನ್ಸುರೆನ್ಸ್ ಹೆಲ್ತ್ ಇನ್ಸ್‌ರೆನ್ಸ್ ಮಾಡಿಸುತ್ತಾ ಹೋಗಬೇಕು. ಇವರಿಂದ 2% ಬಡ್ಡಿಯೂ ಸಹ ಪಡೆದುಕೊಳ್ಳಬೇಕು. ಹೀಗೆ 5 ವರ್ಷ ಕಟ್ಟುತ್ತಾ ಹೋದರೆ 5ನೇ ವರ್ಷದಲ್ಲಿ ವರ್ಷಕ್ಕೆ 4 ಜನರಂತೆ 5ನೇ ವರ್ಷಕ್ಕೆ 20 ಜನ ಡ್ರಾನಲ್ಲಿ ಆಯ್ಕೆಯಾಗಿ 5 ಲಕ್ಷ ಹಣವನ್ನು ನಿಮ್ಮ ಸಂಸ್ಥೆಯಿಂದ ಪಡೆದು ಜೀವನವನ್ನು ಸೆಟಲ್ ಮಾಡಿಕೊಂಡಿರುತ್ತಾರೆ.

ಅದರಂತೆ 2 ಲಕ್ಷ ಹಣ ಪಡೆದವರೂ ಸಹ ವರ್ಷಕ್ಕೆ 8 ಜನ ಬ್ಯುಸಿನೆಸ್ ಮ್ಯಾನ್‌ಗಳಾಗಿ 5ನೇ ವರ್ಷಕ್ಕೆ 40 ಜನ ಬ್ಯುಸಿನೆಸ್ ಮ್ಯಾನ್‌ಗಳಾಗಿ ಹೊರಬರುತ್ತಾರೆ. ಇವರು ಪ್ರತೀ ತಿಂಗಳು ಕಟ್ಟುವ ಬಡ್ಡಿ ಹಣ 4000x48 ಜನಕ್ಕೆ 1,92,000 ರೂ. ಹಣ ಸಂಸ್ಥೆಗೆ ಬರಲು ಪ್ರಾರಂಭವಾಗುತ್ತದೆ.

ಈ 2 ಲಕ್ಷರೂ ಹಣವನ್ನು ತೆಗೆದುಕೊಳ್ಳುವವರ ಸಂಖ್ಯೆ ಜಾಸ್ತಿಯಾಗಿ ಇವರ ಹಣ ಪ್ರತೀ ತಿಂಗಳು ಈ ರೀತಿ ಮಲ್ಟಿಪ್ಲೇ ಆಗುತ್ತಾ ಇರುತ್ತದೆ. ಈ ಕೆಳಗೆ ಕೊಟ್ಟಿರುವ ಉದಾ: ನೋಡಿ.

ಮೊದಲು 3 ತಿಂಗಳಲ್ಲಿ ಇಬ್ಬರು 2 ಲಕ್ಷದಂತೆ 4 ಲಕ್ಷ ಹಣ ಪಡೆದಿರುತ್ತಾರೆ 2% ಬಡ್ಡಿಯಂತೆ, 2 ಲಕ್ಷಕ್ಕೆ 4 ಸಾವಿರ ಬಡ್ಡಿ, 4 ಲಕ್ಷಕ್ಕೆ 8 ಸಾವಿರ ಬಡ್ಡಿ, 2ನೇ ಕಂತು 10 ಸಾವಿರ ಹಣ ಕಟ್ಟುವ ಹೊತ್ತಿಗೆ 3 ತಿಂಗಳಿಗೆ 8000x3 ತಿಂಗಳಿಗೆ ಬಡ್ಡಿ 24,000 ರೂ. ಆಗುತ್ತದೆ. 3ನೇ ಕಂತು ಕಟ್ಟುವಷ್ಟರಲ್ಲಿ ಇಬ್ಬರಿಂದ 24,000 ರೂ. ಬಡ್ಡಿ ಹಣ ಬಂದಿರುತ್ತದೆ.

5ನೇ ವರ್ಷಕ್ಕೆ ನಿಮ್ಮ ಸಂಸ್ಥೆಗೆ 2 ಲಕ್ಷರೂ ಹಣ ಪಡೆದವರು ವರ್ಷಕ್ಕೆ 8 ಜನರಂತೆ 5ನೇ ವರ್ಷಕ್ಕೆ 40 ಜನ ಬಡ್ಡಿ ಕಟ್ಟುವವರಾಗಿರುತ್ತಾರೆ. ಒಬ್ಬರಿಂದ

4000 ರೂ. ಬಡ್ಡಿ ಬರುಹುದಾದರೆ 40 ಜನಗಳಿಂದ 1,60,000 ರೂ. ಬಡ್ಡಿ ಬರಲು ಪ್ರತಿ ತಿಂಗಳು ಪ್ರಾರಂಭವಾಗುತ್ತದೆ. ನೀವು ಕಟ್ಟುವ ಬಡ್ಡಿಯ ಹಣ ನಿಮ್ಮ ಸಂಸ್ಥೆಯ ಹೆಸರಲ್ಲಿ ಮ್ಯುಚ್ಯುಯಲ್ ಪಂಡ್‌ಗೆ ಪ್ರತೀ ತಿಂಗಳು ಕಟ್ಟುತ್ತಾ ಹೋದರೆ 2ನೇ ವರ್ಷದಿಂದಲೇ ನಿಮ್ಮೆಲ್ಲರ ಹಣ ಮ್ಯುಚ್ಯುಯಲ್ ಪಂಡ್‌ನಲ್ಲಿ ಬೆಳೆಯುತ್ತಾ ಹೋಗುತ್ತದೆ. ನೀವುಗಳು ಶ್ರೀಮಂತರಾಗುವುದಕ್ಕೆ ನಿಮ್ಮಗಳ 2ನೇ ಕಂತಿನಿಂದಲೇ ಪ್ರಾರಂಭವಾಗುತ್ತದೆ.

ನಿಮ್ಮ ಉದ್ಯೋಗಗಕ್ಕೆ ಹಣ ಸಿಕ್ಕಂತಾಯಿತು. ನಿಮ್ಮ ಕಾಯಿಲೆಗೆ ಹೆಲ್ತ್ ಇನ್ಸುರೆನ್ಸ್ ಕಟ್ಟಿದಂಗೂ ಆಯಿತು, ನಿಮ್ಮ ಕುಟುಂಬಗಳಿಗೆ ನಿಮ್ಮ ರಕ್ಷಣೆಗೆ ಟರ್ಮ್ ಇನ್ಸುರೆನ್ಸ್ ರಕ್ಷಣೆ ಒದಗಿಸಿದಂತಾಯಿತು. ನೀವುಗಳು ಜೀವನದಲ್ಲಿ ಉದ್ಯೋಗಸ್ಥರು ಆದಂಗಾಯಿತು ಹಾಗೂ ಮ್ಯುಚ್ಯುಯಲ್ ಪಂಡ್‌ನಲ್ಲಿ ಶ್ರೀಮಂತಿಕೆಯು ಹೆಚ್ಚಾಗುತ್ತಾ ಹೋದಂಗಾಯ್ತು. ಇದಕ್ಕಿಂತ ಸೌಲಭ್ಯ ಇನ್ನೇನು ಬೇಕು ನಿಮಗೆ ನೀವೇ ಯೋಚನೆ ಮಾಡಿ.

ನೀವು ಕಟ್ಟುವ ಬಡ್ಡಿ ಹಣ ನಿಮ್ಮ ಸಂಘ ಸಂಸ್ಥೆಯ ಎಲ್ಲಾ ಜನಗಳಿಗೂ 2 ಲಕ್ಷರೂ ಹಣ ಸಿಗುತ್ತಾ ಹೋಗುತ್ತದೆ. ಎಲ್ಲರೂ 2% ಬಡ್ಡಿ ಹಣ ಕಟ್ಟುತ್ತಾ ಹೋದರೆ ನಿಮ್ಮ ಹಣ ಮ್ಯುಚ್ಯುಯಲ್ ಪಂಡ್‌ನಲ್ಲಿ ಉಳಿಯುತ್ತಾ ಬೆಳೆಯುತ್ತಾ ಹೋಗುತ್ತದೆ. ನಿಮಗೆ ಕಷ್ಟ ಬಂದಾಗಲೆಲ್ಲ ಈ ನಿಮ್ಮ ಸಂಸ್ಥೆಯಿಂದಲೇ 2% ಬಡ್ಡಿಯಂಗೆ ಎಷ್ಟಾದರೂ ಹಣ ಪಡೆದುಕೊಳ್ಳಬಹುದು. ನೀವು ಯಾರ ಹತ್ತಿರ ಕೈ ಚಾಚುವ ಅವಶ್ಯಕತೆ ಬರುವುದಿಲ್ಲ. ನಿಮ್ಮ ಹಣ ನೀವೆ ಬಳಸಿಕೊಳ್ಳುತ್ತೀರ, ನಿಮ್ಮ ಹಣಕ್ಕೆ ನೀವೆ ಬಡ್ಡಿಯನ್ನು ಕಟ್ಟಿಕೊಳ್ಳುತ್ತೀರ, ನಿಮ್ಮ ಹಣ ಮ್ಯುಚ್ಯುಯಲ್ ಪಂಡ್‌ನಲ್ಲಿ ನೀವು ನಿದ್ರೆ ಮಾಡುತ್ತಿದ್ದರೂ ಅದು ಬೆಳೆಯುತ್ತಾ ಹೋಗುತ್ತದೆ.

ನಿಮ್ಮ ಶ್ರೀಮಂತಿಕೆಯನ್ನು ಹೆಚ್ಚಿಸುತ್ತಾ ಹೋಗುತ್ತದೆ.

ನೀವುಗಳು ಈ ಸಂಸ್ಥೆಯಿಂದ ಹಣ ಪಡೆದು ಒಳ್ಳೆಯ ಸಂಪಾದನೆ ಮಾಡುತ್ತಿರುತ್ತೀರ. ನೀವುಗಳು 5 ನೇ ವರ್ಷಕ್ಕೆ 3 ತಿಂಗಳಿಗೆ 10,000 ರೂ.ದಂತೆ ಕಟ್ಟಿದ್ದ ಒಟ್ಟು ಹಣ 2 ಲಕ್ಷ ಹಾಗಿರುತ್ತದೆ. ಆದರೆ ಈಗ ನೀವು ಪಡೆದುಕೊಂಡಿರುವುದು 5 ಲಕ್ಷರೂ ಹಣವನ್ನು ಅದು ಯಾವುದೇ ಬಡ್ಡಿ ಇಲ್ಲದೆ 20 ಜನ ಹಣ ಪಡೆದಿರುತ್ತಾರೆ. ಇಂತಹ ಅವಕಾಶ ನಿಮಗೆ ಎಲ್ಲಿಯೂ ಸಿಗುವುದಿಲ್ಲ. ಮತ್ತೆ 2 ಲಕ್ಷರೂ ಹಣ ಪಡೆದವರು 5ನೇ ವರ್ಷದಲ್ಲಿ 40 ಜನ ಆಗುತ್ತಾರೆ. ಇವರೆಲ್ಲ 5ನೇ ವರ್ಷಕ್ಕೆ ಪ್ರತೀ 3 ತಿಂಗಳಂತೆ 5ನೇ ವರ್ಷಕ್ಕೆ ಕೇವಲ 2 ಲಕ್ಷ ಮಾತ್ರ ಕಟ್ಟಿರುತ್ತಾರೆ. ಈಗಾಗಲೇ 2 ಲಕ್ಷ ಹಣವನ್ನು ಪ್ರತೀ 40 ಜನಗಳು 5 ವರ್ಷದಲ್ಲಿ ಪಡೆದಿರುತ್ತಾರೆ.

**ಪಾಯಿಂಟ್ ನಂ. 17**

ಈಗ ನೀವು ಪ್ರತೀ 3 ತಿಂಗಳಿಗೊಮ್ಮೆ ಕಟ್ಟುವ 10,000 ರೂ. ಹಣ 5 ವರ್ಷ ಮುಗಿಯುತ್ತಾ ಬಂದಿದೆ 6ನೇ ವರ್ಷಕ್ಕೆ ಕಾಲಿಡುತ್ತಿದ್ದೀರ, 5 ವರ್ಷದಲ್ಲಿ 20 ಜನ ಐದೈದು ಲಕ್ಷ ಹಣ ಪಡೆದು ಜೀವನದಲ್ಲಿ ಸೆಟಲ್ ಆದರು ಮತ್ತು 2 ಲಕ್ಷ ರೂ ಹಣ ತೆಗೆದುಕೊಂಡವರು 40 ಜನ ಬ್ಯುಸಿನೆಸ್ ಮ್ಯಾನ್‌ಗಳಾದರು.

ಈಗ 6ನೇ ವರ್ಷಕ್ಕೆ ಮೊದಲ 3 ತಿಂಗಳಿಗೆ ಕಾಲಿಡುತ್ತಿದ್ದೀರ. ಸೇಮ್ ಅದೇ ರೀತಿ 10,000 ರೂ. ಹಣವನ್ನು 3 ತಿಂಗಳಿಗೊಮ್ಮೆ ಕಟ್ಟುತ್ತಾ ಬಂದಿದ್ದೀರ. ಐದು ವರ್ಷ ಕಾದಿದಕ್ಕೆ ಈಗ 5 ವರ್ಷದ ನಂತರ 6ನೇ ವರ್ಷದ ಮೊದಲ ವ್ಯಕ್ತಿಯನ್ನು ಡ್ರಾ ಮೂಲಕ ಆಯ್ಕೆ ಮಾಡಲಾಗುತ್ತದೆ. ಈ ಡ್ರಾನಲ್ಲಿ ವಿಜೇತನಾದ ವ್ಯಕ್ತಿಗೆ ಇಲ್ಲಿ 6 ಲಕ್ಷರೂ ಹಣವನ್ನು ಯಾವುದೇ ಬಡ್ಡಿ ಇಲ್ಲದೆ ನಿಮ್ಮ ಸಂಘ ಸಂಸ್ಥೆ ಕೊಡುತ್ತದೆ. 6 ಲಕ್ಷ ಪಡೆದ ವ್ಯಕ್ತಿ ಯಾವುದೇ ಬ್ಯುಸಿನೆಸ್ ಮಾಡಲು ಅವನಿಷ್ಟಕ್ಕೆ ಬಿಟ್ಟದ್ದು. ಮತ್ತೆ ಇಬ್ಬರನ್ನು ಡ್ರಾ ಮೂಲಕ ಆಯ್ಕೆ ಮಾಡಲಾಗುತ್ತದೆ. ಇವರಿಬ್ಬರಿಗೂ ಸೇಮ್ ಹಿಂದಿನಂತೆ ತಲಾ 2 ಲಕ್ಷರೂ ಹಣವನ್ನು 2% ಬಡ್ಡಿಯಂತೆ ಕೊಡಲಾಗುತ್ತದೆ.

ಇವರು ಪ್ರತೀ ತಿಂಗಳು 2% ಬಡ್ಡಿ ಮಾತ್ರ ಕಟ್ಟಿಕೊಂಡು ಹೋಗಬೇಕು. 2 ಲಕ್ಷ ರೂ ಹಣ ಪಡೆದವರು ನಿಮಗೆ ಇಷ್ಟ ಬಂದ ಬ್ಯುಸಿನೆಸ್ ಮಾಡಬಹುದು. ನಿಮಗೆ ಕೆಲವು ಬ್ಯುಸಿನೆಸ್ ಐಡಿಯಾ ಗೊತ್ತಿಲ್ಲವಾದರೆ ಅಕ್ಕಪಕ್ಕದವರ ತಜ್ಞರ ಸಲಹೆ ಪಡೆದು ಬ್ಯುಸಿನೆಸ್ ಪ್ರಾರಂಭ ಮಾಡಿಕೊಳ್ಳಬಹುದು.

**ಪಾಯಿಂಟ್ ನಂ. 18**

ಇದೇ ರೀತಿ ಇನ್ನೈದು ವರ್ಷದವರಿಗೂ 10,000ರೂ ಹಣವನ್ನು 3 ತಿಂಗಳಿಗೊಮ್ಮೆ ಕಟ್ಟುತ್ತಾ ಬರಬೇಕು. ಡ್ರಾನಲ್ಲಿ ವಿಜೇತರಾದವರಿಗೆ 20 ಜನಗಳಿಗೆ ತಲಾ 6 ಲಕ್ಷ ಹಣ ಸಿಕ್ಕುತ್ತಾ ಹೋಗುತ್ತದೆ. ಮತ್ತೆ ತಲಾ ಇಬ್ಬರಂತೆ 5 ವರ್ಷಕ್ಕೆ 2 ಲಕ್ಷ ರೂ ಹಣ ಪಡೆದವರು 40 ಜನಗಳು ಆಗಿರುತ್ತಾರೆ. ಯಾವುದೇ ಕಾರಣಕ್ಕೂ ಬಡ್ಡಿಯಾಗಲಿ, ಕಂತಿನ ಹಣವಾಗಲಿ 25 ವರ್ಷ ಅವಧಿ ಮುಗಿಯುವವರೆಗೂ ಕಟ್ಟುತ್ತಲೇ ಬರಬೇಕು. ಮತ್ತೆ ಮೇಲಿನ 20 ಜನಕ್ಕೆ ಹೆಲ್ತ್ ಇನ್ಸುರೆನ್ಸ್ ಮತ್ತು ಟರ್ಮ್ ಇನ್ಸುರೆನ್ಸ್ ಮಾಡಿಸಬೇಕು. 2 ಲಕ್ಷ ರೂ ಹಣ ಪಡೆದ ಮೇಲಿನ 40 ಜನಕ್ಕೂ ಟರ್ಮ್ ಇನ್ಸುರೆನ್ಸ್ ಮಾಡಿಸಬೇಕು.

ಇಲ್ಲಿ 5 ವರ್ಷ ಮುಗಿದಿದ್ದು 6ನೇ ವರ್ಷಕ್ಕೆ ಕಾಲಿಡುತ್ತಿದ್ದಂತೆ ನೀವು ಆಯ್ಕೆ ಮಾಡಿದ 3 ಜನ ಅಧ್ಯಕ್ಷ, ಉಪಾಧ್ಯಕ್ಷ ಮತ್ತು ಸದಸ್ಯ 5 ವರ್ಷದಿಂದ ಚೆನ್ನಾಗಿ

ಕಾರ್ಯ ನಿರ್ವಹಿಸಿಕೊಂಡು ಬಂದಿದ್ದರೆ ಇವರನ್ನೇ ನೀವು ಮುಂದುವರಿಕೊಂಡು ಹೋಗಬಹುದು. ಸರಿಯಾಗಿ ಕಾರ್ಯ ನಿರ್ವಹಿಸದಿದ್ದರೆ 5 ವರ್ಷ ಆದಮೇಲೆ ಈ ಮೂವರನ್ನು ಬಿಟ್ಟು ಬೇರೆಯವರನ್ನು ಆಯ್ಕೆ ಮಾಡಲು ನಿಮಗೆ ಅವಕಾಶವಿದೆ.

ಏಕೆಂದರೆ ಎಲ್ಲರೂ ಕಷ್ಟಪಟ್ಟು ಸಂಪಾದನೆ ಮಾಡುವ ಹಣವನ್ನು ಎಚ್ಚರಿಕೆಯಿಂದ ಕಾರ್ಯ ನಿರ್ವಹಿಸಬೇಕು ಮತ್ತು ಮೊದಲಿನಂತೆ ಅಧ್ಯಕ್ಷನಿಗೆ 15,000 ರೂ., ಉಪಾಧ್ಯಕ್ಷನಿಗೆ 10,000 ರೂ. ಮತ್ತು ಸದಸ್ಯನಿಗೆ 5000 ರೂ. ಹಣ ತೆಗೆದುಕೊಳ್ಳಬೇಕು. ಉಳಿದ ಹಣವನ್ನು ಮ್ಯುಚ್ಯುಯಲ್ ಪಂಡ್‌ನಲ್ಲಿ ತಪ್ಪದೇ ವರ್ಷಕ್ಕೆ 5000 ರೂ. ಹಣ ಹೆಚ್ಚಿಸುತ್ತಾ ಹಣ ತೊಡಗಿಸುತ್ತಾ ಹೋಗಬೇಕು.

**ಪಾಯಿಂಟ್ ನಂ. 19**

ಮೊದಲ 5 ವರ್ಷದ ಮ್ಯುಚ್ಯುಯಲ್ ಪಂಡ್‌ನಲ್ಲಿ ಈ ಕೆಳಗೆ ಕೊಟ್ಟಿರುವ ರೀತಿ ಹಣ ತೊಡಗಿಸುತ್ತಾ ಹೋಗಬೇಕು. ಮೊದಲನೇ ವರ್ಷ ಪ್ರತೀ ತಿಂಗಳು 30,000 ರೂ. ಹಣ ತೊಡಗಿಸಬೇಕು. 2ನೇ ವರ್ಷ ಪ್ರತೀ ತಿಂಗಳು 35,000 ರೂ. ಹಣವನ್ನು ತೊಡಗಿಸಬೇಕು. 3ನೇ ವರ್ಷದ ಪ್ರಾರಂಭದಲ್ಲಿ ಪ್ರತೀ ತಿಂಗಳು 40,000 ರೂ. ಹಣವನ್ನು ಕಟ್ಟುತ್ತಾ ಬರಬೇಕು. 4ನೇ ವರ್ಷದಲ್ಲಿ ಪ್ರತೀ ತಿಂಗಳು ಪ್ರಾರಂಭದಿಂದ 45,000 ರೂ. ಹಣವನ್ನು ಕಟ್ಟುತ್ತಿರಬೇಕು. 5ನೇ ವರ್ಷ ಕೊನೆವರೆಗೂ 50,000ರೂ. ಹಣವನ್ನು ಕಟ್ಟುತ್ತಾ ಬರಬೇಕು.

ಈಗ 6ನೇ ವರ್ಷಕ್ಕೆ ಕಾಲಿಡುತ್ತಿದ್ದೀರಿ. ಈಗ ಪ್ರತೀ ತಿಂಗಳು 55,000 ರೂ. ಹಣ ಕಟ್ಟಬೇಕು, 7ನೇ ವರ್ಷಕ್ಕೆ ಕಾಲಿಡುತ್ತಿದ್ದಂತೆ ಪ್ರತೀ ತಿಂಗಳು 60,000 ರೂ. ಹಣ ಕಟ್ಟಬೇಕು, 8ನೇ ವರ್ಷ ಪ್ರಾರಂಭವಾಗುತ್ತಿದ್ದಂತೆ 65,000 ರೂ. ಹಣ ಕಟ್ಟಬೇಕು, 9ನೇ ವರ್ಷ ಪ್ರಾರಂಭವಾಗುತ್ತಿದ್ದಂತೆ 70,000 ರೂ. ಹಣ ಕಟ್ಟಬೇಕು ಹಾಗೆ 10ನೇ ವರ್ಷ ಪ್ರಾರಂಭವಾಗುತ್ತಿದ್ದಂತೆ 75,000 ರೂ. ಹಣವನ್ನು ಯಾವುದೇ ಕಾರಣಕ್ಕೂ ತಪ್ಪದೆ ಮ್ಯುಚ್ಯುಯಲ್ ಪಂಡ್‌ನಲ್ಲಿ ಹಣ ತೊಡಗಿಸುತ್ತಾ ಹೀಗೆ 25 ವರ್ಷದವರೆಗೂ ಮುಂದುವರಿಸಿಕೊಂಡು ಹೋಗಬೇಕು.

ಇದರಲ್ಲಿ ಪ್ರತೀ 102 ಸದಸ್ಯರಿಗೂ 25 ವರ್ಷದ ನಂತರದಲ್ಲಿ ಪ್ರತಿಯೊಬ್ಬರಿಗೂ 50 ಲಕ್ಷದಿಂದ 1 ಕೋಟಿಯವರೆಗೂ ಹೆಚ್ಚಿನ ಹಣ ಸಿಗಬಹುದು. ಮತ್ತೆ ನಿಮ್ಮಲ್ಲಿ ಯಾರಿಗಾದರೂ ಅಪಘಾತವಾದಲ್ಲಿ ಅಥವಾ ಇನ್ಯಾವುದೇ ಕಾಯಿಲೆಯಿಂದ ಅಕಸ್ಮಾತ್ ಪ್ರಾಣ ಹೋದರೆ ನಿಮ್ಮ ಕುಟುಂಬಸ್ಥರಿಗೆ ಟರ್ಮ್ ಇನ್ಸುರೆನ್ಸ್‌ನಿಂದ 50 ಲಕ್ಷದಿಂದ 1 ಕೋಟಿಯವರಿಗೂ ಹಣ ಸಿಗುತ್ತದೆ.

## ಪಾಯಿಂಟ್ ನಂ. 20

ಈ ಸಂಘ ಸಂಸ್ಥೆಗೆ ಸೇರಿದ ಎಲ್ಲರಿಗೂ ಮುಖ್ಯವಾದ ವಿಷಯ ತಿಳಿಯಪಡಿಸುವುದೇನೆಂದರೆ ಈಗ ನೀವು 10,000 ರೂ. ಹಣವನ್ನು 10ನೇ ವರ್ಷದುದ್ದಕ್ಕೂ ಕಟ್ಟುತ್ತಾ ಬಂದಿದ್ದೀರಿ. ಈಗ ನೀವು ಯಾರ ಹತ್ತಿರನೂ ಕೈ ಚಾಚುವ ಸಮಯ ಬಂದಿರುವುದಿಲ್ಲ. ಈಗ ನೋಡಿ ನೀವೆಲ್ಲರೂ 10 ನೇ ವರ್ಷದಲ್ಲಿ ಎಲ್ಲರೂ ಬ್ಯುಸಿನೆಸ್ ಮ್ಯಾನ್‌ಗಳಾಗಿದ್ದೀರ. ಸರ್ಕಾರಕ್ಕೆ ತೆರಿಗೆಯನ್ನೂ ಕಟ್ಟುತ್ತಿದ್ದೀರ, ಪ್ರತೀ ತಿಂಗಳು ವರ್ಷದ ಆದಾಯವನ್ನು ಹೆಚ್ಚು ಮಾಡಿಕೊಳ್ಳುತ್ತಿದ್ದೀರ, ನೀವೇ ಈಗ ಇನ್ನೊಬ್ಬರಿಗೆ ಸಾಲ ಕೊಡುವಷ್ಟು ಮುಂದುವರಿದಿದ್ದೀರ.

ಭಾರತದ ಆರ್ಥಿಕತೆಗೆ ನೀವು ದೊಡ್ಡ ಬೆನ್ನೆಲುಬಾಗಿ ನಿಂತಿದ್ದೀರ. ಸ್ವಂತ ಉದ್ಯಮಿಗಳಾಗಿ ನಿಮ್ಮೂರಿನ ಬಡಬಗ್ಗರಿಗೆ ಕೈ ತುಂಬಾ ಕೆಲಸ ಕೊಟ್ಟಿದ್ದೀರ, ನಿಮ್ಮ ಊರೇ ಒಂದು ರೀತಿ ಕೈಗಾರಿಕೆಗಳಾಗಿ ಬದಲಾವಣೆಯಾಗುವುದನ್ನು ನೀವು ನೋಡುತ್ತೀರ. ಯಾರು ನಿಮಗೆ ಸಾಲ ಕೊಡಲು ಹಿಂದೆ ಮುಂದೆ ಯೋಚಿಸುತ್ತಿದ್ದರೋ ಅವರೇ ನಿಮಗೆ ಸಾಲ ಕೊಡಲು ನಿಮ್ಮ ಮುಂದೆ ಬರುತ್ತಾರೆ. ಯಾವ ಬ್ಯಾಂಕ್‌ಗಳು ನಿಮಗೆ ಸಾಲ ಕೊಡಲು ಹಿಂಜರಿಯುತ್ತಿದ್ದವೋ ಅದೇ ಬ್ಯಾಂಕ್‌ಗಳು ನಿಮಗೆ ಸಾಲ ಕೊಡಲು ಮುಂದೆ ಬರುತ್ತಾರೆ. ನಿಮ್ಮ ಬ್ಯುಸಿನೆಸ್ ದೊಡ್ಡದಾಗಿ ಮಾಡಬೇಕೆಂದರೆ ಸಾಲ ತೆಗೆದುಕೊಳ್ಳಿ ಇಲ್ಲವಾದರೆ ತೆಗೆದುಕೊಳ್ಳಬೇಡಿ. ನಿಮ್ಮ ಸಂಸ್ಥೆಯಿಂದಲೇ ಸಾಲ ಸಿಗುವಾಗ ಬೇರೆ ಬ್ಯಾಂಕ್‌ಗಳಿಂದ ಸಾಲದ ಅವಶ್ಯಕತೆ ಇರುವುದಿಲ್ಲ.

## ಪಾಯಿಂಟ್ ನಂ. 21

ಯಾರು ಸಾಲ ಮಾಡಬಹುದೆಂದರೆ ನಿಮ್ಮ ಸಂಸ್ಥೆಯ ಅಧ್ಯಕ್ಷರು, ಉಪಾಧ್ಯಕ್ಷರು, ಸದಸ್ಯರು ಮತ್ತು ನೀವುಗಳೆಲ್ಲ ಸೇರಿ ಒಂದು ಚರ್ಚೆ ಮಾಡಿ ಒಂದು ಯೋಗ್ಯವಾದ ಉತ್ತಮವಾದ ಬಹುಬೇಡಿಕೆಯಲ್ಲಿರುವ ಒಂದು ದೊಡ್ಡ ಕಂಪನಿ ಮಾಡಬೇಕಾದರೆ ನಿಮ್ಮ ಸಂಸ್ಥೆಯ ಹೆಸರಲ್ಲಿ ಬ್ಯಾಂಕ್‌ಗಳು 10 ಲಕ್ಷದಿಂದ 1 ಕೋಟಿಯವರೆಗೂ ಸಾಲ ನೀಡುತ್ತವೆ. ಇದರಿಂದ ನಿಮ್ಮೂರಲ್ಲಿ ಒಂದು ದೊಡ್ಡ ಉದ್ಯಮವನ್ನು ಸ್ಥಾಪನೆ ಮಾಡಿ ನಿಮ್ಮೂರಿನ ಎಲ್ಲರಿಗೂ ಉದ್ಯೋಗ ದೊರಕಿಸಿಕೊಡಬಹುದು.

ಅಥವಾ ನೀವು ಕಟ್ಟುವ ಮ್ಯುಚ್ಯುಯಲ್ ಫಂಡ್‌ನಿಂದಲೇ 0.76% ಬಡ್ಡಿಯಲ್ಲಿ ಸಾಲ ಪಡೆದು ಉದ್ಯಮವನ್ನು ಸ್ಥಾಪಿಸಬಹುದು. ಇಲ್ಲಿ ತುಂಬಾ ಕಡಿಮೆ ಬಡ್ಡಿಯಲ್ಲಿ ಸಾಲ ಸಿಗುತ್ತದೆ. ಹೇಗೂ ನೀವೆಲ್ಲರೂ ಮ್ಯುಚ್ಯುಯಲ್ ಫಂಡ್‌ನಲ್ಲಿ ಹಣ

ತೊಡಗಿಸುತ್ತಿದ್ದೀರಾ ಇನ್ನೂ ಸ್ವಲ್ಪ ಹಣ ಜಾಸ್ತಿ ಕಟ್ಟಿಕೊಂಡು ಹೋದರಾಯ್ತು ಅದು ಕಡಿಮೆ ಬಡ್ಡಿನಲ್ಲಿ ಸಾಲ ಸಿಗುತ್ತದೆ.

ಈಗ ನೀವೆಲ್ಲರೂ ಯೋಚನೆ ಮಾಡಿ, ನೀವು ಕಟ್ಟುವ 3 ತಿಂಗಳಿಗೆ 10,000 ರೂ. ಹಣದಿಂದ ಎಷ್ಟೆಲ್ಲಾ ಪ್ರಯೋಜನಗಳಿವೆ. ನಿಮ್ಮೆಲ್ಲರ ಜೀವನವೇ ಬದಲಾಗಿ ಹೋಗುತ್ತದೆ. ಅದಕ್ಕೆ ನಾನು ನಿಮಗೆಲ್ಲ ಹೇಳುವುದು ತಾಳ್ಮೆಯಿಂದ ಒಗ್ಗಟ್ಟಾಗಿ ನಿಮ್ಮೂರನ್ನು ನೀವು ಶ್ರೀಮಂತಗೊಳಿಸಬಹುದು.

**ಪಾಯಿಂಟ್ ನಂ. 22**

ಈಗ ಹತ್ತು ವರ್ಷ ಮುಗಿದಿದೆ ಎಂದುಕೊಳ್ಳಿ, 11ನೇ ವರ್ಷಕ್ಕೆ ಕಾಲಿಡುತ್ತಿದ್ದೀರ. 3 ತಿಂಗಳಿಗೊಮ್ಮೆ ಕಟ್ಟುವ 10,000 ರೂ. ಹಣವನ್ನು ಮುಂದುವರಿಸಿಕೊಂಡು ಬಂದಿದ್ದೀರ. ಈಗ 11 ನೇ ವರ್ಷಕ್ಕೆ ಪ್ರಾರಂಭವಾಯಿತು. ಎಲ್ಲರೂ 10,000 ರೂ. ಹಣದಂತೆ ಪ್ರತೀಯೊಬ್ಬರೂ 1 ರಿಂದ 15ನೇ ತಾರೀಖಿನೊಳಗೆ ನಿಮ್ಮ ಬ್ಯಾಂಕ್ ಖಾತೆಗೆ ತುಂಬಿದ್ದೀರ, ಈಗ ಹಿಂದೆ 40 ಜನ ಡ್ರಾನಲ್ಲಿ ಆಯ್ಕೆಯಾಗಿದ್ದಾರೆ. ಈಗ ಮಾಡುವ ಡ್ರಾನಲ್ಲಿ ಇನ್ನೂ 60 ಜನ ಉಳಿದಿದ್ದಾರೆ. ಪಾಪ 10 ವರ್ಷ ಕಾದಿದ್ದಾರೆ. ಈಗ ಡ್ರಾ ನಲ್ಲಿ ಆಯ್ಕೆಯಾದ ವಿಜೇತನಿಗೆ ಇಲ್ಲಿ 7 ಲಕ್ಷ ರೂ. ಹಣ ಸಿಗುತ್ತಾ ಬರುತ್ತದೆ. ಅದೇ ರೀತಿ 2 ಲಕ್ಷ ರೂ. ಹಣ ಪಡೆಯುವ ಇಬ್ಬರನ್ನು ಆಯ್ಕೆ ಮಾಡಲಾಗುತ್ತದೆ.

ಆಗ ಮೊದಲ 5 ವರ್ಷದಲ್ಲಿ 20 ಜನಕ್ಕೆ 5 ಲಕ್ಷ ಹಣ ಸಿಗುತ್ತಿತ್ತು. 5 ರಿಂದ 10 ವರ್ಷದಲ್ಲಿ 20 ಜನಕ್ಕೆ 6 ಲಕ್ಷ ಹಣ ಸಿಗುತ್ತಿತ್ತು. ಈಗ 10 ರಿಂದ 15 ವರ್ಷದಲ್ಲಿ 20 ಜನಕ್ಕೆ 7 ಲಕ್ಷ ಹಣ ಡ್ರಾ ಮಾಡಿಕೊಡಲಾಗುತ್ತದೆ. ಅದೇ ರೀತಿ 40 ಜನಕ್ಕೆ 2 ಲಕ್ಷ ಹಣ ಸಿಗುತ್ತದೆ. ಹಿಂದೆ ಯಾವ ರೂಲ್ಸ್ ಇದೆಯೋ ಇಲ್ಲೂ ಅದೇ ರೀತಿ ಪುನರಾವರ್ತಿತವಾಗುತ್ತದೆ. ಐದೈದು ವರ್ಷ ಕಾದಿರುವವರಿಗೆ ಒಂದೊಂದು ಲಕ್ಷ ಹೆಚ್ಚಿಗೆ ಹಣ ಸಿಗುತ್ತಾ ಹೋಗುತ್ತದೆ. ಯಾರೂ ನಿರಾಶೆಯಾಗಬೇಕಿಲ್ಲ. ಏಕೆಂದರೆ ನಿಮ್ಮ ಹಣ ಮ್ಯುಚ್ಯುಯಲ್ ಪಂಡ್‌ನಲ್ಲಿ ನಿಮ್ಮನ್ನ ಕೋಟ್ಯಾದೀಶರರನ್ನಾಗಿ ಮಾಡುತ್ತದೆ.

**ಪಾಯಿಂಟ್ ನಂ. 23**

ಇಲ್ಲಿ 7 ಲಕ್ಷ ಹಣ ಪಡೆದವರು ಯಾವುದೇ ರೀತಿ ಬಡ್ಡಿ ಕಟ್ಟುವಹಾಗಿಲ್ಲ. ಮಾಮೂಲಿ 3 ತಿಂಗಳಿಗೊಂದರಂತೆ 10,000 ರೂ. ಹಣ ಕಟ್ಟಿಕೊಂಡು ಹೋಗಬೇಕಷ್ಟೆ, ಇಲ್ಲಿ 2 ಲಕ್ಷ ಹಣ ಪಡೆದವರು ಮಾತ್ರ 2% ಬಡ್ಡಿ ಕಟ್ಟಿಕೊಂಡು ಹೋಗಬೇಕಾಗುತ್ತದೆ.

ನೀವು ಯೋಚಿಸಬಹುದು ನಾವು ಯಾವುದೇ ಬ್ಯುಸಿನೆಸ್ ಮಾಡುವುದಿಲ್ಲ, ನಮಗೆ ಬ್ಯುಸಿನೆಸ್ ಮಾಡುವಷ್ಟು ಪುರುಸೊತ್ತು ಇಲ್ಲ, ನಾನು 6 ಲಕ್ಷ ಹಣವನ್ನು ಫಿಕ್ಸೆಡ್ ಡೆಪಾಜಿಟ್‌ನಲ್ಲಿ ಇಡುತ್ತೇನೆ ಎಂದು ಯೋಚಿಸಬಹುದು. ನಿಮ್ಮ ಫಿಕ್ಸೆಡ್ ಡೆಪಾಜಿಟ್‌ನಲ್ಲಿ 7 ರಿಂದ 10 ವರ್ಷದಲ್ಲಿ ಡಬಲ್ ಹಣ ಸಿಗುತ್ತದೆ.

ಆದರೆ ಇದೇ 6 ಲಕ್ಷ ಹಣವನ್ನು ಪೋಸ್ಟ್ ಆಫೀಸ್‌ನಲ್ಲಿಟ್ಟರೆ ನಿಮಗೆ 3 ತಿಂಗಳಿಗೆ ಸುಮಾರು 12,350 ರೂ. ಬಡ್ಡಿ ಬರುತ್ತದೆ. 12,350 ರೂ. ಹಣದಲ್ಲಿ ನೀವುಗಳು 3 ತಿಂಗಳಿಗೆ ಅಂಚೆ ಕಛೇರಿಯಿಂದ ಬರುವ ಬಡ್ಡಿ ಹಣದಿಂದ ನಿಮ್ಮ ಸಂಸ್ಥೆಯಲ್ಲಿ ಕಟ್ಟುವ 3 ತಿಂಗಳಿಗೊಂದು 10 ಸಾವಿರ ಕಟ್ಟುವ ಕಂತನ್ನು ಕಟ್ಟಿ ಉಳಿದ 2,350 ರೂ. ಹಣವನ್ನು ನಿಮ್ಮ ಜೇಬಿಗೆ ಇಳಿಸಿಕೊಳ್ಳಬಹುದು. ಹೀಗೆ ಪ್ರತೀ 3 ತಿಂಗಳಿಗೆ ನಿಮ್ಮ ಸಂಸ್ಥೆಯ 10,000 ರೂ. ಹಣ ಕಟ್ಟಿದ್ದರೂ ನಿಮಗೆ ಇನ್ನೂ 2,350 ರೂ. ಹಣ ಉಳಿತಾಯವಾಗುತ್ತದೆ. ಹಾಗೇ ನಿಮ್ಮ 6 ಲಕ್ಷ ಹಣ ಪೋಸ್ಟ್ ಆಫೀಸ್‌ನಲ್ಲಿ ಭದ್ರವಾಗಿ ಉಳಿಯುತ್ತದೆ. ನೀವು ಸಂಸ್ಥೆಗೆ ಕಟ್ಟುವ 10,000 ರೂ. ಹಣ ನಿಮಗೆ 15 ವರ್ಷದವರೆಗೂ ಉಳಿತಾಯವಾಗುತ್ತದೆ.

ಇಲ್ಲಿ ನಿಮ್ಮ 6 ಲಕ್ಷರೂ ಹಣವು ಅಂಚೆ ಕಛೇರಿಯಲ್ಲಿ ಸೇಫಾಗಿರುತ್ತದೆ. ಅಂಚೆ ಕಛೇರಿಯಲ್ಲಿ ಬರುವ ಬಡ್ಡಿ ಹಣ ನಿಮ್ಮ ಪ್ರತೀ ಮೂರು ತಿಂಗಳಿಗೆ ಕಟ್ಟುವ ಹಣವನ್ನು ಈ ಬಡ್ಡಿಯಿಂದಲೇ ನಿಮ್ಮ ಸಂಸ್ಥೆಗೆ ಕೊನೆ ತನಕ 15 ವರ್ಷದವರೆಗೂ 10,000 ರೂ.ಗಳ ಹಣದ ಕಂತನ್ನು ಕಟ್ಟಿಕೊಂಡು ಹೋಗಬಹುದು.

ಮತ್ತೆ ನಿಮಗೆ ಪ್ರತೀ 3 ತಿಂಗಳಿಗೆ 2,350 ರೂ. ಬಡ್ಡಿಯಿಂದ ಉಳಿಕೆ ಹಣ ಬರುತ್ತಾ ಇರುತ್ತದೆ. ಇದಕ್ಕಿಂತ ಐಡಿಯಾ ಬೇಕಾ ನಿಮಗೆ ಹೇಳಿ, ಈ ನಿಮ್ಮ ಸಂಘ ಸಂಸ್ಥೆಯಿಂದ ಎಷ್ಟೊಂದು ನಿಮಗೆ ಉಪಯೋಗವಿದೆ. ನಿಮ್ಮ ಕಾಯಿಲೆಗೆ ಹೆಲ್ತ್ ಇನ್ಸುರೆನ್ಸ್, ನಿಮ್ಮ ಕುಟುಂಬದ ರಕ್ಷಣೆಗೆ ಟರ್ಮ್ ಇನ್ಸುರೆನ್ಸ್, ನೀವು ಮಾಡುವ ಬ್ಯುಸಿನೆಸ್‌ಗೆ 2 ಲಕ್ಷ ರೂ ಹಣ, ನಿಮ್ಮ ಲೈಫ್ ಸೆಟಲ್‌ಗೆ 5 ಲಕ್ಷದಿಂದ 10 ಲಕ್ಷದವರಿಗೂ ಯಾವುದೇ ಬಡ್ಡಿ ಇಲ್ಲದೆ ನಿಮಗೆ ಕೊಡುವ ಹಣ, ನೀವು ಖರ್ಚು ಮಾಡುವುದಕ್ಕೆ ಅಂಚೆ ಕಛೇರಿಯಿಂದ ಪ್ರತೀ ಮೂರು ತಿಂಗಳಿಗೆ 2,350 ರೂ. ಉಳಿಯುವ ಹಣ, ನಿಮ್ಮ ಕಷ್ಟ ಸುಖಗಳಿಗೆ, ನಿಮ್ಮ ಸಂಸ್ಥೆಯಿಂದ ನಿಮಗೆ ಅಗತ್ಯವಿದ್ದಾಗ ಹಣ ಸಿಗುವುದಲ್ಲದೇ, ನಿಮ್ಮ ಉದ್ಯೋಗದಿಂದ ಮತ್ತು ವ್ಯಾಪಾರದಿಂದ ಬರುವ ಲಾಭದ ಹಣದಿಂದ ಹಾಗೂ ಸಂಸ್ಥೆಯು ಒಂದು ಉದ್ಯಮ ಸ್ಥಾಪಿಸಿದರೆ ಅದರಿಂದ ಬರುವ ಲಾಭದ ಹಣ ಇಷ್ಟೆಲ್ಲ ನೀವು ಕಟ್ಟುವ 10,000 ರೂ. ದಿಂದ ನಿಮ್ಮೂರಲ್ಲೇ ನಿಮ್ಮ ಹಳ್ಳಿಯಿಂದಲೇ ಇದ್ದುಕೊಂಡು ಎಷ್ಟೊಂದು ಪ್ರಯೋಜನ ಪಡೆಯಬಹುದು.

## ಪಾಯಿಂಟ್ ನಂ. 24

ಈಗ 15 ನೇ ವರ್ಷದಿಂದ ಮೊದಲ 3ನೇ ತಿಂಗಳ ಕಂತು 10,000 ರೂ. ಹಣವನ್ನು 20ನೇ ವರ್ಷದವರಿಗೂ ಕಟ್ಟಿಕೊಂಡು ಹೋಗಬೇಕು. 102 ಜನರಿಂದ ಮತ್ತೆ 10,20,000 ರೂ. ಹಣ ಆಗುತ್ತದೆ. ತಪ್ಪದೇ 1 ರಿಂದ 15ನೇ ತಾರೀಖಿನೊಳಗೆ ನಿಮ್ಮ ಸಂಸ್ಥೆಯ ಬ್ಯಾಂಕ್ ಖಾತೆಗೆ ಹಣ ಜಮಾ ಮಾಡಬೇಕು. ಮೊದಲಿನ ರೀತಿಯಲ್ಲಿ ಕುಲುಕುವ ಮೂಲಕ ಒಬ್ಬರನ್ನು ಆಯ್ಕೆ ಮಾಡಲಾಗುತ್ತದೆ. ಆಯ್ಕೆಯಾದ ವಿಜೇತನಿಗೆ ಇಲ್ಲಿ 15 ವರ್ಷ ಕಾದಿದ್ದಕ್ಕೆ ಇಲ್ಲಿ 8 ಲಕ್ಷ ರೂ. ಹಣವನ್ನು ಯಾವುದೇ ಬಡ್ಡಿಯಿಲ್ಲದೆ ವಿಜೇತನಿಗೆ ಸಿಗುತ್ತದೆ. ಉಳಿದ 2 ಲಕ್ಷದ 20 ಸಾವಿರ ಹಣವನ್ನು ಇಲ್ಲಿ ಯಾವುದೇ ಒಬ್ಬ ಅಥವಾ ಇಬ್ಬರಿಗೆ 2% ಬಡ್ಡಿಗೆ ಕೊಡಲಾಗುವುದು. ಇನ್ನೂ ಉಳಿದ 20 ಸಾವಿರ ಹಣ ಸಂಸ್ಥೆಯಲ್ಲಿ ಉಳಿಯುತ್ತದೆ. ಹಾಗೂ ಇಲ್ಲಿ 60 ಜನ 2 ಲಕ್ಷ ರೂ. ಹಣ ಪಡೆದು ಬಡ್ಡಿ ಕಟ್ಟುವವರ ಸಂಖ್ಯೆ ಜಾಸ್ತಿಯಾಗಿರುತ್ತದೆ. ಇವರೆಲ್ಲರೂ ಕಟ್ಟುವ ಬಡ್ಡಿ ಮ್ಯುಚ್ಯುಯಲ್ ಪಂಡ್, ಹೆಲ್ ಇನ್ಸುರೆನ್ಸ್, ಟರ್ಮ್ ಇನ್ಸುರೆನ್ಸ್ ಸಂಸ್ಥೆಯು ಕಟ್ಟುತ್ತಾ ಹೋಗುತ್ತದೆ. ಇದೇ ರೀತಿ 15 ವರ್ಷದಿಂದ 20 ವರ್ಷದವರೆಗೆ ಇಲ್ಲೂ ತಲಾ 20 ಜನ 8 ರೂ. ಲಕ್ಷ ಹಣ ಪಡೆದು ಲೈಪ್ ಸೆಟಲ್ ಆಗಿರುತ್ತಾರೆ. ಅದೇ ರೀತಿ 2 ಲಕ್ಷ ರೂ. ಹಣ ಪಡೆದವರು 40 ಜನ ಬ್ಯುಸಿನೆಸ್ ಮ್ಯಾನ್‌ಗಳಾಗಿ ಹೊರಬರುತ್ತಾರೆ. 2% ಬಡ್ಡಿ ಕಟ್ಟುತ್ತಿರುತ್ತಾರೆ.

ಇಷ್ಟರಲ್ಲಿ 2 ಲಕ್ಷ ಹಣ ತೆಗೆದುಕೊಂಡವರು ಎಷ್ಟೋ ಜನ ಡ್ರಾನಲ್ಲಿ ಆಯ್ಕೆಯಾಗಿ ತಾನು ತೆಗೆದುಕೊಂಡ 2 ಲಕ್ಷ ರೂ. ಸಾಲವನ್ನು ಸಹ ತೀರಿಸಿರುತ್ತಾರೆ. ಏಕೆಂದರೆ 3 ತಿಂಗಳಿಗೊಮ್ಮೆ ಆಯ್ಕೆಯಾದವರಲ್ಲಿ ತನ್ನ 2 ಲಕ್ಷ ರೂ. ಸಾಲವನ್ನು ತೀರಿಸಿ ಉಳಿದ ಹಣವನ್ನು ತನ್ನ ಬ್ಯುಸಿನೆಸ್ ಹಾಕಿಕೊಂಡು ದೊಡ್ಡದಾಗಿ ಇಂಪ್ರೂಮೆಂಟ್ ಮಾಡಿಕೊಳ್ಳುತ್ತಿರುತ್ತಾರೆ.

ಸ್ನೇಹಿತರೆ ಇಷ್ಟೆಲ್ಲಾ ಉಪಯೋಗವಿದ್ದರೆ ಇಂತಹ ಅದ್ಭುತ ಕಾನ್ಸೆಪ್ಟ್ ನೀವು ಅರ್ಥ ಮಾಡಿಕೊಳ್ಳದಿದ್ದರೆ ಇನ್ನೂ ಯಾವುದರಿಂದಲೂ ನೀವು ಶ್ರೀಮಂತರಾಗುವುದಕ್ಕೆ ಸಾಧ್ಯವಿಲ್ಲ. ಹೀಗಿನಿಂದಲೇ ಪ್ರಾರಂಭ ಮಾಡಿ ಎಲ್ಲರನ್ನೂ ಸೇರಿಸಿ, ನಿಮಗೆ ಮಾತಾಡಲು ಗೊತ್ತಿಲ್ಲವಾದರೆ ನಮ್ಮನ್ನು ಕರೆಸಿ ನಾವೇ ನಿಮ್ಮ ಹಳ್ಳಿಗೆ ಬಂದು ಸಲಹೆ ಕೊಡುತ್ತೇವೆ. ನಿಮ್ಮ ಜನಗಳಿಗೆ ಇದರ ಉಪಯೋಗದ ಬಗ್ಗೆ ಸವಿವರವಾಗಿ ಪ್ರತಿಯೊಬ್ಬರಿಗೂ ಅರ್ಥವಾಗುವಂತೆ ಪ್ರತಿಯೊಂದು ವಿಚಾರವನ್ನು ಬಿಡಿಸಿ ಹೇಳುತ್ತೇವೆ. ಪ್ರತೀಯೊಬ್ಬರು ಈ ಪುಸ್ತಕದಲ್ಲಿ ಅರ್ಥಮಾಡಿಕೊಳ್ಳಲು ಪ್ರತೀಯೊಬ್ಬರು ಈ ಪುಸ್ತಕವನ್ನು ಕೊಂಡುಕೊಳ್ಳಲು ಸಹಕರಿಸಿ.

ನಿರುದ್ಯೋಗ ಯುವಕ ಯುವತಿಯರೇ, ವಿದ್ಯಾವಂತ ಬುದ್ಧಿವಂತರೇ ಮೊದಲು ಈ ಪುಸ್ತಕವನ್ನು ನೀವುಗಳು ಕೊಂಡು ಓದಿ, ಎಲ್ಲರನ್ನೂ ಓದಿ ತಿಳಿದುಕೊಳ್ಳಲು ನಿಮ್ಮೂರಲ್ಲೇ ನೀವು ಸಲಹೆ ಕೊಡುತ್ತೀರೆಂದು ನಾನು ನಂಬಿದ್ದೇನೆ. ನಿಮ್ಮೂರಲ್ಲೇ ನೀವು ಪ್ರಾರಂಭ ಮಾಡಲು ನಿಮ್ಮ ಹಳ್ಳಿಯ ಜನರನ್ನು ಪ್ರೋತ್ಸಾಹಿಸಿದರೆ ಅವರನ್ನು ಬೆಳೆಸಿದ್ದಲ್ಲದೆ ಅವರ ಜೊತೆಯಲ್ಲಿ ನೀವೂ ಕೂಡ ಶ್ರೀಮಂತರಾಗಿ ಬೆಳೆಯಬಹುದು.

**ಪಾಯಿಂಟ್ ನಂ. 25**

ಈಗ 20ನೇ ವರ್ಷದ ಮೊದಲನೆ ವರ್ಷಕ್ಕೆ ಕಾಲಿಡುತ್ತಿದ್ದೀರಾ. ಇಲ್ಲಿ ಪ್ರತಿಯೊಬ್ಬ 102 ಸದಸ್ಯರು ಹಿಂದಿನಂತೆ ತಲಾ 1 ರಿಂದ 15ನೇ ತಾರೀಖಿನೊಳಗೆ 10,000 ರೂ. ಹಣವನ್ನು ನಿಮ್ಮ ಸಂಸ್ಥೆಯ ಬ್ಯಾಂಕ್ ಖಾತೆಗೆ ಹಣ ಜಮಾ ಮಾಡುತ್ತೀರ, ಮತ್ತೆ 10,20,000 ರೂ. ಹಣ ಜಮಾ ಆಗುತ್ತದೆ. ಇಲ್ಲಿಯವರೆಗೂ ಪ್ರತೀ 3 ತಿಂಗಳಿಗೂ 10,20,000 ರೂ. ಜಮಾ ಆಗುತ್ತಾ ಬರುತ್ತದೆ. ಎಲ್ಲರೂ ಡ್ರಾನಲ್ಲಿ ವಿಜೇತರಾಗುತ್ತಿದ್ದಾರೆ. ಡ್ರಾನಲ್ಲಿ ವಿಜೇತರಾದವರನ್ನು ಬಿಟ್ಟು ಉಳಿದವರಿಗೆ ಡ್ರಾ ಮಾಡಲಾಗುತ್ತದೆ. ಈಗ ಡ್ರಾ ನಲ್ಲಿ ಆಯ್ಕೆಯಾದ ವಿಜೇತರಿಗೆ 15 ವರ್ಷದಿಂದ 20 ವರ್ಷ ಕಾದಿದಕ್ಕೆ ಇಲ್ಲಿ 9 ಲಕ್ಷ ರೂ ಹಣ 20 ಜನಕ್ಕೆ ಸಿಗುತ್ತದೆ. ಇನ್ನು 1,20,000 ಹಣ ಖಾತೆಯಲ್ಲಿ ಉಳಿಯುತ್ತದೆ. ಇಲ್ಲಿ ಉಳಿದ ಹಣವನ್ನು ಯಾರಿಗೂ 2 ಲಕ್ಷ ಹಣ ಬಡ್ಡಿಗೆ ಕೊಡಲಾಗುವುದಿಲ್ಲ. ಏಕೆಂದರೆ ಎಲ್ಲರಿಗೂ ಹೀಗಾಗಲೇ ತೆಗೆದುಕೊಂಡಿರುತ್ತೀರಾ.

ಇಷ್ಟವಿದ್ದವರು ಬೇಕಾದರೆ ತೆಗೆದುಕೊಳ್ಳಬಹುದು. ಕಂಪನಿಯಿಂದ ಯಾವುದೇ ಅಭ್ಯಂತರವಿರುವುದಿಲ್ಲ. ಆದರೆ ಹಣ ಬೇಕಾಗಿರುವವರು 2% ಬಡ್ಡಿ ಕಟ್ಟಲೇಬೇಕು. ಹೀಗೆ 20 ರಿಂದ 25 ವರ್ಷದವರಿಗೂ 9 ಲಕ್ಷ ಹಣ ಸಿಗುತ್ತಾ ಹೋಗುತ್ತದೆ. ಲೇಟಾಗಿ ಡ್ರಾನಲ್ಲಿ ಆಯ್ಕೆಯಾದವರಿಗೆ 5 ವರ್ಷಕ್ಕೊಮ್ಮೆ ಒಂದೊಂದು ಲಕ್ಷ ಹೆಚ್ಚುತ್ತಾ ಹೋಗುತ್ತದೆ. ಯಾರಿಗೂ ಯಾವುದೇ ರೀತಿ ಡ್ರಾನಲ್ಲಿ ಆಯ್ಕೆಯಾದವರಿಗೆ ನಿಮ್ಮ ಸಂಸ್ಥೆಯಿಂದ ಯಾವುದೇ ತೊಂದರೆಯಾಗುವುದಿಲ್ಲ.

**ಪಾಯಿಂಟ್ ನಂ. 26**

ಸ್ನೇಹಿತರೆ ಇದು ನಿಮಗೆ 2 ವರ್ಷ ಕೊನೆಯ ವರ್ಷಗಳಾಗಿರುತ್ತದೆ. 25 ರಿಂದ 27ನೇ ವರ್ಷಗಳಾಗಿರುತ್ತದೆ. ಹಿಂದೆ ನೀವು ಹೇಗೆ 3 ತಿಂಗಳಿಗೊಂದರಂತೆ

10,000 ರೂ. ಹಣ ಹೇಗೆ ಕಟ್ಟಿಕೊಂಡು ಬಂದಿದ್ದೀರೋ ಅದೇ ರೀತಿ ಇನ್ನೆರಡು ವರ್ಷ ಕಟ್ಟಿಕೊಂಡು ಬಂದರೆ ನಿಮ್ಮ ಕಾನ್ಸೆಪ್ಟ್ ಮುಕ್ತಾಯವಾಗುತ್ತದೆ. ಇಲ್ಲಿ ಆಯ್ಕೆಯಾದ ವಿಜೇತರಿಗೆ ಗೌರ್ವನಮೆಂಟ್ ಬೀಟ್ 50,000 ಹಿಡಿದುಕೊಂಡು ಒಂಭತ್ತುವರೆ ಲಕ್ಷ ಹಣವನ್ನು ಕೊಡಲಾಗುತ್ತದೆ ಯಾವುದೇ ಬಡ್ಡಿಯಿಲ್ಲದೆ.

ಇದೂ ವರೆಗು ಡ್ರಾನಲ್ಲಿ ಆಯ್ಕೆಯಾದ ಎಲ್ಲರಿಗೂ ಯಾವುದೇ ಬಡ್ಡಿಯಿಲ್ಲದೆ ಕೈ ತುಂಬಾ ಹಣ ಪಡೆದಿದ್ದೀರಾ. ಎಲ್ಲರಿಗೂ ನಿಮ್ಮ ಹಣ ಸೇರಿದ್ದಾಗಿದೆ. ಈಗ ಕೊನೆಯ ಮುಖ್ಯ ವಿಷಯವೇನೆಂದರೆ ಈಗ ನೀವು ನಿಮ್ಮ ಸಂಸ್ಥೆಗೆ ಯಾವುದೇ ಸಾಲವನ್ನು ಕಟ್ಟುವ ಹಾಗಿಲ್ಲ ಹಾಗೂ ನೀವು ಸಂಸ್ಥೆಗೆ ಅಡವಿಟ್ಟ ಸೈಟು ಜಮೀನಾಗಲಿ ನಿಮ್ಮ ಸಂಸ್ಥೆಯಿಂದ ಮಾರ್ಟಗೇಜ್ ನಿಂದ ಫ್ರೀಯಾಗಿ ಬಿಡುಗಡೆ ಮಾಡಿಸಿಕೊಳ್ಳಿ. ಈಗಾಗಲೇ ನೀವು ಬ್ಯುಸಿನೆಸ್ ಮಾಡಿ ದೊಡ್ಡ ಶ್ರೀಮಂತರಾಗಿದ್ದೀರ.

ಇನ್ನೊಂದು ನಿಮಗೆ ಸರ್ಪ್ರೈಸ್ ಎಂದರೆ ನೀವು ಕಷ್ಟ ಪಟ್ಟು ಬೆಳೆಸಿದ ಸಂಸ್ಥೆಯಿಂದ ಈಗ ಮ್ಯುಚ್ಯುಯಲ್ ಫಂಡ್‌ನ ಹಣ ಒಬ್ಬೊಬ್ಬರಿಗೆ ಅಂದರೆ ಪ್ರತಿಯೊಬ್ಬ 102 ಸದಸ್ಯರು ಅಥವಾ 102 ಕುಟುಂಬಗಳಿಗೆ ಸುಮಾರು ಅಂದಾಜು 50 ಲಕ್ಷದಿಂದ 1 ಕೋಟಿಯವರೆಗೂ ನಿಮ್ಮ ಕೈಗೆ ಹಣ ಸಿಗುತ್ತದೆ. ಈಗ ಹೇಳಿ ನಿಮ್ಮ ಹಳ್ಳಿಯಲ್ಲಿ ನೀವೆಲ್ಲಾ ಶ್ರೀಮಂತರಲ್ಲವೇ.

ನೀವು ಇಲ್ಲಿಯವರೆಗೆ 25 ವರ್ಷದಲ್ಲಿ ಕಟ್ಟಿರುವ ಹಣ ಕೇವಲ 10 ಲಕ್ಷ ರೂಪಾಯಿಗಳು. ಈಗ ನಿಮ್ಮ ಜೀವನದ ಕಷ್ಟ ಸುಖಗಳನ್ನೆಲ್ಲ ತೀರಿಸಿಕೊಂಡು ನಿಮ್ಮ ಸೈಟು ಜಮೀನು ವಾಪಸ್ಸು ಪಡೆದುಕೊಂಡು ಕೈ ತುಂಬಾ ಬ್ಯುಸಿನೆಸ್‌ನಿಂದ ಹಣ ಗಳಿಸಿಕೊಂಡು ರಾಯಲ್ ಆಗಿ ಜೀವನ ಸಾಗಿಸಿ ಕೊನೆಗೆ ಕೈ ತುಂಬಾ ಲಕ್ಷ ಕೋಟಿಗಟ್ಟಲೆ ಹಣ ಕೈ ಸೇರುವಾಗ ನಿಮ್ಮ ಬದುಕು ಎಷ್ಟು ಸುಂದರವಾಗಿರುತ್ತದೆ. ಈ ಹಣದಿಂದ ಮನೆ, ಕಾರು, ಬಂಗಲೆ ಎಲ್ಲಾ ಐಷಾರಾಮಿ ಜೀವನ ಪ್ರಾರಂಭಿಸುವುದಲ್ಲದೆ. ನಿಮ್ಮ ಮಕ್ಕಳ ಭವಿಷ್ಯ ರೂಪಿಸುವುದಲ್ಲದೆ, ಅವರಿಗೂ ಇಂತಹ ಅವಕಾಶವನ್ನು ಮುಂದುವರಿಸಲು ದಾರಿ ಮಾಡಿಕೊಟ್ಟಿದ್ದಲ್ಲದೆ ನಿಮ್ಮ ಜೀವನಕ್ಕೂ ಯಾವುದೇ ಕೊರತೆಯಿಲ್ಲದೆ, ಯಾವುದೇ ಚಿಂತೆ ಯೋಚನೆಯಿಲ್ಲದೆ, ಯಾವುದೇ ಸಾಲಗಾರರ ಕಾಟವಿಲ್ಲದೇ, ನೆಮ್ಮದಿಯಿಂದ ಜೀವನ ನಡೆಸಬಹುದಲ್ಲವೆ.

ಪ್ರತಿಯೊಬ್ಬ ಮನುಷ್ಯನಿಗೆ ಸಾಲದ ಚಿಂತೆ ಇದ್ದರೆ ಅವನು ಮುಂದೆ ಬರಲು ಸಾಧ್ಯವಿಲ್ಲ. ಈಗ ನಿಮ್ಮ ಹಳ್ಳಿ, ನಿಮ್ಮ ಊರು ಕರ್ನಾಟಕದಲ್ಲೇ ಮಾದರಿ ಗ್ರಾಮವಾಗುವುದರಲ್ಲಿ ಯಾವುದೇ ಸಂಶಯವಿಲ್ಲ. ನಿಮ್ಮ ಊರು ಈಗ ಭಾರತದಲ್ಲೇ

ಒಂದು ಆರ್ಥಿಕ ಕೊಡುಗೆಯಾಗಿ ಹೆಸರುವಾಸಿಯಾಗುತ್ತದೆ. ಏಕೆಂದರೆ ನೀವು ಹೂಡಿಕೆ ಮಾಡಿದ ಮಾದರಿ ಪ್ರತಿಯೊಂದು ಹಳ್ಳಿಗಳಿಗೆ ಮಾದರಿಯಾಗಿರುತ್ತದೆ. ನಿಮ್ಮ ಶ್ರೀಮಂತಿಕೆ ಎಲ್ಲರ ಮುಖದಲ್ಲೂ ನಗು ತರುತ್ತದೆ.

## ಪಾಯಿಂಟ್ ನಂ. 27

ಅಧ್ಯಕ್ಷ, ಉಪಾಧ್ಯಕ್ಷ ಮತ್ತು ಸದಸ್ಯರಾದವರಿಗೆ ಒಂದು ಮಾತು ಹೇಳಬಯಸುತ್ತೇನೆ. ನೀವುಗಳು ನಿಮ್ಮೂರಿನ ನಿಮ್ಮ ಸಂಘ ಸಂಸ್ಥೆಯ ಜವಾಬ್ದಾರಿಗಳನ್ನು ತೆಗೆದುಕೊಂಡಿದ್ದೀರಿ. ನಿಮ್ಮ ಜವಾಬ್ದಾರಿ ಇಲ್ಲಿ ಅತ್ಯಂತ ಮುಖ್ಯವಾಗಿರುತ್ತದೆ. ಹಳ್ಳಿಯ ಜನರು ಮುಗ್ಧ ಜನರಿರುತ್ತಾರೆ. ಅವರಿಗೆ ಯಾವುದೇ ತೊಂದರೆಯಾಗದೆ ನೋಡಿಕೊಳ್ಳುವುದು ನಿಮ್ಮ ಅತ್ಯಂತ ಜವಾಬ್ದಾರಿಯಾಗಿರುತ್ತದೆ.

ಇಲ್ಲಿ ತಾವುಗಳು ಸರಿಯಾದ ಪ್ರತಿಯೊಂದು ವಿಚಾರಕ್ಕೆ ಒಂದೊಂದು ಲೆಕ್ಕ ಪುಸ್ತಕಗಳನ್ನು ಇಡಬೇಕು. 3 ತಿಂಗಳಿನ ಕಂತು ಕಟ್ಟುವುದಕ್ಕೆ ಒಂದು ಪುಸ್ತಕ, ಪ್ರತೀ ತಿಂಗಳು ಬಡ್ಡಿ ಬರುವ ಹಣಕ್ಕೆ ಒಂದು ಪುಸ್ತಕ, ಎಲ್ಲಾ ಜನಗಳಿಗೆ ಒಂದೊಂದು ಪಾಸ್ ಬುಕ್ ಕೊಡಬೇಕು, ಅವರು ಕಟ್ಟಿದ್ದ ಹಣಕ್ಕೆ ಸಹಿಮಾಡಿಕೊಡಬೇಕು, ನಿಮ್ಮ ಸಂಘ ಸಂಸ್ಥೆಯ ಹೆಸರಿನಲ್ಲಿ ಒಂದು ರಬ್ಬರ್ ಸ್ಟಾಂಪನ್ನು ಮಾಡಿಸಿಕೊಳ್ಳಬೇಕು, ಹಣ ಕಟ್ಟಿದ್ದಕ್ಕೆ ಒಂದು ರಶೀದಿ ಪುಸ್ತಕ ಇಡಬೇಕು, ನಿಮ್ಮ ಸಂಘ ಸಂಸ್ಥೆಯ ಹೆಸರಿನಲ್ಲಿ ಒಂದು ಲೇಟರ್ ಹೆಡ್ ಪುಸ್ತಕ ಇರಬೇಕು.

ಪ್ರತೀ 6 ತಿಂಗಳಿಗೊಮ್ಮೆ ಆಡಿಟಿಂಗ್ ಮಾಡಿಸಿಕೊಳ್ಳಬೇಕು. ಗೊತ್ತಿಲ್ಲದ ಜನಗಳಿಗೆ ಮಾಹಿತಿಯನ್ನು ನೀಡಬೇಕು. ಎಲ್ಲಾ ಜನಗಳ ವಹಿವಾಟುಗಳು ನಿಮ್ಮ ಕೈಯಲ್ಲಿ ಇರುತ್ತದೆ. ನೀವು ಬುದ್ಧಿವಂತರಾದರೆ ಇವರು ಕಟ್ಟುವ ಹಣದಿಂದಲೇ ನೀವು ಬ್ಯಾಂಕ್‌ನಲ್ಲಿ ಸಾಲ ಪಡೆದು ಒಂದು ವೇರೌಸ್ ಪ್ರಾರಂಭಿಸಬಹುದು. ಒಬ್ಬೊಬ್ಬರಿಗೆ ಒಂದೊಂದು ಉದ್ಯೋಗ ಕೊಡಬಹುದು. ವೇರೌಸ್‌ನಿಂದ ವಸ್ತುಗಳನ್ನು ತೆಗೆದುಕೊಂಡು ಮಾರ್ಕೆಟಿಂಗ್ ಮಾಡಬಹುದು.

ಅದಿಲ್ಲದಿದ್ದರೆ ಯಾವುದಾದರೂ ಒಂದು ಉದ್ಯಮ ಸ್ಥಾಪಿಸಬಹುದು. ನಿಮ್ಮೂರಿನ ಎಲ್ಲರಿಗೂ ಅಲ್ಲೇ ಕೆಲಸ ಕೊಡಬಹುದು ಅಥವಾ ಯಾವುದಾದರೂ ಒಂದು ಪ್ರೊಡಕ್ಟ್ ತಯಾರಿಸಿ ಮಾರ್ಕೆಟಿಂಗ್ ಮಾಡಬಹುದು. ಇಲ್ಲವಾದರೆ ಯಾವುದಾದರು ಒಂದು ಕಂಪನಿಯ ಪ್ರೊಡಕ್ಟ್‌ನ ಡೀಲರ್‌ಶಿಪ್ ಪಡೆದು ಸುತ್ತಮುತ್ತಲಿನ ಅಂಗಡಿಗಳಿಗೆ ಹೋಲ್ಸೆಲ್ ರೀತಿಯಲ್ಲಿ ಮಾರಾಟ ಮಾಡಬಹುದು. ಅಥವಾ ಹೋಲ್ಸೆಲ್ನಲ್ಲಿ ತಂದು

ರೀಟೆಲ್‌ನಲ್ಲಿ ವ್ಯಾಪಾರ ಮಾಡಬಹುದು. ಇಲ್ಲಿ ನಿಮ್ಮ ಶ್ರೀಮಂತಿಕೆಯು ಹೆಚ್ಚಾಗುತ್ತ ಹೋಗುತ್ತದೆ.

ಈಗ ಅತ್ಯಂತ ಬೇಡಿಕೆಯಲ್ಲಿರುವ ಇಂಟರ್‌ಲಾಕ್ ಆಲೋಬ್ರಿಕ್ಸ್ ತಯಾರು ಮಾಡಬಹುದು. ಅಥವಾ ಕಾಂಪೋಡಿಗೆ ಬೇಕಾಗುವ ಸ್ಲ್ಯಾಬ್‌ಗಳನ್ನು ತಯಾರು ಮಾಡಬಹುದು. ಅಥವಾ ಡ್ರೈನೇಜ್ ಸ್ಲ್ಯಾಬ್‌ಗಳನ್ನು ತಯಾರು ಮಾಡಬಹುದು. ಇದಲ್ಲದೆ ಮಣ್ಣಿನ ಇಂಟರ್‌ಲಾಕ್ ಇಟ್ಟಿಗೆಯನ್ನು ತಯಾರು ಮಾಡಬಹುದು.

ಇಲ್ಲಿ ಅಧ್ಯಕ್ಷ, ಉಪಾಧ್ಯಕ್ಷ ಹಾಗೂ ಸದಸ್ಯರು ಎಲ್ಲಾ ಸೇರಿ 102 ಜನ ಆಗಿರಬೇಕು. ನೀವೂ ಸಹ ಪ್ರತೀ 3 ತಿಂಗಳಿಗೊಮ್ಮೆ 10,000 ರೂ. ಹಣವನ್ನು ನಿಮ್ಮ ಸಂಸ್ಥೆಗೆ ನೀವೆ ಮೊದಲು ಕಟ್ಟಿ ತೋರಿಸಬೇಕು. ಆಗ ಉಳಿದವರೆಲ್ಲರೂ ನಿಮ್ಮ ಹಿಂದೆ ಕಟ್ಟಲು ಪ್ರಾರಂಭಿಸುತ್ತಾರೆ. ನಿಮ್ಮ ಸಂಸ್ಥೆಯ ಹಣದ ವಹಿವಾಟು ನಿಮ್ಮ ಮೂರು ಜನರ ಕೈಯಲ್ಲೇ ಇರುತ್ತದೆ. ಜನರ ನಂಬಿಕೆ ಉಳಿಸಿಕೊಂಡು ನೀವು ಕೆಲಸ ಮಾಡಬೇಕಾಗುತ್ತದೆ. ಏಕೆಂದರೆ ನಿಮಗೂ ಇಲ್ಲಿ ಸಂಬಳ ಸಿಗುತ್ತಾ ಇರುತ್ತದೆ. ಆದ್ದರಿಂದ ಜವಾಬ್ದಾರಿಯಿಂದ ನೀವುಗಳು ನಡೆದುಕೊಳ್ಳಬೇಕಾಗುತ್ತದೆ.

## ಪಾಯಿಂಟ್ ನಂ. 28

ಇಲ್ಲಿ ಕೆಲವು ಅತ್ಯಂತ ಲಾಭ ಮತ್ತು ಒಳ್ಳೆಯ ಮಾರ್ಜಿನ್ ಸಿಗುವ ಉದ್ಯೋಗಗಳನ್ನು ಇಲ್ಲಿ ವಿವರಿಸಿದ್ದೇನೆ. ನಿಮಗೆ ಬೇಕಾಗುವ ಯಾವುದಾದರೂ ಉದ್ಯೋಗಗಳನ್ನು ಆರಿಸಿಕೊಂಡು ಪ್ರಾರಂಭಿಸಬಹುದು. ಪ್ರಾರಂಭಿಸುವ ಮೊದಲು ಇದರ ಹಾಳವಾಗಿ ಅರಿತವರನ್ನು ಸಂಪರ್ಕಿಸಿ ಉದ್ಯೋಗ ಪ್ರಾರಂಭಿಸಬೇಕು. ಉದ್ಯೋಗ ಪ್ರಾರಂಭಿಸುವ ಮೊದಲು ಸರ್ಕಾರದ ಕಾನೂನುಗಳನ್ನು ಮತ್ತು ರೂಲ್ಸ್‌ಗಳನ್ನು ತಿಳಿದಿರಬೇಕು. ಈಗ ನೀವು ಯಾವುದೇ ಒಂದು ಉದ್ಯೋಗವನ್ನು ಪ್ರಾರಂಭಿಸಬೇಕಾದರೆ ಉದ್ಯೋಗಕ್ಕೆ ಅನುಗುಣವಾಗಿ ಒಂದು ಲೇಸನ್ಸ್ ಅನ್ನು ಪಡೆದಿರಬೇಕಾಗುತ್ತದೆ. ನಿಮ್ಮದೇ ಬ್ರಾಂಡ್ ಕ್ರಿಯೇಟ್ ಮಾಡಬೇಕಾದರೆ ಟ್ರೇಡ್ ಮಾರ್ಕ್ ಪಡೆದಿರಬೇಕಾಗುತ್ತದೆ. ಹಾಗೆ ವ್ಯಾಪಾರ ಪ್ರಾರಂಭ ಮಾಡುವ ಮುನ್ನ ಜಿ.ಎಸ್.ಟಿ ಯನ್ನು ಪಡೆದಿರಬೇಕಾಗುತ್ತದೆ.

ಉದ್ಯೋಗ ವ್ಯಾಪಾರ ಪ್ರಾರಂಭ ಮಾಡುವ ಮೊದಲು ಮಾರ್ಕೆಟಿಂಗ್ ಬಗ್ಗೆ ತಿಳಿದಿರಬೇಕಾಗುತ್ತದೆ. ಈಗ ಎಲ್ಲಾ ಉದ್ಯೋಗದಲ್ಲೂ ಕಾಂಪಿಟೇಷನ್ ಜಾಸ್ತಿ ಇರುತ್ತದೆ. ಈ ಮಾರ್ಕೆಟಿಂಗ್ ಕಾಂಪಿಟೇಷನ್‌ನಲ್ಲಿ ನೀವು ಗೆಲ್ಲಬೇಕಾದರೆ ನಿಮ್ಮ

ಪ್ರಾಡಕ್ಟ್ ಉತ್ತಮ್ಮ ಗುಣ ಮಟ್ಟದಲ್ಲಿರಬೇಕು. ಹಾಗೂ ಬಜಾರಿನಲ್ಲಿ ನಡೆಯುವ ಬೆಲೆಗಿಂತ ಸ್ವಲ್ಪ ಕಡಿಮೆ ಮಾರ್ಜಿನ್ ಇಟ್ಟುಕೊಂಡು ಮಾಡಬೇಕಾಗುತ್ತದೆ. ಮೊದಲು ಹೆಚ್ಚಿನ ಲಾಭ ನಿರೀಕ್ಷಿಸುವ ಬದಲು ಸಣ್ಣ ಲಾಭದಿಂದಲೇ ನಿಮ್ಮ ವ್ಯಾಪಾರವನ್ನು ಹೆಚ್ಚಿಸಿಕೊಳ್ಳಬೇಕು.

## ಪಾಯಿಂಟ್ ನಂ. 29

ಈ ನಿಮ್ಮ ಸಂಘ ಸಂಸ್ಥೆಯಿಂದ ಎಲ್ಲರೂ ಕಟ್ಟುವ ಪ್ರತೀ ಮೂರು ತಿಂಗಳಿಗೊಮ್ಮೆ 10,000 ರೂ. ಹಣ 25 ನೇ ವರ್ಷಕ್ಕೆ ಸರಿಯಾಗಿ 102 ತಿಂಗಳು ಆಗುತ್ತದೆ.ವರ್ಷಕ್ಕೆ 4 ಕಂತುಗಳಂತೆ 25 ವರ್ಷಕ್ಕೆ 102 ಕಂತುಗಳಾಗುತ್ತದೆ. 102 ತಿಂಗಳಿಗೆ ನೀವು ಕಟ್ಟುವ ಒಟ್ಟು ಹಣ 10,20,000 ರೂ. ಹಣವಾಗುತ್ತದೆ. 102 ಕಂತುಗಳಿಗೆ ಕೇವಲ 9 ವರ್ಷಗಳಾಗುತ್ತದೆ. ಇಲ್ಲಿ ಪ್ರತೀ 3 ತಿಂಗಳಿಗೊಮ್ಮೆ ಡ್ರಾನಲ್ಲಿ ಆಯ್ಕೆಯಾದವರಿಗೆ ಪ್ರತೀ 5 ವರ್ಷದಂತೆ ಯಾವ ರೀತಿ ಹಣ ಸಿಗುತ್ತದೆ ಎನ್ನುವ ಚಿತ್ರಣ ಈ ಕೆಳಕಂಡಂತಿದೆ.

1. ಒಂದರಿಂದ ಐದು ವರ್ಷದವರೆಗೆ ಡ್ರಾ ನಲ್ಲಿ ಆಯ್ಕೆಯಾದವರಿಗೆ ಐದು ಲಕ್ಷ ಹಣ ಸಿಗುತ್ತದೆ.

2. ಐದರಿಂದ ಹತ್ತು ವರ್ಷದವರೆಗೆ ಡ್ರಾ ನಲ್ಲಿ ಆಯ್ಕೆಯಾದವರಿಗೆ ಆರು ಲಕ್ಷ ಹಣ ಸಿರುತ್ತದೆ.

3. ಹತ್ತರಿಂದ ಹದಿನೈದು ವರ್ಷದವರೆಗೆ ಡ್ರಾ ನಲ್ಲಿ ಆಯ್ಕೆಯಾದವರಿಗೆ ಏಳು ಲಕ್ಷ ಹಣ ಸಿಗುತ್ತದೆ.

4. ಹದಿನೈದರಿಂದ ಇಪ್ಪತ್ತು ವರ್ಷದವರೆಗೆ ಡ್ರಾನಲ್ಲಿ ಆಯ್ಕೆಯಾದವರಿಗೆ ಎಂಟು ಲಕ್ಷ ಹಣ ಸಿಗುತ್ತದೆ.

5. ಇಪ್ಪತ್ತರಿಂದ ಇಪ್ಪತ್ತೈದು ವರ್ಷದವರೆಗೆ ಡ್ರಾನಲ್ಲಿ ಆಯ್ಕೆಯಾದವರಿಗೆ ಒಂಭತ್ತು ಲಕ್ಷ ಹಣ ಸಿಗುತ್ತದೆ.

6. ಹಾಗೆಯೇ ಕೊನೆಯದಾಗಿ ಇಪ್ಪತ್ತೈದರಿಂದ ಇಪ್ಪತ್ತೇಳು ವರ್ಷದವರೆಗೆ ಡ್ರಾನಲ್ಲಿ ಆಯ್ಕೆಯಾದವರಿಗೆ ಒಂಭತ್ತು ಲಕ್ಷದ ಐವತ್ತು ಸಾವಿರ ಹಣ ಸಿಗುತ್ತದೆ.

ಈ ಮೇಲೆ ತಿಳಿಸಿದ ರೀತಿಯಂತೆ ಸಂಘ ಸಂಸ್ಥೆಯ ಎಲ್ಲಾ ಸದಸ್ಯರಿಗು ಯಾವುದೇ ಬಡ್ಡಿ ಇಲ್ಲದೆ ಹಣ ಸಿಗುತ್ತಾಹೋಗುತ್ತದೆ. ಐದೈದು ವರ್ಷ ಕಾದಿರುವವರಿಗೆ ಒಂದೊಂದು ಲಕ್ಷ ಹಣ ಹೆಚ್ಚುತ್ತಾ ಹೋಗುತ್ತದೆ.

ಹೀಗೆ ನಿಮ್ಮ ಸಂಘ ಸಂಸ್ಥೆಯಿಂದ ಉಳಿದ ಹಣವನ್ನು ಈ ಕೆಳಕಂಡಂತೆ ಪ್ರತೀ ವರ್ಷಕ್ಕೆ ಮ್ಯುಚ್ಯುವಲ್ ಫಂಡ್‌ನಲ್ಲಿಹಣ ಹೂಡಿಕೆ ಮಾಡುತ್ತಾ ಹೋದರೆ ವರ್ಷಕ್ಕೆ ಪ್ರತೀ ತಿಂಗಳು 30,000 ದಂತೆ 12 ತಿಂಗಳಿಗೆ 3,60,000 ರೂಪಾಯಿ ಆಗುತ್ತದೆ. ಇದೇ ರೀತಿ ವರ್ಷಕ್ಕೆ 5,000 ರೂ. ಹೆಚ್ಚಿಸುತ್ತಾ ಹೋದರೆ ಈ ಕೆಳಕಂಡಂತೆ ಹಣ ಹೂಡಿಕೆ ಮಾಡಿಕೊಂಡು ಹೋಗಬೇಕು.

1. 1ನೇ ವರ್ಷಕ್ಕೆ 30,000 x 12 ತಿಂಗಳುಗಳು=3,60,000 ರೂ.ಗಳು
2. 2ನೇ ವರ್ಷಕ್ಕೆ 35,000 x 12 ತಿಂಗಳುಗಳು= 4,20,000 ರೂ.ಗಳು
3. 3ನೇ ವರ್ಷಕ್ಕೆ 40,000 x 12 ತಿಂಗಳುಗಳು= 4,80,000 ರೂ.ಗಳು
4. 4ನೇ ವರ್ಷಕ್ಕೆ 45,000 x 12 ತಿಂಗಳುಗಳು = 5,40,000 ರೂ.ಗಳು
5. 5ನೇ ವರ್ಷಕ್ಕೆ 50,000 x 12 ತಿಂಗಳುಗಳು = 6,00,000 ರೂ.ಗಳು
6. 6ನೇ ವರ್ಷಕ್ಕೆ 55,000 x 12 ತಿಂಗಳುಗಳು = 6,60,000 ರೂ.ಗಳು
7. 7ನೇ ವರ್ಷಕ್ಕೆ 60,000 x 12 ತಿಂಗಳುಗಳು = 7,20,000 ರೂ.ಗಳು
8. 8ನೇ ವರ್ಷಕ್ಕೆ 65,000 x 12 ತಿಂಗಳುಗಳು = 7,80,000 ರೂ.ಗಳು
9. 9ನೇ ವರ್ಷಕ್ಕೆ 70,000 x 12 ತಿಂಗಳುಗಳು = 8,40,000 ರೂ.ಗಳು
10. 10ನೇ ವರ್ಷಕ್ಕೆ 75,000 x 12 ತಿಂಗಳುಗಳು = 9,00,000 ರೂ.ಗಳು
11. 11ನೇ ವರ್ಷಕ್ಕೆ 80,000 x 12 ತಿಂಗಳುಗಳು = 9,60,000 ರೂ.ಗಳು
12. 12ನೇ ವರ್ಷಕ್ಕೆ 85,000 x 12 ತಿಂಗಳುಗಳು = 10,20,000 ರೂ.ಗಳು
13. 13ನೇ ವರ್ಷಕ್ಕೆ 90,000 x 12 ತಿಂಗಳುಗಳು = 10,80,000 ರೂ.ಗಳು
14. 14ನೇ ವರ್ಷಕ್ಕೆ 95,000 x 12 ತಿಂಗಳುಗಳು = 11,40,000 ರೂ.ಗಳು
15. 15ನೇ ವರ್ಷಕ್ಕೆ 1,00,000 x 12 ತಿಂಗಳುಗಳು = 12,00,000 ರೂ.ಗಳು
16. 16ನೇ ವರ್ಷಕ್ಕೆ 1,05,000 x 12 ತಿಂಗಳುಗಳು = 12,60,000 ರೂ.ಗಳು
17. 17ನೇ ವರ್ಷಕ್ಕೆ 1,10,000 x 12 ತಿಂಗಳುಗಳು = 13,20,000 ರೂ.ಗಳು
18. 18ನೇ ವರ್ಷಕ್ಕೆ 1,15,000 x 12 ತಿಂಗಳುಗಳು = 13,80,000 ರೂ.ಗಳು
19. 19ನೇ ವರ್ಷಕ್ಕೆ 1,20,000 x 12 ತಿಂಗಳುಗಳು = 14,40,000 ರೂ.ಗಳು
20. 20ನೇ ವರ್ಷಕ್ಕೆ 1,25,000 x 12 ತಿಂಗಳುಗಳು = 15,00,000 ರೂ.ಗಳು
21. 21ನೇ ವರ್ಷಕ್ಕೆ 1,30,000 x 12 ತಿಂಗಳುಗಳು = 15,60,000 ರೂ.ಗಳು

22. 22ನೇ ವರ್ಷಕ್ಕೆ 1,35,000 x 12 ತಿಂಗಳುಗಳು = 16,20,000 ರೂ.ಗಳು

23. 23ನೇ ವರ್ಷಕ್ಕೆ 1,40,000 x 12 ತಿಂಗಳುಗಳು = 16,80,000 ರೂ.ಗಳು

24. 24ನೇ ವರ್ಷಕ್ಕೆ 1,45,000 x 12 ತಿಂಗಳುಗಳು = 17,40,000 ರೂ.ಗಳು

25. 25ನೇ ವರ್ಷಕ್ಕೆ 1,50,000 x 12 ತಿಂಗಳುಗಳು = 18,00,000 ರೂ.ಗಳು

26. 26ನೇ ವರ್ಷಕ್ಕೆ 1,55,000 x 12 ತಿಂಗಳುಗಳು = 18,60,000 ರೂ.ಗಳು

27. 27ನೇ ವರ್ಷಕ್ಕೆ 1,60,000 x 12 ತಿಂಗಳುಗಳು = 19,20,000 ರೂ.ಗಳು

28. 28ನೇ ವರ್ಷಕ್ಕೆ 1,65,000 x 12 ತಿಂಗಳುಗಳು = 19,80,000 ರೂ.ಗಳು

29. 29ನೇ ವರ್ಷಕ್ಕೆ 1,70,000 x 12 ತಿಂಗಳುಗಳು = 20,40,000 ರೂ.ಗಳು

30. 30ನೇ ವರ್ಷಕ್ಕೆ 1,75,000 x 12 ತಿಂಗಳುಗಳು = 21,00,000 ರೂ.ಗಳು

ಒಟ್ಟು (3 ಕೋಟಿ 69 ಲಕ್ಷ ರೂಗಳು) 3,69,00,000 ರೂ.ಗಳು ಈ ನಿಮ್ಮಗಳ ಸಂಸ್ಥೆಯಿಂದ ಮ್ಯುಚ್ಯುವಲ್ ಫಂಡಿಗೆ ಕಟ್ಟುವ ಹಣವಾಗಿದೆ. ಇದರಿಂದ ಪ್ರತಿಯೊಬ್ಬ 102 ಸದಸ್ಯರಿಗೆ ಸುಮಾರು 30 ನೇ ವರ್ಷಕ್ಕೆ ಒಂದು ಕೋಟಿಗಿಂತ ಅಧಿಕ ಹಣ ಸಿಗುತ್ತದೆ.

ನಿಮ್ಮ ಸಂಘ–ಸಂಸ್ಥೆಯಿಂದ ಮ್ಯುಚ್ಯುಯಲ್ ಫಂಡ್‌ನಲ್ಲಿ ಒಟ್ಟು ಕಟ್ಟುವ ಹಣ 30 ವರ್ಷದಲ್ಲಿ 3 ಕೋಟಿ 69 ಲಕ್ಷರೂಗಳು. ನಿಮ್ಮ ಸಂಘ–ಸಂಸ್ಥೆಯ 102 ಸದಸ್ಯರಿಗೆ ಮ್ಯುಚುಯಲ್ ಫಂಡ್‌ನಿಂದ ಸಿಗುವ ಒಟ್ಟು ಹಣ 102 ಕೋಟಿಗಿಂತ ಹೆಚ್ಚು ಇದರಿಂದ ಪ್ರತಿಯೊಬ್ಬ ಸದಸ್ಯರಿಗೂ 1 ಕೋಟಿ ರೂಗಳಿಗಿಂತ ಹೆಚ್ಚು ಸಿಗುತ್ತದೆಂದು ಷೇರು ಪೇಟೆಯ ತಜ್ಞರು ಹೇಳುತ್ತಾರೆ.

ಕೇವಲ ಒಂದು ಹಳ್ಳಿಯಿಂದ ಇಷ್ಟೊಂದು ಪ್ರಮಾಣದ ಹಣ ಸಿಗುತ್ತದೆಯೆಂದರೆ ಪ್ರತಿಯೊಂದು ಹಳ್ಳಿಯು ಈ ರೀತಿ ಅಳವಡಿಸಿಕೊಂಡರೆ. ರಾಜ್ಯ ಮತ್ತು ದೇಶದ ಆರ್ಥಿಕತೆ ಎಷ್ಟು ಬೆಳೆಯುತ್ತದೆಂದು ನೀವೇ ಊಹೆ ಮಾಡಿಕೊಳ್ಳಿ, ಕೇವಲ ನೀವು 3 ತಿಂಗಳಿಗೆ ಕಟ್ಟುವ 10000 ರೂ ಹಣದಿಂದ ನಿಮ್ಮ ಜೀವನವನ್ನೆ ಹೊಸ ರೀತಿಯಲ್ಲಿ ಬದಲಾವಣೆ ಮಾಡಿಕೊಂಡು; ಕೈತುಂಬ ಕೋಟಿಗೊಟ್ಟಲೆ ಹಣಪಡೆಯುವ ವಿಧಾನ ಇದೇ ಮೊಟ್ಟ ಮೊದಲನೆಯದು ಈಗಿನಿಂದಲೇ ನಿಮ್ಮ ಸಂಸ್ಥೆ ಪ್ರಾರಂಭವಾಗಲಿ.

*****

# ಐದು ವರ್ಷದಲ್ಲೇ ಕೇವಲ ಎರಡು ಲಕ್ಷದಿಂದ ಶ್ರೀಮಂತರಾಗುವ ಮಾರ್ಗ

ಸ್ನೇಹಿತರೆ ನಾನು ಇನ್ನೊಂದು ಮುಖ್ಯವಾದ ವಿಷಯವನ್ನು ನಿಮಗೆ ತಿಳಿಸಲು ಬಯಸುತ್ತೇನೆ. ಹಿಂದೆ ಇಪ್ಪತ್ತೈದು ವರ್ಷದಲ್ಲಿ ಉದ್ಯಮವನ್ನು ಹೇಗೆ ಬೆಳೆಸಬಹುದು ತಿಳಿಸಿಕೊಟ್ಟಿದ್ದೇನೆ. ಹಾಗೆ ಕಡಿಮೆ ಅವಧಿಯ ಇನ್ನೊಂದು ಸಂಸ್ಥೆಯನ್ನು ನಿಮ್ಮ ಹಳ್ಳಿಯಲ್ಲಿ ಹೇಗೆ ಸ್ಥಾಪಿಸಬಹುದು ಎಂಬುದು ಐದು ವರ್ಷದಲ್ಲೇ ಮುಗಿಸಬಹುದಾದಂತಹ ಇದು ಸಹ ಪ್ರತೀ ಮೂರು ತಿಂಗಳಿಗೊಮ್ಮೆ ಹತ್ತು ಸಾವಿರ ಹಣದಲ್ಲೇ ಹದಿನೆಂಟು ತಿಂಗಳಿನಲ್ಲಿ ಕಟ್ಟುವ ಕಂತಿನಲ್ಲಿ ಸ್ಥಾಪಿಸುವ ಉದ್ಯಮವಾಗಿದೆ. ಇದರಿಂದ ಎಲ್ಲರು ಸಣ್ಣ ಪ್ರಮಾಣದ ಹಣದಿಂದ ಹೇಗೆ ಬಹುಬೇಗ ಶ್ರೀಮಂತರಾಗಬಹುದೆಂದು ತಿಳಿಸಲು ಇಚ್ಛಿಸುತ್ತೇನೆ.

ಈಗ ಐದು ವರ್ಷದ ಉದ್ಯಮ ವಿಚಾರ ನಿಮ್ಮ ಲೆಕ್ಕಕ್ಕೆ ಐದು ವರ್ಷವಾಗಿದೆ. ಹಾಗೆ ನೀವುಗಳು ಹಣ ಕಟ್ಟಿ ಪಡೆದುಕೊಳ್ಳುವುದು ಕೇವಲ ಹದಿನೆಂಟು ತಿಂಗಳುಗಳಾಗಿದೆ. ಈ ವಿಚಾರದಲ್ಲಿ ಬೇಗ ಬೇಗ ಕಡಿಮೆ ಹಣ ಸಿಗುತ್ತದೆ. ಕಡಿಮೆ ಹಣದಿಂದ ಹೇಗೆ ಶ್ರೀಮಂತರಾಗಬಹುದು, ಇದನ್ನು ಹೇಗೆ ಪ್ರಾರಂಭಿಸಬಹುದು, ಕಡಿಮೆ ಹಣದಲ್ಲಿ ನೀವು ಹೇಗೆ ಉದ್ಯಮವನ್ನು ಪ್ರಾರಂಭಿಸಬಹುದು ಈ ವಿಚಾರವು ಇಷ್ಟೆ. ನಿಮ್ಮ ಊರಿನ ದುಡ್ಡು ನೀವೆ ಬೆಳೆಸಿಕೊಂಡು ನೀವೇ ಶ್ರೀಮಂತರಾಗಬಹುದು. ಹಿಂದೆ 25 ವರ್ಷದ ಸ್ಕೀಮ್‌ನಲ್ಲಿ ಜಾಸ್ತಿ ಹಣ ಸಿಗುತ್ತಿತ್ತು. ಇಲ್ಲಿ ಕಡಿಮೆ ಹಣ ಸಿಗುತ್ತದೆ. ಆದರೆ ಬೇಗ ಬೇಗ ಎಲ್ಲರು ಉದ್ಯಮ ಪ್ರಾರಂಭಿಸುವ ಅವಕಾಶ ಸಿಗುತ್ತದೆ. ಕೇವಲ ಐದು ವರ್ಷದಲ್ಲೇ ಮುಗಿಯುತ್ತದೆ. ಹಣ ಕಟ್ಟುವುದು ಕೇವಲ 3 ತಿಂಗಳಂತೆ 18 ತಿಂಗಳು ಮಾತ್ರ.

ಯಾವುದಪ್ಪಾ ಈ ಐಡಿಯಾ ಅದು! ಹದಿನೆಂಟು ತಿಂಗಳಲ್ಲೇ ಮುಗಿಯುವ ವಿಚಾರವಾಗಿದೆ, ಇವರು ಹೇಳುವ ವಿಷಯ ತಲೆ ಕೆಟ್ಟು ಹೋಗುವಂತೆ ಮಾಡುತ್ತದೆ. ತಲೆಗೆ ಹುಳ ಬಿಡುವ ಯಾವ ವಿಷಯ ಇರಬೇಕು ಎಂಬುದನ್ನು ಯೋಚಿಸುತ್ತಿದ್ದೀರಲ್ಲವೇ, ಹೌದು ನೀವು ಯೋಚನೆ ಮಾಡಬೇಕಾದ್ದೆ, ಏಕೆಂದರೆ ಈ ಐಡಿಯಾನು ಅಷ್ಟೇನೆ ನಿಮಗೆ ಯಾರೂ ಮುಂದೆಯೂ ಈ ವಿಚಾರವನ್ನು ತಿಳಿಸಿರುವುದಿಲ್ಲ. ಇದೂ ಸಹ ನಿಮಗೆ ಅತ್ಯಂತ ಅಮೂಲ್ಯವಾದ ವಿಷಯವಾಗಿದೆ. ಈ ವಿಚಾರವೂ ಸಹ ಪ್ರತಿಯೊಂದು ನಿಮ್ಮ ಊರಿನ ಹಳ್ಳಿಗಳ ಜನಗಳ ಕಷ್ಟಗಳಿಗೆ

ಅನುಕೂಲವಾಗುವಂತಹ ವಿಷಯವಾಗಿದೆ. ಇದೂ ಸಹ ನೀವು ಯಾರ ಹತ್ತಿರ ಸಾಲ ಮಾಡುವ ಅವಶ್ಯಕತೆ ಇರುವುದಿಲ್ಲ.

ಯಾವ ಪೈನಾನ್ಸ್ ಕಂಪನಿಗಳಿಂದ ಸಾಲ ಮಾಡುವ ಅವಶ್ಯಕತೆ ಬರುವುದಿಲ್ಲ. ನಿಮ್ಮ ಕಷ್ಟ ಸುಖಗಳಿಗೆ ನೀವೆ ಸಮಸ್ಯೆಯನ್ನು ಬಗೆಹರಿಸಿಕೊಳ್ಳುವ ವಿಚಾರವಾಗಿದೆ. ಬಡ್ಡಿ ಕಟ್ಟಲಾರದೆ ಯಾರೂ ಸಾಲ ಮಾಡಿ ಊರು ಬಿಟ್ಟು ಹೋಗುವ ಸಮಯ ಬರುವುದಿಲ್ಲ. ಇದು ಯಾರು ನಿಮಗೆ ತಿಳಿಸದ ಅತ್ಯಂತ ಉಪಯುಕ್ತ ಮಾಹಿತಿಯಾಗಿದೆ. ಇದನ್ನು ನಿಮ್ಮ ಹಳ್ಳಿಯಲ್ಲಿ ಕಡಿಮೆ ಸಮಯವಿರುವುದರಿಂದ ಕಡಿಮೆ ಸಮಯದಲ್ಲಿ ಎಲ್ಲರಿಗೂ ವ್ಯಾಪಾರ ಮಾಡಲು ಹಣ ಸಿಗುತ್ತಾ ಹೋಗುತ್ತದೆ. ಈ ವಿಚಾರವನ್ನು ಸಣ್ಣ ಮೊತ್ತದಿಂದಲೇ ಪ್ರಾರಂಭ ಮಾಡಿ ಕಡಿಮೆ ಸಮಯದಲ್ಲಿ ಎಲ್ಲರೂ ಸ್ವಂತ ಉದ್ಯಮಿಗಳಾಗಬಹುದು.

ಸ್ನೇಹಿತರೆ ಇದು ನೀವು ಹಳ್ಳಿಯಲ್ಲಿ ಮಾಡುತ್ತಿರುವ ಚೀಟಿ ವ್ಯವಹಾರದಂತೆ. ಆದರೆ ಇದು ಒಂದು ರೀತಿಯ ವಿಭಿನ್ನವಾಗಿರುವ ವಿಷಯವಾಗಿದೆ. ಕಾರಣವೇನೆಂದರೆ ನಿಮ್ಮ ಚೀಟಿ ವ್ಯವಹಾರದಲ್ಲಿ ಏಜೆಂಟ್‌ಗಳಿರುತ್ತಾರೆ. ಎರಡನೇ ತಿಂಗಳು ಎಲ್ಲರೂ ಕಟ್ಟಿದ್ದ ಚೀಟಿ ಹಣವನ್ನು ಏಜೆಂಟ್ ಒಬ್ಬನೇ ತೆಗೆದುಕೊಳ್ಳುತ್ತಾನೆ. ಆದರೆ ಇಲ್ಲಿ ಹಾಗಾಗುವುದಿಲ್ಲ. ಇಲ್ಲಿ ಎಲ್ಲರೂ ಏಜೆಂಟರೇ ಆಗಿರುತ್ತಾರೆ. ಎಲ್ಲರಿಗೂ ಸಮಾನವಾಗಿ ಹಣ ಹಂಚಿಕೆಯಾಗುತ್ತದೆ. ಮತ್ತು ಎಲ್ಲರೂ ಇದರ ಜವಾಬ್ದಾರರಾಗುತ್ತಾರೆ. ಅಂದರೆ ಈ ವ್ಯವಹಾರವನ್ನು ನಡೆಸಬೇಕಾದರೆ ಯಾರಾದರು ಇಬ್ಬರು ಬುದ್ಧಿವಂತರನ್ನು ಮತ್ತು ಚೆನ್ನಾಗಿ ಓದಲು ಬರೆಯಲು ಬರುವ ವಿದ್ಯಾವಂತರನ್ನು ಮತ್ತು ರಾಜ್ಯದ ದೇಶದ ಆರ್ಥಿಕತೆಯನ್ನು ಚೆನ್ನಾಗಿ ತಿಳಿದುಕೊಂಡಿರುವಂತಹ ಪ್ರಜ್ಞಾವಂತರನ್ನು ನಿಮ್ಮ ಊರಿನಲ್ಲಿ ನೀವೇ ಆಯ್ಕೆಮಾಡಿಕೊಳ್ಳಬೇಕಾಗುತ್ತದೆ.

ಏಕೆಂದರೆ ಈ ನಿಮ್ಮ ವಹಿವಾಟು ನಡೆಸಲು ಎಲ್ಲಾ ಕಾನೂನು ವಿಚಾರವನ್ನು ತಿಳಿದುಕೊಂಡಿರುವಂತಹ ವಿದ್ಯಾವಂತ ಬುದ್ಧಿವಂತರನ್ನು ಮಾಡಿಕೊಳ್ಳಬೇಕಾಗುತ್ತದೆ. ಇಲ್ಲದೇ ಹೋದರೆ ಯಾರಾದರು ಸಮಾಜದ ಹಿತ ಕಾಯುವ ಜನಗಳ ದೃಷ್ಟಿಯಲ್ಲಿ ಒಳ್ಳೆಯವ, ತಾಳ್ಮೆ ಸಹಾನುಭೂತಿಯುಳ್ಳವ, ಎಲ್ಲಾ ವಿಚಾರವನ್ನು ತಿಳಿದುಕೊಂಡಿರುವ, ಹಳ್ಳಿಗಳ ಮುಗ್ಧ ಜನಗಳಿಗೆ ಸ್ಪಂದಿಸುವಂತಹ, ಉತ್ತಮ ಚಟುವಟಿಕೆಗಳಿಂದ ಕೂಡಿರುವ ಜ್ಞಾನವಂತ ಇಬ್ಬರು ಯುವಕರನ್ನು ನಿಮ್ಮೂರಲ್ಲೇ ಈ ವ್ಯಾವಹಾರವನ್ನು ನಡೆಸುಕೊಂಡು ಹೋಗುವಂತಹ ಇಬ್ಬರು ಬುದ್ಧಿವಂತರನ್ನ ಆಯ್ಕೆಮಾಡಿಕೊಳ್ಳುವುದೇ ನಿಮ್ಮ ಉದ್ದೇಶವಾಗಿರಬೇಕು.

ಸ್ನೇಹಿತರೆ ಇದೊಂದು ಅತ್ಯುತ್ತಮವಾದ ಚಿಟ್ ಪಂಡ್ ಆಗಿದೆ. ಈ ಚಿಟ್ ಪಂಡ್ ನಡೆಸಬೇಕಾದರೆ ಮೊದಲು ನೀವು ಮಾಡಬೇಕಾಗಿರುವುದು ನಿಮ್ಮ

ಹತ್ತಿರವಿರುವ ಯಾರಾದರೂ ಆಡಿಟರ್ ಅನ್ನು ಸಂಪರ್ಕಿಸಿ. ಅವರಿಂದ ಸಲಹೆ ಪಡೆದುಕೊಂಡು ಈ ಚಿಟ್ ಪಂಡ್ ಪ್ರಾರಂಭ ಮಾಡಿ, ಅವರ ಸಲಹೆಯ ಜೊತೆಗೆ ಒಂದು ಉದ್ಯೋಗ ಆಧಾರ್ ಲೇಸನ್ಸ್ ಕೊಡುತ್ತಾರೆ. ಆ ಉದ್ಯೋಗ ಲೇಸನ್ಸ್‌ನ್ನು ತೆಗೆದುಕೊಂಡು ನಿಮ್ಮ ಹತ್ತಿರದ ಒಂದು ರಾಷ್ಟ್ರೀಕೃತ ಬ್ಯಾಂಕಿನಲ್ಲಿ ಚಾಲ್ತಿ ಖಾತೆಯನ್ನು ತೆರೆಯಿರಿ. ಈಗ ನೀವು ಲೇಸೆನ್ಸ್ ಪಡೆದುಕೊಂಡು ಚಾಲ್ತಿ ಖಾತೆಯನ್ನು ಬ್ಯಾಂಕಿನಲ್ಲಿ ಓಪನ್ ಮಾಡಿ ನಿಮ್ಮೂರಿನಲ್ಲಿ ನೀವು ನಡೆಸುವ ಯಾವುದೇ ಚೀಟಿ ವ್ಯವಹಾರವನ್ನು ಬಿಟ್ಟುಬಿಡಿ, ಈಗ ನೀವೆ ಲೆಸನ್ಸ್ ಪಡೆದುಕೊಂಡು ನಿಮ್ಮದೇ ಒಂದು ಸಂಘ ಸಂಸ್ಥೆಯನ್ನು ಮಾಡಿಕೊಂಡು ನಿಮ್ಮ ಜನಗಳಿಂದಲೇ  ನಿಮ್ಮೂರಿನಲ್ಲಿ ಹಣ ಕ್ರೂಢೀಕರಿಸಿಕೊಂಡು ನೀವೆ ಅದಕ್ಕೆ ಬಡ್ಡಿ ಕಟ್ಟಿಕೊಂಡು ನಿಮ್ಮ ಕಷ್ಟ ಕಾಲಕ್ಕೆ ನೀವೆ ತೆಗೆದುಕೊಳ್ಳುವ ವಿಭಿನ್ನ ರೀತಿಯ ಇದು ಚಿಟ್‌ಫಂಡ್ ಹಾಗಿದೆ. ಈ ಚಿಟ್‌ಫಂಡ್‌ಗೆ ನಿಮ್ಮದೇ ಒಂದು ಚಂದವಾದ ಹೆಸರನ್ನಿಟ್ಟು ಚಿಟ್‌ಫಂಡ್ ಪ್ರಾರಂಭಮಾಡಿ. ಪ್ರಾರಂಭ ಮಾಡಲು ಮುಂದಿನ ಸೂಚನೆಗಳನ್ನು ವಿವರಿಸುತ್ತಾ ಅರ್ಥಮಾಡಿಕೊಂಡು, ಒಂದಲ್ಲ ಹತ್ತು ಸಾರಿ ಓದಿಕೊಂಡು ಪ್ರಾರಂಭ ಮಾಡಿ ಎಲ್ಲರೂ ಶ್ರೀಮಂತರಾಗಿ.

ಸ್ನೇಹಿತರೇ ನಿಮ್ಮೂರಲ್ಲೇ ನೀವು ಮಾಡಬಹುದಾದ ಒಂದು ರೀತಿಯ ವಿಭಿನ್ನವಾಗಿರುವ ಚಿಟ್‌ಫಂಡ್ ಇದಾಗಿರುತ್ತದೆ.

1. ಈ ನಿಮ್ಮ ಚಿಟ್ ಫಂಡ್‌ನಲ್ಲಿ ನೂರು ಜನ ಸದಸ್ಯರು ಇರುವ ಹಾಗೆ ಮಾಡಿಕೊಳ್ಳಬೇಕು.

2. ಈ ಚಿಟ್‌ಫಂಡ್ ಮೂರು ತಿಂಗಳಿಗೊಮ್ಮೆ ನಡೆಯುತ್ತದೆ.

3. ಈ ಚಿಟ್‌ಫಂಡ್‌ನಲ್ಲಿ ಹಣ ಹೂಡಿಕೆ ಮಾಡಬೇಕಾದರೆ ನಿಮ್ಮ ಚಿಟ್‌ಫಂಡ್ ಹೆಸರಿನ ಬ್ಯಾಂಕಿನ ಖಾತೆಯಲ್ಲಿಯೇ ಹಣ ಜಮಾ ಮಾಡಬೇಕು.

4. ಬ್ಯಾಂಕಿನಲ್ಲಿ ಹಣ ಜಮಾ ಮಾಡಿದ ಚಲನ್‌ನ್ನು ನಿಮ್ಮ ಊರಿನ ಚಿಟ್‌ಫಂಡ್ ನಡೆಸುವವರಲ್ಲಿ ತಂದು ತೋರಿಸಿ ರಶೀದಿಯನ್ನು ಪಡೆಯಬೇಕು. ಹಾಗೂ ಒಂದು ನಿಮ್ಮ ಚಿಟ್‌ಫಂಡ್ ಹೆಸರಿನ ಪಾಸ್ ಬುಕ್ ಕೇಳಿ ಪಡೆಯಬೇಕು. ಪಾಸ್‌ಬುಕ್ಕಿನಲ್ಲಿ ಚಿಟ್‌ಫಂಡ್ ನಡೆಸುವ ನಿಮ್ಮ ಏಜೆಂಟರ ಸಹಿಯನ್ನು ಪಡೆಯಬೇಕು.

5. ಈ ಚಿಟ್ ಫಂಡ್‌ನ ಹಣ ಕಟ್ಟಲು ಒಂದರಿಂದ ಹದಿನೈದನೇ ತಾರೀಖಿನವರೆಗೂ ಕಾಲಾವಕಾಶ ಕೊಡಲಾಗುತ್ತದೆ.

6. ಈ ಚಿಟ್ ಫಂಡ್ ವ್ಯವಹಾರ ನಿಮ್ಮೂರಿನ ಚಿಟ್ ಫಂಡ್‌ನಲ್ಲಿ ಆಯ್ಕೆಯಾದ ಮಾಲೀಕರ ಹೆಸರಿನಲ್ಲಿ ಬ್ಯಾಂಕ್ ಖಾತೆ ಇರುತ್ತದೆ.

7. ಈ ಚಿಟ್ ಫಂಡ್ ಬ್ಯಾಂಕ್ ಖಾತೆಯ ಮಾಲೀಕರ ಹೆಸರಲ್ಲೆ ನೀವು ಹಣ ಜಮಾ ಮಾಡಬೇಕು.

8. ಈಗ ಚಿಟ್ ಫಂಡ್‌ನಲ್ಲಿ ಒಂದರಿಂದ ಹದಿನೈದನೇ ತಾರೀಖಿನೊಳಗೆ ಮೂರು ತಿಂಗಳಿಗೊಂದು ಸಾರಿ ಹತ್ತು ಸಾವಿರ ರೂ. ಹಣವನ್ನು ಚಿಟ್‌ಫಂಡ್ ಮಾಲೀಕರ ಬ್ಯಾಂಕ್ ಖಾತೆಗೆ ಜಮಾ ಮಾಡಬೇಕು.

9. ಈ ಚಿಟ್ ಫಂಡ್‌ನಲ್ಲಿ ಎಲ್ಲಾ ನೂರು ಜನ ಸದಸ್ಯರು ಒಂದರಿಂದ ಹದಿನೈದನೇ ತಾರೀಖಿನೊಳಗೆ ಹಣ ಕಟ್ಟಿದ ಮೇಲೆಯೇ ಡ್ರಾ ಮಾಡಲಾಗುವುದು. ಒಟ್ಟಾರೆ ನೂರು ಜನ ಸದಸ್ಯರಿರಲೇ ಬೇಕು. ಹಣ ಕಟ್ಟಿದ ಮೇಲೆಯೇ ನೂರು ಜನ ಸದಸ್ಯರ ಸಮ್ಮುಖದಿಂದಲೇ ಡ್ರಾ ಮಾಡಬೇಕಾಗುತ್ತದೆ.

10. ಈ ಚಿಟ್ ಫಂಡ್‌ನಲ್ಲಿ ನೂರು ಜನರ ಸದಸ್ಯರುಗಳ ಹೆಸರನ್ನು ಸೇರಿಸಿ ನೂರು ಟೋಕನ್‌ಗಳಾಗಿ ಡ್ರೈ ಮಾಡಿಸಿಕೊಂಡಿರಬೇಕು.

11. ಈಗ ನೂರು ಟೋಕನ್ ಅಥವಾ ಕಾಯಿನ್ಗಳನ್ನು ಒಂದು ಡಬ್ಬದಲ್ಲಿ ಹಾಕಿ ಕುಲುಕುವ ಮೂಲಕ ಐದು ಜನ ಸದಸ್ಯರನ್ನು ಒಂದೇ ಸಾರಿ ಆಯ್ಕೆ ಮಾಡಲಾಗುತ್ತದೆ.

12. ನೂರು ಜನ ಸದಸ್ಯರಿಂದ ಚಾಲ್ತಿ ಖಾತೆಯಲ್ಲಿ ಒಟ್ಟು ಹತ್ತು ಲಕ್ಷ ರೂ. ಹಣ ಸಂಗ್ರಹವಾಗಿರುತ್ತದೆ.

13. ಈಗ ಐದು ಜನ ಸದಸ್ಯರನ್ನು ನಿಮ್ಮೂರಲ್ಲಿ ಡ್ರಾ ಮಾಡುವ ಕುಲುಕುವ ಮೂಲಕ ಆಯ್ಕೆ ಮಾಡಿದ್ದೀರಿ.

14. ಡ್ರಾ ನಲ್ಲಿ ವಿಜೇತರಾದ ಐದು ಜನ ಸದಸ್ಯರಿಗೆ ತಲಾ ಗೌವರ್ನಮೆಂಟ್ ಬೀಟ್ 30,000 ರೂ. ಗಳನ್ನು ಕಳೆದು ಎಲ್ಲರಿಗೂ ತಲಾ ಐದು ಜನಕ್ಕೆ 1,70,000 ರೂ.ಗಳು ಸಿಗುತ್ತದೆ.

15. ಡ್ರಾ ನಲ್ಲಿ ಆಯ್ಕೆಯಾದ ವಿಜೇತರು (ಸದಸ್ಯರು) ಸಾಕ್ಷಿ ಶ್ಯೂರಿಟಿಗಾಗಿ ನಿಮ್ಮೂರಿನ ಚಿಟ್‌ಫಂಡ್ ಮಾಲೀಕರಿಗೆ ಒಂದು ಅಗ್ರಿಮೆಂಟ್ ಮಾಡಿಕೊಡ–ಬೇಕಾಗುತ್ತದೆ. ಹಾಗೂ ಎರಡು ಖಾಲಿ ಚೆಕ್ ಕೊಡಬೇಕಾಗುತ್ತದೆ. ಮತ್ತು ಪ್ಯಾನ್ ಕಾರ್ಡ್, ಆಧಾರ್ ಕಾರ್ಡ್, ಲೈಟ್ ಬಿಲ್, ಗ್ಯಾಸ್ ಬಿಲ್, ಎರಡು ಫೋಟೋ ಮತ್ತು ನಿಮ್ಮ ಬ್ಯಾಂಕ್ ಪಾಸ್‌ಬುಕ್ ಜೆರಾಕ್ಸ್ ಕೊಡಬೇಕಾಗುತ್ತದೆ.

16. ಈಗ ಚಿಟ್‌ಫಂಡ್ ಮಾಲೀಕರು ನಿಮಗೆ ಚಿಟ್‌ಫಂಡ್ ಕಂಪನಿಯ ಚೆಕ್ ಮೂಲಕವೇ ನಿಮಗೆ ಒಂದರಿಂದ ಹದಿನೈದನೇ ತಾರೀಖಿನೊಳಗೆ ಹಣ ಡ್ರಾ

ಮಾಡಿಕೊಳ್ಳಲು ಅವಕಾಶ ಮಾಡಿಕೊಡುತ್ತಾರೆ. ಏಕೆಂದರೆ ನೀವು ಹಣ ಕಟ್ಟುವಾಗ ಒಂದರಿಂದ ಹದಿನೈದನೇ ತಾರೀಖಿನವರೆಗೂ ಕಾಲಾವಕಾಶ ಇರುತ್ತದೆ. ಅದೇ ರೀತಿ ಹಣ ಪಡೆಯಲು ಸಹ ಒಂದರಿಂದ ಹದಿನೈದು ದಿನ ಕಾಲಾವಕಾಶ ಇರುತ್ತದೆ.

17. ಈಗ ಡ್ರಾ ನಲ್ಲಿ ತಲಾ ಐದು ಜನ ಎರಡು ಲಕ್ಷ ರೂ ಹಣವನ್ನು ಪಡೆದವರು ಪ್ರತೀ ತಿಂಗಳು ತಪ್ಪದೆ ನಿಮ್ಮ ಚಿಟ್‌ಫಂಡ್‌ನಲ್ಲಿ 2% ಬಡ್ಡಿ ಕಟ್ಟಿಕೊಂಡು ಬರಬೇಕು. ಹಾಗೆ ಮೂರು ತಿಂಗಳಿಗೆ ಒಂದು ಸಾರಿ ಹತ್ತು ಸಾವಿರ ಹಣ ಕಟ್ಟಿಕೊಂಡು ಹೋಗಬೇಕು. (ಒಂದರಿಂದ ಹದಿನೈದನೇ ತಾರೀಖಿನೊಳಗೆ)

18. ಈ ಚಿಟ್‌ಫಂಡ್‌ನಲ್ಲಿ ಅವಧಿ ಐದು ವರ್ಷವಾಗಿದೆ ಅಂದರೆ ನೀವು ಹತ್ತು ಸಾವಿರ ಹಣ ಕಟ್ಟುವ ಅವಧಿ ಇಪ್ಪತ್ತು ತಿಂಗಳಾಗಿರುತ್ತದೆ.ಇಪ್ಪತ್ತು ತಿಂಗಳಿಗೆ ಎರಡು ಲಕ್ಷ ಹಣವಾಗಿರುತ್ತದೆ. (ಕೇವಲ ಒಂದು ವರ್ಷ ಎಂಟು ತಿಂಗಳು ಮಾತ್ರ ಅವಧಿಯಾಗಿರುತ್ತದೆ)

19. ಈ ಚಿಟ್‌ಫಂಡ್ ಮೂರು ತಿಂಗಳಿಗೊಮ್ಮೆ ಹತ್ತು ಸಾವಿರ ಕಟ್ಟುವುದರಿಂದ ಐದು ವರ್ಷ ಅವಧಿ ತೆಗೆದುಕೊಂಡಿರುತ್ತದೆ.

20. ಈ ಐದು ವರ್ಷದಲ್ಲಿ ನೀವು ಕಟ್ಟುತ್ತಿರುವ ಒಟ್ಟು ಹಣ ಕೇವಲ ಎರಡು ಲಕ್ಷವಾಗಿರುತ್ತದೆ.

21. ಈಗಾಗಲೇ ಐದು ಜನ ವಿಜೇತರಾದವರು ತಲಾ 1,70,000 ರೂ. ತೆಗೆದುಕೊಂಡಿರುತ್ತಾರೆ.(ರೂಢಿಯಂತೆ 2 ಲಕ್ಷಕ್ಕೆಂದೇ 2% ಬಡ್ಡಿ ಪಡೆಯಲಾಗುತ್ತದೆ.)

22. ಈ ಚಿಟ್‌ಫಂಡ್‌ನಲ್ಲಿ ಪ್ರತಿಯೊಬ್ಬರಿಗೂ ತಲಾ ಇದೇ ರೀತಿ 30,000 ರೂ. ಕಳೆದು 1,70,000 ರೂ. ಹಣ ಸಿಗುತ್ತಾಹೋಗುತ್ತದೆ.

23. ಈ ಚಿಟ್‌ಫಂಡ್‌ನಲ್ಲಿ ಮೂರು ತಿಂಗಳಿಗೊಮ್ಮೆ ನಡೆಯುವ ಪ್ರತೀ ಡ್ರಾನಲ್ಲಿ ವಿಜೇತರಾದ ಪ್ರತಿಯೊಬ್ಬರು 2% ಬಡ್ಡಿ ಹಣ ಮತ್ತು 3 ತಿಂಗಳಿಗೊಮ್ಮೆ ಹತ್ತು ಸಾವಿರ ಹಣ ಕಟ್ಟಿಕೊಂಡು ಬರಬೇಕಾಗುತ್ತದೆ.

24. ಈ ಚಿಟ್‌ಫಂಡ್ ಮಾಲೀಕರು ನಿಮಗೆ ಕೊಟ್ಟಿರುವ 2 ಲಕ್ಷ ಹಣಕ್ಕೆ ನಾಲ್ಕು ಸಾವಿರ ಬಡ್ಡಿಯನ್ನು ಮಾತ್ರ ತೆಗೆದುಕೊಳ್ಳುತ್ತಾರೆ.

25. ಈ ಚಿಟ್‌ಫಂಡ್‌ನಲ್ಲಿ ಇನ್ನೂ ಐದು ಜನಗಳಿಂದ ಬಾಕಿ ಉಳಿದ 30 ಸಾವಿರ x 5 ಜನಗಳಿಂದ (30000x5 = 1,50,000) ಹಣದಿಂದ ಡ್ರಾ ನಲ್ಲಿ ಆಯ್ಕೆಯಾದ ಐದು ಜನಗಳಿಗೆ ಹೆಲ್ತ್ ಇನ್ಸುರೆನ್ಸ್ ಹಾಗೂ ಟರ್ಮ್ ಇನ್ಸುರೆನ್ಸ್ ಮಾಡಿಕೊಡಲಾಗುತ್ತದೆ.

26. ಇನ್ನೂ ಉಳಿಕೆ ಹಣದಿಂದ ಪ್ರತೀ ತಿಂಗಳು 30,000 ರೂ. ಹಣವನ್ನು ನಿಮ್ಮ ಚಿಟ್‌ಫಂಡ್ ಹೆಸರಿನ ಬ್ಯಾಂಕಿನಲ್ಲಿ ಡಿ ಮ್ಯಾಟ್ ಖಾತೆ ಓಪನ್ ಮಾಡಿ ಮ್ಯುಚ್ಯುವಲ್ ಫಂಡ್‌ನಲ್ಲಿ 30,000 ರೂ. ಹಣವನ್ನು ತೊಡಗಿಸುತ್ತಾ ಬರುತ್ತಾರೆ.

27. ಈ ಮ್ಯುಚ್ಯುವಲ್ ಫಂಡ್‌ನಲ್ಲಿ 25 ರಿಂದ 30 ವರ್ಷ ದೀರ್ಘಕಾಲ 30,000 ರೂ. ಹಣ ಕಟ್ಟಬೇಕಾಗುತ್ತದೆ.

28. ಈ ಚಿಟ್‌ಫಂಡ್‌ನಲ್ಲಿ ನೀವು ಐದು ವರ್ಷದ ನಂತರ ಅಂದರೆ 3 ತಿಂಗಳಿಗೊಮ್ಮೆ ಕಟ್ಟುವ 10,000 ರೂ. ಹಣವನ್ನು ಐದು ವರ್ಷದ ನಂತರ ಕಟ್ಟುವ ಹಾಗಿಲ್ಲ.

29. ಕೇವಲ ಐದು ವರ್ಷದ ನಂತರ ನೀವು ಕಟ್ಟಿರುವ 4,000 ರೂ. ಬಡ್ಡಿ ಹಣ ಮತ್ತೆ ನಿಮಗೆ 2 ಲಕ್ಷದಂತೆ ಮತ್ತೆ 5 ಜನಗಳಿಗೆ ಪುನರಾವರ್ತನೆಯಾಗಿ ಬರುತ್ತಾ ಇರುತ್ತದೆ.

30. ಇಲ್ಲಿ ಪ್ರತಿಯೊಬ್ಬ ನೂರು ಸದಸ್ಯರು ಕಟ್ಟುವ 4,000 ರೂ. ಬಡ್ಡಿ ತಲಾ 3 ತಿಂಗಳಿಗೊಮ್ಮೆ 5 ವರ್ಷದ ನಂತರ ಎಲ್ಲರಿಗೂ 2 ಲಕ್ಷ ರೂ ಹಣ 25 ರಿಂದ 30 ವರ್ಷದವರೆಗೂ ಪುನರಾವರ್ತನೆಯಾಗುತ್ತದೆ.

31. ಈಗ ನೀವು ತಲಾ 5 ಜನ 2 ಲಕ್ಷ ರೂ ಹಣ ಪಡೆದಿದ್ದೀರಿ, ನೀವು ಯಾವುದೇ ಉದ್ಯಮ ಸ್ಥಾಪಿಸುವುದಕ್ಕೆ ನಿಮ್ಮ ಚಿಟ್‌ಫಂಡ್‌ನ ಮಾಲೀಕರು ಹಾಗೂ ಡ್ರಾ ನಲ್ಲಿ ಆಯ್ಕೆಯಾದ ಸದಸ್ಯರು ನಮ್ಮನ್ನು ಸಂಪರ್ಕಿಸಿ. ಈ ಹಣದಿಂದ ಯಾವ ಉದ್ಯಮ ಸ್ಥಾಪಿಸಿದರೆ ಉತ್ತಮ ಎಂಬುದನ್ನು ನಾವು ನಿಮಗೆ ಸಲಹೆ ಕೊಡುತ್ತೇವೆ. ನೀವು ಕಟ್ಟಿದ 10,000 ರೂ. ಹಣಕ್ಕೆ ಈಗ ನಿಮ್ಮ ಕೈಯಲ್ಲಿ 1,70,000 ರೂ. ಹಣವಿದೆ, ಜೊತೆಗೆ ನಿಮಗೆ ಹೆಲ್ತ್ ಇನ್ಸುರೆನ್ಸ್ ಬೆನಿಫಿಟ್ ಸಿಕ್ಕಿದೆ ಮತ್ತೆ ನಿಮ್ಮ ಕುಟುಂಬ ರಕ್ಷಣೆಗೆ ಟರ್ಮ್ ಇನ್ಸುರೆನ್ಸ್ ಬೆನಿಫಿಟ್ ಸಿಕ್ಕಿದೆ.

ಒಂದು ವೇಳೆ ನಿಮಗೆ ಏನಾದರೂ ತೊಂದರೆಯಾದರೆ ನಿಮ್ಮ ಕುಟುಂಬಸ್ಥರಿಗೆ 50 ಲಕ್ಷದಿಂದ 1 ಕೋಟಿಯವರೆಗೆ ಟರ್ಮ್ ಇನ್ಸುರೆನ್ಸ್ ಬೆನಿಫಿಟ್ ಹಣ

ಸಿಗುತ್ತದೆ. ಮತ್ತು ನೀವು ಉದ್ಯಮ ಪ್ರಾರಂಭಿಸಲು ಹಣವೂ ಸಿಕ್ಕಂತಾಗಿದೆ ಹಾಗೂ ನಿಮಗೆ ಯಾವುದೇ ಖಾಯಿಲೆ ಬಂದರೂ ಯಾವ ಆಸ್ಪತ್ರೆಯಲ್ಲಾದರೂ ತೋರಿಸಲು 5 ರಿಂದ 10 ಲಕ್ಷದವರೆಗೂ ನಿಮ್ಮ ಖಾಯಿಲೆಗೆ ಇನ್ಸುರೆನ್ಸ್ ಹಣ ಉಪಯೋಗವಾಗುತ್ತದೆ. ಇದಕ್ಕಿಂತ ಸೌಲಭ್ಯ ಇನ್ನೇನು ಬೇಕು ನಿಮಗೆ, ಇದಲ್ಲದೇ ಮ್ಯುಚ್ಯುವಲ್ ಫಂಡ್‌ನಲ್ಲಿ ನೀವು ಮಲಗಿರುವಾಗಲೂ ನಿಮ್ಮ ಹಣ ಬೆಳೆಯುತ್ತಾ ಹೋಗುತ್ತದೆ. ಇದರಿಂದ ನಿಮಗೆ ನಿಮ್ಮ ಮಕ್ಕಳ ಭವಿಷ್ಯಕ್ಕೆ ಸುಮಾರು 30 ಲಕ್ಷದಿಂದ 50 ಲಕ್ಷಕ್ಕೂ ಹೆಚ್ಚು ಹಣ 30 ವರ್ಷದಲ್ಲಿ ನಿಮ್ಮ ಕೈ ಸೇರುತ್ತದೆ.

32. ಆದ್ದರಿಂದ ನಿಮ್ಮೂರಿನಲ್ಲಿ ಎಲ್ಲಾ ನೂರು ಜನ ಸದಸ್ಯರು ತಪ್ಪದೇ 4,000 ರೂ. ಪ್ರತೀ ತಿಂಗಳು ಬಡ್ಡಿ ಮತ್ತು 3 ತಿಂಗಳಿಗೊಮ್ಮೆ 10,000 ರೂ. ಹಣವನ್ನು ಕಟ್ಟಿಕೊಂಡು ಬರಬೇಕು. ಐದು ವರ್ಷದ ನಂತರ 10,000 ರೂ. ಹಣ ನೀವು ಕಟ್ಟುವ ಹಾಗಿಲ್ಲ. ಬರೀ 4000 ರೂ. ಹಣವನ್ನು ಮಾತ್ರ ಕಟ್ಟಿಕೊಂಡು ಹೋಗಬೇಕಷ್ಟೆ.

33. ಈಗ ನೀವು 4000 ರೂ. ಕಟ್ಟುವ ಬಡ್ಡಿ ಹಣವು ಸಹ 5 ವರ್ಷದ ನಂತರ ಮತ್ತೆ 3 ತಿಂಗಳಿಗೊಮ್ಮೆ ಪುನಃ 2 ಲಕ್ಷ ರೂ. ಹಣದಂತೆ ನಿಮ್ಮ ಕೈ ಸೇರುತ್ತದೆ. 30 ವರ್ಷದವರೆಗೂ ಹೀಗೆ 25 ರಿಂದ 30 ವರ್ಷದವರೆಗೂ ಪುನರಾರ್ವನೆ ಮಾಡಿಕೊಂಡು ಹೋದರೆ ನಿಮ್ಮ ಮ್ಯುಚ್ಯುವಲ್ ಫಂಡ್ ಹಣ ಸುಮಾರು 30 ಲಕ್ಷದಿಂದ 50 ಲಕ್ಷಕ್ಕೂ ಹೆಚ್ಚು ಹಣ ನಿಮ್ಮ ಕೈ ಸೇರುತ್ತದೆ ಪ್ರತಿಯೊಬ್ಬ ಸದಸ್ಯನಿಗೂ.

ಆದ್ದರಿಂದ ಈ ಚಿಟ್‌ಫಂಡ್‌ನ್ನು ಚೆನ್ನಾಗಿ ಬಳಸಿಕೊಂಡು ಎಲ್ಲರೂ ದೊಡ್ಡ ಶ್ರೀಮಂತರಾಗಿ ನೂರಾರು ಬಡವರಿಗೆ ಕೆಲಸ ಕೊಟ್ಟು ನೀವು ದೊಡ್ಡ ಉದ್ಯಮಿಗಳಾಗಿರಿ ಎಂಬುದೇ ನನ್ನ ಅಂತರಂಗದ ಮಾತಾಗಿದೆ. ಇದೂವರೆಗೂ ಇಂತಹ ಸಲಹೆಯನ್ನು ಯಾರೂ ಕೊಟ್ಟಿಲ್ಲ, ನಿಮ್ಮೂರಲ್ಲೇ ನೀವು ಈಗ ಈ ಚಿಟ್ ಫಂಡ್‌ನ್ನು ಬೇಗ ಪ್ರಾರಂಭ ಮಾಡಿ.

34. ಯಾವುದೇ ಕಾರಣಕ್ಕೂ 4,000 ರೂ. ಬಡ್ಡಿ ಹಣವನ್ನು ಪ್ರತಿ ತಿಂಗಳು ತಪ್ಪದೆ ಕಟ್ಟಬೇಕು.

35. ಈ ಚಿಟ್ ಫಂಡ್ ಪ್ರತೀ ಮೂರು ತಿಂಗಳಿಗೊಮ್ಮೆ ನೀವೆಲ್ಲರೂ ಕಟ್ಟುವ 10 ಸಾವಿರ ಹಣ ಚಿಟ್‌ಫಂಡ್‌ನಲ್ಲಿ ಜಮಾ ಹಾಗುತ್ತಾ ಹೋಗುತ್ತದೆ.

36. ಪ್ರತೀ ಮೂರು ತಿಂಗಳಿಗೊಮ್ಮೆ ಐದೈದು ಸದಸ್ಯರನ್ನು ಆಯ್ಕೆ ಮಾಡಿ ತಲಾ 2 ಲಕ್ಷ ರೂ ಹಣವನ್ನು ಕೊಡುತ್ತಾ ಹೋಗುತ್ತಾರೆ.

37. 2 ಲಕ್ಷ ರೂ ಹಣ ತೆಗೆದುಕೊಂಡವರು 2% ಬಡ್ಡಿ ಪ್ರತೀ ತಿಂಗಳು ಕಟ್ಟಿಕೊಂಡು ಹೋಗಬೇಕು.

38. ಪ್ರತೀ ತಿಂಗಳು 4,000 ರೂ.ನಂತೆ ಬಡ್ಡಿ ಕಟ್ಟಿದರೆ ಐದು ವರ್ಷಕ್ಕೆ ನಿಮ್ಮ ಬಡ್ಡಿ ಹಣ 2 ಲಕ್ಷ ಆಗಿರುತ್ತದೆ. ಮತ್ತೆ ಆ ಬಡ್ಡಿ ಹಣ ನಿಮಗೆ ವಾಪಸ್ಸು ಕೊಡುತ್ತೇವೆ. ಇದರಲ್ಲಿ ನೀವು ಕಳೆದುಕೊಂಡಿದ್ದು ಯಾವುದೂ ಇರುವುದಿಲ್ಲ ಅಲ್ಲವೇ.

39. ಈ ಚಿಟ್‌ಫಂಡ್‌ನಲ್ಲಿ ಸರಿಯಾದ ಸಮಯಕ್ಕೆ ಯಾರೂ ಹಣ ಕಟ್ಟಿಕೊಂಡು ಬರುತ್ತಾರೋ ಅಂತಹವರಿಗೆ ಸೂಕ್ತ ಬಹುಮಾನ ಕೊಡಲಾಗುತ್ತದೆ.

40. ಈ ಚಿಟ್‌ಫಂಡ್‌ನಲ್ಲಿ ಒಂದೆರಡು ವರ್ಷದ ನಂತರ ಉದ್ಯೋಗ ಬಯಸುವವರಿಗೆ ಉದ್ಯೋಗ ಕೊಡಲು ನಿಮ್ಮ ಏಜೆಂಟರಿಗೆ ನಾವು ಸಲಹೆ ಕೊಡುತ್ತೇವೆ. ಏಜೆಂಟರು ಕುದ್ದಾಗಿ ನಮ್ಮನ್ನು ಸಂಪರ್ಕಿಸಬಹುದು.

41. ಡ್ರಾನಲ್ಲಿ ವಿಜೇತರಾದ 5 ಜನ ಸದಸ್ಯರಿಂದ ಅವರ ಒಳಿತಿಗಾಗಿ ಅವರ ಭವಿಷ್ಯ ರೂಪಿಸುವುದಕ್ಕಾಗಿ 2 ಲಕ್ಷ ಹಣದಲ್ಲಿ ಏಕೆ 30 ಸಾವಿರ ಹಣ ಹಿಡಿದುಕೊಳ್ಳುತ್ತೇವೆ ಎಂದರೆ ಈ ಸಂಸ್ಥೆಯಲ್ಲಿ 5 ವರ್ಷದವರೆಗೂ ಅವರಿಗೆ ಹೆಲ್ತ್ ಇನ್ಸುರೆನ್ಸ್ ಮತ್ತು ಟರ್ಮ್ ಇನ್ಸುರೆನ್ಸ್ ಬೆನಿಫಿಟ್ ಸಿಗಲಿ. ಏನಾದರು ತೊಂದರೆಯಾದರೆ ಕುಟುಂಬಕ್ಕಾಗಲಿ, ಈ ಸಂಸ್ಥೆಗಾಗಲಿ ಯಾವುದೇ ತೊಂದರೆಯಾಗಬಾರದೆಂದು ಈ ಹೆಲ್ತ್ ಇನ್ಸುರೆನ್ಸ್ ಮತ್ತು ಟರ್ಮ್ ಇನ್ಸುರೆನ್ಸ್ ಮಾಡಿಸಲಾಗುತ್ತದೆ.

42. 5 ವರ್ಷದ ನಂತರ ನೀವೇ ಈ ಎರಡೂ ಇನ್ಸುರೆನ್ಸ್ ಬೆನಿಫಿಟ್‌ನ್ನು ನೀವೇ ಮುಂದುವರೆಸಿಕೊಂಡು ಹೋಗಬೇಕು.

43. ಈ ಚಿಟ್‌ಫಂಡ್‌ನಲ್ಲಿ ನೂರು ಜನ ಸದಸ್ಯರಿಗೆ ಮಾತ್ರ ಒಂದು ವರ್ಷದ ನಂತರ ಯಾವುದೇ ತೊಂದರೆ ಸಂದರ್ಭ ಬಂದರೆ ಯಾರಲ್ಲೂ ಹಣ ಕೇಳುವ ಅವಶ್ಯಕತೆ ಬರುವುದಿಲ್ಲ. ಏಕೆಂದರೆ ಈ ಚಿಟ್‌ಫಂಡ್‌ನಲ್ಲಿ ನಿಮಗೆ 2% ಬಡ್ಡಿಯಂತೆ ಹಣವನ್ನು ಕೊಡಲಾಗುತ್ತದೆ. ಡ್ರಾನಲ್ಲಿ ಆಯ್ಕೆಯಾದ ವಿಜೇತರನ್ನು ಬಿಟ್ಟು ಉಳಿದವರಿಗೆ ಯಾವುದೇ ಕಷ್ಟದ ಸಮಯದಲ್ಲಿ 2% ಬಡ್ಡಿಯಂತೆ ಹಣ ಪಡೆಯಬಹುದು.

44. ಈ ಚಿಟ್‌ಫಂಡ್‌ನಲ್ಲಿ ಸೇರಿರುವ ನೂರು ಜನ ಸದಸ್ಯರಿಗೆ ಒಂದು ವರ್ಷದ ನಂತರ ಹಣದ ಅವಶ್ಯಕತೆ ಇರುವವರಿಗೆ 2% ಬಡ್ಡಿಯಂತೆ 10 ಸಾವಿರದಿಂದ

50 ಸಾವಿರ ರೂಪಾಯಿಗಳವರಿಗೂ ಹಣದ ಸಹಾಯ ಮಾಡಲು ಈ ಚಿಟ್‌ಫಂಡ್ ಸಹಕರಿಸುತ್ತದೆ.

45. ಈ ಚಿಟ್‌ಫಂಡ್‌ನಲ್ಲಿ ಪ್ರತಿಯೊಬ್ಬರಿಗೂ ಹಣ ಕಟ್ಟಲು ಒಂದರಿಂದ ಹದಿನೈದು ದಿನಗಳವರೆಗೂ ಅವಕಾಶ ಕಲ್ಪಿಸಲಾಗಿದೆ. ಯಾವುದೇ ಕಾರಣಕ್ಕೂ ನಿಮಗೆ ತೊಂದರೆಯಾಗಲು ಬಿಡುವುದಿಲ್ಲ. ಆದ್ದರಿಂದ ಎಲ್ಲಾ ಫೈನಾನ್ಸ್ ಕಂಪನಿಗಳ ಹಾಗೆ ಟಾರ್ಚರ್ ಇರುವುದಿಲ್ಲ.

46. ಈ ಚಿಟ್‌ಫಂಡ್‌ನಲ್ಲಿ ಎಲ್ಲರಿಗೂ ಉತ್ತಮ ಭವಿಷ್ಯ ರೂಪಿಸಿಕೊಳ್ಳಲು ಅವಕಾಶವಿದೆ. ನೀವುಗಳೆಲ್ಲಾ ಸೇರಿ ನಿಮ್ಮೂರಲ್ಲೇ ನೀವು ಉತ್ತಮ ಭವಿಷ್ಯ ರೂಪಿಸಿಕೊಳ್ಳಲಿ ಎಂಬುದೇ ನನ್ನ ಉದ್ದೇಶ. ನೀವುಗಳು ಉತ್ತಮ ರೀತಿಯಲ್ಲಿ ಈ ಚಿಟ್‌ಫಂಡ್‌ನ್ನು ಬೆಳೆಸಿ ಉಳಿಸಿ ಜೊತೆಯಲ್ಲಿ ನೀವು ಬೆಳೆಯಿರಿ, ಎಲ್ಲರೂ ಒಟ್ಟುಗೂಡಿ "ಒಗ್ಗಟ್ಟಿನಲ್ಲಿ ಬಲವಿದೆ". "ಕೂಡಿ ಬಾಳಿದರೆ ಸ್ವರ್ಗ ಸುಖ" ಎಂಬುದನ್ನು ಮರೆಯಬೇಡಿ. ನಿಮ್ಮೂರಲ್ಲಿ ನಿಮ್ಮನಿಮ್ಮಲ್ಲೇ ದ್ವೇಷ, ಅಸೂಯೆ, ಮೊದಲು ಬಿಡಿ.

ಸ್ನೇಹಿತರೆ ಈಗ ನಿಮ್ಮ ಊರಲ್ಲಿ ಒಗ್ಗಟ್ಟಾಗಿ ಎಲ್ಲರೂ ಒಂದು ಗೂಡಿ ನಿಮ್ಮದೇ ಆದ ಸಂಘ ಸಂಸ್ಥೆಯನ್ನು ಕಟ್ಟಿದ್ದೀರಾ. ನಿಮ್ಮ ಹಳ್ಳಿಯಲ್ಲಿ ಎಲ್ಲರೂ ಕೈ ಜೋಡಿಸಿ ಪ್ರಾರಂಭ ಮಾಡಿದ್ದೀರ. ಇದರಿಂದ ನಿಮ್ಮ ಹಳ್ಳಿಗಳಿಂದ ರಾಜ್ಯಕ್ಕೆ ಮತ್ತು ದೇಶಕ್ಕೆ ನಿಮ್ಮ ಕೊಡುಗೆ ಎಷ್ಟಿದೆಯೆಂದರೆ ನೀವು ಊಹಿಸಲೂ ಸಾಧ್ಯವಾಗುವುದಿಲ್ಲ. ಕಾರಣ ತಿಳಿದರೆ ಈ ವಿಚಾರವನ್ನು ಪ್ರತಿಯೊಂದು ಹಳ್ಳಿಯು ಜಾರಿಗೆ ತಂದರೆ ಎಲ್ಲಾ ಹಳ್ಳಿಗಳಲ್ಲೂ ಉದ್ಯಮ ಸ್ಥಾಪನೆಯಾಗುತ್ತದೆ.

ಎಲ್ಲಾ ಹಳ್ಳಿ ಜನಗಳ ಕೈಯಲ್ಲೂ ಹಣ ಸೃಷ್ಟಿಯಾಗುತ್ತದೆ. ಹಣವನ್ನು ಖರ್ಚು ಮಾಡಲು ಬೇಕಾದ ವಸ್ತುವನ್ನು ಮನೆಗೆ ತರಲು ಪ್ರಯತ್ನ ಮಾಡುತ್ತಾರೆ. ಹೊಸ ಹೊಸ ಪ್ರೋಡಕ್ಟ್‌ಗಳು ತಯಾರಾಗುತ್ತವೆ. ಹಾಗೆಯೇ ಎಲ್ಲರ ಕೈಯಲ್ಲಿ ಹಣವಿರುವುದರಿಂದ ಹೆಚ್ಚಾಗಿ ಖರ್ಚು ಮಾಡುತ್ತಾರೆ. ಪ್ರೋಡಕ್ಟ್ ಗಳನ್ನು ಕೊಂಡುಕೊಳ್ಳುತ್ತಾರೆ. ಹೆಚ್ಚಾಗಿ ಪ್ರೋಡಕ್ಟ್‌ಗಳು ಎಂದರೆ ಯಾವುದೇ ವಸ್ತುವಾಗಲಿ ಸೇಲಾದರೆ ಉತ್ಪಾದನೆ ಜಾಸ್ತಿಯಾಗುತ್ತದೆ. ಉತ್ಪಾದನೆ ಜಾಸ್ತಿಯಾದರೆ ಸರ್ಕಾರಕ್ಕೆ ಎಲ್ಲಾ ಉದ್ಯಮಿಗಳಿಂದಲೂ ಟ್ಯಾಕ್ಸ್ ರೂಪದಲ್ಲಿ ಹಣ ಸರ್ಕಾರಕ್ಕೆ ಹರಿದುಬರುತ್ತದೆ. ಸರ್ಕಾರವು ಎಲ್ಲರಿಗೂ ಮೂಲಭೂತ ಸೌಲಭ್ಯವನ್ನು ಒದಗಿಸಲು ಸರ್ಕಾರಕ್ಕೆ ಸಹಾಯವಾಗುತ್ತದೆ. ನೀವು ಉಳಿತಾಯ ಮಾಡುವ ಹಣದಿಂದ ಸರ್ಕಾರದ ಆರ್ಥಿಕತೆಗೆ ಎಲ್ಲಾ ಜನರ ಭದ್ರತೆಗೆ ಅನುಕೂಲವಾಗುತ್ತದೆ.

ಪ್ರತಿಯೊಂದು ಹಳ್ಳಿಯ ಜನರು ಈ ವಿಚಾರವನ್ನು ನಿಮ್ಮ ಊರಿನಲ್ಲಿ ಅಳವಡಿಸಿಕೊಂಡರೆ ಪ್ರತಿಯೊಂದು ಊರಿನಲ್ಲಿ ಸಣ್ಣಪುಟ್ಟ ಉದ್ಯಮಿಗಳು ಹುಟ್ಟಿಕೊಂಡರೆ ನಮ್ಮ ದೇಶದಲ್ಲಿ ಬಡತನವೆಂಬುದೇ ಇರುವುದಿಲ್ಲ.

ಈಗ ದೇಶದ ಆರ್ಥಿಕತೆಗೆ ನೀವುಗಳು ಕೊಡುವ ಕೊಡುಗೆಯಿಂದ ಹೆಚ್ಚಾಗಿ ಜನಗಳ ಮೇಲೆ ಬೀಳುವ ತೆರಿಗೆ ಕಡಿಮೆಯಾಗಿ ನೀವು ಉತ್ಪಾದಿಸುವ ವಸ್ತುಗಳು ಹೊರ ದೇಶಗಳಿಗೆ ರಫ್ತಾಗಿ ಹೊರ ದೇಶಗಳಿಂದ ನಮ್ಮ ದೇಶಕ್ಕೆ ಹೆಚ್ಚಿನ ಆದಾಯ ಬರಲು ಪ್ರಾರಂಭವಾದರೆ ನಮ್ಮ ದೇಶ ಎಲ್ಲಾ ದೇಶಗಳಿಗಿಂತ ಶ್ರೀಮಂತ ದೇಶವೆನಿಸಿಕೊಳ್ಳುವುದು.

ಈಗ ನೀವು ಕಟ್ಟುವ ತೆರಿಗೆ ದುಬಾರಿ ಎನಿಸಬಹುದು ಮತ್ತು ನೀವು ಕಟ್ಟಿದ ತೆರಿಗೆ ಹಣವನ್ನು ಮತ್ತೆ ವಾಪಸ್ಸು ತೆಗೆದುಕೊಳ್ಳಲು ಅವಕಾಶವಿದೆ. ಸಮಾಜದಲ್ಲಿ ಎಲ್ಲರೂ ಸ್ವಂತ ಉದ್ಯೋಗ ಮಾಡಿ ಸರ್ಕಾರಕ್ಕೆ ತೆರಿಗೆ ರೂಪದಲ್ಲಿ ಹಣ ಸಂದಾಯವಾಗುತ್ತಿದ್ದರೆ ಸರ್ಕಾರಕ್ಕೆ ಹೆಚ್ಚಿನ ತೆರಿಗೆ ಹಣ ಬಂದು ಮುಂದೊಂದು ದಿನ ನಿಮಗೆ ಈಗಿರುವ ತೆರಿಗೆಗಿಂತ ಕಡಿಮೆ ತೆರಿಗೆ ಕಟ್ಟಲು ಸರ್ಕಾರ ತನ್ನಬಜೆಟ್‌ನಲ್ಲಿ ವಿವರಣೆ ಕೊಡುತ್ತದೆ. ಸ್ನೇಹಿತರೆ ನೀವೆಲ್ಲಾ ಭಾರತಾಂಬೆಯ ಮಕ್ಕಳು, ಈ ಭಾರತ ದೇಶದ ಬೆನ್ನೆಲುಬು, ನೀವುಗಳೇ ಕಟ್ಟಿ ಬೆಳೆಸುವ ಸ್ಥಂಭ. ನಮ್ಮ ದೇಶದ ಆರ್ಥಿಕತೆಯನ್ನು ನಾವೇ ಬೆಳೆಸಬೇಕು.

❖❖❖

## ಚಿಟ್ ಫಂಡ್ ನಡೆಸುವ ವಿಧಾನ

ಉದಾ :

ॐ

### "ಶ್ರೀ ವಿಘ್ನೇಶ್ವರ ಚಿಟ್‌ಫಂಡ್ಸ್"

**ಸದಸ್ಯರ ಪುಸ್ತಕ**

1. ಹೆಸರು..........................................................................................
2. ಅಡ್ರಸ್..........................................................................................
3. ಕಾರ್ಡಿನ ಸಂಖ್ಯೆ..............................................................................
4. ಪೋನ್ ನಂ......................................................................................
5. ಡ್ರಾ ಸಂಖ್ಯೆ....................................................................................
6. ಪಡೆದ ಹಣ......................................................................................
7. ಕಟ್ಟುವ ಹಣ ಮೂರು ತಿಂಗಳಿಗೊಮ್ಮೆ 1 ರಿಂದ 15ನೇ ತಾರೀಖು..........
8. ಕಟ್ಟುವ ಬಡ್ಡಿ – 2%....................................... 1 ರಿಂದ 15ನೇ ತಾರೀಖು
9. ಬ್ಯಾಂಕಿನ ಹೆಸರು..............................................................................
10. ಚೆಕ್ ಬುಕ್ ನಂ..................................................................................
11. ಗ್ರಾಹಕರಿಂದ ಚೆಕ್ ಪಡೆದ ದಿನಾಂಕ......................................................

**ಚಿಟ್ ಫಂಡ್ ನಡೆಸುವವರ ಸಹಿ**

ॐ

ರಶೀದಿ

## ಶ್ರೀ ವಿಘ್ನೇಶ್ವರ ಸ್ವಾಮಿ ಚಿಟ್ ಫಂಡ್

ಹೆಸರು :................................................................................................

ಅಡ್ರಸ್ : ..........................................................................................

ಪೋನ್ ನಂ :..................................................................................

ಕಟ್ಟಿದ ಹಣ :...................................................................................

ರೂ.ಗಳಲ್ಲಿ :......................................................................................

ಬ್ಯಾಂಕಿನ ಚಲನ್ ಜೆರಾಕ್ಸ್ :...........................................................

## ಚಿಟ್ ಫಂಡ್ ಮಾಲೀಕರು ತೆಗೆದುಕೊಳ್ಳಬೇಕಾದ ಗ್ರಾಹಕರ ಐಡಿ ಪ್ರೂಫ್

ಆಧಾರ್ ಕಾರ್ಡ್.........................................................................

ಪ್ಯಾನ್ ಕಾರ್ಡ್..........................................................................

ಓಟಲ್ ಐಡಿ..............................................................................

ಗ್ಯಾಸ್ ಬಿಲ್...............................................................................

ಲೈಟ್ ಬಿಲ್...............................................................................

ಬಾಡಿಗೆ ಇದ್ದರೆ ಅಗ್ರಿಮೆಂಟ್ ಪೇಪರ್.....................................................

ಭೋಗ್ಯಕ್ಕೆ ಇದ್ದರೆ ಅಗ್ರಿಮೆಂಟ್ ಪೇಪರ್.................................................

ಡ್ರೈವಿಂಗ್ ಲೇಸನ್ಸ್....................................................................

ಒಟ್ಟು ಕುಟುಂಬದ ಫೋಟೋ.............................................................

ನಾಮಿನಿಯ ಹೆಸರು.....................................................................

ರೇಷನ್ ಕಾರ್ಡ್.........................................................................

## ಹೆಲ್ತ್ ಇನ್ಸುರೆನ್ಸ್ ಮತ್ತು ಟರ್ಮ್ ಇನ್ಸುರೆನ್ಸ್ ಬಾಂಡುಗಳು

ಫೋಟೋ – 2

ಛೇಕ್ – 2

ಹೆಲ್ತ್ ಇನ್ಸುರೆನ್ಸ್

ಮತ್ತು

ಟರ್ಮ್ ಇನ್ಸುರೆನ್ಸ್

ಬಾಂಡುಗಳು

ಸ್ನೇಹಿತರೆ ಈ ಮೇಲಿನ ಎಲ್ಲಾ ವಿಚಾರಗಳು ಸಾಕ್ಷಿ ಮತ್ತು ಶ್ಯೂರಿಟಿಯಾಗಿ ಪಡೆದುಕೊಳ್ಳಬಹುದು. ಯಾವ ವ್ಯಕ್ತಿಗೂ ಹಣ ಕಟ್ಟಲು ತೊಂದರೆ ಕೊಡಬೇಡಿ, ಸಮ್‌ಯಮದಿಂದ ಕೇಳಿ ವಸೂಲು ಮಾಡಬಹುದು, ಯಾರು ಊರು ಬಿಟ್ಟು ಹೋಗುವ ಅವಶ್ಯಕತೆ ಬರುವುದಿಲ್ಲ. ಅಕಸ್ಮಾತ್ ಯಾರಿಗೋ ಅತಿ ಹೆಚ್ಚಿನ ತೊಂದರೆಯಾದರೆ ಕಾಲಾವಕಾಶ ನೀಡಿ ಹಣ ಪಡೆದುಕೊಳ್ಳಿ.

ಸ್ನೇಹಿತರೆ ನಿಮ್ಮ ಹಳ್ಳಿಯ ನಿಮ್ಮೂರಿನ ನಿಮ್ಮ ದುಡ್ಡು ನೀವೆ ಬೆಳೆಸಿ ಉಳಿಸಿಕೊಂಡು ನೀವೇ ಶ್ರೀಮಂತರಾಗುವುದು. ಬ್ಯುಸಿನೆಸ್ ಐಡಿಯಾ ಬೇಕಾದರೆ ನಿಮಗೆ ಬೇಕಾದ ತಜ್ಞರನ್ನು ಸಂಪರ್ಕಿಸಿ ವಿಚಾರ ತಿಳಿದುಕೊಳ್ಳಬಹುದು.

ಜೈಹಿಂದ್, ಜೈ ಕರ್ನಾಟಕ

ಉದಾ : ಕೆಲವು ಉತ್ತಮವಾದ ಬಿಸ್‌ನೆಸ್ ಮಾಡುವ ಉದ್ಯಮ.

*ಈ ಕೆಳಗೆ ಕೊಟ್ಟಿದೆ.*

1. ಕರ್ಪೂರದ ಬಿಸ್‌ನೆಸ್
2. ಕ್ಯಾಂಡಲ್ ಉದ್ಯಮ
3. ಸಸ್ಯಹಾರಿ ಹೋಟೆಲ್
4. ಮಾಂಸಹಾರಿ ಹೋಟೆಲ್
5. ಅಡಿಕೆ ತಟ್ಟೆ ತಯಾರಿಸುವ ಉದ್ಯಮ
6. ಬ್ಯಾಂಗಲ್ ಸ್ಟೋರ್ಸ್
7. ಸಾಂಬರ್‌ಪುಡಿ ಮಾಡುವ ಉದ್ಯಮ
8. ಆರ್ಟಿಫಿಷಲ್ ಒಡವೆ ಅಂಗಡಿ
9. ಪಾನಿಪುರಿ ಸಮೋಸ ಅಂಗಡಿ
10. ಫೋಟೋ ಸ್ಟುಡಿಯೋ
11. ಡಿಟಿಪಿ ಪ್ರಿಂಟಿಂಗ್ ಉದ್ಯಮ ಇನ್ನೂ ಮುಂತಾದ ಉದ್ಯಮಗಳು.

ಸ್ನೇಹಿತರೆ ನಿಮಗೆ ಕೊನೆಯದಾಗಿ ಮತ್ತೊಮ್ಮೆ ಈ ವಿಚಾರವನ್ನು ತಿಳಿಯಬಯಸುತ್ತೇನೆ. ಅದೇನೆಂದರೆ ನೀವುಗಳು ನಿಮ್ಮೂರಿನ ಸಂಘ ಸಂಸ್ಥೆಯಲ್ಲಿ 2% ಬಡ್ಡಿ ಕಟ್ಟುವ ಹಣದಿಂದಲೇ ತಿಂಗಳಿಗೆ 30,000 ರೂ ಹಣವನ್ನು ಷೇರು ಮಾರುಕಟ್ಟೆಯ ಮ್ಯುಚುಯಲ್ ಫಂಡ್‌ನಲ್ಲಿ 25 ರಿಂದ 30 ವರ್ಷ ದವರಿಗೂ ಹಣ ತೊಡಗಿಸುತ್ತಾ ಹೋದರೆ ಹಾಗೂ ವರ್ಷಕ್ಕೆ ಒಂದು ಸಾರಿ 5000 ರೂ ಹೆಚ್ಚಿಗೆ ಹೂಡಿಕೆ ಮಾಡುತ್ತಾ ಹೋಗುವುದರಿಂದ 25 ರಿಂದ 30 ವರ್ಷದಲ್ಲಿ ಈ ನಿಮ್ಮ ಹಣ ತಲಾ 102 ಸದಸ್ಯರಿಗೂ ಪ್ರತಿಯೊಬ್ಬರಿಗೂ ಒಂದೊಂದು ಕೋಟಿ ಬಂದೇ ಬರುತ್ತದೆ.

ಆದ್ದರಿಂದ ನಿಮ್ಮ ಮುಂದಿನ ಭವಿಷ್ಯಕ್ಕೆ ಇದು ಉತ್ತಮ ಹೂಡಿಕೆಯಾಗಿದೆ. ಕೇವಲ ನೀವು ಕಟ್ಟುವ 4000 ರೂ. ಬಡ್ಡಿಯಿಂದ ನೀವು ಮತ್ತೆ ಎರಡು ಲಕ್ಷ ರೂ. ಹಣವನ್ನು ತೆಗೆದುಕೊಂಡಿರುತ್ತೀರಾ. ತೆಗೆದುಕೊಂಡರು ಸಹ ನಿಮ್ಮ ಹಣ ಮ್ಯುಚುಯಲ್ ಫಂಡ್‌ನಲ್ಲಿ ನಿಮ್ಮ ಸಂಸ್ಥೆಯು ಹೂಡಿಕೆ ಮಾಡುತ್ತಾ ಹೋಗುವುದರಿಂದ ನೀವುಗಳೆಲ್ಲರೂ ಕೋಟ್ಯಾಧೀಶರಾಗಲು ಇದು ಉತ್ತಮ ಅವಕಾಶವಾಗಿದೆ.

ಇಲ್ಲಿ ನಿಮ್ಮ ಕೈಯಲ್ಲಿ ಕಳೆದುಕೊಂಡಿದ್ದು ಯಾವುದು ಇಲ್ಲ, ನಿಮ್ಮ ಬಡ್ಡಿ ಹಣ ನಿಮಗೆ 5 ವರ್ಷಕ್ಕೊಮ್ಮೆ ವಾಪಸ್ಸು ಬರುತ್ತಾ ಇರುತ್ತದೆ. ಅಲ್ಲದೆ, ನೀವು ಬಿಸ್‌ಬೆಸ್ ಮಾಡಲು 200000 ರೂ ಹಣ ಪಡೆದಿದ್ದೀರಾ. ಇದರ ಜೊತೆಗೆ ಹೆಲ್ತ್ ಇನ್ಶೂರೆನ್ಸ್ ಪಡೆದಿದ್ದೀರಾ, ಆ ಮೇಲೆ ಕುಟುಂಬದ ರಕ್ಷಣೆಗೆ ಟರ್ಮ್ ಇನ್ಸೂರೆನ್ಸ್ ಪಡೆದಿದ್ದೀರಾ, ಇದರ ಜೊತೆಗೆ ನಿಮ್ಮ ಭವಿಷ್ಯಕ್ಕೆ ನಿಮ್ಮಗಳ ಉದ್ಧಾರಕ್ಕೆ ನಿಮ್ಮ ಶ್ರೀಮಂತಿಕೆಗೆ ಮ್ಯುಚುಯಲ್ ಫಂಡ್‌ನಲ್ಲಿ 25 ರಿಂದ 30 ವರ್ಷದಲ್ಲಿ ಪ್ರತಿಯೊಬ್ಬರಿಗೂ ಒಂದೊಂದು ಕೋಟಿಯವರಿಗೂ ನಿಮ್ಮ ಹೂಡಿಕೆಯ ಹಣ ಬರುತ್ತದೆ.

ಕೇವಲ 3 ತಿಂಗಳಿಗೊಮ್ಮೆ 10,000 ರೂ. ಹಣ ಕಟ್ಟುವುದರಿಂದ ಇಷ್ಟೆಲ್ಲ ಪ್ರಯೋಜನಗಳಿವೆಯೆಂದರೆ ಏಕೆ ಇದನ್ನು ನಾವು ಪ್ರಾರಂಭಿಸಬಾರದು, ಎಂದು ಎಲ್ಲರೂ ಒಮ್ಮೆ ಯೋಚಿಸಿ, ಇದಲ್ಲದೆ ನೀವುಗಳು ಕೇವಲ 6 ಲಕ್ಷ ಹಣವನ್ನು ಪೋಸ್ಟ್ ಆಫೀಸ್ (ಅಂಚೆ ಕಛೇರಿ) ನಲ್ಲಿ ಫಿಕ್ಸೆಡ್ ಮಾಡಿದರೆ 3 ತಿಂಗಳಿಗೊಮ್ಮೆ ನಿಮಗೆ ಬರುವ ಬಡ್ಡಿ ಹಣ 12,350 ರೂ. ಅಂದಾಜು ಬರಬಹುದು, ಇದರಲ್ಲಿ ಈ ನಿಮ್ಮ ಸಂಸ್ಥೆಯಲ್ಲಿ 3 ತಿಂಗಳಿಗೊಮ್ಮೆ ಪೋಸ್ಟ್ ಅಫೀಸ್‌ನಿಂದ ಬರುವ ಬಡ್ಡಿ

ಹಣದಿಂದ ನಿಮ್ಮ ಸಂಸ್ಥೆಗೆ 10,000 ಸಾವಿರ ಹಣ ಕಟ್ಟಿದರೂ ನಿಮಗೆ ಇನ್ನೂ 2350/– ರೂ. ಹಣ ಉಳಿತಾಯವಾಗುತ್ತದೆ.

ಹಿಂದೆ ನೀವು ತೆಗೆದುಕೊಂಡ 6 ಲಕ್ಷ ರೂ ಹಣದಿಂದ ನೀವು ಯಾವುದೇ ಬಿಸ್‌ನೆಸ್ ಮಾಡದಿದ್ದರು ಕೇವಲ ಪೋಸ್ಟ್ ಆಫೀಸ್‌ನಲ್ಲಿ 6 ಲಕ್ಷ ಹಣ ಫಿಕ್ಸೆಡ್ ಡಿಪಾಸಿಟ್ ಮಾಡುವುದರಿಂದ ಮೂರು ತಿಂಗಳಿಗೆ 12,350/– ರೂ. ಬಡ್ಡಿ ಹಣ ಬರುತ್ತದೆ. ಈ ಬಡ್ಡಿ ಹಣದಿಂದ 3 ತಿಂಗಳಿಗೊಮ್ಮೆ 10000/– ರೂ. ನಿಮ್ಮ ಸಂಘ ಸಂಸ್ಥೆಯಲ್ಲಿ ಹೂಡಿಕೆ ಮಾಡುತ್ತಾ ಹೋದರೆ, ಇಷ್ಟೆಲ್ಲಾ ಪ್ರಯೋಜನಗಳು ನಿಮಗೆ ಸಿಗುತ್ತದೆ. ಇನ್ನೂ ನಿಮ್ಮ ಕೈಯಲ್ಲಿ 2350/– ರೂ. ಹಣ ಉಳಿತಾಯವಾಗುತ್ತದೆ.

ನೀವು ಪೋಸ್ಟ್ ಅಫೀಸ್‌ನಲ್ಲಿ ಫಿಕ್ಸೆಡ್ ಡಿಪಾಜಿಟ್ ಇಟ್ಟಿದ ಹಣ ಈ ನಿಮ್ಮ ಸಂಘ ಸಂಸ್ಥೆ ಸ್ಥಾಪಿಸಿದ ಸ್ಕೀಮ್ ಮುಗಿದ ಮೇಲೆ ನಿಮ್ಮ ಹಣವನ್ನು ಪೋಸ್ಟ್ ಆಫೀಸ್‌ನಿಂದ ವಾಪಸ್ಸು ಪಡೆಯಬಹುದು, ಈ ತರಹ ಹಣದ ವಿಚಾರವನ್ನು ನಿಮ್ಮ ಶಾಲಾ ಕಾಲೇಜುಗಳಲ್ಲಿ ಹಾಗೂ ಯಾವುದೇ ವಿಶ್ವವಿದ್ಯಾನಿಲಯದಲ್ಲಿ ಆಗಲಿ ಯಾರು ಹೇಳಿಕೊಟ್ಟಿರುವುದಿಲ್ಲ.

ಅದು ನಿಮ್ಮ ಹಳ್ಳಿಯಲ್ಲಿಯೇ ಸಂಘ ಸಂಸ್ಥೆಯನ್ನು ಕಟ್ಟಿ, ನಿಮ್ಮ ಹಳ್ಳಿಯಲ್ಲಿಯೇ ಬಿಸ್‌ನೆಸ್ ಪ್ರಾರಂಭ ಮಾಡಿ, ನಿಮ್ಮ ಹಣ ನೀವೇ ಹಂಚಿಕೊಂಡು, ನೀವೇ ಬಡ್ಡಿ ಕಟ್ಟಿ ಕೊಂಡು, ನೀವೇ ಹಣವನ್ನು ಕ್ರೋಡಿಕರಿಸಿಕೊಂಡು ನಿಮ್ಮ ಕಷ್ಟದ ಸಮಯಕ್ಕೆ ನೀವೇ ಬಳಸಿಕೊಂಡು, ನೀವೇ ಶ್ರೀಮಂತರಾಗುವ ಐಡಿಯಾ ಇದೂವರೆಗೂ ಯಾರು ಹೇಳಿಕೊಟ್ಟಿಲ್ಲ.

ಇದರಿಂದ ನಿಮ್ಮ ಹಳ್ಳಿಗಳು ಉದ್ಧಾರವಾಗುವುದಲ್ಲದೆ ನಿಮ್ಮ ಹಳ್ಳಿಯ ಜನರಿಗೆ ಕೈತುಂಬಾ ಕೆಲಸ ಕೊಡುವುದಲ್ಲದೆ, ನಿಮ್ಮಿಂದ ನಾಲ್ಕಾರು ಕುಟುಂಬಗಳಿಗೆ ಆಸರೆಯಾಗುವುದಲ್ಲದೆ, ನಿಮ್ಮಿಂದ ರಾಜ್ಯಕ್ಕೆ ಮತ್ತು ದೇಶಕ್ಕೆ ಕೊಡುಗೆಯನ್ನು ಕೊಡುವುದಲ್ಲದೆ, ದೇಶದ ಆರ್ಥಿಕತೆಗೆ ಸಹಾಯ ಮಾಡಿದಲ್ಲದೆ, ನಿಮ್ಮಗಳ ಹೂಡಿಕೆಯ ಕೊಡುಗೆಯಿಂದ ನೀವು ಶ್ರೀಮಂತರಾಗುವುದಲ್ಲದೆ, ಈ ಸಮಾಜಕ್ಕೂ ದೇಶಕ್ಕೂ ನಿಮ್ಮಗಳ ಹೂಡಿಕೆಯಿಂದ ದೇಶದ ಆರ್ಥಿಕತೆಗೆ ಕೊಡುಗೆಯನ್ನು ಕೊಟ್ಟಾಂತಾಗುತ್ತದೆ.

ಸ್ನೇಹಿತರೆ ಈ ಮೇಲ್ಕಂಡ ವಿಚಾರಗಳನ್ನು ಸೂಕ್ಷ್ಮವಾಗಿ ಎಲ್ಲರೂ ಕುಳಿತು ಚರ್ಚೆ ಮಾಡಿ, ಈಗಲೇ ನಿಮ್ಮ ಹಳ್ಳಿಯಲ್ಲಿ ಎಲ್ಲರೂ ಒಗ್ಗಟ್ಟಿನಿಂದ ವಿಚಾರ ವಿನಿಮಯ ಮಾಡಿಕೊಂಡು ಈ ಹೊಸ ಸಂಘ ಸಂಸ್ಥೆಯನ್ನು ಈ ಮೇಲ್ಕಂಡ ಹೊಸ ಐಡಿಯಾದೊಂದಿಗೆ ಪ್ರಾರಂಭ ಮಾಡುತ್ತೀರೆಂದು ನಿಮ್ಮಗಳ ಶ್ರೇಯೋಭಿವೃದ್ಧಿಯನ್ನು ನೋಡಲು ನಾನು ಬಯಸುತ್ತೇನೆ.

ಸ್ನೇಹಿತರೇ ನಾನು ಇದೂವರೆಗೂ ಒಂದು ಹಳ್ಳಿಯಲ್ಲಿ ಸಂಘ ಸಂಸ್ಥೆಯನ್ನು ಕಟ್ಟಿ ಬೆಳೆಸಿ ಹಣ ಹೇಗೆ ಹೂಡಿಕೆ ಮಾಡಿದರೆ ಶ್ರೀಮಂತರಾಗಬಹುದೆಂದು ಈಗಾಗಲೇ ತಿಳಿಸಿಕೊಟ್ಟಿದ್ದೇನೆ. ಈಗ ಯಾವ ಯಾವ ಉತ್ತಮ ಬಿಸ್‌ನೆಸ್ ಮಾಡಿದರೆ ನಾವು ಶ್ರೀಮಂತರಾಗಬಹುದೆಂದು ನನಗೆ ಗೊತ್ತಿರುವ ಕೇಲವೇ ಕೆಲವು ಬಿಸ್‌ನೆಸ್ ಐಡಿಯಾಗಳನ್ನು ನಿಮಗೆ ತಿಳಿಸಲು ಪ್ರಯತ್ನಿಸುತ್ತೇನೆ. ಎಲ್ಲ ಬಿಸ್‌ನೆಸ್ ಐಡಿಯ ತಿಳಿಸಲು ಈ ಪುಸ್ತಕ ಸಾಕಾಗುವುದಿಲ್ಲ. ತುಂಬಾ ಬಿಸ್‌ನೆಸ್ ಐಡಿಯಾ ತಿಳಿದುಕೊಂಡರೆ ಎಲ್ಲರ ಮನಸಲ್ಲಿ ಗೊಂದಲ ಉಂಟು ಮಾಡುತ್ತದೆ.

ಯಾವುದು ಮಾಡಬೇಕು, ಯಾವುದು ಮಾಡಬಾರದು ಅದೂ ಮಾಡೋಣ ಇದು ಮಾಡೋಣ ಎಂದು ತಲೆಗೆ ಹಚ್ಚಿಕೊಂಡರೆ ಕೊನೆಗೆ ಯಾವುದು ಮಾಡಲು ಮನಸ್ಸು ಬರುವುದಿಲ್ಲ. ಅದಕೋಸ್ಕರ ಇಲ್ಲಿ ಸುಮಾರು ಉದಾಹರಣೆಯಾಗಿ ಐದಾರು ಬಿಸ್‌ನೆಸ್ ಐಡಿಯಾಗಳನ್ನು ಮಾತ್ರ ಕೊಡುತ್ತೇನೆ. ಯಾರೂ ಈ ಐದಾರು ಬಿಸ್‌ನೆಸ್‌ಗಳಲ್ಲಿ ತೊಡಗಿಸಿಕೊಳ್ಳುತ್ತಾರೋ ಅಂತವರಿಗೆ ಮಾತ್ರ ಈ ಬಿಸ್‌ನೆಸ್ ಅನ್ವಯವಾಗುತ್ತದೆ.

ಉಳಿದವರಿಗೆಲ್ಲ ಮಾರ್ಕೆಂಟಿಂಗ್‌ನಲ್ಲಿ ಯಾವುದು ಹೆಚ್ಚಾಗಿ ಬಜಾರಿನಲ್ಲಿ ಚಲಾವಣೆಯಲ್ಲಿರುತ್ತದೆಯೋ ಅಂತಹ ಬಿಸ್‌ನೆಸ್ ಮಾಡುವುದರಿಂದಲೂ ಶ್ರೀಮಂತರಾಗಬಹುದು. ಆ ಬಿಸ್‌ನೆಸ್‌ಗಳ ಹೆಸರನ್ನು ಮಾತ್ರ ಇಲ್ಲಿ ಸೂಚಿಸುತ್ತೇನೆ. ಆ ವ್ಯಾಪಾರವನ್ನು ಎಲ್ಲಿಂದ ತಂದು ನೀವು ವ್ಯಾಪಾರ ಮಾಡಬಹುದು. ಹೇಗೆ ಮಾಡುವುದು. ಇದು ನಿಮ್ಮ ಬದುಕಿಗೆ ಯೋಗ್ಯನಾ, ಅಲ್ಲವಾ ಎಂದು ಅವರ ಭಾವನೆಗೆ ತಕ್ಕಂತೆ ಬಿಸ್‌ನೆಸ್ ವ್ಯವಹಾರವನ್ನು ತಿಳಿಸಿಕೊಡಬೇಕಾಗುತ್ತದೆ. ಆದ್ದರಿಂದ ನೀವುಗಳೇ ಖುದ್ದಾಗಿ ಲೇಖಕರನ್ನು ಸಂಪರ್ಕಿಸಿ ಹೆಚ್ಚಿನ ವಿಚಾರವನ್ನು ತಿಳಿದುಕೊಳ್ಳುವುದು ಒಳ್ಳೆಯದು.

ಒಂದೊಂದು ಬಿಸ್‌ನೆಸ್‌ಗೂ, ಒಬ್ಬೊಬ್ಬ ಮನುಷ್ಯನಿಗೆ ಒಂದೊಂದು ಐಡಿಯಾ ಇರುತ್ತದೆ. ಅವನದೆ ಐಡಿಯಾ ಮುಖಾಂತರವೇ ಬಿಸ್‌ನೆಸ್ ಪ್ರಾರಂಭ ಮಾಡಿದರೆ ಅವನಿಗೂ ಖುಷಿ ನಾವು ಸಲಹೆಕೊಟ್ಟವರಿಗೂ ಖುಷಿಯಾಗುತ್ತದೆ. ಆದ್ದರಿಂದ ಎಲ್ಲಾ ಬಿಸ್‌ನೆಸ್ ಐಡಿಯಾವನ್ನು ಕೊಡಲು ಸಾಧ್ಯವಾಗುವುದಿಲ್ಲ. ತಾವುಗಳೇ ಈ ನಮ್ಮ ಪುಸ್ತಕದಲ್ಲಿರುವ ಫೋನ್ ನಂಬರಿಗೆ ಮೇಸೇಜ್ ಕಳಿಸಿದರೆ ನಿಮ್ಮೂರಲ್ಲಿ ಈ ಸಂಘ ಸಂಸ್ಥೆ ಪ್ರಾರಂಭ ಮಾಡುವವರಿಗೆ ಮಾತ್ರ ಈ ನಿಮ್ಮ ಮೇಸೇಜ್‌ಗೆ ಉತ್ತರಿಸಲು ಅವಕಾಶ ಮಾಡಿಕೊಡಬಹುದು. ನಮಗೆ ಗೊತ್ತಿರುವ ಐದಾರು ಬಿಸ್‌ನೆಸ್

ಮಾತ್ರ ಐಡಿಯಾ ಕೊಡುತ್ತೇನೆ. ಏಕೆಂದರೆ ಈಗಿನ ಜನರು ಧೀರ್ಘವಾಗಿ ಪುಸ್ತಕವನ್ನು ಓದಲು ಇಷ್ಟಪಡುವುದಿಲ್ಲ.

ಒಂದೇ ದಿವಸಕ್ಕೆ ಓದಿ ಮುಗಿಸುವಂತಹ ಪುಸ್ತಕ ಮಾಡಿದರೆ ಮಾತ್ರ ಓದುತ್ತಾರೆ. ಅದೂ ಬಲವಂತದಿಂದ ಯಾವಾಗ ಮೊಬೈಲ್ ಎಲ್ಲರ ಕೈಗೆ ಸಿಗುವಂತಾಯಿತು. ಅಂದಿನಿಂದ ಇಂದಿನವರೆಗೂ ಹೆಚ್ಚಾಗಿ ಜನಗಳು ಮೊಬೈಲ್‌ನ್ನೇ ಹೆಚ್ಚಾಗಿ ಆಶ್ರಯಯಿಸುತ್ತಾರೆ.

ಮೊಬೈಲ್‌ನಿಂದ ಹೆಚ್ಚಾಗಿ ಬಿಸ್‌ನೆಸ್ ಮಾಡುವವರು ಇದ್ದಾರೆ, ಹೆಚ್ಚಿನ ಜ್ಞಾನವನ್ನು ಸಂಪಾದನೆ ಮಾಡಿಕೊಳ್ಳುವವರು ಇದ್ದಾರೆ. ಮೊಬೈಲ್‌ನಿಂದ ಹೆಚ್ಚಿನ ಹಣ ಸಂಪಾದನೆ ಮಾಡುವವರು ಇದ್ದಾರೆ. ಮೊಬೈಲ್ ನೋಡಿಕೊಂಡು ಟೈಂ ಪಾಸ್ ಮಾಡುವವರು ಹೆಚ್ಚಾಗಿ ಇದ್ದಾರೆ. ಇದರಿಂದ ಹಾಳಾಗುವವರು ತುಂಬಾ ಜನ ಕಾಣಸಿಗುತ್ತಾರೆ.

ಇಂದಿನ ಯುಗದಲ್ಲಿ ಮೊಬೈಲ್‌ನಿಂದ ಹೆಚ್ಚಾಗಿ ಹಣ ಸಂಪಾದನೆ ಮಾಡುವವರು ತುಂಬಾ ಜನ ಇದ್ದಾರೆ. ಇಡೀ ಪ್ರಪಂಚದಲ್ಲೇ ನಡೆಯುವ ವಿದ್ಯಾಮಾನಗಳನ್ನು ಕ್ಷಣಾರ್ಧದಲ್ಲೇ ಮೊಬೈಲ್‌ನಲ್ಲಿ ಎಲ್ಲರೂ ನೋಡಬಹುದು, ಹಾಗೇಯೇ ಬುದ್ಧಿವಂತರಾದವರಿಗೆ ಈ ಮೊಬೈಲ್‌ನಿಂದಲೇ ಕ್ಷಣಾರ್ಧದಲ್ಲಿ ಕೋಟಿಗಟ್ಟಲೆ ಹಣ ಸಂಪಾದನೆ ಮಾಡಲು ಅವಕಾಶ ಮಾಡಿಕೊಂಡಿರುತ್ತಾರೆ. ಈಗ ಮೊಬೈಲ್ ಎನ್ನುವುದು ಜೀವನದ ಸಂಗಾತಿಯಾಗಿದೆ. ಒಂದು ವೇಳೆ ಸಂಗಾತಿಯನ್ನು ಬಿಟ್ಟರು ಮೊಬೈಲ್ ಬಿಡಲು ಯಾರೂ ಸಿದ್ದರಾಗಿಲ್ಲ. ಅಷ್ಟೊಂದು ಬದುಕಿನ ಜೀವನದಲ್ಲಿ ಅಳವಡಿಸಿಕೊಂಡಿದ್ದಾರೆ.

ಕೈಯಲ್ಲಿ ಒಂದು ಮೊಬೈಲ್ ಇದ್ದರೆ ಸಾಕು ಇಂದಿನ ಜೀವನದಲ್ಲಿ ಬಿಸ್‌ನೆಸ್ ಮಾಡಲು ಒಂದು ಉತ್ತಮ ಆಯ್ಕೆ, ನೀವು ತಯಾರಿಸಿದ ಯಾವುದೇ ಒಂದು ಉತ್ತಮ ಪ್ರಾಡಕ್ಟ್ ಸೇಲಾಗಬೇಕೆಂದರೆ ಮೊಬೈಲ್‌ನಲ್ಲಿ ಅಪ್‌ಲೋಡ್ ಮಾಡಿಬಿಟ್ಟರೆ ಸಾಕು ಕ್ಷಣಾರ್ಧದಲ್ಲಿ ನಿಮ್ಮ ಪ್ರಾಡೆಕ್ಟ್ ಸೇಲಾಗುತ್ತದೆ.

ಆದ್ದರಿಂದ ಎಲ್ಲಾ ಜನಗಳು ಅರ್ಥ ಮಾಡಿಕೊಳ್ಳಬೇಕು, ಮೊದಲಿನ ಹಾಗೆ ಮಾರ್ಕೆಂಟಿಗ್ ಮಾಡಲು ಪ್ರತಿ ಅಂಗಡಿಗಳಿಗೆ ಕೇಳಿ ಕೇಳಿ ಪ್ರಾಡೆಕ್ಟ್ ಕೊಡಬೇಕಾಗಿತ್ತು, ಈಗ ಕಾಲ ಹಿಂದಿನಂತೆ ಇಲ್ಲ, ನಿಮ್ಮ ಪ್ರಾಡೆಕ್ಟ್ ಚೆನ್ನಾಗಿದ್ದರೆ, ಪೇಸ್ ಬುಕ್ ನಲ್ಲೋ ಇನ್ಸ್ಟ್ರಾಂ ನಲ್ಲೊ ಅಥವಾ ಯೂಟ್ಯೂಬ್‌ನಲ್ಲೊ ಅಥವಾ ಆನ್ ಲೈನ್‌ನಲ್ಲಿ ಮಾಡಿಸಿ ತೋರಿಸಿಸದರೆ ನೀವು ತಯಾರಿಸಿದ ವಸ್ತುಗಳು ಉತ್ತಮ ಗುಣಮಟ್ಟದಿಂದ ಕೂಡಿದರೆ ಬೇಗ ಕಾಲಿಯಾಗುತ್ತದೆ. ಉತ್ತಮ ಆರ್ಡರ್ ಬರಲು ಶುರುವಾಗುತ್ತದೆ. ಆದ್ದರಿಂದ

ಎಲ್ಲರೂ ಎಚ್ಚರಿಕೆಯಿಂದ ತಮ್ಮ ಬಿಸ್‌ನೆಸ್ ಅನ್ನು ಪ್ರಾರಂಭ ಮಾಡಬೇಕು. ಮಾರ್ಕೆಟ್‌ನಲ್ಲಿ ನಿಮ್ಮ ವಸ್ತು ಹೆಚ್ಚು ಟ್ರೆಂಡಿಂಗ್‌ನಲ್ಲಿರಬೇಕಾದರೆ ಗುಣಮಟ್ಟದ ವಸ್ತುವನ್ನು ತಯಾರು ಮಾಡಲು ಮೊದಲ ಆಧ್ಯತೆ ನೀಡಬೇಕು.

ಮೊದಲಿಗೆ ಕೆಲವೇ ಐದಾರು ಬಿಸ್‌ನೆಸ್ ತಿಳಿಸಿಕೊಡಲು ಹೇಳಿದ್ದೇನೆ. ಇದರಲ್ಲಿ ಅತ್ಯಂತ ಮುಖ್ಯವಾದವುಗಳು, ಮನುಷ್ಯನಿಗೆ ದಿನನಿತ್ಯ ಅಗತ್ಯವಾಗಿ ಬೇಕಾಗಿರುವ, ಜೀವನದ ಆಧಾರವಾಗಿರುವ ಅತಿ ಫಾಸ್ಟಾಗಿ ಖರ್ಚಾಗುವ ಮತ್ತು ಅತಿ ಹೆಚ್ಚಾಗಿ ಹಣ ಮಾಡುವ ಉದ್ಯಮವೆಂದರೆ, ಅತಿ ಶ್ರಮ ತೆಗೆದುಕೊಳ್ಳುವ ಎಲ್ಲರಿಗೂ 3 ಒತ್ತು ಬೇಕಾಗುವುದೇ ಅನ್ನ, ಊಟವಿಲ್ಲದೆ ಮನುಷ್ಯ ಬದುಕುವುದಕ್ಕಾಗುವುದಿಲ್ಲ. ಮನುಷ್ಯನಿಗೆ ಚೆನ್ನಾಗಿ ದುಡಿಯಲು ಶಕ್ತಿ ಕೊಡುವುದೇ ಆಹಾರ.

ಆಹಾರವಿಲ್ಲದೆ ಯಾವ ಮನುಷ್ಯ ಪ್ರಾಣಿ, ಪಕ್ಷಿಗಳು, ಬುದುಕುವುದಿಲ್ಲ, ಅನ್ನ ಪರಬ್ರಹ್ಮ ಎನ್ನುತ್ತಾರೆ. ಆದ್ದರಿಂದ ಮೊದಲಿಗೆ ಹೋಟೆಲ್ ಉದ್ಯಮದ ಬಗ್ಗೆ ವಿವರಣೆ ಕೊಡೋಣ.

## ಹೋಟೆಲ್ ಉದ್ಯಮ ಹೇಗೆ ಮಾಡಬಹುದು ?

ಹೋಟೆಲ್ ಉದ್ಯಮ ಪ್ರಾರಂಭಿಸಬೇಕಾದರೆ ಎರಡು ವಿಧಾನಗಳಿವೆ. ಒಂದು ಸಸ್ಯಹಾರಿ ಹೋಟೆಲ್, ಇನ್ನೊಂದು ಮಾಂಸಹಾರಿ ಹೋಟೆಲ್, ಇವೆರಡರಲ್ಲಿ ನಿಮಗೆ ಯಾವುದು ಇಷ್ಟವೋ ಅದನ್ನು ಯೋಚನೆ ಮಾಡಿ ಪ್ರಾರಂಭಿಸಬೇಕು.

### ಮೊದಲು ಸಸ್ಯಹಾರಿ ಹೋಟೆಲ್ ಪ್ರಾರಂಭಿಸುವ ಬಗ್ಗೆ

ಈಗ ಮೊದಲು ಸಸ್ಯಹಾರಿ ಹೋಟೆಲ್ ಅನ್ನೆ ಪ್ರಾರಂಭಿಸೋಣ ಎಂಬ ಯೋಚನೆಯಲ್ಲಿದ್ದೀರಿ ಅಂದುಕೊಳ್ಳೋಣ, ನಿಮ್ಮಲ್ಲಿರುವ ಬಂಡವಾಳ ನೋಡಿಕೊಂಡು, ಆ ಮೇಲೆ ಹೋಟೆಲ್ ಮಾಡುವ ನಿರ್ಧಾರಕ್ಕೆ ಬರಬೇಕು. ಈಗ ನಿಮ್ಮ ಹಳ್ಳಿಯಲ್ಲಿ ಪ್ರಾರಂಭ ಮಾಡುವ ಎರಡು ಬಿಸ್‌ನೆಸ್ ಐಡಿಯಾವನ್ನು ಕೊಟ್ಟಿದ್ದೇನೆ. ಇದರಲ್ಲಿ ನಿಮಗೆ ಮೊದಲನೆ ಕಾನ್‌ಸೆಪ್ಟ್‌ನಲ್ಲಿ 5,00,000/– ಲಕ್ಷ ರೂ. ಹಣ ಸಿಗತ್ತದೆಂದು ವಿವರಿಸಿದ್ದೇನೆ. ಈಗ ನಾವು ಎರಡನೇ ಕಾನ್ಸೆಪ್ಟ್‌ನಲ್ಲಿರುವ ಎರಡು ಲಕ್ಷ ಬಂಡವಾಳ ಸಿಗುವ ಐಡಿಯಾವನ್ನು ಬಳಸಿ ಕೊಳ್ಳೋಣ. ಈಗ ನಿಮ್ಮ ಕೈಯಲ್ಲಿ 2 ಲಕ್ಷ ಬಂಡವಾಳವಿದೆ ಎಂದುಕೊಳ್ಳಿ, ಈ ಎರಡು ಲಕ್ಷ ಬಂಡವಾಳದಲ್ಲಿ ನಾವು ಯಾವ ರೀತಿ ಹೋಟೆಲ್ ಪ್ರಾರಂಭಿಸಿದರೆ ಒಳ್ಳೆಯದು ಎಂದು ಯೋಜನೆ ಮೊದಲು

ರೂಪಿಸಿಕೊಳ್ಳಿ, ನಿಮ್ಮಲ್ಲಿರುವ 2 ಲಕ್ಷರೂ ಬಂಡವಾಳದಲ್ಲಿ, ಅಂಗಡಿ ಮನೆಯನ್ನು ಬಾಡಿಗೆ ತೆಗೆದುಕೊಂಡು ಹೋಟೆಲ್ ನಡೆಸುತ್ತಿರೋ, ಅಥವಾ ಫುಟ್‌ಬಾತ್‌ನಲ್ಲಿ ಮೊಬೈಲ್ ಕ್ಯಾಂಟಿನ್ ನಡೆಸುತ್ತೀರೋ ಮೊದಲು ಯೋಚಿಸಿ, ನಿರ್ಧಾರ ಮಾಡಬೇಕು. ಅಂಗಡಿ ಮಾಡುವಿರಾದರೆ ಅಂಗಡಿಗೆ ಸುಮಾರು 50 ಸಾವಿರದಿಂದ 1 ಲಕ್ಷದವರೆಗೆ ಅಡ್ವಾನ್ಸ್ ಹಣ ಕೊಡಬೇಕಾಗುತ್ತದೆ.

ಹಾಗೆ ಅಂಗಡಿಗೆ ಬೇಕಾಗುವ ಫರ್ನಿಚರ್ ಟೇಬಲ್‌ಗಳು ಛೇರ್‌ಗಳಿಗೆ ಕಡಿಮೆಯೆಂದರು 50000 ರೂ ಬೇಕಾಗುತ್ತದೆ. ಮತ್ತು ಇತರೆ ಪಾತ್ರೆ ಸ್ಟವ್ ಸಿಲಿಂಡರ್ ಹೋಟೆಲ್‌ಗೆ ಬೇಕಾಗುವ ಸಾಮಾನುಗಳಿಗೆ 50 ಸಾವಿರ ಬೇಕಾಗುತ್ತದೆ. ಈಗಾಗಲೇ ನಿಮ್ಮಲ್ಲಿದ್ದ ಎರಡು ಲಕ್ಷ ರೂ.ಕಾಲಿಯಾಗಿದೆ. ಇನ್ನೂ ಹೋಟೆಲ್ ಉದ್ಯಮ ಹೇಗೆ ಪ್ರಾರಂಭ ಮಾಡುವುದು, ಸಾಲ ಮಾಡಬೇಕಾಗುತ್ತದೆ. ಯಾರೂ ಸಾಲದಲ್ಲಿ ಸಿಲುಕಿಕೊಳ್ಳಬೇಡಿ, ನಿಮ್ಮಲ್ಲಿರುವ 2 ಲಕ್ಷದಿಂದಲೇ ಹೇಗೆ ಹೋಟೆಲ್ ಅನ್ನು ಪ್ರಾರಂಭ ಮಡಬಹುದು ಎಂದು ಈಗ ನಾನು ನಿಮಗೆ ಸಲಹೆಯನ್ನು ಕೊಡುತ್ತೇನೆ, ಯೋಚಿಸಿ ನಿಧಾರಕ್ಕೆ ಬನ್ನಿ ;

ಈಗ ನಿಮ್ಮಲ್ಲಿ ಎರಡು ಲಕ್ಷರೂ ಹಣವಿದೆ, ಎರಡು ಲಕ್ಷದಲ್ಲಿ ಮೊದಲು ಒಂದು ಸೆಕೆಂಡ್ಸ್‌ನಲ್ಲಿ ಮಾರುತಿ ಓಮಿನಿಯನ್ನು (50 ಸಾವಿರದಿಂದ 75 ಸಾವಿರ ಒಳಗಡೆ ಇರಬೇಕು) ತನ್ನಿ ಉಳಿದ 1 ಲಕ್ಷದ ಇಪ್ಪತ್ತೈದು ಸಾವಿರ ರೂಪಾಯಿಯಿದೆ 25 ಸಾವಿರ ರೂಪಾಯಿಗಳಿಗೆ ಹೋಟೆಲ್‌ಗೆ ಸಂಬಂಧಿಸಿದ ಪಾತ್ರೆ ಸ್ಟವ್, ತಟ್ಟೆ ಗ್ಲಾಸ್ ಪ್ಲಾಸ್ಟಿಕ್ ಛೇರ್‌ಗಳು ತಿಂದು ಬಿಸಾಡುವ ಹ್ಯೂಸ್ ಅಂಡ್ ಥ್ರೋ ಎಲೆಗಳು, ಗ್ಲಾಸ್‌ಗಳು ಒಂದೆರಡು ಡ್ರಮ್‌ಗಳು ಇಷ್ಟೆ, 25,000/– ಗಳಿಗೆ ಇವೆಲ್ಲ ವಸ್ತುಗಳು ಬರುತ್ತವೆ.

ಇನ್ನೂ ನಿಮ್ಮ ಕೈಲಿ ಒಂದು ಲಕ್ಷ ರೂ ಹಣವಿದೆ. 50,000/– ರೂಪಾಯಿಗಳಿಗೆ ಒಂದು ತಿಂಗಳಿಗಾಗುವಷ್ಟು ಒಂದೇ ಸಾರಿ ಹೋಟೆಲ್‌ಗೆ ಬೇಕಾಗುವ ಸಾಮಾನು ದವಸಧಾನ್ಯಗಳನ್ನು ತಂದಿಟ್ಟುಕೊಳ್ಳಿ, ಮನೆಯಲ್ಲೇ ಸಾಂಬಾರು ಪುಡಿ ಒಂದು ತಿಂಗಳಿಗಾಗುವವರೆಗೂ ರೆಡಿ ಮಾಡಿಟ್ಟುಕೊಳ್ಳಿ, ಇನ್ನೂ ಈರುಳ್ಳಿ ಬೆಳ್ಳುಳ್ಳಿ 1 ತಿಂಗಳಿಗಾಗುವಷ್ಟು ತೆಗೆದುಕೊಳ್ಳಿ, ಆನಂತರ ಕೊತ್ತಂಬರಿ ಸೊಪ್ಪು ಮತ್ತು ಶುಂಠೀ, ಪುದಿನ ಸೊಪ್ಪುಗಳನ್ನು ವಾರಕ್ಕೆ 2 ಸಾರಿ ತೆಗೆದುಕೊಳ್ಳಲು ಪ್ರಾರಂಭ ಮಾಡಿ, ಹಾಗೆ ಗ್ಯಾಸನ್ನು ವಾರಕ್ಕೆ ಒಂದು ಸಾರಿ ತೆಗೆದುಕೊಳ್ಳಲು ಪ್ರಾರಂಭಮಾಡಿ.

ಈಗ ಹೋಟೆಲ್‌ಗೆ ಬೇಕಾಗುವ ಎಲ್ಲಾ ಸಾಮಾನುಗಳನ್ನು ತಂದಾಯ್ತು, ಆದರೂ ನಿಮ್ಮ ಕೈಯಲ್ಲಿ ಇನ್ನು ಉಳಿಕೆ 50,000/– ರೂಪಾಯಿಗಳು ಇದೆ. ಹಣ ನಿಮ್ಮಲ್ಲೆ

ಇರಲಿ ಯಾವುದಕ್ಕೂ ಎಮರ್ಜೆನ್ಸಿಗೆ ಈ ಹಣ ನಿಮ್ಮ ಕೈಯಲ್ಲಿ ಇರಬೇಕು. ಈಗ ಮನೆಗೆ ಮಾರುತಿ ವ್ಯಾನ್ ಬಂದಾಯ್ತು ಹೋಟೆಲ್‌ಗೆ ಬೇಕಾಗುವ ಎಲ್ಲಾ ರೀತಿಯ ಪಾತ್ರೆ ಸರಂಜಾಮು ಎಲ್ಲಾ ತಂದಾಯ್ತು ಹಾಗೂ ಹೋಟೆಲ್‌ಗೆ ಬೇಕಾಗುವ ರೇಷನ್‌ಗಳನ್ನು ತಂದಾಯ್ತು ಹೀಗೇನು ಮಾಡುವುದು.

ಈಗ ಸಸ್ಯಹಾರಿ ಹೋಟೆಲ್ ಮಾಡಲು ಪ್ರಾರಂಬಿಸುತ್ತಿದ್ದೀರಿ, ಈಗ ಮೊದಲು ಸಾಂಬರ್ ಪುಡಿಯನ್ನು ಮನೆಯಲ್ಲೆ ರೆಡಿ ಮಾಡಿಕೊಳ್ಳಿ ಈಗ ಹೋಟೆಲ್‌ಗೆ ಬೇಕಾಗುವ ಎಲ್ಲಾ ವಸ್ತುಗಳು ರೆಡಿಯಾದವು. ಈಗ ನೀವು ಯೋಚನೆ ಮಾಡಿ ಯಾವ ಲೋಕೇಷನ್‌ನಲ್ಲಿ ಯಾವ ಜಾಗದಲ್ಲಿ ಮಾಡಿದರೆ ಹೆಚ್ಚಾಗಿ ವ್ಯಾಪರವಾಗುತ್ತದೆಂದು ಜಾಗ ಆಯ್ಕೆ ಮಾಡಿಕೊಳ್ಳಿ, ನಿಮ್ಮೂರಿನ ಹತ್ತಿರದ ಹೆದ್ದಾರಿಯಲ್ಲಿ ಅಥವಾ ನಿಮ್ಮೂರಿನ ತಾಲ್ಲೂಕ್ ಹೋಬಳಿಯಲ್ಲೋ ಅಥವಾ ಸಂತೆಯಲ್ಲೋ ಅಥವಾ ನಿಮ್ಮೂರಿನ ಪಕ್ಕದ್ದಲ್ಲಿ ಪಟ್ಟಣವಿದ್ದರೆ ಇಂಡಸ್ಟ್ರಿಯಲ್ ಏರಿಯಾದಲ್ಲೋ ಒಟ್ಟಿನಲ್ಲಿ ಹೆಚ್ಚಾಗಿ ಜನ ಓಡಾಡುವ ಲೋಕೇಷನ್ ಅನ್ನು ಅಯ್ಕೆ ಮಾಡಿಕೊಳ್ಳಿ.

ಈಗ ಜಾಗ, ಆಯ್ಕೆ ಮಾಡಿದ್ದೀರಿ ಎಂದೊಕೊಳ್ಳೋಣ ಈಗ ನೀವು ಅಡುಗೆ ಮಾಡಲು ಭಟ್ಟರುಗಳನ್ನು ನೇಮಿಸಿಕೊಳ್ಳುತ್ತೀರೊ ಅಥವಾ ನಿಮ್ಮ ಮನೆಯಲ್ಲಿರುವವರೆಲ್ಲರು ಸೇರಿ ಪ್ರಾರಂಭಿಸುತ್ತೀರೊ ಮೊದಲು ಯೋಚನೆ ಮಾಡಿಕೊಳ್ಳಿ, ಅಡುಗೆ ಭಟ್ಟರು ಬೇಡ ನಮ್ಮ ಮನೆಯವರೇ ಎಲ್ಲವನ್ನು ನೋಡಿಕೊಳ್ಳುತ್ತೇವೆ ಎಂದು ನಿರ್ಧರಿಸಿದರೆ ಇನ್ನೂ ಉತ್ತಮ.

ಆಯಿತು ಮನೆಯವರೇ ಪ್ರಾರಂಭ ಮಾಡುತ್ತೀರೆಂದು ನಿರ್ಧರಿಸಿದಾಯಿತು, ಈಗ ಮೊದಲು ಅಡುಗೆ ಎಷ್ಟು ಮಾಡಿದರೆ ವ್ಯಾಪಾರ ಆಗುತ್ತದೆಂದು ಅಂದಾಜು ಮಾಡಬೇಕು, ಎಲ್ಲರೂ ಇಲ್ಲೆ ಎಡವಿ ಬೀಳುವುದು, ಎಲ್ಲರೂ ಹೋಟೆಲ್ ಮಾಡುವವರೆ, ಆದರೆ ಇಲ್ಲಿ ಜಾಣತನ ಉಪಯೋಗಿಸಬೇಕಾಗುತ್ತದೆ.

ಮೊದಲು 100 ಜನ ಕಸ್ಟಮರ್‌ಗಳು ಬರುತ್ತಾರೆಂದು ಐಡಿಯಾ ಮಾಡಿಕೊಳ್ಳಿ 100 ಜನಕ್ಕೆ ತಲಾ 100 ಗ್ರಾಂ ಅಕ್ಕಿ ಬೇಕಾಗುತ್ತದೆ. ಒಂದು ಪ್ಲೇಟ್ ಅನ್ನಕ್ಕೆ 100 ಗ್ರಾಂ ಅಕ್ಕಿ ಬೇಕಾಗುತ್ತದೆ ಎಂದು ಅಂದಾಜಿಸಿಕೊಳ್ಳಿ 100 ಜನಕ್ಕೆ 10 ಕೆ.ಜಿ. ಅಕ್ಕಿ ಬೇಕಾಗುತ್ತದೆ. ಹಳ್ಳಿ ಶೈಲಿಯಲ್ಲಿ ಚೆನ್ನಾಗಿ ಸಾಂಬರ್ ಮಾಡಿಕೊಳ್ಳಿ ಇದರ ಜೊತೆಗೆ ಹಪ್ಪಳ, ಉಪ್ಪಿನಕಾಯಿ, ಮಜ್ಜಿಗೆ, ಮುದ್ದೆ, ಚಪಾತಿ ಏನಾದರೂ ಮಾಡಿಕೊಳ್ಳಿ, ಒಳ್ಳೆಯ ಗುಣಮಟ್ಟದ ಟೇಸ್ಟಿಯಾಗಿ ಊಟ ಕೊಡಲು ಪ್ರಾರಂಭಿಸಿ ಇನ್ನೂ ರೇಟಿನ

ವಿಚಾರಕ್ಕೆ ಬಂದರೆ ಮೊದಲು ಕೇವಲ 30 ರೂಪಾಯಿಗಳು ರೇಟನ್ನ ಫಿಕ್ಸ್ ಮಾಡಿಕೊಳ್ಳಿ ಮುದ್ದೆ ರೈಸ್, ಚಪಾತಿ ರೈಸ್, ಯಾವುದೇ ರೈಸ್ ಬಾತ್‌ಗಳಾಗಲಿ, 30 ರೂಪಾಯಿ ರೇಟು ಫಿಕ್ಸ್ ಮಾಡಿಕೊಂಡೆ ವ್ಯಾಪಾರ ಮಾಡಿ, ಮೊದಲನೆ ದಿನ 100 ಜನ ಊಟ ಮಾಡಿಕೊಂಡು ಹೋದರೆ ನಿಮಗೆ ಒಬ್ಬರಿಂದ 30 ರೂಪಾಯಿಯೆಂದರು 100 ಜನಗಳಿಂದ 3000 ರೂಪಾಯಿಗಳು ಆದಾಯ ಬರುತ್ತದೆ. 2000 ಖರ್ಚು ತೆಗೆದರು ನಿಮಗೆ ಮೊದಲನೆ ದಿನವೇ ಒಂದು ಸಾವಿರ ಉಳಿತಾಯವಾಗುತ್ತದೆ.

ಈ ನೂರು ಜನ ನಿಮ್ಮ ಮೊಬೈಲ್ ಕ್ಯಾಂಟಿನಲ್ಲಿ ಊಟ ತಿಂದು ಹೋದವರು, ಮಾರನೇ ದಿನ ನಿಮ್ಮ ಊಟ ಚೆನ್ನಾಗಿದ್ದರೆ ಈ 100 ಜನಗಳೆ ಪ್ರಚಾರ ಮಾಡಿ ಇನ್ನೂ 100 ಜನ ಬರಲು ಪ್ರಾರಂಭ ಮಾಡುತ್ತಾರೆ. ಹೀಗೆ ದಿನ ನಿತ್ಯ ಕನಿಷ್ಟ 300 ಜನ ಊಟ ಮಾಡಿದರು ನಿಮಗೆ ದಿನ ನಿತ್ಯ 10000 ಬಿಸ್‌ನೆಸ್ ಆಗಲು ಪ್ರಾರಂಭವಾಗುತ್ತದೆ. ಕೇವಲ ಮಧ್ಯಾಹ್ನ 12 ಗಂಟೆಯಿಂದ ಪ್ರಾರಂಭ ಮಾಡಿದರೆ 3 ಗಂಟೆಯಲ್ಲೇ ಎಲ್ಲಾ ಖಾಲಿ ಮಾಡಿಕೊಂಡು ಬರಬಹುದು, ದಿವಸ 10000 ರೂ. ವ್ಯಾಪಾರದಲ್ಲಿ ಅಸಲು 6000 ಸಾವಿರ ರೂ. ಕಳೆದರು, ನಿಮ್ಮ ಡೈಲಿ ಸಂಪಾದನೆ. 4000 ರೂ.ಗಳಾಗುತ್ತದೆ. ತಿಂಗಳಿಗೆ ಏನಿಲ್ಲವೆಂದರು 120000 ರೂ. ಸಂಪಾದನೆ ಮಾಡಿಕಕೊಳ್ಳಬಹುದು. ಕೇವಲ ನಿಮ್ಮಲ್ಲಿದ್ದ 2 ಲಕ್ಷ ರೂ. ಹಣದಿಂದ 50000 ರೂ. ನಿಮ್ಮಲ್ಲೆ ಉಳಿಸಿಕೊಂಡರು, ಇನ್ನೂ 150000 ಲಕ್ಷದಲ್ಲಿ ಒಂದೇ ತಿಂಗಳಲ್ಲಿ 1,20,000 ರೂ.ಹಣ ಸಂಪಾದನೆ ಮಾಡಬಹುದು.

ಅದು ನೀವು ಕೊಡುವ ಊಟ ಬಜಾರಿನಲ್ಲಿ ಯಾರು 30 ರೂಪಾಯಿಗೆ ಕೊಡುವುದಿಲ್ಲ. ಕಡಿಮೆಯೆಂದರು 40 ರಿಂದ 50 ರೂಪಾಯಿಗಳಿರುತ್ತದೆ. ಇಲ್ಲಿ ನೀವು ಬಾಡಿಗೆ ಕಟ್ಟುವ ಹಣ ಉಳಿತಾಯವಾಯಿತು. ಬಟ್ಟರಿಗೆ ಕೊಡುವ ಸಂಬಳ ಉಳಿತಾಯವಾಯಿತು. ನೀವು ಮನೆಯವರೇ ಸೇರಿಕೊಂಡು ಮಾಡುವುದುರಿಂದ ಇದರಿಂದ ಉತ್ತಮ ಲಾಭವನ್ನು ನೋಡಬಹುದು, ಇದರಲ್ಲಿ ಅಷ್ಟು ರಿಸ್ಕ್ ಇರುವುದಿಲ್ಲ. ಮೊದಲು ಸಾಂಬಾರ್ ಮಾಡಿಕೊಂಡು ಆ ಮೇಲೆ ಅನ್ನವನ್ನು ಮಾಡಿಟ್ಟುಕೊಂಡು ಆನಂತರ ಚಪಾತಿಯನ್ನು ಮಾಡಿಟ್ಟುಕೊಂಡು ಕೊನೆಯದಾಗಿ ಮುದ್ದೆ ರೆಡಿ ಮಾಡಿಕೊಂಡರೆ ಎಲ್ಲವೂ ಬಿಸಿಯಾಗುತ್ತದೆ. ಯಾವ ಕೆಮಿಕಲ್ ಉಪಯೋಗಿಸದೆ ಮನೆಯಿಂದ ಮಾಡಿದ ಅಡುಗೆ ಊಟವನ್ನು ತಯಾರಿಸಿದರೆ ಹೆಚ್ಚೆಚ್ಚು ಜನಗಳೂ, ಊಟ ಮಾಡಲು ಬರುತ್ತಾರೆ.

ಇದರಿಂದ ನಿಮ್ಮ ಮೊಬೈಲ್ ಕ್ಯಾಂಟೀನ್ ಹೆಚ್ಚು ಪ್ರಸಿದ್ಧಿಯಾಗಿ ನೀವುಗಳು ಉತ್ತಮ ಸಂಪಾದನೆ ಮಾಡಿಕೊಳ್ಳಲು ಅವಕಾಶ ಸಿಗುತ್ತದೆ. ಹೆಚ್ಚಾಗಿ ಬಿಸ್‌ನೆಸ್ ಆದರೆ ಆಗ ಅಡುಗೆ ಮಾಡಲು ಭಟ್ಟರನ್ನು ನೇಮಿಸಿಕೊಳ್ಳಬಹುದು. ಇನ್ನೂ ಹೆಚ್ಚಾಗಿ ಸಂಪಾದನೆ ಮಾಡಬಹುದು, ತಿಂಗಳಿಗೆ ಮೊಬೈಲ್ ಕ್ಯಾಂಟಿನ್‌ನಿಂದ 120000 ರೂ ಸಂಪಾದನೆ ಮಾಡಲು ಪ್ರಾರಂಭಿಸಿದಾಗ ನಿಮ್ಮ ಸಂಸ್ಥೆಯಲ್ಲಿ 3 ತಿಂಗಳಿಗೆ ಕಟ್ಟುವ 10000ರೂ ಸಾವಿರ ಹಣ ಯಾವ ಲೆಕ್ಕ ಎಂದು ಯೋಚಿಸಿ, ತಿಂಗಳಿಗೆ 4000 ಕಟ್ಟುವ ಬಡ್ಡಿ ಹಣ ಯಾವ ಲೆಕ್ಕ ಎಂದು ಯೋಚಿಸಿ, 120000 ರೂ. ಹಣದಲ್ಲಿ ನೀವು ನಿಮ್ಮ ಸಂಘ ಸಂಸ್ಥೆಗೆ 3 ತಿಂಗಳಿಗೆಕಟ್ಟುವುದು 10000 ರೂ. ಮಾತ್ರ, 2 ಲಕ್ಷ ಬಡ್ಡಿಗೆ ತೆಗೆದುಕೊಂಡವರು 3 ತಿಂಗಳ ಬಡ್ಡಿ 4000 x 3 = 12000, 3 ತಿಂಗಳಿಗೆ ಕಟ್ಟುವ ಹಣ 10000 ರೂ. ತಿಂಗಳಿಗೆ ಉಳಿಕೆ 98 ಸಾವಿರ ಹಣ ನಿಮ್ಮ ಒಂದು ತಿಂಗಳ ಆದಾಯ, 98000x3=2,94,000 ಸಾವಿರ 3 ತಿಂಗಳಿನ ಆದಾಯ.

ನೀವು ಸಂಘ ಸಂಸ್ಥೆಯಿಂದ ತೆಗೆದುಕೊಂಡಿರುವುದು 2 ಲಕ್ಷವೆಂದರೆ, ನೀವು ಮೊಬೈಲ್ ಕ್ಯಾಂಟಿನ್‌ಗೆ ಖರ್ಚು ಮಾಡಿರುವುದು 1 ಲಕ್ಷದ 50 ಸಾವಿರವಾದರೆ ನಿಮಗೆ ಬಂದಿರುವ 3 ತಿಂಗಳಿನ ಆದಾಯ 2 ಲಕ್ಷದ 94 ಸಾವಿರ ರೂಪಾಯಿಗಳು, ಈಗ ನೀವೇ ಊಹೆ ಮಾಡಿಕೊಳ್ಳಿ ಈ ನಿಮ್ಮ ಬಿಸ್‌ನೆಸ್‌ನಿಂದ ಎಷ್ಟು ಬೇಗ ಶ್ರೀಮಂತರಾಗಬಹುದೆಂದು.

ಇನ್ನೂ 5 ಲಕ್ಷದಲ್ಲಿ ಹೋಟೆಲ್ ಹೇಗೆ ಪ್ರಾರಂಭಿಸಬಹುದೆಂದು ಇಲ್ಲಿ ತಿಳಿಸುತ್ತಾ ಹೋಗುತ್ತೇನೆ. ಇದು ಅತ್ಯಂತ ಬಹು ಬೇಡಿಕೆಯ ಉದ್ಯಮವಾಗಿದೆ. ಹೋಟೆಲ್ ಉದ್ಯಮ ಮಾಡುವುದೇಂದರೆ ಕೈಲಿ ಹಣವಿದೆಯೆಂದು ಲೆಕ್ಸುರಿಯಾಗಿ ಇಂಟಿರಿಯರ್ ಮಾಡಿಸಿ ಆಕರ್ಷಕವಾಗಿ ಕಾಣಲು ಹೊಸ ವಿನ್ಯಾಸದ ಲೈಟಿಂಗ್ಸ್ ಕುಳಿತುಕೊಳ್ಳುವ ಹಾಸನ, ಅಡುಗೆ ಮಾಡುವ ಬಟ್ಟರಿಂದ ಹಿಡಿದು ಪಾತ್ರೆ ತೊಳೆಯುವವರಿಗೆಲ್ಲ ಡ್ರೆಸ್ ಕೋಡ್ ಕೊಟ್ಟು ಒಂದೊಂದು ವೆರೈಟಿ ಅಡುಗೆ ಮಾಡುವ ಬಟ್ಟರುಗಳನ್ನು ಇಟ್ಟುಕೊಂಡು, ಹೆಚ್ಚಿನ ಬೆಲೆ ಇಟ್ಟುಕೊಂಡು ಹೆಚ್ಚಿನ ಬಾಡಿಗೆ ಅಡ್ವಾನ್ಸ್ ಕೊಟ್ಟು, ನೀವು ಈ ತರದ ಹೋಟೆಲ್ ಮಾಡುತ್ತಿರೆಂದರೆ ಈ ಹಣದಿಂದ ಲಾಭವಂತು ಮಾಡುವುದು ಸಾಧ್ಯವಿಲ್ಲ. ಇಲ್ಲಿ ನಿಮ್ಮಲ್ಲಿರುವ ಹಣದಿಂದ ಹೋಟೆಲ್ ಅಡ್ವಾನ್ಸ್ ಬಾಡಿಗೆಗೆ ಸಾಲುವುದಿಲ್ಲ.

ಇನ್ನೂ ಇಂಟಿಯರ್ ಖರ್ಚು ಫರ್ನಿಚರ್‌ಗಳ ಖರ್ಚು ಲೈಟ್ ಬಿಲ್, ಸಿಲೆಂಡರ್ ಬಿಲ್, ಕೆಲಸಗಾರರ ಸಂಬಳ ಅಡುಗೆ ಭಟ್ಟರ ಸಂಬಳ ಇಷ್ಟೆಲ್ಲ ಇದ್ದು, ಊಟದ

ಟೇಸ್ಟ್ ಸರಿಯಾಗಿಲ್ಲವೆಂದರೆ ಇಷ್ಟೆಲ್ಲ ಬಂಡವಾಳ ಖರ್ಚು ಮಾಡಿ ಮಾಡಿದ್ದರೆ ಇದೆಲ್ಲ ವೇಸ್ಟ್, ಮತ್ತೆ ನೀರಿನ ಬಿಲ್ಲು ಹೋಟೆಲ್‌ಗಳಿಗೆ ಬೇಕಾಗುವ ಪಾತ್ರೆಗಳು ತಟ್ಟೆ, ಗ್ಲಾಸ್, ರೇಷನ್‌ಗಳು ಇವೆಲ್ಲ ಎಷ್ಟು ಎಚ್ಚರಿಕೆಯಿಂದ ಇದನೆಲ್ಲ ನೋಡಿಕೊಳ್ಳಬೇಕಾಗುತ್ತದೆ. ನನಗೆ ಗೊತ್ತಿರುವ ಪ್ರಕಾರ 5 ಲಕ್ಷದಲ್ಲಿ ಹೋಟೆಲ್ ಪ್ರಾರಂಭಿಸಬೇಕಾದರೆ ಈಗಿನ ಜನಗಳಿಗೆ ಫಾಸ್ಟ್ ಪುಡ್ ಗಿಂತ ನಿಮ್ಮ ಹಳ್ಳಿ ಸ್ಟೈಲ್ ನಲ್ಲೆ ಹೋಟೆಲ್ ಪ್ರಾರಂಭಿಸುವುದು ಒಳ್ಳೆಯದು.

ಸಿಂಪಲ್ಲಾಗಿ 5 ಲಕ್ಷದ ರೂ ಹಣದಲ್ಲಿ ಕನಿಷ್ಟ ಪಕ್ಷ ಮೈನ್ ರೋಡು ಇರುವ ಸರ್ಕಲ್‌ನಲ್ಲಿ ಒಂದು ಅಂಗಡಿಯನ್ನು ಬಾಡಿಗೆ ತೆಗೆದುಕೊಂಡು ಪ್ರಾರಂಭಿಸಿದರೆ ಏನಿಲ್ಲವೆಂದರು 20 x 30 ಅಡಿ ಅಳತೆಯುಳ್ಳ ಅಂಗಡಿಗೆ ಒಂದುವರೆ ಲಕ್ಷ ಅಡ್ವಾನ್ಸ್ ಇರುತ್ತದೆ. ಕಡಿಮೆಯೆಂದರು 15,000 ಬಾಡಿಗೆಯಿರುತ್ತದೆ. ಇಂತಹ ಅಂಗಡಿಯನ್ನು ನೋಡಿಕೊಂಡು ಹೋಟೆಲ್ ಪ್ರಾರಂಭಿಸಬೇಕು, ನಾನು ಹೇಳಿದ ಹಾಗೆ ಊಟ ಹಳ್ಳಿ ಸ್ಟೈಲ್‌ನಲ್ಲೆ ಮಾಡಬೇಕು, ಇನ್ನೂ ನಿಮ್ಮ ಕೈಯಲ್ಲಿ 3 ವರೆ ಲಕ್ಷದಲ್ಲಿ ಒಂದು ತಿಂಗಳಿಗಾಗುವಷ್ಟು ರೇಷನ್, ಮನೆಯಲ್ಲೆ ಸಿದ್ದಪಡಿಸಿದ ಸಾಂಬರ್ ಪೌಡರ್, ಒಂದು ತಿಂಗಳಿಗಾಗುವಷ್ಟು ಹೋಟೆಲ್‌ಗೆ ಬೇಕಾಗುವ ಎಲ್ಲಾ ಸಲಕರಣೆಗಳನ್ನು ಸಂಗ್ರಹ ಮಾಡಿಟ್ಟಿಕೊಂಡು, ಪ್ರಾರಂಭ ಮಾಡಬೇಕಾಗುತ್ತದೆ.ಇಲ್ಲೂ ಸಹ ಮನೆಯವರೆ ಇದ್ದರೆ ನಿಮಗೆ ಬಟ್ಟರುಗಳ ಸಂಬಳ ಉಳಿತಾಯವಾಗುತ್ತದೆ. ಬಟ್ಟರುಗಳಿದ್ದರೆ ಅವರಿಗೆ ಕನಿಷ್ಟವೆಂದರು 20000 ರೂ. ಸಂಬಳ ಕೊಡಬೇಕಾಗುತ್ತದೆ. ಪಾತ್ರೆ ತೊಳೆಯುವವರಿಗೆ ಹೆಲ್ಪರ್ಸ್‌ಗೆ ಸಂಬಳ ಕೊಡಬೇಕಾಗುತ್ತದೆ. ಇಲ್ಲಿ ಮೊಬೈಲ್ ಕ್ಯಾಂಟೀನ್‌ನಲ್ಲಿ ತಿಳಿಸಿದ ಹಾಗೆ ಊಟದ ರೇಟ್ 30 ರೂಪಾಯಿಗಳಿಗೆ ಕೊಡಲು ಸಾಧ್ಯವಾಗುವುದಿಲ್ಲ. ಇಲ್ಲಿ ಕಡಿಮೆಯೆಂದರು 45 ರಿಂದ 60 ರೂಪಾಯಿಗಳವರಿಗೂ ಊಟದ ರೇಟ್ ಜಾಸ್ತಿ ಮಾಡಬೇಕಾಗುತ್ತದೆ.

ಏಕೆಂದರೆ ಬಟ್ಟರುಗಳ ಸಂಬಳ ಅಂಗಡಿಯ ಬಾಡಿಗೆ ಲೈಟ್ ಬಿಲ್, ಗ್ಯಾಸ್ ಬಿಲ್ಲು, ಹೆಲ್ಪರ್‌ಗಳ ಸಂಬಳ ಎಲ್ಲಾ ಲೆಕ್ಕಚಾರ ಹಾಕಿಕೊಂಡು ಮಾಡಬೇಕಾಗುತ್ತದೆ. ಇಲ್ಲಿ ನೀವು ಜಾಸ್ತಿ ಲಾಭ ನೋಡಬೇಕಾದರೆ ಮನೆಯಲ್ಲಿ ಯಾವ ರೀತಿ ಅಡುಗೆ ಮಾಡುತ್ತಿರೋ ಅದೇ ರೀತಿ ಅಡುಗೆಯನ್ನು ಮಾಡಬೇಕಾಗುತ್ತದೆ. ಊಟ ರುಚಿಯಾಗಿದ್ದರೆ ಹೆಚ್ಚು ಜನಗಳು ಬರಲು ಪ್ರಾರಂಭಿಸುತ್ತಾರೆ. ನಿಮ್ಮ ಹೋಟೆಲ್ ಉದ್ಯಮ ಚೆನ್ನಾಗಿ ನಡೆಯುತ್ತದೆ. ಅಡುಗೆ ಮಾಡುವವರು ಸರಿಯಿಲ್ಲದಿದ್ದರೆ, ಊಟದ ರುಚಿ ಚೆನ್ನಾಗಿಲ್ಲದಿದ್ದರೆ, ಬರುವ ಕಸ್ಟಮರ್‌ಗಳು ಕಡಿಮೆಯಗುತ್ತಾರೆ. ಆದ್ದರಿಂದ

ಬಟ್ಟರನ್ನು ನೇಮಿಸಿಕೊಳ್ಳುವಾಗ ಅಡುಗೆಯಲ್ಲಿ ಚೆನ್ನಾಗಿ ಪರಿಣಿತಿ ಪಡೆದವರನ್ನೆ ಆಯ್ಕೆ ಮಾಡಿಕೊಳ್ಳಬೇಕಾಗುತ್ತದೆ.

ಈ ರೀತಿ ಚಿಕ್ಕದಾಗಿ ಹೋಟೆಲ್ ಮಾಡಿದರು ನಿಮ್ಮ ಬಂಡವಾಳ ತಕ್ಕನಾಗೆ ಲಾಭ ಬರಲು ಪ್ರಾರಂಭವಾಗುತ್ತದೆ. ಪ್ರತಿದಿನ ಒಂದೊಂದು ತರಕಾರಿ ಸಾಂಬರ್ ಮಾಡಿದರೆ ಹೆಚ್ಚೆಚ್ಚು ಜನ ಬರಲು ಪ್ರಾರಂಭಿಸುತ್ತಾರೆ. ಟೈಮ್‌ಟೇಬಲ್ ಮಾಡಿಕೊಂಡು ಪ್ರತಿ ದಿನ ಒಂದೊಂದು ತರಕಾರಿ ಸೊಪ್ಪುಗಳ ಊಟ ಮಾಡಿಕೊಂಡು ಬಂದರೆ ಜನ ಮುಗಿಬಿದ್ದು, ನಿಮ್ಮ ಹೋಟೆಲ್‌ಗೆ ಬರಲು ಪ್ರಾರಂಭಿಸುತ್ತಾರೆ. ಹೋಟೆಲ್‌ಗೆ ಹೆಚ್ಚು ಹೆಚ್ಚು ಡೆಕೋರೆಟ್ ಮಾಡುವುದಕ್ಕಿಂತ ಇರವ ಹೋಟೆಲ್ ಅನ್ನೆ ಒಳ್ಳೆಯ ಪೆಂಟ್ ಮಾಡಿಸಿ ಶುಭ್ರವಾಗಿ ಇಟ್ಟುಕೊಂಡರೆ ಸಾಕು.

ಮೊದಲಿಗೆ ಊಟ ರುಚಿಯಿದ್ದರೆ, ಎಲ್ಲಿದ್ದರು ಜನಗಳು ಹುಡುಕಿಕೊಂಡು ಬರುತ್ತಾರೆ. ಈ ತರದ ಹೋಟೆಲ್‌ಗಳಿಗೆ ಕಡಿಮೆಯೆಂದರು ಪ್ರತಿದಿವಸ 20,000 ಬಿಸ್‌ನೆಸ್ ಆಗುತ್ತದೆ. ಖರ್ಚು ವೆಚ್ಚವೆಲ್ಲ ಕಳೆದು ದಿನಕ್ಕೆ 5,000 ರೂ ಉಳಿದರು ತಿಂಗಳಿಗೆ 1,50,000 ರೂ ಉಳಿಸಬಹುದು. ಇಲ್ಲಿ 3 ತಿಂಗಳಿಗೆ ಕೇವಲ 10,000 ಹಣ ನಿಮ್ಮ ಸಂಸ್ಥೆಗೆ ಕಟ್ಟಿದರು ಇನ್ನು ತಿಂಗಳಿಗೆ ಉಳಿಕೆ 1,40,000 ರೂ ಆದಾಯ ಗ್ಯಾರಂಟಿಯೆಂದು ಹೇಳಬಹುದು. ಇನ್ನೂ ದೊಡ್ಡದಾಗಿ ಹೋಟೆಲ್ ಮಾಡುತ್ತೀನೆಂದರೆ ಸಾಲ ಮಾಡಬೇಕಾಗುತ್ತದೆ. ಯಾವ ಸಾಲ ಮಾಡದೆ ಈಗಿರುವುದನ್ನೆ ನಡೆಸಿಕೊಂಡು ಹೋದರೆ ಇದೇ ಉತ್ತಮ.

ಇನ್ನೂ ಸಸ್ಯಹಾರಿ ಹೋಟೆಲ್‌ನಲ್ಲಿ ಇನ್ನೊಂದು ಮುಖ್ಯ ವಿಚಾರವೆಂದರೆ ಮೊಬೈಲ್ ಕ್ಯಾಂಟೀನ್ ಮಾಡಿದರೂ ಸರಿ, ಅಥವಾ ಹೋಟೆಲ್ ಮಾಡಿದರು ಸರಿ, ಕಡಿಮೆ ಸಮಯದಲ್ಲಿ ಹೆಚ್ಚಿನ ಲಾಭ ಮಾಡಬೇಕಾದರೆ ಬೆಳಗಿನ ತಿಂಡಿ ಉಪಹಾರ ಮಾಡಿದರೆ ಕೇವಲ 3 ಗಂಟೆಯಲ್ಲೇ ಹೆಚ್ಚಿನ ವ್ಯಾಪಾರ ಮಾಡಿಕೊಂಡು ಮನೆಗೆ ಬರಬಹುದು. ಅದು ಹೇಗೆಂದರೆ ದಿವಸಕ್ಕೆ 3 ತರಹದ ಟಿಪನ್ ಉದಾ: ಇಡ್ಲಿವಡೆ, ಚಿತ್ರಾನ್ನ, ಪೂರಿ, ಇನ್ನೊಂದು ದಿನ ಪಲಾವ್, ಪೂರಿ, ಚಿತ್ರಾನ್ನ, ಮತ್ತೊಂದು ದಿನ ಟಮೊಟೋ ಬಾತ್, ಇಡ್ಲಿವಡೆ, ಚೌಚೌಬಾತ್, ಇನ್ನೊಂದು ದಿನ ಮಂತ್ಯಬಾತ್ ಬಿಸಿ, ಬೇಳೆಬಾತ್, ಇಡ್ಲಿವಡೆ, ಇನ್ನೊಂದು ದಿನ ದೊಸೆ, ಪೂರಿಸಾಗು, ಇಡ್ಲಿವಡೆ ಈ ರಿತಿ ದಿವಸಕ್ಕೆ 3ರೇ ತರಹ ಕ್ಲೀನಾಗಿ ಒಳ್ಳೆಯ ಟೇಸ್ಟಿಯಾಗಿ ತಿಂಡಿಯನ್ನು ಮಾಡಿಕೊಂಡು ಹೋದರೆ ನಿಮ್ಮ ಮೊಬೈಲ್ ಕ್ಯಾಂಟಿನ್‌ಗಾಗಲಿ ಹೋಟೆಲ್‌ಗಾಗಲಿ ಹೆಚ್ಚು ಜನಗಳು ಬರಲು ಪ್ರಾರಂಬಿಸುತ್ತಾರೆ. ಕೇವಲ 3 ಗಂಟೆಯಲ್ಲಿ ಎಲ್ಲಾ ಖಾಲಿ

ಮಾಡಿಕೊಂಡು ಬರಬಹುದು. ಬೆಳಿಗ್ಗೆ 7 ಗಂಟೆಗೆ ಸ್ಟಾಟ್ ಮಾಡಿದರೆ 10 ಗಂಟೆಯೊಳಗೆ ಎಲ್ಲಾ ಖಾಲಿ ಮಾಡಿಕೊಂಡು ಮನೆಗೆ ಬರಬಹುದು.

ಇಲ್ಲಿ ನಿಮಗೆ ಬೆಳಗ್ಗೆ ಹೆಚ್ಚಿನ ಕೆಲಸ ವಿರುತ್ತದೆ 11 ಗಂಟೆಯ ನಂತರ ನೀವು ವಿಶ್ರಾಂತಿ ತೆಗೆದುಕೊಳ್ಳಬಹುದು, ನಾಳೆಯ ಟಿಪನ್‌ಗೆ ಇಂದಿನ ಸಾಯಂಕಾಲವೇ ಎಲ್ಲಾ ರೆಡಿ ಮಾಡಿಕೊಂಡು ಬೆಳಗ್ಗೆ 7 ಗಂಟೆಗೆ ಟಿಫನ್ ರೆಡಿ ಮಾಡಿಕೊಂಡು ವ್ಯಾಪಾರಕ್ಕೆ ತೊಡಗಿಸಿಕೊಂಡರೆ ನಿಮಗೆ ಹೆಚ್ಚು ಸಮಯ ಸಿಕ್ಕಂತಾಗುತ್ತದೆ. ಹಾಗೂ ನಿಮ್ಮಗಳ ಬೇರೆ ಬೇರೆಯ ಇತರೆ ಕೆಲಸಮಾಡಿಕೊಳ್ಳಲು ಅನುಕೂಲವಾಗುತ್ತದೆ.

ಪ್ರತಿ ದಿವಸ 3 ತರಹದ ಟಿಫನ್ ರೆಡಿ ಮಾಡಲು ನಿಮಗೆ ಯಾವ ಕಷ್ಟನೂ ಆಗುವುದಿಲ್ಲ.ಇದರಿಂದ ನಿಮಗೆ ಸಮಯವು ಉಳಿಯುತ್ತದೆ ಪಾತ್ರೆ ಸರಕುಗಳನ್ನು ಕ್ಲೀನಾಗಿ ವಾಷ್ ಮಾಡಲು ಹೆಚ್ಚಿನ ಅವಕಾಶ ಸಿಗುತ್ತದೆ, ನಿಮ್ಮಗಳ ಇತರೆ ಕೆಲಸಗಳಿಗೂ ಸಮಯ ಸಿಕ್ಕುತ್ತದೆ ಮನಸ್ಸಿಗೂ ನೆಮ್ಮದಿ ಸಿಗುತ್ತದೆ ರಾತ್ರಿ ಚೆನ್ನಾಗಿ ನಿದ್ರಿಸಲು ಸಮಯವು ಸಿಗುವುದಲ್ಲದೆ ನಿಮ್ಮ ಬಟ್ಟೆ ಬರೆ ವಾಷ್ ಮಾಡಿಕೊಳ್ಳಲು ನೀವು ಪ್ರೇಷ್ ಆಗಿ ಇರಲು ಒಳ್ಳೆಯ ಸಮಯ ಸಿಗುವುಲ್ಲದೆ ಕೆಲಸದಲ್ಲಿ ಹೆಚ್ಚಿನ ಶಿಸ್ತು ರೂಡಿಸಿಕೊಳ್ಳಲು ಅನುಕೂಲವಾಗುತ್ತದೆ ನಿಮ್ಮ ಆತ್ಮಸ್ಥೈರ್ಯ ಹೆಚ್ಚುತ್ತದೆ ಉತ್ತಮ ಆರೋಗ್ಯ ವೃದ್ದಿಸುತ್ತದೆ.

## “ಇನ್ನೂ ಮಾಂಸಹಾರಿ ಹೋಟೆಲ್ ಪ್ರಾರಂಬಿಸುವ ಬಗ್ಗೆ”

ಈಗ ನಿಮ್ಮ ಹತ್ತಿರ ಎರಡು ಲಕ್ಷ ಅಥವಾ 5 ಲಕ್ಷ ಹಣವಿರಬಹುದು ಮೊದಲು ಮಾಂಸಹಾರಿ ಹೋಟೆಲ್ ಮಾಡುವಿರಾದರೆ ಆದಷ್ಟು ಕಡಿಮೆ ಬಡ್ಜೆಟ್‌ನಲ್ಲಿ ಪ್ರಾರಂಭ ಮಾಡಲು ಪ್ರಯತ್ನಿಸಿ ಈಗ ಎರಡು ಲಕ್ಷ ರೂ ಹಣದಿಂದಲೇ ವ್ಯಾಪಾರ ಪ್ರಾರಂಭ ಮಾಡಲು ಯೋಚಿಸೋಣ, ಮಾಂಸಹಾರಿ ಮಾಡುವುದಾದರೆ ಹಿಂದೆ ತಿಳಿಸಿದಂತೆ ಅಂಗಡಿ ಮಾಡುವ ಬದಲು ನೀವುಗಳು ಮೊದಲು ಒಂದು ಹಳೆಯಾದಾದ ಮಾರುತಿ ಓಮ್ನಿ ಕಾರನ್ನು ತೆಗೆದುಕೊಂಡು ಬನ್ನಿ.

ಇದರ ಬೆಲೆ ಸುಮಾರು ಹಿಂದೆ ತಿಳಿಸಿದ ಹಾಗೆ 50 ಸಾವಿರದಿಂದ 75 ಸಾವಿರ ಒಳಗಡೆ ಇರಬೇಕು ಆನಂತರ ಹೋಟೆಲ್‌ಗೆ ಬೇಕಾಗುವ ಪಾತ್ರೆಗಳನ್ನು ತೆಗೆದುಕೊಳ್ಳಿ ಈಗ ಒಂದು ತಿಂಗಳಿಗಾಗುವಷ್ಟು ರೇಷನ್ ತೆಗೆದುಕೊಳ್ಳಿ ಹಾಗೂ ಒಂದು ತಿಂಗಳಿಗಾಗುಷ್ಟು ಈರುಳ್ಳಿ ಬೆಳ್ಳುಳ್ಳಿ ಮತು ಶುಂಠಿಯನ್ನು ತಂದಿಡಿ ಒಂದು ವಾರಕ್ಕೆ

ಬೇಕಾಗುವಷ್ಟು ಕೊತ್ತಂಬರಿ ಸೊಪ್ಪು, ಪುದೀನಾ ಸೊಪ್ಪನ್ನು ತೆಗೆದುಕೊಳ್ಳಿ ಮತ್ತು ಒಂದು ತಿಂಗಳಿಗೆ ಬೇಕಾಗುವಷ್ಟು ತೆಂಗಿನಕಾಯಿಯನ್ನು ತೆಗೆದುಕೊಂಡು ಬನ್ನಿ, ಯಾವ ದಿನ ಮೇಲಿನ ಐಟಂಗಳುಬಜಾರಿನಲ್ಲಿ ಕಡಿಮೆ ಇರುತ್ತದೋ ಅಂತ ಸಂದರ್ಭವನ್ನು ನೋಡಿಕೊಂಡು ತಂದರೆ ಉತ್ತಮವಾಗಿರುತ್ತದೆ.

ಈಗ ಮಾಂಸಹಾರಿ ಅಡುಗೆಗೆ ಗರಂ ಮಸಾಲ ಐಟಮ್ ಅನ್ನು ಒಂದು ತಿಂಗಳಿಗಾಗುವಷ್ಟು ಸ್ಟಾಕ್‌ನ್ನು ಮಾಡಿಕೊಳ್ಳಿ ಗರಂ ಮಸಾಲಗೆ ಬೇಕಾಗುವ ಸಾಮಾಗ್ರಿ ಚಕ್ಕೆ, ಲವಂಗ, ಏಲಕ್ಕಿ, ಗಸಗಸೆ, ಕಡ್ಲೆ, ಪಲಾವ್‌ಗೆ, ಬಿರಿಯಾನಿಗೆ, ಬೇಕಾಗುವ ಸಾಮಾಗ್ರಿಗಳನ್ನು ಒಟ್ಟಿಗೆ ತಂದು ಸ್ಟಾಕ್ ಮಾಡಿಕೊಳ್ಳಿ, ಈಗ ಎಲ್ಲಾ ಸಾಮಾಗ್ರಿಗಳನ್ನು ತಂದಾಯ್ತು ಈಗೇನು ಮಾಡುವುದು ಮೊದಲು ಧನಿಯಾ ಪೌಡರ್ ನ್ನು ಮನೆಯಲ್ಲೆ ಒಂದು ತಿಂಗಳಿಗಾಗುವಷ್ಟು ರೆಡಿ ಮಾಡಿಟ್ಟುಕೊಳ್ಳಿ. ಆನಂತರ ಶುಂಟಿಯನ್ನು ಕ್ಲೀನ್ ಮಾಡಿಕೊಂಡು ಒಂದು ವಾರಕ್ಕೆ ಬೇಕಾಗುಷ್ಟು ಇದನ್ನು ಒಂದು ಗಾಜಿನ ಬಾಟಲ್‌ನಲ್ಲಿ ಶೇಖರಿಸಿ, ಆನಂತರ ಕೊತ್ತಂಬರಿ ಸೊಪ್ಪು ಮತ್ತು ಪುದೀನಾ ಸೊಪ್ಪನ್ನು ಒಂದು ವಾರಕ್ಕೆ ಬೇಕಾಗುವಷ್ಟು ತೆಗೆದುಕೊಂಡು ಕ್ಲೀನ್ ಆಗಿಬಿಡಿಸಿ ಸಣ್ಣ ಸಣ್ಣ ತುಂಡುಗಳಾಗಿ ಮಾಡಿ ಒಂದು ಪ್ಲಾಸ್ಟಿಕ್ ಕವರನ್‌ಲ್ಲಿ ಹಾಕಿ ಕಟ್ಟಿಡಿ,

ಈಗ ಮಾರುತಿ ವ್ಯಾನ್‌ನಿಂದ ಹಿಡಿದು ಹೋಟೆಲ್‌ಗೆ ದಿನನಿತ್ಯದ ಸಾಮಾನುಗಳಲ್ಲದೆ ಎಲ್ಲಾ ಗರಂ ಮಸಾಲೆ ಪೌಡರ್‌ನಿಂದ ಎಲ್ಲಾ ಸೌಲಭ್ಯಗಳನ್ನು ರೆಡಿಮಾಡಿಕೊಂಡು ಪ್ರಾರಂಭಮಾಡುವುದಕ್ಕೆ ಯೋಚಿಸುತ್ತಿದೀರಾ,

ಮೊದಲು ಒಂದು ಉತ್ತಮವಾದ ಜಾಗವನ್ನು ಆಯ್ಕೆ ಮಾಡಿಕೊಳ್ಳಿ ಎಲ್ಲಿ ಹೆಚ್ಚಾಗಿ ಜನಸಂದಣಿ ಇರುವ ಕಡೆ ಒಳ್ಳೆಯ ಜಾಗವನ್ನು ಗುರುತಿಸಿ,

ನೀವು ಜಾಗ ಆಯ್ಕೆ ಮಾಡಿಕೊಳ್ಳಬೇಕಾದರೆ, ವೆಹಿಕಲ್ ಪಾರ್ಕಿಂಗ್‌ಗೆ ಜಾಗ ವಿರುವಲ್ಲಿಯೇ ಸ್ಥಳವನ್ನು ಗುರುತಿಸ ಬೇಕಾಗುತ್ತದೆ.

ರಾಷ್ಟ್ರೀಯಾ ಹೆದ್ದಾರಿಯಲ್ಲೊ, ಅಥವಾ ಇಂಡಸ್ಟ್ರೀಯಲ್ ಏರಿಯಾದಲ್ಲೋ, ಯಾವುದಾದರೂ ಹೆಚ್ಚಾಗಿ ಓಡಾಡುವ ಜನಸಂದಣಿ ಇರುವ ಸರ್ಕಲ್‌ನಲ್ಲೋ, ಅಥವಾ ಯಾವುದಾದರೂ ವೈನ್ ಶಾಫ್ ಪಕ್ಕದಲ್ಲೋ, ಇಂತಹ ಜಾಗಗಳಲ್ಲಿ ಮೊಬೈಲ್ ಕ್ಯಾಂಟಿನ್ ಪ್ರಾರಂಬಿಸಿದರೆ ಹೆಚ್ಚಿನ ಬೆಸೆನೆಸ್ ಮಾಡಬಹುದು ಇಲ್ಲಿ ನಾನು ಹೇಳುವುದು ಇಂತಹ ಜಾಗದಲ್ಲಿ ಮೊಬೈಲ್ ಕ್ಯಾಂಟೀನ್ ಆದರೂ ಮಾಡಿಕೊಳ್ಳಿ ಅಥವಾ ಹೋಟೆಲ್ ಆದರು ಮಾಡಿಕೊಳ್ಳಿ, ನಿಮ್ಮಲ್ಲಿರುವ ಹಣಕ್ಕೆ ತಕ್ಕಂತೆ ನೋಡಿಕೊಂಡು ಪ್ರಾರಂಭಮಾಡಿ

ಈಗ ನೀವು ಮಾಂಸಹಾರಿ ಅಡುಗೆ ಮಾಡಬೇಕಾದರೆ ಮೊದಲು ಹಿಂದೆ ತಿಳಿಸಿದಂತೆ 100 ಜನಗಳಿಗೆ ಬೇಕಾಗುವಷ್ಟು ಅಡುಗೆ ತಯಾರಿಸಿಕೊಳ್ಳಿ. ಮೊದಲು ಒಂದು ತಿಂಗಳು ಮನೆಯವರೇ ಸೇರಿ ಅಡುಗೆ ಮಾಡಲು ಪ್ರಯತ್ನಿಸಿ ಕಷ್ಟಮರ್ಗ್ಗಳು ಹೆಚ್ಚಾದಾಗ ಮಾತ್ರ ಒಳ್ಳೆ ಮಾಂಸಹಾರ ಮಾಡುವ ಅಡುಗೆ ಬಟ್ಟರನ್ನು ನೇಮಿಸಿಕೊಳ್ಳಿ ನೀವು ತಯಾರಿಸುವ ಆಹಾರ ಅತ್ಯಂತ ಗುಣ ಮಟ್ಟದಾಗಿರಲು ನೋಡಿಕೊಳ್ಳಿ, ನೀವು ಕೊಡುವ ಆಹಾರ ಜನಗಳಿಗೆ ತುಂಬಾ ರುಚಿಯಾಗಿರಬೇಕು, ಆದಷ್ಟು ಮೊದಲ ಒಂದು ವಾರದ ತನಕ ಜಾಸ್ತಿ ರೇಟು ಇಟ್ಟುಕೊಳ್ಳಬೇಡಿ, ನಿಮ್ಮ ರೇಟಿಗೆ ಅನುಗುಣವಾಗಿ ಯಾವುದು ಹೆಚ್ಚಾಗಿ ಬೇಡಿಕೆ ಇರುತ್ತದೊ ಅಂತಹ ಊಟವನ್ನೆ ಹೆಚ್ಚಾಗಿ ತಯಾರಿಸಿ.

ಮಾಂಸಹಾರದಲ್ಲಿ ಅನೇಕ ವಿಧವಾದ ಆಹಾರ ವನ್ನು ತಯಾರಿಸಬಹುದು ಆದರೆ ಅಷ್ಟೆ ಕಷ್ಟವಿರುತ್ತದೆ, ನಿಮಗೆ ಯಾವುದು ಸುಲಭ ಅದನ್ನು ಆರಿಸಿಕೊಂಡು ಸಣ್ಣ ಪ್ರಮಾಣದಲ್ಲಿ ಅಡುಗೆ ತಯಾರಿಸಲು ಪ್ರಾರಂಭಮಾಡಿ, ಹೆಚ್ಚಾಗಿ ಜನಗಳು ಇಷ್ಟ ಪಡುವುದು ಹಳೆಯ ನಾಟಿ ಸ್ಟೈಲ್ ಊಟವನ್ನೇ ಇಷಟ್ಟಡುತ್ತಾರೆ. ಉದಾ: ರಾಗಿಮುದ್ದೆ, ಚಿಕನ್ ಸಾಂಬರ್, ಮಟನ್ ಸಾಂಬಾರ್, ಬೋಟಿ ಸಾಂಬರ್, ತಲೆ ಮಾಂಸ ಸಾಂಬರ್, ಚಿಕನ್ ಗ್ರೇವಿ, ಚಿಕನ್ ಪ್ರೈ, ಮಟನ್ ಪ್ರೈ, ಬೋಟಿ ಪ್ರೈ, ತಲೆಮಾಂಸ ಪ್ರೈ, ಹಾಗೂ ಮೊಟ್ಟೆಯಲ್ಲಿ, ಆಂಮ್ಲೇಟ್, ಮೊಟ್ಟೆ ಈ ತರಹದ ಊಟವನ್ನೆ ಜನರು ಹೆಚಾಗಿ ಇಷ್ಟಪಡುತ್ತಾರೆ, ಇದರ ಜೊತೆಗೆ ಚಪಾತಿ ರೈಸ್ ಮಾಡಿಕೊಂಡು ತಟ್ಟೆಯಲ್ಲಿ ಒಂದು ಸಣ್ಣದಾಗಿ ಬಾಳೆ ಎಲೆ ಹಾಕಿ ಊಟ ಕೊಟ್ಟರೆ, ಜನಮುಗಿದ್ದು ನಿಮ್ಮ ಹೋಟೆಲ್‌ಗೆ ಬರುತ್ತಾರೆ ಮೊದಲು ಆಹಾರ ರುಚಿ ಮತ್ತು ಶುಚಿಯಾಗಿರಬೇಕು, ಜೊತೆಗೆ ಬಿಸ್ಲೆರಿ ವಾಟರ್ ಬಾಟಲ್ ಅಥವಾ ಅಡಿಕೆ ತಟ್ಟೆಯಲ್ಲೋ ಊಟ ಕೊಟ್ಟರೆ ತುಂಬಾ ಚೆನ್ನಾಗಿರುತ್ತದೆ.

ಮಾಂಸಹಾರ ಹೋಟೆಲ್ ಮಾಡಬೇಕೆಂದರೆ ಇನ್ನೂ ಐದಾರು ತರಹದ ಅಡುಗೆ ಮಾಡಬೇಕಾಗುತ್ತದೆ. ಬಿರಿಯಾನಿ, ಕಬಾಬು, ಪಿಶ್ ಪ್ರೈ ಮಾಡಬೇಕಾಗುತ್ತದೆ. ಈಗ ಜನಗಳೂ ಹೆಚ್ಚಾಗಿ ಪಿಶ್ ಅನ್ನು ತವಾ ಪ್ರೈ ಮಾಡಿದರೆ ಹೆಚ್ಚಾಗಿ ಇಷ್ಟಪಟ್ಟು ತಿನ್ನುತ್ತಾರೆ. ಈ ತರಹದ ಎಲ್ಲಾ ಅಡುಗೆ ಮಾಡಬೇಕಾದರೆ ಒಬ್ಬ ಉತ್ತಮ ಚೆನ್ನಾಗಿ ಪಳಗಿರುವ ಬಟ್ಟರನ್ನು ನೇಮಿಸಿಕೊಳ್ಳಬೇಕಾಗುತ್ತದೆ.

ಏಕೆಂದರೆ ಮಾಂಸಹಾರಿ ಅಡುಗೆ ಪ್ರಾರಂಭ ಮಾಡಬೇಕಾದರೆ, ಪಿಶ್ ಮಾರುವವರು ಒಂದು ಕಡೆ ಇರುತ್ತಾರೆ, ಹಾಗೂ ಮಟನ್ ಮಾರುವವರು ಇನ್ನೊಂದು ಕಡೆ ಇರುತ್ತಾರೆ. ಈ ಮೂರು ಜನಗಳನ್ನು ಬೆಳಿಗ್ಗೆ ಮುಂಜಾನೆ ಬೇಗ ಎದ್ದು ಎಲ್ಲಾ ಕಡೆ ಓಡಾಡಿ ಮಟನ್, ಚಿಕನ್ ಮೀನುಗಳನ್ನು ತರಬೇಕಾಗುತ್ತದೆ.

ಹಾಗೆ ಇದನ್ನು ತಂದು ಚೆನ್ನಾಗಿ ತೊಳೆಯಲು ತುಂಬಾ ಸಮಯ ತೆಗೆದುಕೊಳ್ಳುತ್ತದೆ. ಇದರ ಜೊತೆಗೆ ಬೆಳಿಗ್ಗೆನೆ ಬಿರಿಯಾನಿ ಕಾಲು ಸೂಪು, ಇಡ್ಲಿಯನ್ನು ಜನಗಳಿಗೆ ರೆಡಿ ಮಾಡಿರಬೇಕಾಗುತ್ತದೆ. ಈ ಉದ್ಯಮ ತುಂಬಾ ರಿಸ್ಕಿ ಕೆಲಸವಿರುತ್ತದೆ. ತಾಳ್ಮೆ ಕೆಡಿಸಿಕೊಳ್ಳದೆ ಈ ವ್ಯಾಪಾರ ಮಾಡಿದರೆ ಬೇಗ ಬೇಗ ಹಣ ಸಂಪಾದಿಸಬಹುದು, ಇದರಲ್ಲೂ ಸಹ ಕಡಿಮೆಯೆಂದರು 30 ರಿಂದ 40% ಮಾರ್ಜಿನ್ ಹಣ ಸಿಗುತ್ತದೆ. ಈ ವ್ಯಾಪರದಲ್ಲಿ ನಾನು ಹೇಳಿದ ಹಾಗೆ ಪ್ರತಿದಿವಸ ಸಾಮಗ್ರಿಗಳನ್ನು ತರಿಸುವ ಬದಲು ಒಂದು ತಿಂಗಳಿಗಾಗುವಷ್ಟು ಸ್ಟಾಕ್ ಇಟ್ಟುಕೊಳ್ಳಬೇಕು. ದಿವಸಕ್ಕೆ ಒಂದು ಸಾರಿ ಮಾಂಸವನ್ನು ಮಾತ್ರ ತರಲು ಸಮಯವನ್ನು ಕಾದಿರಿಸಬೇಕಾಗುತ್ತದೆ. ಬೇರೆ ಯಾವುದು ತರುವುದನ್ನು ಇಟ್ಟುಕೊಳ್ಳಬೇಡಿ, ಆಗ ಮಾತ್ರ ನಿಮ್ಮ ಹೋಟೆಲ್ ಚೆನ್ನಾಗಿ ಮಾಡಲು ಹೆಚ್ಚಿನ ಅವಕಾಶ ಸಿಕ್ಕಂತಾಗುತ್ತದೆ.

ಇನ್ನೊಂದು ಈ ಮಾಂಸಹಾರದಲ್ಲಿ ನಾವು ಇನ್ನೂ ಹೆಚ್ಚಿನ ಆದಾಯವನ್ನು ನಾವು ನಿರೀಕ್ಷಿಸಬಹುದು, ಕೇವಲ ಸಾಯಂಕಾಲ 6 ಘಂಟೆಗೆ ಪ್ರಾರಂಭ ಮಾಡಿದರೆ ಸಾಕು ಮನೆಯಲ್ಲಿ ರೆಡಿಮಾಡಿಕೊಂಡು ಮಾರುತಿ ವ್ಯಾನಿನಲ್ಲಿ ಸಾಯಂಕಾಲದಿಂದ ರಾತ್ರಿ 10 ಗಂಟೆಯವರೆಗೂ ವ್ಯಾಪಾರ ಮಾಡಿದರೆ ಸಾಕು, ಯಾವುದಾದರೂ ವೈನ್ ಶಾಪ್ ಪಕ್ಕ ಗುಣಮಟ್ಟದ ಕಬಾಬು, ಹಾಗೂ ಬಿರಿಯಾನಿ ಮೊಟ್ಟೆಯನ್ನು ಮಾಡಿದರೆ ಸಾಕು, ಕೇವಲ 3 ಗಂಟೆಯಲ್ಲಿ 5 ರಿಂದ 10 ಸಾವಿರ ಬಿಸ್‌ನೆಸ್ ಮಾಡಿಕೊಂಡು ಮನೆಗೆ ಬರಬಹುದು, ಇದು ಹೆಚ್ಚಾಗಿ ಸಾಯಂಕಾಲ ರಾತ್ರಿಯಲ್ಲಿ ಆಗುವ ಉತ್ತಮ ಬಿಸ್‌ನೆಸ್ ಆಗಿದೆ.

ಅತ್ಯಂತ ಗುಣಮಟ್ಟದ ಉತ್ತಮ ರುಚಿಯಾದ ಬಿರಿಯಾನಿ, ಕಬಾಬು, ಮಾಡಿಕೊಟ್ಟರೆ ಮನೆಗೆ ಪಾರ್ಸಲ್-ತೆಗೆದುಕೊಂಡು ಹೋಗುವವರು ತುಂಬಾ ಜನ ಇರುತ್ತಾರೆ. ಅತಿ ಕಡಿಮೆ ಬಂಡವಾಳದಲ್ಲಿ ಜಾಸ್ತಿ ಲಾಭ ಮಾಡುವ ಬಿಸ್‌ನೆಸ್ ಆಗಿದೆ. ಇನ್ನೂ ಹೇಳಲು ಹೊರಟರೆ ತುಂಬಾ ಇದೆ, ಈಗ ಇಷ್ಟು ಸಾಕೆನಿಸುತ್ತದೆ.

## “ಎರಡನೇಯದಾಗಿ ಗಾರ್ಮೆಂಟ್ಸ್ ಉದ್ಯಮ”

ಈಗ ಮನುಷ್ಯನಿಗೆ ಅತ್ಯಂತ ಅವಶ್ಯಕವಾಗಿ ಬೇಕಾಗಿರುವುದು, ಊಟವಾಯ್ತು, ಈಗ ಬೇಕಾಗಿರುವುದು ಬಟ್ಟೆಗಳು, ಮನುಷ್ಯನು, ತೊಡುವುದಕ್ಕೆ ಬಟ್ಟೆಯಿಲ್ಲದಿದ್ದರೆ ಅವನು ಹೊರಗಡೆ ಓಡಾಡಲು ಸಾಧ್ಯವಿಲ್ಲ. ಒಬ್ಬ ಸಾಮಾನ್ಯ ಮನುಷ್ಯನಿಗೆ ಈಗಿನ ಕಾಲದಲ್ಲಿ ಕಡಿಮೆಯೆಂದರು 10 ರಿಂದ 20 ಜೊತೆ ಬಟ್ಟೆ ಬೇಕಾಗುತ್ತದೆ. ಈ ಬಟ್ಟೆ

ವ್ಯಾಪಾರವೆಂಬುದು ಪ್ರಪಂಚದಾದ್ಯಂತ ಅತಿ ಹೆಚ್ಚು ಬೇಡಿಕೆಯಲ್ಲಿರುವ ಉದ್ಯಮವಾಗಿದೆ.

ಈ ಉದ್ಯಮಕ್ಕೆ ಎಷ್ಟು ಕೋಟಿ ಬಂಡವಾಳ ತೊಡಗಿಸಿದರೂ ಸಾಕಾಗುವುದಿಲ್ಲ. ಈ ಉದ್ಯಮ ಒಂದು ಸಮುದ್ರವಿದ್ದಂತೆ ಈ ಉದ್ಯಮ ಸ್ಥಾಪಿಸಲು 2 ಲಕ್ಷದಿಂದ ಹಿಡಿದು 200 ಕೋಟಿ ಬಂಡವಾಳ ಹಾಕಿದರು ಸಾಲದು ಅಂತಹ ದೊಡ್ಡ ಉದ್ಯಮವಾಗಿದೆ. ಇದರ ಆಳ, ಅಗಲ ನಮಗೆ ಬೇಕಾಗಿಲ್ಲ. ಈ ಉದ್ಯಮದಲ್ಲಿ ಅನೇಕ ಕವಲು ದಾರಿಯಂತೆ ಹಂಚಿಕೊಂಡು ಹೋಗಿದೆ, ಎಲ್ಲಾ ನದಿಗಳು ಹೇಗೆ ಕವಲೊಡೆದುಕೊಂಡು ಸಮುದ್ರ ಸೇರುತ್ತವೆಯೋ ಹಾಗೆ, ಈ ಉದ್ಯಮದಲ್ಲಿ ಯಾವುದಾದರೂ ಒಂದು ಕವಲು ದಾರಿಯನ್ನು ಹಾರಿಸಿಕೊಂಡು ನಾವು ಮುಂದೆ ಹೋಗಬೇಕಾಗುತ್ತದೆ. ಈ ಕವಲು ದಾರಿಯಲ್ಲಿ ಹತ್ತಿಯಿಂದ ನೂಲು ತೆಗೆಯುವುದರಿಂದಲೂ, ಬಟ್ಟೆ ತಯಾರಾದ ಮೇಲೆ ಇಲ್ಲಿಂದ ಸಾಕಷ್ಟು ರೆಡಿಮೆಡ್ ಗಾರ್ಮೆಂಟ್ಸ್‌ಗಳು ಹುಟ್ಟಿಕೊಳ್ಳುತ್ತವೆ. ಎಲ್ಲಾ ತರಹದ ರೆಡಿಮೆಡ್ ಬಟ್ಟೆಗಳಿಗೆ ಒಂದೊಂದು ಗಾರ್ಮೆಂಟ್ಸ್‌ಗಳನ್ನು ಮಾಡಿಕೊಂಡಿರುತ್ತಾರೆ.

ಉದಾ: ಲೇಡಿಸ್ ಪೆಟ್ಟಿಕೋಟ್‌ಗೆ ಹೊಲಿಯುವ ಒಂದು ಗಾರ್ಮೆಂಟ್ಸ್ ಲೇಡಿಸ್ ಬ್ರಾ ಹೊಲೆಯುವ ಒಂದು ಗಾರ್ಮೆಂಟ್ಸ್, ಲೇಡಿಸ್ ಬ್ಲೌಸ್ ಹೊಲಿಯುವ ಒಂದು ಗಾರ್ಮೆಂಟ್ಸ್, ಲೇಡಿಸ್ ಲೆಗ್ಗಿನ್ಸ್ ಹೊಲಿಯುವ ಗಾರ್ಮೆಂಟ್ಸ್, ಲೇಡಿಸ್ ಪ್ಲಾಜ, ಲೇಡಿಸ್ ಎಲಿಪೆಂಟ್, ಲೇಡಿಸ್ ಪಟಿಯಾಲ, ಲೇಡಿಸ್ ಚೂಡಿದಾರ್, ಲೇಡಿಸ್ ಸೀರೆ ತಯಾರಿಸುವವರು, ಲೇಡಿಸ್ ಲೆಹಂಗ ತಯಾರಿಸುವವರು, ಲೇಡಿಸ್ ಜೀನ್ಸ್ ಪ್ಯಾಂಟ್ ತಯಾರಿಸುವವರು ಲೇಡಿಸ್ ನೈಟಿ ತಯಾರಿಸುವವರು ಲೇಡಿಸ್ ಡ್ರೆಸ್‌ಗೆ ಎಂಬ್ರಾಯಿಡರಿ ಹಾಕುವವರು, ಲೇಡಿಸ್ ಸೀರೆಗೆ ಪಾಲ್ಸ್ ಹಾಕುವವರು, ಲೇಡಿಸ್ ಸೀರೆಗೆ ಡಿಜಿಟಲ್ ಪ್ರಿಂಟಿಂಗ್ ಹಾಕುವವರು, ಲೇಡಿಸ್ ಸ್ಕರ್ಟ್ ತಯಾರಿಸುವವರು, ಲೇಡಿಸ್ ಟಾಪ್ ತಯಾರಿಸುವವರು, ಲೇಡಿಸ್ ಅಂಬ್ರೆಲಾ, ಲೇಡಿಸ್ ಅನಾರ್ಕಲಿ, ಹೀಗೆ ಒಂದೊಂದು ವಿಷಯಕ್ಕೂ ನೂರಾರು ಗಾರ್ಮೆಂಟ್ಸ್ ತಯಾರಕರಿದ್ದಾರೆ. ಈಗ ಹೇಳಿ ಇದರಲ್ಲಿ ನಾವು ಯಾವುದು ಆಯ್ಕೆ ಮಾಡಿಕೊಂಡು ತಯಾರಿಸುವುದು, ಈ ಗಾರ್ಮೆಂಟ್ಸ್ ವಿಷಯದಲ್ಲಿ ಕಲಿಯುವುದು ತುಂಬಾ ಇದೆ ತಿಳಿದುಕೊಳ್ಳುವುದು ಸಾಕಷ್ಟಿದೆ, ಮೇಲೆ ತಿಳಿಸಿದ ಹಾಗೆ, ಇದು ಬರಿ ಲೇಡಿಸ್ ಗಾರ್ಮೆಂಟ್ಸ್ ಮಾಡುವವರಿಗೆ ಮಾತ್ರ ತಿಳಿಸಿದ್ದೇನೆ. ಇನ್ನು ಮಕ್ಕಳ ವಿಚಾರಕ್ಕೆ ಬಂದರೆ ಮಕ್ಕಳ ಪ್ಯಾಂಟ್, ನಿಕ್ಕರ್, ಶರ್ಟ್ ಹೊಲೆಯಲು ಇದಕ್ಕೆಂದೆ ಸಾವಿರಾರು ಗಾರ್ಮೆಂಟ್ಸ್‌ಗಳಿದ್ದಾವೆ.

ಹಾಗೆ ಜೆಂಟ್ಸ್‌ಗೆ ಗಂಡಸರಿಗೆ ಬೇಕಾಗುವ ನೂರಾರು ಗಾರ್ಮೆಂಟ್ಸ್‌ಗಳನ್ನು ನಿಮ್ಮೂರಿನ ಹಳ್ಳಿ ತಾಲ್ಲೂಕು, ಸಿಟಿಯಲ್ಲಿ ಹೆಚ್ಚಾಗಿ ನೋಡಬಹುದು, ಗಂಡಸರಿಗೆ ಬೇಕಾಗುವ ಮೊದಲನೆಯದು ಷರ್ಟ್ ತಯಾರಿಸುವ ನೂರಾರು ಗಾರ್ಮೆಂಟ್ಸ್‌ಗಳನ್ನು ನಿಮ್ಮ ಸ್ಥಳಿಯಾ ನಗರ ಪ್ರದೇಶದಲ್ಲಿ ಹೆಚ್ಚಾಗಿ ನೋಡುತ್ತಿರುವಿರಿ, ಎಲ್ಲಿ ನೋಡಿದರು ಷರ್ಟ್ ತಯಾರಿಸುವ ಗಾರ್ಮೆಂಟ್ಸ್‌ಗಳೇ ಕಣ್ಣಿಗೆ ಕಾಣಸಿಗುತ್ತವೆ. ನೂರಾರು ಗಾರ್ಮೆಂಟ್ಸ್‌ನಿಂದ ತಯಾರಾದ ಷರ್ಟ್‌ಗಳು ಎಲ್ಲಿಗೆ ಹೋಗುತ್ತವೆ. ಎಲ್ಲಿ ವ್ಯಾಪಾರವಾಗುತ್ತದೆ. ಇಷ್ಟೊಂದು ತಯಾರಿಸುತ್ತಾರಲ್ಲಾ ಇದೆಲ್ಲ ಯಾರು ಕೊಂಡು ಕೊಳ್ಳುತ್ತಾರೆ. ವರ್ಷ ಪೂರ್ತಿ ಗಾರ್ಮೆಂಟ್ಸ್‌ಗಳಿಗೆ ಬಿಡುವಿಲ್ಲದ ಕೆಲಸ, ಪ್ರತಿ ಹಳ್ಳಿ ಹಳ್ಳಿಯಿಂದಲೂ ಜನಗಳು ಗಾರ್ಮೆಂಟ್ಸ್ ಕೆಲಸಕ್ಕೆ ಹೋಗುತ್ತಾರೆ. ಎಷ್ಟೋ ಕುಟುಂಬಗಳು ಈ ಗಾರ್ಮೆಂಟ್ಸ್ ಉದ್ಯಮದಲ್ಲಿ ಜೀವನ ಮಾಡುತ್ತಾರೆ.

ಗಂಡಸರ ಷರ್ಟ್ ಗಾರ್ಮೆಂಟ್ಸ್‌ನ ಮಾತ್ರ ಸ್ವಲ್ಪ ತಿಳಿಸಿದ್ದೇನೆ. ಈಗ ಇದೇ ಗಂಡಸರಿಗೆ ಬೇಕಾದ ನಿಕ್ಕರ್ ತಯಾರಿಸುವ ಗಾರ್ಮೆಂಟ್ಸ್, ಫಾರ್ಮಲ್ ಪ್ಯಾಂಟ್ ತಯಾರಿಸುವ ಗಾರ್ಮೆಂಟ್, ಕಾಟನ್ ಪ್ಯಾಂಟ್ ತಯಾರಿಸುವ ಉದ್ಯಮ, ಜೀನ್ಸ್ ಪ್ಯಾಂಟ್ ತಯಾರಿಸುವ ಉದ್ಯಮ ಟ್ರಾಕ್ ಪ್ಯಾಂಟ್ ತಯಾರಿಸುವ ಉದ್ಯಮ ಗಂಡಸರ ಅಂಡರ್‌ವೇರ್ ತಯಾರಿಸುವ ಉದ್ಯಮ, ಗಂಡಸರ ಬನಿಯನ್ ತಯಾರಿಸುವ ಉದ್ಯಮ, ಜರ್ಕಿನ್ ತಯಾರಿಸುವ ಉದ್ಯಮ ಗಂಡರ ಪಂಚೆ ಟವೆಲ್ ತಯಾರಿಸುವ ಉದ್ಯಮ ಟಿ ಷರ್ಟ್ ತಯಾರಿಸುವ ಉದ್ಯಮ ಸ್ವೇಟರ್ ತಯಾರಿಸುವ ಉದ್ಯಮ, ಹೀಗೆ ಹೇಳುತ್ತಾ ಹೋದರೆ ವಿಧ ವಿಧವಾದ ಬಟ್ಟೆ ತಯಾರಿಸುವ ಒಂದೊಂದು ಗಾರ್ಮೆಂಟ್ಸ್ ಉದ್ಯಮ ಸ್ಥಾಪಿಸಬೇಕಗುತ್ತದೆ. ಅದಕ್ಕೆ ನಾನು ಹೇಳುವುದು, ಇದು ಒಂದು ಸಮುದ್ರವಿದ್ದಂತೆ, ಇದರ ಆಳ, ಆಗಲ ಕಂಡು ಹಿಡಿಯಲು ಹೊರಟರೆ ನಮ್ಮ ಆಯಸ್ಸು, ಮುಗಿಯುತ್ತದೆನೋ ಗೊತ್ತಿಲ್ಲ.

ಈ ಬಿಸ್‌ನೆಸ್ ಪ್ರಾರಂಭಿಸಲು ನಾವು ಇದರಲ್ಲಿ ಯಾವುದಾದರೂ ಒಂದನ್ನು ಕಲಿತು, ಅದೊಂದನ್ನೆ ಮುನ್ನಡೆಸಿಕೊಂಡು ಹೋಗಲು ಸಾಧ್ಯವಾಗುತ್ತದೆ, ಇದರಲ್ಲಿ ಎಲ್ಲಾ ಕಲಿಯಲು ಸಾಧ್ಯವಿಲ್ಲ, ನಮಗೆ ಯಾವುದು ಸುಲಭ ಅದನ್ನು ಮಾತ್ರ ಆಯ್ಕೆ ಮಾಡಿಕೊಂಡು ಈ ಬಿಸ್‌ನೆಸ್ ಪ್ರಾರಂಭ ಮಾಡಬೇಕು. ಉದಾ:-ನೀವು ಷರ್ಟ್‌ನ್ನು ಆರ್ಡರ್ ಕೊಡುವವರನ್ನೆ ಹುಡುಕಿ ಷರ್ಟ್‌ನ್ನು ಹೊಲಿಯಬೇಕು. ಈ ಷರ್ಟ್‌ನ್ನು ನೀವು ತಯಾರಿಸುವುದಕ್ಕೆ ಕಡಿಮೆಯೆಂದರು ನಿಮ್ಮಲ್ಲಿ 10 ಲಕ್ಷ ಬಂಡವಾಳ ಹೂಡಬೇಕಾಗುತ್ತದೆ. ಮೊದಲು 30 x 40 ಅಡಿಯುಳ್ಳ ಒಂದು ಫ್ಯಾಕ್ಟರಿ ಷೆಡ್ ಬಾಡಿಗೆಗೆ ಪಡೆಯಬೇಕಾಗುತ್ತದೆ. ಆಮೇಲೆ ಫ್ಯಾಬ್ರಿಕ್ ಕಟ್ ಮಾಡಲ್ ಒಂದು

6 ಮೀಟರ್ ಉಳ್ಳ ಟೇಬಲ್ ರೆಡಿ ಮಾಡಬೇಕು. ಅನಂತರ ಕಟಿಂಗ್ ಮಿಷನ್, ಕತ್ತರಿ ಕ್ಲಾಂಪ್‌ಗಳು ಸ್ಕೇಲ್‌ಗಳು ತದನಂತರ 20 ಟೈಲರ್ ಮಿಷನ್ ಬೇಕಾಗುತ್ತದೆ. ಒಂದು ಕಾಜಬಟನ್ ಮಿಷನ್ ಒಂದು ಐರನ್ ಮಿಷನ್, ಚೆಕ್ಕರ್, ಟ್ರಿಮಿಂಗ್ ಮಾಡುವವರು ಫಿನಿಷಿಂಗ್ ಮಾಡುವವರು, ಹೊಲಿಗೆ ಹಾಕುವವರು, ಪ್ಯಾಕ್ ಮಾಡುವವರು, ದಾರಗಳು, ಫ್ಯೂಸಿಂಗ್ ಬಟ್ಟೆಗಳು ಹೀಗೆ ಸುಮಾರು ಕಡಿಮೆಯೆಂದರು 20 ರಿಂದ 30 ಜನ ಕೆಲಸಗಾರರು ಬೇಕಾಗುತ್ತಾರೆ. ಇದರ ಜೊತೆಗೆ ಬಟ್ಟೆಗಳು ತಯಾರಾದ ಮೇಲೆ ವಾಷಿಂಗ್‌ಗೆ ಕಳಿಸಿಕೊಡಬೇಕಾಗುತ್ತದೆ. ವಾಷಿಂಗ್‌ನಿಂದ ಬಂದ ನಂತರ ಕಾಜ ಬಟನ್ ಮಾಡುತ್ತಾರೆ. ಆಮೇಲೆ ಟ್ರಿಮ್ಮಿಂಗ್ ಮಾಡುತ್ತಾರೆ. ಆದಾದ ನಂತರ ಐರನಿಂಗ್ ಮಾಡಿ ಪ್ಯಾಕ್ ಮಾಡುತ್ತಾರೆ. ಈ ರೀತಿ ಸಿದ್ಧ ಉಡುಪು ತಯಾರಿಸುತ್ತಾರೆ.

ಈ ಷರ್ಟ್ ಮಾಡುವ ಗಾರ್ಮೆಂಟ್ಸ್‌ನಲ್ಲಿ ಎಲ್ಲಾ ಕೆಲಸಗಾರರಿಗೆ, ಸಂಬಳ ಕೊಡಬೇಕು, ಕಡಿಮೆಯೆಂದರು ಒಬ್ಬರಿಗೆ 15000 ಸಂಬಳವೆಂದರು ತಿಂಗಳಿಗೆ 20 ಜನಕ್ಕೆ 3 ಲಕ್ಷ ಸಂಬಳ ಕೊಡಬೇಕಾಗುತ್ತದೆ. ಇದರ ಜೊತೆಗೆ ಫ್ಯಾಕ್ಟರಿಯ ಬಾಡಿಗೆ ಕಡಿಮೆಯೆಂದರು 20000 ರೂ. ಆ ಮೇಲೆ ಲೈಟ್ ಬಿಲ್ಲು ಇತರೆ ಖರ್ಚುಗಳು ಹಾಗಾದರೆ 10 ಲಕ್ಷ ಬಂಡವಾಳ ಹಾಕಿ ಇವನಿಗೆ ತಿಂಗಳಿಗೆ ಎಷ್ಟು ಆದಾಯ ಬರಬೇಕು. ಎಷ್ಟು ಪ್ರೊಡಕ್ಷನ್ ತೆಗೆಯಬಹುದು. ನೀವುಗಳು ಅಂದಾಜಿಸಿದ್ದೀರಾ.

ನಿಮಗೆ ಗೊತ್ತಿಲ್ಲವೆಂದರೆ ನಾನೇ ನಿಮಗೆ ತಿಳಿಸುತ್ತೇನೆ. ಷರ್ಟ್ ಆರ್ಡರ್ ಕೊಡುವವರು ಒಂದು ಷರ್ಟಿಗೆ ಕನಿಷ್ಟ 85 ರೂಪಾಯಿ ಕೂಲಿಯನ್ನು ಕೊಡುತ್ತಾರೆ. ಬಟ್ಟೆ ಹೊಲಿಯುವವರಿಗೆ, 45 ರೂಪಾಯಿ ಕೂಲಿ ಹೋಗುತ್ತದೆ. ಒಂದು ಷರ್ಟ್ ಬಟ್ಟೆ ವಾಷಿಂಗ್‌ಗೆ 5 ರೂಪಾಯಿ ತಗಲುತ್ತದೆ. (ಫಿನಿಷಿಂಗ್‌ಗೆ) ಅಂದರೆ ಟ್ರಿಮಿಂಗ್ ಕಾಜ ಬಟನ್ ಐರನ್ ಪ್ಯಾಕಿಂಗ್ ಎಲ್ಲಾ ಸೇರಿ 20 ರೂಪಾಯಿ ಆಗುತ್ತದೆ. ಬಾಡಿಗೆ, ಲೈಟ್ ಬಿಲ್, ಇತರೆ ಖರ್ಚುಗಳೂ 5 ರೂ. ತಗಲುತ್ತದೆ. ಒಟ್ಟು 75 ರೂ. ಆಯಿತು ಇನ್ನೂ ಉಳಿಯುವುದು ಕೇವಲ ಒಂದು ಷರ್ಟಿಗೆ 10 ರೂಪಾಯಿಗಳು ಮಾತ್ರ 10 ಲಕ್ಷ ಬಂಡವಾಳ ಹಾಕಿ ಒಂದು ಗಾರ್ಮೆಂಟ್ಸ್ ಪ್ರಾರಂಭ ಮಾಡಬೇಕಾದರೆ 3 ತಿಂಗಳಿನ ಸಂಬಳ ಕೈಯಲ್ಲಿಟ್ಟುಕೊಂಡಿರಬೇಕು. ಅಂದರೆ ಎಕ್ಸ್ಟ್ರಾ 9 ಲಕ್ಷ ಹಣ ಗಾರ್ಮೆಂಟ್ಸ್ ಪ್ರಾರಂಭ ಮಾಡುವವರಲ್ಲಿರಬೇಕು.

ಈಗ ಒಬ್ಬ ಗಾಮೆಂಟ್ಸ್ ಉದ್ಯಮಿಯಾಗಬೇಕಾದರೆ ತಿಂಗಳಿಗೆ ಕಡೆ ಪಕ್ಷ 6000 ಷರ್ಟ್ ಗಾರ್ಮೆಂಟ್ಸ್‌ನಲ್ಲಿ ತಯಾರಾಗಬೇಕು. ಒಂದು ಷರ್ಟ್‌ಗೆ 10 ರೂಪಾಯಿ ಉಳಿದರೂ 6000 ಷರ್ಟ್‌ಗೆ ತಿಂಗಳಿಗೆ ಎಲ್ಲಾ ಕಳೆದು 60000 ರೂಪಾಯಿ ಉಳಿಯುವಂತೆ ಮಾಡಿಕೊಳ್ಳಬೇಕು.

ಒಂದೊಂದು ಟೈಮ್‌ನಲ್ಲಿ 60 ಸಾವಿರ ರೂಪಾಯಿಗಳು ಉಳಿಯುವುದಿಲ್ಲ. ಓಡಾಡುವ ಟ್ರಾನ್ಸ್‌ಫರ್ ಚಾರ್ಜ್‌ಗಳೇ ಜಾಸ್ತಿಯಾಗುತ್ತದೆ. ಕೆಲಸಗಾರರು ಚಕ್ಕರ್ ಹೊಡೆದರೆ ಪ್ರೊಡಕ್ಷನ್ ಕಡಿಮೆಯಾಗುತ್ತದೆ. ಇದರ ಜೊತೆಗೆ ಕಟಿಂಗ್ ಮಾಸ್ಟರ್‌ಗೆ ಸಪರೇಟ್ ಕೂಲಿ ಇವನಿಗೆ ತಿಂಗಳಿಗೆ 30000 ಕೂಲಿ ಕೊಡಬೇಕಾಗುತ್ತದೆ. ಟೈಮಿಗೆ ಕರೆಕ್ಟಾಗಿ ಆರ್ಡರ್‌ಗಳು ಬಂದರೆ ಪರವಾಗಿಲ್ಲ. ಆರ್ಡ್‌ರ್‌ಗಳು ಬರದಿದ್ದರೆ, ಕೈಯಿಂದ ಪೇಮೆಂಟ್ ಕೆಲಸಗಾರರಿಗೆ ಕೊಡಬೇಕಾಗುತ್ತದೆ. ಎಷ್ಟೋ ಜನ ಗಾರ್ಮೆಂಟ್ಸ್ ಮಾಡಿ ಲಾಸ್ ಆಗಿದ್ದಾರೆ.

ಕೆಲವರು ಸಾಲ ಮಾಡಿಕೊಂಡು ಊರು ಬಿಟ್ಟವರಿದ್ದಾರೆ. ಗಾರ್ಮೆಂಟ್ಸ್ ಮಾಡುವುದು ಸುಲಭವಲ್ಲ ನಾನು ಇಲ್ಲಿ ಬರಿ ಷರ್ಟ್ ಬಗ್ಗೆ ಮಾತ್ರ ಮಾತನಾಡಿದ್ದೇನೆ. ಎಲ್ಲದಕ್ಕೂ ಇದೇ ರೀತಿ ಅನ್ವಯಿಸುತ್ತದೆ. ಫಾರ್ಮಲ್ ಪ್ಯಾಂಟಾಗಲೀ, ಕಾಟನ್ ಪ್ಯಾಂಟಾಗಲಿ ಅಥವಾ ಜೀನ್ಸ್ ಪ್ಯಾಂಟ್ ತಯಾರಿಸುವುದಾಗಲೀ ಎಲ್ಲದರಲ್ಲೂ ಪ್ರಾಬ್ಲಂ ಇದ್ದೇ ಇರುತ್ತದೆ. ಇದು ತುಂಬಾ ರಿಸ್ಕ್, ರಿಸ್ಕ್ ತೆಗೆದುಕೊಳ್ಳುವವರು ಮಾತ್ರ ಗಾರ್ಮೆಂಟ್ಸ್ ಉದ್ಯಮವನ್ನು ತೆರೆಯಬೇಕು.

ಎಷ್ಟೋ ದೊಡ್ಡ ದೊಡ್ಡ ಬಿಸಿನೆಸ್ ಮ್ಯಾನ್‌ಗಳು, ಈ ತರಹ ರಿಸ್ಕ್ ತೆಗೆದುಕೊಳ್ಳದೇ ಡೈರೆಕ್ಟ್ ಆಗಿ ಮ್ಯಾನುಫ್ಯಾಕ್ಚರಿಂಗ್‌ನಲ್ಲಿ ತಯಾರಾದ ಫ್ಯಾಬ್ರಿಕ್‌ನ್ನು ತಂದು ತನ್ನ ಆಫೀಸ್‌ನಲ್ಲಿ ಡಿಸೈನ್ ಮಾಡಿಸಿಕೊಂಡು ನೇರವಾಗಿ ಗಾರ್ಮೆಂಟ್ಸ್‌ಗಳಿಗೆ ಬಟ್ಟೆಯನ್ನು ಹೊಲಿಯಲು ಆರ್ಡರ್ ಕೊಡುತ್ತಾರೆ. ಸಿದ್ಧವಾದ ಉಡುಪನ್ನು ತನ್ನದೇ ಬ್ರಾಂಡ್ ಮಾಡಿಕೊಂಡು ಹೆಚ್ಚಿನ ಲಾಭಕ್ಕೆ ಮಾರಿಕೊಳ್ಳುತ್ತಾರೆ.

ಈಗ ಹೇಳಿ ಬುದ್ಧಿವಂತರು ಯಾರು ದಡ್ಡರು ಯಾರು ಎಂದು ನೀವೇ ತೀರ್ಮಾನಿಸಿ, ನೂರಾರು ಕೆಲಸಗಾರರಿಂದ ಹೆಣಗುವ ಬದಲು ಫ್ಯಾಕ್ಟರಿಗೆ ಬಂಡವಾಳ ಹಾಕಿ, ನೂರಾರು ಕೆಲಸಗಾರರನ್ನು ಕೆಲಸಕ್ಕೆ ತೆಗೆದುಕೊಂಡು ಅವರಿಗೆ ತಿಂಗಳ ಸಂಬಳ, ESI, PF. ಬೌನಸ್ ಕೊಟ್ಟುಕೊಂಡು ಕೋಟ್ಯಾಂತರ ಬಂಡವಾಳ ಹಾಕಿ ಫ್ಯಾಕ್ಟರಿ ಓಪನ್ ಮಾಡಿ ನೂರಾರು ಕೆಲಸಗಾರರ ಜೊತೆಯಲ್ಲಿ ಒದ್ದಾಡುವ ಬದಲು ದೊಡ್ಡ ದೊಡ್ಡ ಶ್ರೀಮಂತರು ನೇರವಾಗಿ ಮಿಲ್ಲುಗಳಿಂದ ಬಟ್ಟೆ ತಂದು, ಈ ತರ ಸಣ್ಣ ಪುಟ್ಟ ಗಾರ್ಮೆಂಟ್ಸ್‌ಗಳಿಂದ ಹೊಲಿಸಿಕೊಂಡು ತನ್ನ ಬ್ರಾಂಡ್ ಲೇಬಲ್ ಹಾಕಿಕೊಂಡು ಹೆಚ್ಚಿನ ಬೆಲೆಗೆ ಮಾರಾಟ ಮಾಡುತ್ತಾರೆ.

ಇವರು ಬೇಗ ಬೇಗ ಹಣ ಸಂಪಾದಿಸಿ ದೊಡ್ಡ ಶ್ರೀಮಂತರಾಗುತ್ತಾರೆ. ಆದ್ದರಿಂದ ನೀವುಗಳು ಈ ಸಿದ್ಧ ಉಡುಪುಗಳ ತಯಾರಿಕೆಗೆ ಗಮನಕೊಡದೆ, ನಿಮ್ಮಲ್ಲಿರುವ ಸ್ವಲ್ಪ ಹಣದಿಂದಲೇ ನಾವು ಹೇಗೆ ಬಟ್ಟೆ ಬಿಸ್‌ನೆಸ್ ಮಾಡಬಹುದೆಂದು ಯೋಚಿಸಿ

ನಿರ್ಧಾರಕ್ಕೆ ಬನ್ನಿ ಈ ಬಟ್ಟೆ ಬಿಸ್‌ನೆಸ್‌ನಲ್ಲಿ ನಾನು ಮೇಲೆ ತಿಳಿಸಿದಂತೆ ನೂರಾರು ಉದ್ಯಮಗಳಿವೆ. ಇದರಲ್ಲಿ ನಿಮಗಿಷ್ಟವಾದ ಯಾವುದಾರೂ ಒಂದನ್ನು ಆಯ್ಕೆ ಮಾಡಿ ಅದರ ಉತ್ಪಾದನೆಗೆ ತಯಾರು ಮಾಡಿಕೊಳ್ಳಿ, ಉತ್ಪಾದನೆ ಅಂದರೆ ಫ್ಯಾಕ್ಟರಿ ಮಾಡಿ ಎಂದು ನಾನು ನಿಮಗೆ ಹೇಳುವುದಿಲ್ಲ. ಹೋಲ್‌ಸೇಲ್‌ನಲ್ಲಿ ಅಥವಾ ಡೀಲರ್ಸ್‌ನಲ್ಲಿ ಫ್ಯಾಬ್ರಿಕ್ ತಂದು, ಷರ್ಟ್ ಆಗಲೀ ಫ್ಯಾಂಟಾಗಲಿ ಗಾರ್ಮೆಂಟ್ಸ್‌ಗೆ ಕೊಟ್ಟು ಹೊಲಿಸಿಕೊಂಡು, ನಿಮ್ಮ ಬ್ರಾಂಡ್ ಕ್ರಿಯೆಟ್ ಮಾಡಿಕೊಂಡು ಮಾರ್ಕೆಟ್‌ನಲ್ಲಿ ಹೋಲ್‌ಸೆಲ್‌ಗೂ ಅಥವಾ ನೀವೇ ಅಂಗಡಿ ಮಾಡಿಕೊಂಡು ರೀಟೇಲ್ ವ್ಯಾಪಾರ ಮಾಡಬಹುದು. ಅಥವಾ ಎಲ್ಲಾ ತರಹದ ಮಿಕ್ಸಿಂಗ್ ಸೀರೆ, ಡ್ರೆಸ್ ಮೆಟಿರಿಯಲ್, ಟಾಪ್ ಕಿಡ್ಸ್ ಬಟ್ಟೆಗಳು, ಜೆಂಟ್ಸ್ ಬಟ್ಟೆಗಳು, ಎಲ್ಲಾ ತರಹದ ಬಟ್ಟೆಗಳನ್ನು ಇಟ್ಟು ವ್ಯಾಪಾರ ಮಾಡಬಹುದು. ಇದರ ಜೊತೆಗೆ ನಿಮ್ಮದೇ ಯಾವುದಾದರೂ ಒಂದು ಬ್ರ್ಯಾಂಡ್ ಮಾಡಿ ಮಾರ್ಕೆಟ್‌ಗೆ ಹೋಲ್‌ಸೆಲ್‌ನಲ್ಲಿ ಬಿಡಬಹುದು. ಇದರಿಂದ ಉತ್ತಮ ಲಾಭವಿದೆ.

ನೀವುಗಳು ಬಟ್ಟೆ ವ್ಯಾಪಾರ ಮಾಡಬೇಕಾದರೆ ಇಲ್ಲಿ ಹೇಳಿರುವ ಯಾವುದೇ ವಿಷಯಕ್ಕೆ ತಲೆಕೆಡಿಸಿಕೊಳ್ಳದೆ ನಿಮ್ಮದೇ ಒಂದು ಬ್ರಾಂಡ್ ಕ್ರಿಯೆಟ್ ಮಾಡಿಕೊಂಡು ಯಾವುದಾದರೂ ನಿಮಗಿಷ್ಟವಾದ ಫ್ಯಾಬ್ರಿಕ್ ಅನ್ನು ತಂದು ಗಾರ್ಮೆಂಟ್‌ಗೆ ಕೊಟ್ಟರೆ ಹೊಲಿದುಕೊಡುತ್ತಾರೆ.

ನಿಮ್ಮದೇ ಸ್ಟಿಕರ್ ಬ್ರಾಂಡ್ ಕ್ರಿಯೆಟ್ ಮಾಡಿಕೊಂಡು, ಹೋಲ್‌ಸೆಲ್ ಮಾರ್ಕೆಟ್‌ನಲ್ಲಿ ಕಡಿಮೆ ಮಾರ್ಜಿನ್ ಇಟ್ಟುಕೊಂಡು ಬಿಡಿ, ನಿಮ್ಮ ಬಟ್ಟೆಗಳು ಹೆಚ್ಚಿನ ಗುಣಮಟ್ಟದಲ್ಲಿದ್ದರೆ ಬೇಗ ಬೇಗ ಮಾರ್ಕೆಟ್‌ನಲ್ಲಿ ಖಾಲಿ ಯಾಗುತ್ತದೆ. ನಿಮಗೆ ಬೇಗ ಬೇಗ ಆರ್ಡರ್ ಕೊಡಲು ಮುಂದೆ ಬರುತ್ತಾರೆ. ಮೊದಲು ಬಟ್ಟೆಯ ಕ್ವಾಲಿಟಿಯ ಬಗ್ಗೆ ಚೆನ್ನಾಗಿ ತಿಳಿದುಕೊಂಡು ಪ್ರಾರಂಭಮಾಡಿ, ಇಲ್ಲದಿದ್ದರೆ ನಿಮ್ಮದೆ ಒಂದು ಷೋರೂಂ ಮಾಡಿಕೊಂಡು ಅಲ್ಲಿಂದ ನೀವು ಎಲ್ಲಾ ಕಡೆಗೆ ಸಪ್ಲೈ ಮಾಡಬಹುದು. ಈಗ ಮೊಬೈಲ್ ಎಲ್ಲರ ಕೈಯಲ್ಲಿ ಇದೆ, ನಿಮ್ಮದೇ ಒಂದು ಚಾನಲ್ ಮಾಡಿಕೊಂಡು ಪ್ರತಿ ತಿಂಗಳು ಹೊಸ ಹೊಸ ಬಟ್ಟೆಗಳನ್ನು ತಯಾರಿಸಿ ಮಾರ್ಕೆಟ್‌ಗೆ ಬಿಡಬಹುದು. ನಿಮ್ಮ ಬಟ್ಟೆಗಳು ಮಾರ್ಕೆಟ್‌ನಲ್ಲಿ ಚೆನ್ನಾಗಿ ಬಿಕರಿಯಾಗುತ್ತಿದ್ದರೆ ನಿಮಗೆ ಹೆಚ್ಚಾಗಿ ಆರ್ಡರ್ ಕೊಡಲು ಬಟ್ಟೆ ಅಂಗಡಿಯವರೇ ನಿಮ್ಮನ್ನು ಹುಡುಕಿಕೊಂಡು ಬರುತ್ತಾರೆ, ಹೆಚ್ಚಾಗಿ ಆರ್ಡರ್ ಬರಲು ಶುರುವಾಗುತ್ತದೆ.

ನೀವುಗಳು ಮತ್ತೆ ಎಂದು ಹಿಂದೆ ತಿರುಗಿ ನೋಡುವಂತಿಲ್ಲ. ಅಷ್ಟೊಂದು ಆರ್ಡರ್ ಬರುತ್ತವೆ. ಬಟ್ಟೆಯು ಒಳ್ಳೆಯ ಗುಣಮಟ್ಟದಿಂದ ಕೂಡಿರಬೇಕು, ಒಳ್ಳೆಯ

ಕ್ವಾಲಿಟಿ ಬಟ್ಟೆಯನ್ನೆ ತಂದು ಸ್ಟಿಚ್ ಮಾಡಿಸಿ ಮಾರ್ಕೆಟ್‌ಗೆ ಬಿಟ್ಟರೆ ಹೆಚ್ಚಾಗಿ ಸೇಲಾಗುತ್ತವೆ. ಇದರಿಂದ ನಿಮಗೆ ಕೈ ತುಂಬಾ ದುಡ್ಡು ಸಿಗಲು ಪ್ರಾರಂಭವಾಗುತ್ತದೆ.

ಉದಾ:- ತಿಂಗಳಿಗೆ ನೀವು ಒಂದು ಸಾವಿರ ಷರ್ಟ್ ಸೇಲಾದರೆ ಒಂದು ಷರ್ಟಿಗೆ ಕನಿಷ್ಟ 50 ರೂ. ಲಾಭ ಇಟ್ಟುಕೊಂಡರು 1000 ಷರ್ಟ್‌ಗೆ 50,000 ರೂ. ಬರುತ್ತದೆ.

ತಿಂಗಳಿಗೆ ಹೋಲ್‌ಸೆಲ್‌ನಲ್ಲಿ 6000 ಷರ್ಟ್ ಮಾರಿದರೆ 3 ಲಕ್ಷ ಹಣ ನಿಮ್ಮ ಕೈ ಸೇರುತ್ತದೆ. ಇಲ್ಲಿ ನೀವು ಮಾಡುವುದು ಏನೂ ಇಲ್ಲ. ಪ್ಯಾಬ್ರಿಕ್ ತಂದಾಗುವುದು ಅಷ್ಟೆ. ಒಂದು ಯುಟೂಬ್ ಚಾನಲ್ ಮಾಡಿಕೊಂಡು ಜಾಹಿರಾತು ಕೊಟ್ಟರೆ ಸಾಕು, ಅವರೇ ನಿಮ್ಮ ಹತ್ತಿರ ಹುಡುಕಿಕೊಂಡು ಬರುತ್ತಾರೆ. ಸ್ನೇಹಿತರೆ ಗಾರ್ಮೆಂಟ್ ವಿಚಾರದಲ್ಲಿ ತಿಳಿದು ಕೊಳ್ಳುವುದು ಬೇಕಾದಷ್ಟಿದೆ ಎಲ್ಲವೂ ಪುಸ್ತಕದಲ್ಲಿ ಬರೆಯಲು ಸಾಧ್ಯವಿಲ್ಲ. ಎಲ್ಲವನ್ನು ವಿವರಿಸುತ್ತಾ ಹೋದರೆ ವರ್ಷಾನುಗಟ್ಟಲೆ ಬರೆದರು ಸಾಕಾಗುವುದಿಲ್ಲ. ಷರ್ಟ್ ಬಗ್ಗೆ ಒಂದು ಉದಾ:- ಕೊಟ್ಟಿದ್ದೇನೆ, ಹೆಚ್ಚಿನ ಬಟ್ಟೆಯ ಬಗ್ಗೆ ವಿಚರ ತಿಳಿದುಕೊಳ್ಳಲು ಈ ಪುಸ್ತಕದಲ್ಲಿರುವ ಪೋನ್ ನಂಬರ್‌ಗೆ ಸಂಪರ್ಕಿಸಿ.

## "ಮೂರನೇಯದಾಗಿ ಪ್ರಾವಿಷನ್ ಸ್ಟೋರ್"

ಮನುಷ್ಯನಿಗೆ ವರ್ಷಪೂರ್ತಿ ಬೇಕಾಗುವ ದಿನನಿತ್ಯದ ಜೀವನದ ಬದುಕಿಗೆ, ದಿನ ನಿತ್ಯ ಅತ್ಯಂತ ಹೆಚ್ಚಾಗಿ ಖರ್ಚಾಗುವ ದಿನ ಬಳಕೆಯ ಆಹಾರ ವಸ್ತುಗಳೆಂದರೆ, ದವಸ ದಾನ್ಯಗಳು, ಸಾಂಬಾರ್ ಪದಾರ್ಥಗಳು, ಗೃಹ ಬಳಕೆಯ ಎಲ್ಲಾ ವಸ್ತುಗಳನ್ನು ಒಂದೇ ಸೂರಿನಡಿ ಸ್ಟಾಕ್ ಮಾಡಿಕೊಂಡು, ವ್ಯಾಪಾರ ಮಾಡುವುದೇ ಇದನ್ನೆ ನಾವು ಪ್ರಾವಿಷನ್ ಸ್ಟೋರ್ ಎಂದು ಕರೆಯುತ್ತೇವೆ.

ಇದನ್ನು ಇತ್ತೀಚೆಗೆ ಸೂಪರ್ ಮಾರ್ಕೆಟ್ ಎಂತಲೂ ಕರೆಯಬಹುದಾಗಿದೆ ನಿಮ್ಮಲ್ಲಿರುವ 2 ರಿಂದ 5 ಲಕ್ಷ ಬಂಡವಾಳದಲ್ಲಿ ಎಷ್ಟು ಬೇಕೋ ಅಷ್ಟೇ ಸೀಮಿತವಾಗಿ ಮಾಡಿಕೊಳ್ಳಬೇಕು, ಈ ವ್ಯಾಪಾರಕ್ಕೂ ಅತಿ ಹೆಚ್ಚು ಹಣ ಹೂಡಿಕೆ ಮಾಡಬೇಕಾಗುತ್ತದೆ. ಚೆನ್ನಾಗಿ ಮಾಡುತ್ತಿನಿ ಎಂದರೆ ಈ ವ್ಯಾಪಾರಕ್ಕೂ ಕೋಟಿಗಟ್ಟಲೆ ಬಂಡವಾಳ ತೊಡಗಿಸಬೇಕಾಗುತ್ತದೆ. ಆದರೆ ನಮ್ಮಲ್ಲಿ ಕೋಟಿಗಟ್ಟಲೆ ಬಂಡವಾಳ ಎಲ್ಲಿಂದ ತರುವುದು, ನಿಮ್ಮ ಕೈಲಿ ಎಷ್ಟಿರುತ್ತದೆಯೋ ಅಷ್ಟೆ ಬಂಡವಾಳದಿಂದ ಪ್ರಾರಂಭ ಮಾಡಲು ಯೋಚಿಸಬೇಕು.

ಈಗ ನಿಮ್ಮ ಕೈಯಲ್ಲಿರುವುದು 2 ಲಕ್ಷದಿಂದ 5 ಲಕ್ಷವಿದೆ ಎಂದು ತಿಳಿದುಕೊಳ್ಳೋಣ ಇಷ್ಟೆ, ಪ್ರಮಾಣದಲ್ಲಿ ನಾವು ಬುದ್ಧಿ ವಂತಿಕೆಯಿಂದ ವ್ಯಾಪಾರ ಪ್ರಾರಂಭ ಮಾಡಲು ಯೋಚಿಸಬೇಕು, ನೀವು ಸುತ್ತ ಮುತ್ತಲು ನೋಡುತ್ತಿರಬಹುದು, ಕೇವಲ 20 ಸಾವಿರ ಬಂಡವಾಳದಲ್ಲಿ ಒಂದು ಪೆಟ್ಟಿ ಅಂಗಡಿ ಇಟ್ಟುಕೊಂಡು ದಿನಕ್ಕೆ ಸಾವಿರಾರು ರೂಪಾಯಿ ಸಂಪಾದಿಸುವವರನ್ನು ನೋಡಿದ್ದೀರ, ಅಲ್ಲವೇ, ಈಗ ನಿಮ್ಮ ಕೈಲಿರುವುದು 2 ರಿಂದ 5 ಲಕ್ಷ ರೂಪಾಯಿಗಳು.

ಆದ್ದರಿಂದ ನೀವುಗಳು ಸುಮಾರಾಗಿ ಒಳ್ಳೆಯ ಜನ ಸಂದಣಿಯಿರುವ ಹೆಚ್ಚಾಗಿ ಬಡ ಕುಟುಂಬಗಳು ವಾಸ ಮಾಡುವ ಪ್ರದೇಶದಲ್ಲಿ ಅಥವಾ ಯಾವುದಾದರೂ ಒಂದು ಹೋಬಳಿ, ಪಂಚಾಯ್ತಿಯ ಸರ್ಕಲ್‌ನಲ್ಲಿ ಅಂಗಡಿ ಬಾಡಿಗೆ ತೆಗೆದುಕೊಂಡು, ಈ ವ್ಯಾಪಾರ ಪ್ರಾರಂಭ ಮಾಡಬಹುದು, ಅಥವಾ ಸುತ್ತ ಮುತ್ತಲ ಎಲ್ಲಾ ಹಳ್ಳಿಗಳು ಸೇರುವ ಒಂದು ಸೆಂಟರ್‌ನಲ್ಲಿ ಜಾಗ ಮಾಡಿಕೊಂಡು ಈ ಉದ್ಯಮವನ್ನು ಸ್ಥಾಪಿಸಬಹುದು, ಈ ವ್ಯಾಪಾರವು ಮನುಷ್ಯನಿಗೆ ದಿನ ನಿತ್ಯದ ಬೇಡಿಕೆಯ ವಸ್ತುಗಳಾಗಿರುವುದರಿಂದ ನಿಮ್ಮ ಅಂಗಡಿಯಲ್ಲಿ ಒಂದಲ್ಲ ಒಂದು ವಸ್ತುಗಳು ಬೇಗ ಬೇಗ ವ್ಯಾಪಾರವಾಗುತ್ತಿರುತ್ತದೆ. ಇದು ಚೆನ್ನಾಗಿ ವ್ಯಾಪಾರವಾಗುವ ಅತಿ ಬೇಡಿಕೆಯಿರುವ ಬಿಸ್‌ನೆಸ್ ಆಗಿದೆ. ಇದರಲ್ಲಿ ಲಾಸ್ ಎಂಬುದೇ ಬರುವುದಿಲ್ಲ ಪ್ರತಿ ದಿವಸ ಕೈಯಲ್ಲಿ ಸಾವಿರಾರು ರೂಪಾಯಿಗಳನ್ನು ನೋಡುತ್ತಿರಬಹುದು, ಈ ವ್ಯಾಪಾರದಿಂದ ಯಾವುದೇ ಮನೆ ಕುಟುಂಬಗಳಿಗೆ ಬಡತನ ದರಿದ್ರ ಎಂಬುದೇ ಬರುವುದಿಲ್ಲ. ಈ ವ್ಯಾಪಾದಲ್ಲಿ ದಿನನಿತ್ಯ ಖರ್ಚಾಗುವುದರಿಂದ ಸಣ್ಣ ಪ್ರಮಾಣ ಲಾಭ ಮಡಗಿಕೊಂಡರು ಕಡಿಮೆಯೆಂದರು 5 ಲಕ್ಷ ಬಂಡವಾಳ ಹಾಕಿದರೆ, ಕೊನೆ ಪಕ್ಷ ನಿಮಗೆ ದಿನಕ್ಕೆ 10,000 ರೂ. ಬಿಸ್‌ನೆಸ್ ಆದರೂ, ನಿಮಗೆ 1500 ರಿಂದ2000 ಸಾವಿರ ರೂಪಾಯಿ ಲಾಭ ಮಾಡಿಕೊಳ್ಳಬಹುದು, ತಿಂಗಳಿಗೆ ಕನಿಷ್ಟವೆಂದರೂ 45000 ರಿಂದ 60000 ರೂ.ಗಳನ್ನು ಸಂಪಾದಿಸಿಕೊಳ್ಳಬಹುದು.

ಈ ಪ್ರಾವಿಷನ್ ವ್ಯಾಪಾರದಿಂದ ನಿಮಗೆ ಎಷ್ಟೆಲ್ಲ ಉಪಯೋಗವಿದೆಯೆಂದರೆ, ನೀವು ಈಗಾಗಲೇ ನಿಮ್ಮ ಸಂಘ ಸಂಸ್ಥೆಯಿಂದ 2 ಲಕ್ಷ ಅಥವಾ 5 ಲಕ್ಷ ಹಣ ತೆಗೆದುಕೊಂಡಿದ್ದೀರಾ ಎಂದು ಕೊಳ್ಳೋಣ ನಿಮ್ಮ ಸಂಸ್ಥೆಗೆ ನೀವು ಕಟ್ಟುವ ಹಣ, 3 ತಿಂಗಳಿಗೆ 10,000 ರೂಪಾಯಿಗಳು, ಈ ಪ್ರಾವಿಷನ್ ಸ್ಟೋರ್ ಮಾಡಿದಾಗ ನಿಮಗೆ 3 ತಿಂಗಳಿಗೆ ಸಿಗುವ ಆದಾಯ ಕಡಿಮೆಯೆಂದರು ಒಂದು ಲಕ್ಷದ 35 ಸಾವಿರದಿಂದ ಸುಮಾರು ಒಂದು ಲಕ್ಷದ ಎಂಭತ್ತು ಸಾವಿರ ಆದಾಯ ಮಡಿಕೊಳ್ಳಬಹುದು, ಇದರಲ್ಲಿ 3 ತಿಂಗಳಿಗೆ 10 ಸಾವಿರ ಕಟ್ಟಿದರೂ ನಿಮಗೆ

ಉಳಿಯುವುದು ಒಂದು ಲಕ್ಷಕ್ಕೂ ಮೇಲ್ಪಟ್ಟು ಉಳಿತಾಯವಾಗುತ್ತದೆ. ಇದಕ್ಕಿಂತ ಬಿಸ್‌ನೆಸ್ ನಿಮಗೆ ಬೇಕಾ, ನೀವೇ ಯೋಚನೆ ಮಾಡಿ.

ಇದರ ಜೊತೆಗೆ ಇದರಿಂದ ಬಂದ ಲಾಭದಿಂದ ನೀವು ಉಳಿತಾಯ ಮಾಡಲು ಡೈಲಿ ಪಿಗ್ಮಿ ಕಟ್ಟಿಕೊಂಡು ಹೋಗಬಹುದು, ಮತ್ತು ನಿಮ್ಮಗಳ ಕುಟುಂಬ ನಿರ್ವಹಣೆ ಯಾವುದೇ ತೊಂದರೆ ತಾಪತ್ರೆ ಇಲ್ಲದೇ ಜೀವನ ಸಾಗಿಸಿಕೊಂಡು ಹೋಗಬಹುದು, ಹಾಗೂ ನಿಮ್ಮ ಸಂಘ ಸಂಸ್ಥೆಯಿಂದ ನೀವು ಹೂಡಿಕೆ ಮಾಡುವುದರಿಂದ ಅದರಲ್ಲೂ ಸಾಕಷ್ಟು, ಆದಾಯ ನಿಮ್ಮ ಅಕೌಂಟ್‌ನಲ್ಲಿ ಸೇರ್ಪಡೆಯಾಗುತ್ತಾ ಇರುತ್ತದೆ. ನಿಮಗೆ ಇತರೆ ಯಾವುದೇ ಸಣ್ಣ ಪುಟ್ಟ ಕಾಯಿಲೆಗಳು ಬಂದರು ಹೆದರಬೇಕಾಗಿರುವುದಿಲ್ಲ. ದಿನ ನಿತ್ಯ ನಿಮ್ಮ ಕೈಯಲ್ಲಿ ಹಣ ಓಡಾಡುವುದರಿಂದ ನಿಮ್ಮ ಹಣದ ಮುಗ್ಗಟ್ಟು ಯಾವುದೇ ಕಾರಣಕ್ಕೂ ಬರುವುದಿಲ್ಲ. ಯಾರ ಹತ್ತಿರ ಹಣವನ್ನು ತೆಗೆದುಕೊಳ್ಳಲು ಅವಕಾಶ ಬರುವುದಿಲ್ಲ. ಸಾಲ ಮಾಡುವ ಅವಶ್ಯಕತೆ ಬರುವುದಿಲ್ಲ. ಆದ್ದರಿಂದ ಇದು ಬಿಸ್‌ನೆಸ್‌ನಲ್ಲೆ ಅತ್ಯುತ್ತಮ ಎಂದು ತಿಳಿಸಲು ನಾನು ಬಯಸುತ್ತೇನೆ.

ಈಗ ನೀವು ಕಟ್ಟುತ್ತಿರುವ ದಿನನಿತ್ಯದ ಪಿಗ್ಮಿ ಅಮೌಂಟ್ ಬೆಳೆಯುತ್ತಾ ಹೋಗುತ್ತದೆ. ಇದರಿಂದ ಬರುವ ಲಾಭದಿಂದ ನೀವುಗಳು ನಿಮ್ಮ ಹತ್ತಿರದ ಅಂಚೆ ಕಛೇರಿಯಲ್ಲೂ ಹಣ ಹೂಡಿಕೆ ಮಾಡಿಕೊಂಡು ಹೋಗಬಹುದು, ನಿಮ್ಮ ಬ್ಯಾಂಕ್‌ನಲ್ಲಿ ಆರ್.ಡಿ. ಹಣ ಕಟ್ಟಿಕೊಂಡು ಹೋಗಬಹುದು, ಇದರಲ್ಲಿ ನಿಮ್ಮ ಕುಟುಂಬದ ಎಲ್ಲಾ ಖರ್ಚು ಕಳೆದು ದಿನ ನಿತ್ಯ 300 ರೂಪಾಯಿ ಉಳಿಕೆ ಮಾಡಿಕೊಂಡರು ಸಾಕು, ಒಂದೆರಡು ವರ್ಷದಲ್ಲಿ ನಿಮ್ಮ ಹಣದ ಹರಿವು ಉತ್ತಮಗೊಂಡು ನೀವೇ ಇನ್ನೊಬ್ಬರಿಗೆ ಸಾಲ ಕೊಡುವಷ್ಟು ಮುಂದೆ ಬಂದಿರುತ್ತೀರಿ. ಇದು ನಿಮ್ಮ ಬಡತನದ ಅವಶ್ಯಕತೆಯನ್ನು ಅಳಿಸಿ ಹಾಕುವಂತ ಉತ್ತಮ ಬಿಸ್‌ನೆಸ್ ಆಗಿದೆ, ಈ ವ್ಯಾಪಾರ ಯಾವತ್ತು ನಿಮ್ಮನ್ನು ಕೆಡಿಸುವುದಿಲ್ಲ. ಶ್ರದ್ಧೆಯಿಂದ ಈ ವ್ಯಾಪಾರ ಮಾಡಿದರೆ ನಿಮ್ಮ ಜೀವನವನ್ನೆ ಬದಲಾಯಿಸಿಕೊಳ್ಳಲು, ಒಂದು ಉತ್ತಮ ಮಾರ್ಗವಾಗಿದೆ. ನಿಮ್ಮ ಕುಟುಂಬದ ದಿನನಿತ್ಯದ ಆಹಾರದ ಅವಶ್ಯಕತೆಗಳನೆಲ್ಲಾ ಪೂರೈಸಿಕೊಳ್ಳಬಹುದು.

## "ನಾಲ್ಕನೆಯದಾಗಿ ಒಂದು ಗ್ರಾಂ ಗೋಲ್ಡ್ ಪ್ಲೆಟೆಡ್ ಕವರಿಂಗ್ ಅರ್ಟಿಪಿಷಲ್ ಒಡವೆಗಳ ಅಂಗಡಿ"

ಇನ್ನೂ ಕುಟುಂಬದ ಹೆಣ್ಣು ಮಕ್ಕಳಿಗೆ ಅತಿ ಹೆಚ್ಚು ಪ್ರೀಯವಾದುದೆಂದರೆ, "ಚಿನ್ನ" ಇದನ್ನುಬಂಗಾರವೆಂದು ಕರೆಯುತ್ತಾರೆ, ಈಗಿನ ದಿನಗಳಲ್ಲಿ ಬಂಗಾರದ ಬೆಲೆ ದುಬಾರಿಯಾಗಿದೆ, ಒಂದು ಗ್ರಾಂ ಚಿನ್ನ ಖರೀದಿ ಮಾಡಬೇಕೆಂದರು ಸುಮಾರು

7500 ರಿಂದ 10000 ಸಾವಿರ ರೂಪಾಯಿಗಳು ಕೊಡಬೇಕಾದರೆ, ಕಣ್ಣೀರಿನಲ್ಲಿ ಕೈ ತೊಳೆಯಬೇಕಾಗುತ್ತದೆ. ಅಷ್ಟೊಂದು ದುಬಾರಿಯಾಗಿದೆ, ಬಂಗಾರ, ಮನೆಯ ಒಂದು ಹೆಣ್ಣು ಮಗಳಿಗೆ ಕನಿಷ್ಟವೆಂದರು, 50 ಗ್ರಾಂ ಬಂಗಾರ ಖರೀದಿ ಮಾಡಬೇಕಾಗುತ್ತದೆ, 1 ಗ್ರಾಂ 10,000 ರೂ ವೆಂದರೂ 50 ಗ್ರಾಂ ಒಡವೆಗೆ 5 ಲಕ್ಷ ರೂಪಾಯಿಗಳು ಬೇಕಾಗುತ್ತದೆ. ಇನ್ನೂ ಮನೆಯಲ್ಲಿ 3 ರಿಂದ 4 ಹೆಣ್ಣು ಮಕ್ಕಳಿದ್ದರೆ, ಒಬ್ಬ ಮನುಷ್ಯ ಹೆಣ್ಣೂ ಮಕ್ಕಳ ಒಡವೆಗೆಂದೆ 20 ಲಕ್ಷ ರೂಪಾಯಿಗಳು ತೆಗೆದಿರಿಸಬೇಕಾಗುತ್ತದೆ. ಇನ್ನು ಬಡವರು ಹೆಣ್ಣು ಮಕ್ಕಳಿಗೆ, ಎಲ್ಲಿಂದ ಒಡವೆ ಹಾಕುತ್ತಾರೆ. ಎಲ್ಲಿಂದ ಮದುವೆ ಮಾಡುತ್ತಾರೆ. ನೆನೆಸಿಕೊಂಡರೆ ಸಾಕು, ಚಳಿಯಲ್ಲೂ ಬೆವರು ಬರುತ್ತದೆ.

ಆದ್ದರಿಂದ ಇಂದಿನ ಕಾಲದಲ್ಲಿ ಬಂಗಾರ ಕೊಳ್ಳಲು ತುಂಬಾ ಕಷ್ಟವಾದ್ದರಿಂದ ಹೆಣ್ಣು ಮಕ್ಕಳು, ಮದುವೆಗೊ ಅಥವಾ ಯಾವುದೇ ಪಂಕ್ಷನ್‌ಗಳಿಗೆ ಹೋಗಬೇಕಾದರೆ ಚಿನ್ನದ ವ್ಯಾಮೋಹ ಅತಿಯಾಗಿ ಇದ್ದರು, ಅದನ್ನು ತೋರಿಸಿಕೊಳ್ಳದೆ, ಇತ್ತಿಚೆಗೆ ಆರ್ಟಿಫಿಷಲ್ ಒಂದು ಗ್ರಾಂ ಗೋಲ್ಡ್ ಕವರಿಂಗ್ ಪ್ಲೇಟೆಡ್ ಒಡವೆ ಅಂಗಡಿಗಳಿಗೆ ವ್ಯಾಪಾರ ಮಾಡಲು ಮುಗಿಬೀಳುತ್ತಿದ್ದಾರೆ.

ಈ ವ್ಯಾಪಾರವು ಇತ್ತಿಚೆಗೆ ಒಳ್ಳೆಯ ಟ್ರೆಂಡ್ ಆಗಿ ಮಾರುಕಟ್ಟೆಯಲ್ಲಿ ಭರ್ಜರಿ ವ್ಯಾಪಾರವಾಗುತ್ತದೆ. ದಾರವಾಹಿ, ಸಿನಿಮಾದವರೆಲ್ಲ ಈ ಆರ್ಟಿಫಿಷಲ್ ಒಡವೆಗಳನ್ನು ವ್ಯಾಪಾರ ಜಾಸ್ತಿ ಮಾಡುತ್ತಾರೆ. ಈಗ ಇದು ಉತ್ತಮ ಬಿಸ್‌ನೆಸ್ ಮಾಡಲು ಅವಕಾಶ ಕಲ್ಪಿಸಿಕೊಟ್ಟಿದೆ. ಸಣ್ಣ ಮಕ್ಕಳಿಂದ ಹಿಡಿದು, ಯುವಕ ಯುವತಿಯರಿಂದ ಹಿಡಿದು ಕಾಲೇಜ್‌ಗೆ ಹೋಗುವ ಹೆಣ್ಣು ಮಕ್ಕಳಿಗೂ ಈ ಆರ್ಟಿಫಿಷಲ್ ಒಡವೆಗಳು ಎಲ್ಲರನ್ನು ಆಕರ್ಷಿಸಿರುತ್ತದೆ. ಹೊಸ ಹೊಸ ವಿನ್ಯಾಸದೊಂದಿಗೆ ಮಾರುಕಟ್ಟೆಗೆ ಬರುತ್ತಿರುತ್ತವೆ.

ಆದ್ದರಿಂದ ಸ್ನೇಹಿತರೇ ನಿಮ್ಮಲ್ಲಿರುವ 2 ರಿಂದ 5 ಲಕ್ಷ ಹಣದಿಂದ ಈ ವ್ಯಾಪಾರವನ್ನು ಒಂದು ಒಳ್ಳೆಯ ಜನ ಇರುವ ಸರ್ಕಲ್‌ನಲ್ಲಿ ಅಥವಾ ಸಂತೆ, ಮಾರ್ಕೆಟ್‌ನಲ್ಲಿ, ಅಥವಾ ನಿಮ್ಮೂರಿನ ಬಸ್ ಸ್ಟ್ಯಾಂಡಿನ ಹತ್ತಿರ, ಈ ಅಂಗಡಿಯನ್ನು ತೆರೆದರೆ ಜನಗಳು ಮುಗಿಬಿದ್ದು ನಿಮ್ಮ ಅಂಗಡಿಗೆ ವ್ಯಾಪಾರ ಮಾಡಲು ಬರುತ್ತಾರೆ. ಈ ಆರ್ಟಿಪಿಷಲ್ ಒಡವೆಗಳೂ ಕನಿಷ್ಟ 20 ರೂಪಾಯಿಂದ ಪ್ರಾರಂಭವಾಗಿ ಐದಾರು ಸಾವಿರ ರೂಪಾಯಿಗಳವರೆಗೂ ಬೆಲೆ ಇರುತ್ತದೆ. ಈ ವ್ಯಾಪಾರದಲ್ಲಿ ಕಡಿಮೆಯೆಂದರು 50% ಮಾರ್ಜಿನ್ ಹಣ ಸಿಗುತ್ತದೆ. ನಿಮ್ಮಲ್ಲಿರುವ 2 ರಿಂದ

5 ಲಕ್ಷ ರೂ ಹಣದಲ್ಲಿ ಒಂದು ಅತ್ಯುತ್ತಮ ಬಿಸ್‌ನೆಸ್ ಮಾಡಬಹುದೆಂದು ನನ್ನ ಸಲಹೆಯಾಗಿದೆ.

## ಐದನೆಯದಾಗಿ "ಸ್ಟೇಷನರಿ ಅಂಗಡಿ"

ಈ ವ್ಯಾಪಾರ ಮಾಡುವುದರಿಂದ ಯಾವುದೇ ಕಾರಣ ಲಾಸ್ ಎಂಬುದೇ ಆಗುವುದಿಲ್ಲ. ಈ ವ್ಯಾಪಾರ ಮಕ್ಕಳಿಂದ ಹಿಡಿದು ಮುದುಕ ಆಗುವವರೆವಿಗೂ ಈ ವ್ಯಾಪಾರ ನಡೆಯುತ್ತಿರುತ್ತದೆ. ಇದಕ್ಕೆ ಭಗವದ್ಗೀತೆಯಲ್ಲಿ ಆದಿ ಇಲ್ಲ, ಅಂತ್ಯನೂ ಇಲ್ಲ, ಎಲ್ಲವೂ ನಾನೇ ಎಂದು ಭಗವಂತನು ಹೇಳುವಾ ಹಾಗೆ ಈ ವ್ಯಾಪಾರ ನಿತ್ಯ ನಿರಂತರ ಎಲ್ಲಾ ಹುಟ್ಟುವ ಮಕ್ಕಳಿಂದ ಹಿಡಿದು ಮುದುಕರಿಗೂ ಬೇಕಾಗುವಂತಹ ಅತಿ ಹೆಚ್ಚು ವ್ಯಾಪಾರವಾಗುವ ಅತ್ಯಂತ ಪ್ರಮುಖ ಬಿಸ್‌ನೆಸ್ ಆಗಿದೆ. ಈ ವ್ಯಾಪಾರದಲ್ಲಿ ಕಡಿಮೆಯೆಂದರು 40% ಮಾರ್ಜಿನ್ ಸಿಗುತ್ತದೆ. ಮಕ್ಕಳಿಗೆ ಬೇಕಾಗುವ ಪುಸ್ತಕಗಳಿಂದ ಹಿಡಿದು ವಯಸ್ಕರಿಗೆ ಬೇಕಾಗುವ ಎಲ್ಲಾ ತರದ ಟೆಕ್ಸ್ ಬುಕ್‌ಗಳಿಂದ ಹಿಡಿದು, ಜಾಮಿಟ್ರಿ, ಪೆನ್ನು, ಪೆನ್ಸಿಲ್, ರಬ್ಬರ್, ಸ್ಕೇಲ್, ಕ್ಯಾಲ್ಕುಲೇಟರ್ ಬಣ್ಣದ ಪೆನ್ಸಿಲ್‌ಗಳು, ಹೊಸ ಹೊಸ ವಿನ್ಯಾಸದ ಬ್ಯಾಗ್‌ಗಳು ಕಲರ್ ಪೇಪರ್‌ಗಳು, ಶಾಲಾ ಕಾಲೇಜುಗಳಿಂದ ಹಿಡಿದು ಎಲ್ಲಾ ವಸ್ತುಗಳು ಈ ಸ್ಟೇಷನರಿ ಅಂಗಡಿಯಲ್ಲಿ ಬರುತ್ತವೆ.

ಇದರ ಜೊತೆಗೆ ನೋಟ್ ಬುಕ್‌ಗಳು, ಪೈಲ್‌ಗಳು, ಪರೀಕ್ಷೆ ಬರೆಯುವ ಕಾರ್ಡ್ ಬೋರ್ಡ್‌ಗಳು ಬಿಲ್ ಬುಕ್‌ಗಳು, ಕ್ಯಾಲೆಂಡರ್‌ಗಳು ಹೊಸ ಹೊಸವಿನ್ಯಾಸದ ಮಕ್ಕಳ ಕತೆಗಳು, ಪಂಚಾಂಗ, ಜ್ಯೋತಿಷ್ಯ ಪುಸ್ತಕಗಳು, ನ್ಯೂಸ್ ಪೇಪರ್‌ಗಳು, ಪೆನ್ ಡ್ರೈವ್, ಸ್ಟೆಪ್ಲರ್ ಪಿನ್‌ಗಳು, ಗುಂಡು ಸೂಜಿ, ಪಂಚಿಂಗ್ ಪ್ಯಾಡ್‌ಗಳು, ಇಂಕ್‌ಗಳು, ಕಟರ್ ಗಳು, ಪೆಂಟಿಂಗ್ ಬ್ರಷ್‌ಗಳು, ಟೂತ್ ಬ್ರಷ್‌ಗಳು, ಹೇಳುತ್ತಾ ಹೋದರೆ ಸಾವಿರಾಗು ಐಟಂಗಳು ಈ ಸ್ಟೇಷನರಿ ಅಂಗಡಿಯಲ್ಲಿ ಬರುತ್ತವೆ.

ಇದರ ಜೊತೆಗೆ ಒಂದು ಜೆರಾಕ್ಸ್ ಮಿಷನ್ ಇಟ್ಟುಕೊಂಡರೆ, ಇನ್ನೂ ಉತ್ತಮ ವೈಟ್ ಷೀಟ್ ಹಾಳೆಗಳು, ಅತಿ ವೇಗವಾಗಿ ಖರ್ಚಾಗುತ್ತದೆ. ಸಣ್ಣ ಸಣ್ಣ ಪ್ಯಾಕೆಟ್ ಪುಸ್ತಕಗಳು ಪಾಕೇಟ್ ಕ್ಯಾಲೆಂಡರ್‌ಗಳು, ಪೋಸ್ಟರ್‌ಗಳು, ಮಕ್ಕಳ ಆಟಗಳಿಗೆ ಸಂಬಂಧಿಸಿದ ವಸ್ತುಗಳು, ಹೆಚ್ಚಾಗಿ ಖರ್ಚಾಗುತ್ತವೆ. ಈ ವ್ಯಾಪಾರದಲ್ಲಿ ಹೇಳುತ್ತಾ ಹೋದರೆ ಸಾಕಷ್ಟು ಐಟಂಗಳು ಇದರಡಿಯಲ್ಲಿ ಬರುತ್ತವೆ.

ಆದ್ದರಿಂದ ಈ ಸ್ಟೇಷನರಿ ಅಂಗಡಿ ಮಾಡುವುದರಿಂದ ಹೆಚ್ಚಿನ ಲಾಭಾಂಶವನ್ನು ನೋಡಬಹುದು. ಈ ಅಂಗಡಿಯನ್ನು ಯಾವುದಾದರೂ ಶಾಲಾ ಕಾಲೇಜುಗಳ

ಹತ್ತಿರ ಸ್ಥಾಪಿಸಬಹುದು. ಅಥವಾ ನಿಮ್ಮೂರಿನ ಗ್ರಾಮ ಪಂಚಾಯ್ತಿ ಆಫೀಸ್, ತಾಲ್ಲೂಕು ಪಂಚಾಯ್ತಿ ಅಫೀಸ್‌ನ ಪಕ್ಕದಲ್ಲಿ ಮಾಡಿದರು ಹೆಚ್ಚಿನ ವ್ಯಾಪಾರ ಮಾಡಬಹುದು, ಈ ವ್ಯಾಪಾರವು ಅತಿ ಹೆಚ್ಚು ಬೇಡಿಕೆಯಿರುವ ಉತ್ತಮ ಬಿಸ್‌ನೆಸ್ ಹಾಗುವ ವ್ಯಾಪಾರವಾಗಿದೆ. ಈ ನಿಮ್ಮ ಸಂಘ ಸಂಸ್ಥೆಯಿಂದ ಪಡೆದ 2 ರಿಂದ 5 ಲಕ್ಷದವರೆಗಿನ ಬಂಡವಾಳದಿಂದ ಈ ವ್ಯಾಪಾರ ಮಾಡಿದರೆ ಜೀವನದಲ್ಲಿ ಲಾಸ್ ಎಂಬುದು ಬರುವುದಿಲ್ಲ.

## ಆರನೇಯದಾಗಿ "ಮಕ್ಕಳು ಆಟವಾಡುವ ಅಟಿಕೆಸಾಮಾನುಗಳ ಅಂಗಡಿ"

ಈ ವ್ಯಾಪಾರದಲ್ಲಿ ಎಲ್ಲಾ ಕಾಲದಲ್ಲಿಯೂ ಅತಿ ಹೆಚ್ಚು ವ್ಯಾಪಾರವಾಗುವ ಉದ್ಯಮವಾಗಿದೆ ಮಕ್ಕಳಿಗೆ ಬೇಕಾಗುವ ಆಟದ ಸಾಮಾನುಗಳು ಒಂದೇ ಕಡೆ ಸಿಗುವುದಾದರೆ ಮಕ್ಕಳಿಗೆ ವರ್ಷದ ಪೂರ್ತಿ ಕಾಲದಲ್ಲಿಯೂ ಹಬ್ಬವೇ ಆಗಿರುತ್ತದೆ. ಒಂದು ವೇಳೆ ಮಕ್ಕಳ ತಂದೆ ತಾಯಿಗಳು ನಿಮ್ಮ ಅಂಗಡಿಯ ಮುಂದೆ ಮಕ್ಕಳನ್ನು ಕರೆದುಕೊಂಡು ಹೋಗುತ್ತಿದ್ರೆ ನಿಮ್ಮ ಅಂಗಡಿಯ ಅಟಿಕೆ ಸಾಮಾನುಗಳನ್ನು ಕಣ್ಣಿನಿಂದ ನೋಡಿದರೆ ಸಾಕು ಅದನ್ನು ತಂದೆ-ತಾಯಿಗಳು ಕೊಡಿಸುವವರಿಗೂ ಬಿಡುವುದಿಲ್ಲ. ಅಲ್ಲೆ ಸ್ಥಳದಲ್ಲೆ ತಂದೆ-ತಾಯಿಗಳನ್ನು ಮುಂದಕ್ಕೆ ಹೋಗಲು ಬಿಡುವುದಿಲ್ಲ. ಅಷ್ಟು ರಂಪಾ ಮಾಡುತ್ತಾರೆ. ಮಕ್ಕಳಿಗೆ ಅತಿ ಪ್ರಿಯವಾದ ಆಟದ ಸಾಮಾನುಗಳಾಗಿರುತ್ತವೆ.

ಮಕ್ಕಳಿಗೆ ಖುಷಿ ಸಿಗುವುದಲ್ಲದೆ ಅವರ ದೈನಂದಿನ ಚಟುವಟಿಕೆಗಳಿಗೆ ಒಂದು ರೀತಿ ವ್ಯಾಯಾಮವಿದ್ದಂತೆ, ಸರ್ವ ಕಾಲದಲ್ಲಿಯೂ ಸರ್ವ ವಿಧದಲ್ಲೂ ಅತ್ಯುತ್ತಮ ವ್ಯಾಪಾರ ಮಾಡುವ ಉತ್ತಮ ಬಿಸ್‌ನೆಸ್ ಆಗಿರುತ್ತದೆ. ಈ ಅಂಗಡಿಯನ್ನು ಪ್ರಾರಂಭಿಸಬೇಕಾದರೆ ಬೆಂಗಳೂರಿನ ಅವಿನ್ಯೂ ರಸ್ತೆಯ ಮಾಮೂಲ್‌ಪೇಟೆಯಲ್ಲಿ ಹೋಲ್‌ಸೆಲ್ ಅಂಗಡಿಗಳು ಹೆಚ್ಚಾಗಿ ಕಂಡು ಬರುತ್ತವೆ. ಇಲ್ಲಿಂದ ನೀವು ತಂದು ಒಳ್ಳೆಯ ವ್ಯಾಪಾರ ಮಾಡಬಹುದು, ಇದರಲ್ಲೂ ಸಹ 50% ಮಾರ್ಜಿನ್ ಹಣ ಸಿಗುತ್ತದೆ.

## "ಪಾನಿಪುರಿ ಮಸಾಲ ಅಂಗಡಿ"

ಈ ವ್ಯಾಪಾರವು ಅತ್ಯಂತ ವೇಗವಾಗಿ ಹಣ ತಂದು ಕೊಡುವ ಉದ್ಯಮವಾಗಿದೆ, ಬೇಗ ಶ್ರೀಮಂತರಾಗಬೇಕದರೆ ಈ ವ್ಯಾಪಾರವನ್ನು ಪ್ರಾರಂಭಿಸಿ ಈ ವ್ಯಾಪಾರವನ್ನು

10 x 10 ಅಡಿ ಅಂಗಡಿ ಮಾಡಿಕೊಂಡು ಪ್ರಾರಂಭ ಮಾಡಿದರೆ ಉತ್ತಮ ಫುಟ್ ಪಾತ್‌ನಲ್ಲಿ ಮಾಡುವುದಾದರೆ ಹೆಚ್ಚಾಗಿ ಬಂಡವಾಳ ಬೇಕಾಗಿಲ್ಲ. ಉತ್ತಮ ಜನಸಂದಣಿ ಇರುವ ಸರ್ಕಲ್‌ನಲ್ಲಿ ಈ ಅಂಗಡಿ ಮಾಡಿದರೆ ಯಾವಾಗಲೂ ಪುರುಸೋತ್ತು ಇಲ್ಲದ ಬಿಸ್‌ನೆಸ್ ಆಗಿದೆ. ಜನರಿಗೆ ಒಂದು ಸಾರಿ ಇದರ ರುಚಿ ಸಿಕ್ಕಿದರೆ ಒಳ್ಳೆಯ ರುಚಿಯಾಗಿ ಮಾಡಿದರೆ ಸಾಕು ಪ್ಯಾಮಿಲಿ ಸಮೇತ ಬರಲು ಪ್ರಾರಂಭಿಸುತ್ತಾರೆ. ಇವರೇ ಅಕ್ಕಪಕ್ಕದ ಸ್ನೇಹಿತರಿಗೂ ಬಂದುಗಳಿಗೆ ನಿಮ್ಮ ಪಾನಿಪುರಿಯ ಅಂಗಡಿಯ ಬಗ್ಗೆ ಪ್ರಚಾರ ಮಾಡುತ್ತಾರೆ. ಹಾಗೆ ಮದುವೆ ಈವೆಂಟ್‌ಗಳಿಗೂ ನಿಮ್ಮ ಪಾನಿಪುರಿ ಮಸಾಲಗೆ ಆರ್ಡರ್ ಕೊಡಲು ಶುರು ಮಾಡುತ್ತಾರೆ. ಈ ವ್ಯಾಪಾರದಿಂದ ತಿಂಗಳಿಗೆ ಲಕ್ಷಾಂತರ ಸಂಪಾದಿಸಬಹುದಾಗಿದೆ.

## "ಬ್ಯಾಂಗಲ್ಸ್ ಸ್ಟೋರ್"

ಈ ವ್ಯಾಪಾರವು ಸಹ ಅತ್ಯಂತ ಬೇಡಿಕೆಯಲ್ಲಿರುವ ಶಾಲಾ ಕಾಲೇಜು ಹುಡುಗಿಯರಿಂದ ಹಿಡಿದು ಗೃಹಿಣಿಯರಿಗೆ ಅತ್ಯವಶ್ಯಕವಾಗಿ ಬೇಕಾಗಿರುವ ಒಳ್ಳೆಯ ಆಕರ್ಷಕ ಉದ್ಯಮ ವ್ಯಾಪಾರವಾಗಿದೆ. ಹೆಣ್ಣು ಮಕ್ಕಳಿಗಂತೂ ಹೇಳಿ ಮಾಡಿಸಿದ ಬಿಸ್‌ನೆಸ್ ಆಗಿದೆ, ಸಾವಿರಾರು ತರಹದ ಬಳೆಗಳು, ರಿಬ್ಬನ್‌ಗಳು, ಸ್ಟಿಕರ್‌ಗಳು ಹಣೆಗೆ ಇಡುವ ವಿವಿಧ ಮಾದರಿಯ ಬೊಟ್ಟುಗಳು, ಕೈಗಳಿಗೆ ಬೇಕಾಗುವ ಕಲರ್ ಕಲರ್ ವಿವಿಧ ವಿನ್ಯಾಸದ ಬ್ರಾಸ್‌ಗಳು ಉಗುರುಗಳಿಗೆ ಹಾಕುವ ಬಣ್ಣಗಳು, ತುಟಿಗಳಿಗೆ ಹಾಕುವ ಪೆನ್ಸಿಲ್‌ಗಳೂ, ಸುಗಂಧ ವಾಸನೆಯುಳ್ಳ ಸೆಂಟ್ ಬಾಟಲ್‌ಗಳು ಉತ್ತಮ ಪೌಡರ್‌ಗಳು ಹಲವಾರು ಬ್ರಾಂಡ್‌ಗಳ ಮುಖಕ್ಕೆ ಹಾಕುವ ಕ್ರಿಮ್‌ಗಳು, ಬಣ್ಣದ ದಾರದ ಹುಂಡೆಗಳು ನಾನಾ ತರಹದ ಸೀರೆಗಳಿಗೆ ಹಾಕುವ ಪಾಲ್ಸ್‌ಗಳು, ಗಿಫ್ಟ್ ಪೇಪರ್‌ಗಳು, ಗಿಫ್ಟ್ ಪ್ರಾಡೆಕ್ಟ್‌ಗಳು ವಿವಿಧ ವಿನ್ಯಾಸದ ಪ್ಲಾಸ್ಟಿಕ್ ಬಳೆಗಳು, ಮತ್ತು ಮರದಿಂದ ತಯಾರಿಸಿದ ಬಳೆಗಳು, ಪೇಸ್ ವಾಷ್‌ಗಳು, ರಂಗೋಲಿ ಬುಕ್‌ಗಳು, ಉಗುರು ಕತ್ತರಿಸುವ ಕಟ್ಟರ್, ಚಾಕುಗಳು ಬ್ಲೇಡುಗಳು, ಪಿನ್‌ಗಳು, ಲೈಟರ್‌ಗಳು ಬಣ್ಣ ಬಣ್ಣದ ಡ್ರಾಯಿಂಗ್ ಹಾಳೆಗಳು, ಡ್ರಾಯಿಂಗ್ ಬುಕ್‌ಗಳು, ರೇಷ್ಮೆದಾರದಿಂದ ತಯಾರಿಸಿದ ನೂತನವಾದ ಅತ್ಯಂತ ಆಕರ್ಷಕವುಳ್ಳ ಓಲೆಗಳು.

ಲೇಡಿಸ್‌ಗೆ ಬೇಕಾಗುವ ವಿವಿಧ ವಿನ್ಯಾಸದ ಬ್ಲೌಸ್, ಪಾಲ್ಸ್‌ಗಳು, ಎಂಬ್ರಾಯಿಡರಿ ದಾರಗಳು, ಗ್ಯಾಸ್ ಲೈಟರ್‌ಗಳು, ಮಕ್ಕಳ ಪ್ರಾಣಿ ಪಕ್ಷಿಗಳ ಪೋಸ್ಟರ್‌ಗಳು ಗೋಡೆಗೆ ಹಾಕುವ ವಿವಿಧ ವಿನ್ಯಾಸದ ಪೋಟೋ ಫ್ರೇಮ್‌ಗಳು, ಗಿಫ್ಟ್ ಐಟಂಗಳು ಹೆಂಗಸರು

ತಲೆ ಕೂದಲಿಗೆ ಹಾಕಿಕೊಳ್ಳುವ ಹೇರ್ ಪಿನ್‌ಗಳು, ತಲೆಕೂದಲಿಗೆ ಹಾಕುವ ಹೇರ್ ಕಲರ್‌ಗಳು ಮತ್ತು ವಿವಿಧ ವಿನ್ಯಾಸದ ತಲೆ ಕೂದಲಿನ ರಿಬ್‌ಗಳು ಲೈನಿಂಗ್ ಬಟ್ಟೆಗಳು, ಚಿಕ್ಕ ಚಿಕ್ಕ ಮಕ್ಕಳ ಸ್ಲೇಟ್‌ಗಳು ಹೇಳುತ್ತಾ ಹೋದರೆ ಇದರಡಿಯಲ್ಲಿ ಸಾವಿರಾರು ಬರುತ್ತವೆ ಮತ್ತು ಹೆಂಗಸರ ಕರಿಮಣಿಗಳು, ಹವಳಗಳು, ಕರಿಮಣಿ ದಾರಗಳು, ಗುಂಡುಗಳು ಇನ್ನೂ ನೂರಾರು ಐಟಂಗಳು, ಇದರಲ್ಲಿ ಬರುತ್ತವೆ. ನನಗೆ ಜ್ಞಾಪಕ ಇರುವಷ್ಟು ತಿಳಿಸಿದ್ದೇನೆ. ಈ ವ್ಯಾಪಾರ ಮಾಡಿದರೆ ನಿಮ್ಮ ಅಂಗಡಿಗೆ ಜನಸಂದಣಿ ತುಂಬಿ ತುಳುಕುತ್ತದೆ. ಇದರಲ್ಲಿ ಕಡಿಮೆಯೆಂದರೆ 50 ಪರ್ಸೆಂಟ್ ನಿಂದ 80 ಪರ್ಸೆಂಟ್‌ನವರಿಗೂ ಲಾಭ ಸಿಗುತ್ತದೆ. ಇದು ಒಂದು ಅತ್ಯುತ್ತಮ ಬಿಸ್‌ನೆಸ್ ಆಗಿದೆ. ಒಂದು ಒಳ್ಳೆಯ ಜಾಗ ನೋಡಿಕೊಂಡು ಮಾಡಿದರೆ ಉತ್ತಮವಾಗಿರುತ್ತದೆ.

## "ಪಾತ್ರೆ ಅಂಗಡಿ"

ಈ ವ್ಯಾಪಾರವು ಮಾಡುವುದಾದರೆ ನೀವು ಅತ್ಯಂತ ಲಾಭ ಗಳಿಸಬಹುದು, ಸ್ನೇಹಿತರೆ ನಿಮ್ಮ ಸುತ್ತಲೂ ಕಣ್ಣಾಡಿಸಿ ನೋಡಿ ಈ ವ್ಯಾಪಾರ ಮಾಡುವವರು ತುಂಬಾ ತಾಲ್ಲೂಕ್ ನಗರಗಳಲ್ಲೆ ಹೆಚ್ಚಾಗಿ ಕಂಡು ಬರುತ್ತಾರೆ. ನಿಮ್ಮ ಹಳ್ಳಿ ಊರುಗಳಲ್ಲಿರುವುದು ಅಪರೂಪ ಸಾಮಾನ್ಯವಾಗಿ ಹೋಬಳಿಗಳಲ್ಲಿ ಹೆಚ್ಚಾಗಿ ಕಂಡು ಬರುವುದಿಲ್ಲ. ಈ ವ್ಯಾಪಾರ ತುಂಬಾ ಬೇಡಿಕೆಯಿರುವ ಅತ್ಯಂತ ಸೇಲಾಗುವ ದಿನಬಳಕೆಯ ವಸ್ತುಗಳಾಗಿವೆ.

ಈ ವ್ಯಾಪಾರ ಮಾಡಬೇಕಾದರೆ ಇದರಲ್ಲಿ ಎಲ್ಲಾ ತರಹದ ಲೋಹದ ಪಾತ್ರೆಗಳನ್ನು ಇಡಬೇಕಾಗುತ್ತದೆ. ಮುಖ್ಯವಾಗಿ ಅಲ್ಯೂಮಿನಿಯಂ ಪಾತ್ರೆಗಳು, ಸ್ಟೀಲ್ ಪಾತ್ರೆಗಳು, ತಾಮ್ರದ ಪಾತ್ರೆಗಳು, ಹಿತ್ತಾಳೆಯ ಪಾತ್ರೆಗಳು ಎಲ್ಲ ತರಹದ ಎಲ್ಲ ಲೋಹದ ಪಾತ್ರೆಗಳು ಒಂದೇ ಕಡೆ ಸಿಗುವುದಾದರೆ, ಹೆಚ್ಚು ಹೆಚ್ಚು ವ್ಯಾಪಾರ ಮಾಡಬಹುದು, ಹಾಗೂ ಕಬ್ಬಿಣದ ಬಾಣಲಿಗಳು, ಕಬ್ಬಿಣದ ರೊಟ್ಟಿ ಹೆಂಚುಗಳು, ಕಬ್ಬಿಣದ ಹೋಲೆಗಳು, ಅಡುಗೆ ರೂಮಿಗೆ ಬೇಕಾಗುವಂತ ಸ್ಟೀಲ್‌ಗೆ ಸಂಬಂಧಿಸಿದ ಎಲ್ಲಾ ತರದ ಪಾತ್ರೆಗಳ, ಜರಡಿಗಳು, ಅನ್ನದ ಕೈಗಳು ಸೌಟ್, ಸ್ಪೂನ್‌ಗಳು ಹೋಟೆಲ್‌ಗೆ ಬೇಕಾಗುವಂತ ಎಲ್ಲಾ ತರಹದ ಸ್ಟೀಲ್ ಪಾತ್ರೆಗಳು, ಹಿತ್ತಾಳೆ ತಾಮ್ರದ ಹಂಡೆಗಳು, ಸ್ಟೀಲ್ ಬಕೆಟ್‌ಗಳು ಸ್ಮಾಲ್ ಜಗ್, ಟಿಫನ್ ಬಾಕ್ಸ್‌ಗಳು, ಸಾಂಬಾರ್ ಪುಡಿ ಹಾಕಿಕೊಳ್ಳುವ ಸ್ಟೀಲ್ ಬಾಕ್ಸ್‌ಗಳು ಮತ್ತು ಅಲ್ಯೂಮಿನಿಯಂ ಬಾಕ್ಸ್‌ಗಳು, ಮದುವೆ ಮನೆಗಳಿಗೆ ಬೇಕಾಗುವ

ದೊಡ್ಡ ದೊಡ್ಡ ಕಡಾಯಿಗಳು, ದೊಡ್ಡ ದೊಡ್ಡ ಪ್ಲೇಟ್‌ಗಳು, ಗ್ಲಾಸ್‌ಗಳು, ತಟ್ಟೆಗಳು, ಅಡುಗೆ ರೂಮಿಗೆ ಬೇಕಾಗುವ ಸ್ಟೀಲ್ ಸ್ಟಾಂಡ್‌ಗಳು ಗ್ಯಾಸ್ ಸ್ಟವ್‌ಗಳು, ಕುಕ್ಕರ್‌ಗಳು, ಸಣ್ಣ ಸಣ್ಣ ಬಟ್ಟಲುಗಳು ಊಟದ ವಿವಿಧ ರೀತಿಯ ವಿನ್ಯಾಸದ ತಟ್ಟೆಗಳು, ಪಿಂಗಾಣಿ ಪಾತ್ರೆಗಳೂ, ಪಿಂಗಾಣಿ ಬಟ್ಟಲು, ಲೋಟಗಳು, ಇನ್ನು ಸಾವಿರಾರು ತರಹದ ಗೃಹಬಳಕೆಯ ವಸ್ತುಗಳನ್ನು ಇಟ್ಟು ವ್ಯಾಪಾರ ಮಾಡಿದರೆ ನೀವುಗಳು ಹೆಚ್ಚಿನ ಲಾಭಾಂಶ ಮಾಡಬಹುದು.

ಈ ತರಹದ ಅಂಗಡಿಯಲ್ಲಿ ಹೆಚ್ಚಾಗಿ ಕಾಂಪಿಟೇಷನ್ ಇರುವುದಿಲ್ಲ. ಯಾರಾದರೂ ಒಬ್ಬರೂ ಮಾಡಿದರೆ ಸಾಕು, ಇನ್ನೊಬ್ಬರು ಈ ವಿಚಾರಕ್ಕೆ ಕೈ ಹಾಕುವುದಿಲ್ಲ. ಇದು ಯಾವಾಗಲೂ ಒಂದಿಲ್ಲ ಒಂದು ರೀತಿಯಲ್ಲಿ ಬಿಸಿನೆಸ್ ಆಗಬಹುದಾದ ಉತ್ತಮ ವ್ಯಾಪಾರವಾಗಿದೆ. ಈ ವ್ಯಾಪಾರವನ್ನು ಕೆ.ಜಿ. ಲೆಕ್ಕದಲ್ಲಿ ತಂದು ಒಂದು ಫೀಸ್‌ಗೆ ಇಷ್ಟು ರೇಟ್ ಎಂದು ಮಾರಬಹುದು, ಹೆಚ್ಚಿನ ಲಾಭಾಂಶ ನೋಡಬಹುದು. ಈ ವ್ಯಾಪಾರ ಮಾಡಬೇಕಾದರೆ, ನೀವುಗಳು ಬೆಂಗಳೂರಿನ ಅವಿನ್ಯೂ ರೋಡ್‌ನಲ್ಲಿ ಹೆಚ್ಚಾಗಿ ಹೋಲ್‌ಸೇಲ್ ಅಂಗಡಿಯಿಂದ ತಂದು ಮಾರಾಟ ಮಾಡಬಹುದು, ಹಾಗೂ ಮಾಗಡಿ ರೋಡಿನ 10ನೇ ಕ್ರಾಸ್‌ನಲ್ಲಿ ಸ್ಟೀಲ್ ಫ್ಯಾಕ್ಟರಿಯಿಂದ ತಂದು ವ್ಯಾಪಾರ ಮಾಡಿಕೊಳ್ಳಬಹುದು, ಈ ವ್ಯಾಪಾರದಿಂದ ಹೆಚ್ಚಿನ ಲಾಭ ಮಾಡಿಕೊಳ್ಳಬಹುದು.

## "ಪ್ಲಾಸ್ಟಿಕ್ ಸಾಮಾನುಗಳ ಅಂಗಡಿ"

ಈ ವ್ಯಾಪರವು ನೋಡುಗರ ಕಣ್ಣಿಗೆ ಪ್ಲಾಸ್ಟಿಕ್ ವಸ್ತುಗಳು ಮತ್ತು ಬರಿ ಡಬ್ಬಗಳಾಗಿ ಕಾಣಬಹುದು, ಇದರಲ್ಲಿ ಬರುವ ಮಾರ್ಜಿನ್ 50% ನಿಂದ 80% ನವರಿಗೂ ಮಾರ್ಜಿನ್ ಸಿಗುತ್ತದೆ. ಎಲ್ಲರ ಕಣ್ಣಿಗೂ ಇದು ಕೇವಲವಾಗಿ ಕಾಣಬಹುದು, ಬುದ್ಧಿವಂತರಾದವರು ಇದರಲ್ಲಿ ಸರಿಯಾದ ಜ್ಞಾನವನ್ನು ತಿಳಿದುಕೊಂಡು, ನಿಮ್ಮಲ್ಲಿರುವ 2 ಲಕ್ಷದಿಂದ 5 ಲಕ್ಷದವರಿಗೂ ಇದರಲ್ಲಿ ಬಂಡವಾಳ ತೊಡಗಿಸಿದರೆ, ನಿಮ್ಮೂರಲ್ಲಿ ಇದ್ದುಕೊಂಡೆ ದಿವಸಕ್ಕೆ ಕಡಿಮೆಯಂದರು 4000 ರೂಗಳಿಂದ 5000 ಸಾವಿರ ರೂಪಾಯಿಗಳನ್ನು ಸಂಪಾದಿಸಬಹುದು. ಇದನ್ನು ನಾನು ನನ್ನ ಕಣ್ಣಾರೆ ನೋಡಿ ತಿಳಿದುಕೊಂಡು ಇಲ್ಲಿ ನಿಮಗೆ ತಿಳಿಸುತ್ತಿದ್ದೇವೆ. ಹೌದು ದಿವಸಕ್ಕೆ 5000 ಸಾವಿರ ಸಂಪಾದನೆ ಮಾಡಿಕೊಂಡು ಬರಬಹುದು.

ಈ ರೀತಿ ವ್ಯಾಪಾರ ಅನುಸರಿಸಿದರೆ ಮಾತ್ರ ನಿಮಗೆ ಹೆಚ್ಚಾಗಿ ಆದಾಯ ಮಾಡಬಹುದು, ಹೇಗೆಂದರೆ ನಿಮ್ಮೂರಲ್ಲೇ ಇದ್ದುಕೊಂಡು ಬಾಡಿಗೆಗೆ ಒಂದು

30x40 ಅಡಿಯಿರುವ ಒಂದು ಗೋಡನ್ ಬಾಡಿಗೆಗೆ ತೆಗೆದುಕೊಳ್ಳಿ, ಸಾಕು, ಒಂದು ಸೆಕೆಂಡ್ ಹ್ಯಾಂಡ್ ಲಗೇಜ್ ಆಟೋ ಪಡೆದುಕೊಳ್ಳಿ, ಇಲ್ಲವಾದರೆ ಹೊಸದಾಗಿ ಕೊಂಡು ಕೊಂಡರು ಪರವಾಗಿಲ್ಲ, ಈಗ ನೀವು ಗೋಡೌನ್ ಮಾಡಿದ್ದಾಯಿತು, ಒಂದು ಹೊಸ ಲಗೇಜ್ ಆಟೋನೋ ಅಥವಾ ಟಾಟ ಎ.ಸಿ.ಯಾದರೂ ಪರವಾಗಿಲ್ಲ.

ಈಗ ನೀವು ಮೈಸೂರು ರಸ್ತೆಯಲ್ಲಿರುವ ನಾಯಂಡಹಳ್ಳಿಯಲ್ಲಿ ದೊಡ್ಡ ದೊಡ್ಡ ಪ್ಲಾಸ್ಟಿಕ್ ಗೋಡನ್‌ಗಳಿರುತ್ತವೆ. ಅಥವಾ ಬೆಂಗಳೂರಿನ ಅವಿನ್ಯೂ ರಸ್ತೆಗೆ ಹೋದರೆ ದೊಡ್ಡ ದೊಡ್ಡ ಹೋಲ್‌ಸೆಲ್ ಅಂಗಡಿಗಳಿರುತ್ತವೆ. ಅಲ್ಲಿಂದ ನೀವು ತಂದು ನಿಮ್ಮ ಗೋಡನ್‌ನಲ್ಲಿ ಸ್ಟಾಕ್ ಮಾಡಿಕೊಳ್ಳಿ, ಅಲ್ಲಿ ನಿಮಗೆ ಕಡಿಮೆಯೆಂದರು 60 ರಿಂದ 80% ಮಾರ್ಜಿನ್ ಕೊಡುತ್ತಾರೆ. ಗೃಹ ಬಳಕೆಗೆ ಬೇಕಾಗುವ ಎಲ್ಲಾ ವಸ್ತುಗಳು ಒಂದೇ ಸೂರಿನಡಿ ಸಿಕ್ಕುತ್ತವೆ. ಎಲ್ಲಾ ವಸ್ತುಗಳನ್ನು ತಂದು ನಿಮ್ಮ ಗೋಡನ್‌ನಲ್ಲಿ ಲೆಕ್ಕ ಹಾಕಿ ತಿಳಿದುಕೊಳ್ಳಿ.

ನಿಮಗೆ ಒಂದೇ ರೇಟಿನಲ್ಲಿ ಬಂದ ವಸ್ತುಗಳನ್ನು ವಿಂಗಡಿಸಿ ಆಯ್ಕೆ ಮಾಡಿಕೊಂಡು, ನಿಮ್ಮ ಲಗೇಜ್ ಆಟೋಗೆ ತುಂಬಿ ಸ್ಟಾಕ್ ಮಾಡಿಕೊಳ್ಳಿ ಪ್ರತಿ ಹಳ್ಳಿಗಳ ಮೇಲೆ ಹೋಗಿ ಒಂದೇ ರೇಟ್ ಫಿಕ್ಸ್ ಮಾಡಿಕೊಂಡು, ನೀವು ಹೋಲ್‌ಸೆಲ್ ರೇಟಿಗಿಂತ ಡಬಲ್ ರೇಟ್‌ಗೆ ಮಾರಾಟ ಮಾಡಿ ಯಾವುದೇ ಸಾಮಾನು ತೆಗೆದುಕೊಂಡರು ಒಂದೇ ರೇಟ್ ಎಂದು ಫಿಕ್ಸ್ ಮಾಡಿಕೊಂಡು ವ್ಯಾಪಾರ ಮಾಡಿ, ಡೈಲಿ 10000 ವ್ಯಾಪಾರ ಮಾಡಿಕೊಂಡು ನೀವು ಮನೆಗೆ ಬರಬಹುದು, ಇದರಿಂದ ಬಂಡವಾಳ 5000 ತೆಗೆದರು 5000 ನಿಮಗೆ ಉಳಿಯುತ್ತದೆ. ಗೋಡನ್‌ನಲ್ಲಿ ಉಳಿದ ವಸ್ತುಗಳನ್ನು ಹಾಗೆ ವಿಂಗಡಿಸಿ ಒಂದೇ ರೇಟ್ ಫಿಕ್ಸ್ ಮಾಡಿ ಐದಾರು ಐಟಂಗಳನ್ನು ತೆಗೆದುಕೊಂಡು ವ್ಯಾಪಾರ ಮಾಡಿಕೊಂಡು ಬನ್ನಿ.

ಈ ಬಿಸ್‌ನೆಸ್‌ನಿಂದ ಒಂದೇ ರೇಟ್ ಫಿಕ್ಸ್ ಮಾಡಿ ವ್ಯಾಪಾರ ಮಾಡುವುದರಿಂದ ವ್ಯಾಪಾರದಲ್ಲಿ ನಿಮಗೆ ಹೊರಗಡೆ ಕನ್ ಫ್ಯೂಸ್ ಆಗುವುದಿಲ್ಲ. ವಾರಕ್ಕೆ ಒಂದು ಸಾರಿ ಮಾರ್ಕೆಟ್ ಹೋಗಿ ಹೋಲ್‌ಸೆಲ್‌ನಲ್ಲಿ ತಂದು ಸ್ಟಾಕ್ ಇಟ್ಟುಕೊಂಡು, ಈ ರೀತಿ ವ್ಯಾಪಾರ ಮಾಡಿ ತಿಂಗಳಿಗೆ ಲಕ್ಷಾಂತರ ಸಂಪಾದನೆ ಮಾಡಿಕೊಂಡು ಬರಬಹುದು.

ನೋಡುವುದಕ್ಕೆ ಇದು ಪ್ಲಾಸ್ಟಿಕ್ ಬಿಸ್‌ನೆಸ್ ಇದರಲ್ಲಿರುವ ಲಾಭ ನೋಡಿದರೆ, ನೀವೇ ಅಶ್ಚರ್ಯ ಪಡುತ್ತೀರಾ, ಈ ಪ್ಲಾಸ್ಟಿಕ್ ವಸ್ತುಗಳು ಪ್ರತಿಯೊಂದು ಮನೆಯ ಗೃಹಬಳಕೆಯ ವಸ್ತುಗಳಾಗಿರುತ್ತವೆ. ಇವುಗಳನೆಲ್ಲಾ ಹೆಸರಿಸಲು ಸಾಧ್ಯವಿಲ್ಲ, ನೀವುಗಳು

ಹೋಲ್‌ಸೆಲ್ ಅಂಗಡಿಗೆ ಹೋದಾಗಲೇ ಒಂದೊಂದು ವಸ್ತುವಿನ ವಿಚಾರ ಬೆಲೆಯನ್ನು ತಿಳಿದುಕೊಳ್ಳಬಹುದು,

ನಾವು ಇಷ್ಟು ದಿನ ಟೈಮ್ ವೇಸ್ಟ್ ಮಾಡಿಬಿಟ್ಟೆವು ಎಂದು ನಿಮ್ಮ ಮನಸ್ಸಿನಲ್ಲಿ ಭಾವನೆ ಮೂಡುತ್ತದೆ. ಅಷ್ಟೊಂದು ಲಾಭವಿದೆ ಈ ಪ್ಲಾಸ್ಟಿಕ್ ಐಟಂಗಳಲ್ಲಿ, ನೀವುಗಳು ಅಲ್ಲಿಗೆ ಹೋಗಿ ವ್ಯಾಪಾರದ ಅನುಭವ ತಿಳಿದುಕೊಂಡ ಮೇಲೆಯೇ ಇದರಲ್ಲಿ ನಿಮಗೆ ಹೆಚ್ಚಿನ ಆಸಕ್ತಿ ಹುಟ್ಟಬಹುದು, ಯಾವ ಐಟಿ, ಬಿಟಿ ಕಂಫನಿಯಲ್ಲಿ ಸಂಬಳ ಪಡೆಯುವರಿಗಿಂತ ಹೆಚ್ಚಾಗಿ ಸಂಪಾದಿಸಬಹುದು. ಈ ವ್ಯಾಪಾರದಲ್ಲಿ ಸ್ನೇಹಿತರೆ ನಾನು ನಿಮಗೆ ಇಲ್ಲಿ ತಮಾಷೆಯಾಗಿ ಹೇಳುವುದಿಲ್ಲ. ನಾನು ಕಣ್ಣಾರೆ ಕಂಡಿದ್ದನ್ನು ಇಲ್ಲಿ ಪುಸ್ತಕದ ಮುಖಾಂತರ ತಿಳಿಸುತ್ತೇನೆ. ನಿಮ್ಮ ಸಂಘ ಸಂಸ್ಥೆಯಿಂದ ಪಡೆದ 2 ಲಕ್ಷದಿಂದಾಗಲಿ ಅಥವಾ ಐದು ಲಕ್ಷದಿಂದಾಗಲೀ ಇದೊಂದು ಅತ್ಯುತ್ತಮ ಬಿಸ್‌ನೆಸ್ ಮಾಡುವ ಅವಕಾಶವಾಗಿದೆ.

ಕೇವಲ ಇಷ್ಟು ದುಡ್ಡಿನಲ್ಲಿ ನೀವು ಮಾಡಿರುವ ಗೋಡನ್ ತುಂಬಿಸಬಹುದು, ಒಂದು ವಾರದ ತನಕ ಬಿಸ್‌ನೆಸ್ ಮಾಡಲು ನಿಮಗೆ ಯೋಚನೆ ಬರುವುದಿಲ್ಲ. ಒಂದೆರಡು ಸಲ ಹೋಲ್‌ಸೆಲ್ ಅಂಗಡಿಯಲ್ಲಿ ನೀವು ಚೆನ್ನಾಗಿ ಪರಿಚಯವಾದರೆ ನಿಮಗೆ ಎಷ್ಟು ಸಾಲವಾಗಿ ಬೇಕೋ ಅಷ್ಟೂ ಐಟಂಗಳನ್ನು ಇಲ್ಲಿ ಸಾಲವಾಗಿ ಕೊಡುತ್ತಾರೆ. ನೀವು ಬುದ್ಧಿವಂತರಾದರೆ ಇನ್ನೊಂದು ಆಟೋ ಮಾಡಿ ಇನ್ನಿಬ್ಬರಿಗೂ ಕೆಲಸ ಕೊಡಬಹುದು, ಅವರಿಗೆ ತಿಂಗಳಿಗೆ ಒಂದು ಸಂಬಳ ನಿಗಧಿ ಮಾಡಿ, ಅವರಿಂದ ನಿಮ್ಮ ಐಟಂಗಳನ್ನು ಮಾರಿಸಬಹುದು, ಹೀಗೆ ನೀವು ಬೆಳೆಯುತ್ತಾ ಹೊದಂತೆಲ್ಲ, ಇನ್ನೊಂದು ಆಟೋ ಖರೀದಿ ಮಾಡಿ ಇನ್ನಿಬ್ಬರಿಗೂ ಕೆಲಸ ಕೊಡಬಹುದು. ಅವರಿಂದ ನಿಮಗೆ ಇನ್ನೂ ಹೆಚ್ಚಿನ ಆದಾಯ ಬರಲು ಪ್ರಾರಂಭವಾಗುತ್ತದೆ. ಮೂರು ಜನಗಳ ಆದಾಯ ನೋಡಿ, ನೀವೇ ಸುಸ್ತಾಗುತ್ತೀರಾ, ಒಂದೇ ವರ್ಷದಲ್ಲಿ ನೀವು ಶ್ರೀಮಂತಿಕೆಯ ಬಾಗಿಲನ್ನು ತೆರೆಯುತ್ತೀರಾ, ಇದು ನೂರಕ್ಕೆ ನೂರು ಪರ್ಸೆಂಟ್ ಸತ್ಯವಾಗಿರುತ್ತದೆ. ಇನ್ನೂ ಹೆಚ್ಚಾಗಿ ಮಾಹಿತಿ ತಿಳಿದುಕೊಳ್ಳಲು ಸಂಪರ್ಕಿಸಿ.

## "ಖಾದಿ ಬಟ್ಟೆಗಳು"

ಸ್ನೇಹಿತರೆ ಇದೋಂದು ಖಾದಿ ಬಟ್ಟೆಯ ಬಗ್ಗೆ ನಿಮಗೆ ತಿಳಿಸಲು ನಾನು ಮರೆತಿದ್ದೆ ಈಗ ನನಗೆ ನೆನಪಿಗೆ ಬಂದು ನನ್ನ ಮನಸ್ಸಿನಲ್ಲಾದ ಆಶಾಭಾವನೆಯನ್ನು ನಿಮ್ಮೊಂದಿಗೆ ಹಂಚಿಕೊಳ್ಳಲು ಬಯಸುತ್ತೇನೆ, ಏಕೆಂದರೆ ಕೆಲವೇ ಕೆಲವು ವರ್ಷಗಳ

ಹಿಂದೆ ಯಾರೋ ಸ್ನೇಹಿತರೊಬ್ಬರು ನನಗೆ ಒಂದು ಖಾದಿಬಟ್ಟೆಯ ಷರ್ಟ್‌ನ್ನು ನನ್ನ ಸೈಜನ್ನು ಕೇಳಿ ಬ್ಯಾಗಿನಿಂದ ಉಡುಗೊರೆಯಗಿ ಕೊಟ್ಟರು ಆ ವ್ಯಕ್ತಿ ತಮಿಳು ನಾಡಿನಿಂದ ಬಂದ ವ್ಯಕ್ತಿಯಾಗಿದ್ದರು. ತಮಿಳು, ಹಿಂದಿ ಮಾತಾನಾಡುತ್ತಿದ್ದರು ಆಕಸ್ಮಾತಾಗಿ ಬೆಂಗಳೂರಿನ ಮೆಜೆಸ್ಟಿಕ್‌ನಲ್ಲಿ ಪರಿಚವಾದರು, ಅವರ ಬ್ಯಾಗಿನ ತುಂಬಾ ಷರ್ಟ್‌ಗಳೇ ತುಂಬಿಕೊಂಡಿದ್ದರು, ಅವರಿಗೆ ಸರಿಯಾದ ಕನ್ನಡ ಮಾತನಾಡಲು ಬರುತ್ತಿರಲಿಲ್ಲ, ಸ್ವಲ್ಪ ಸ್ವಲ್ಪ ಕನ್ನಡ ಮಾತನಾಡುವುದನ್ನು ಕಲಿತಿದ್ದರು, ಅವರು ನನಗೆ ಇಲ್ಲಿ ಯಾವ ಹೋಟೆಲ್‌ನಲ್ಲಿ ಊಟ ಚೆನ್ನಾಗಿ ಮಾಡುತ್ತಾರೆ? ಇಲ್ಲಿ ನನಗೆ ಸರಿಯಾಗಿ ಗೊತ್ತಿಲ್ಲ?! ಎಂದು ಕೇಳಿದರು. ಆಗ ನಾನು ಸಸ್ಯಹಾರಿನ ಮಾಂಸಹಾರಿನ ಎಂದು ಕೇಳಿದೆ, ಅದಕ್ಕೆ ಅವರು ವೆಜಿಟೇರಿಯನ್ ಎಂದು ಹೇಳಿದರು.

ನಾನು ಅಕಸ್ಮಾತಾಗಿ ರಾಜಾಜಿನಗರದ ವೆಸ್ಟ್ ಆಫ್ ಕಾರ್ಡರೋಡಿನಲ್ಲಿ ನಂದಿನಿ ಪ್ಯಾರಡೈಸ್ ಹೋಟೆಲ್‌ನಲ್ಲಿ ಯಾವಾಗಲೋ ಒಂದು ಸಾರಿ ಊಟ ಮಾಡಿದ್ದೆ ತುಂಬಾ ಚೆನ್ನಾಗಿತ್ತು, ಆ ನೆನಪು ಬಂದು ಇವರಿಗೆ ಹೇಳಿದೆ, ಸ್ವಲ್ಪ ದೂರವಾಗತ್ತೆ, ಅಲ್ಲಿ ಹೋಗಿ ಊಟ ಮಾಡಿಕೊಂಡು ಬನ್ನಿ ಎಂದು ಹೇಳಿದೆ ಅದಕ್ಕೆ ಅವರು ನೀವು ನನ್ನ ಜೊತೆ ಬನ್ನಿ ಇಬ್ಬರು ಊಟಮಾಡಿಕೊಂಡು ಬರೋಣ ಎಂದರು, ನಾನು ಎಷ್ಟು ಹೇಳಿದರು ಕೇಳದೆ ಬಲವಂತದಿಂದ ನನ್ನನ್ನು ಕರೆದರು, ನೀವು ನನಗೆ ಒಳ್ಳೆಯ ಮನುಷ್ಯನಾಗಿ ಕಾಣುತ್ತೀರಾ ನನಗೆ ನಿಮ್ಮಿಂದ ಸಹಾಯವಾಗಬೇಕು, ಇಲ್ಲಿ ಅಡ್ರೆಸ್ ಸರಿಯಾಗಿ ನನಗೆ ಗೊತ್ತಾಗುವುದಿಲ್ಲ, ನಾನು ಖಾದಿ ಷರ್ಟ್ ಬಿಸಿನೆಸ್ ಮಾರ್ಕೆಟಿಂಗ್ ಮಾಡಲು ಬಂದಿದ್ದೇನೆ ಇಲ್ಲಿ ಎಲ್ಲಿ ಖಾದಿ ಬಟ್ಟೆ ಮಾರುತ್ತಾರೆ, ಖಾದಿ ವಸ್ತ್ರೋದ್ಯಮದಲ್ಲಿ ಬರೀ ಖಾದಿ ಬಟ್ಟೆಯನ್ನೇ ಮಾರುತ್ತಾರೆ ನಿಮಗೆ ಗೊತ್ತಿದ್ದರೇ ಯಾವುದಾದರು ಒಂದು ಅಂಗಡಿಯನ್ನು ತೋರಿಸಿ ಎಂದು ಕೇಳೀಕೊಂಡರು, ಆಗಲೀ ತೋರಿಸುತ್ತೇನೆ ಎಂದು ಹೇಳಿದೆ. ಸರಿ ಹಾಗಿದ್ದರೆ ಈಗ ಊಟ ಮಾಡಿಕೊಂಡು ಬರೋಣ ನೆಡೆಯಿರಿ ಎಂದು ನನ್ನನ್ನು ಕರೆದರು, ನಾನು ದೂರ ಇದೆ ಹೋಟೆಲ್ ಎಂದು ಹೇಳಿದೆ, ಸರಿ ಆಟೋದಲ್ಲಿ ಹೋಗೋಣ ಎಂದೆ ಆಯಿತು ಆಟೋ ಮಾಡಿ ಎಂದರು ಆಗ ನಾನು ಆಟೋ ಹಿಡಿದು ನಂದಿನಿ ಪ್ಯಾರಡೈಸ್ ಹೋಟೆಲ್ ಕಡೆ ಇಬ್ಬರು ಹೊರಟೆವು.

ಆಟೋದಲ್ಲಿ ಹೋಗುವಾಗ ನನಗೆ ಗೊತ್ತಿರುವ ಹಾಗೆ ಚಿಕ್ಕಪೇಟೆಯ ವಿಜಯಲಕ್ಷ್ಮಿ ಟಾಕೀಸ್ ಎದುರು ಒಂದು ಸಂದಿಯಲ್ಲಿ ಖಾದಿ ಬಟ್ಟೆಯ ಅಂಗಡಿಯನ್ನು ನೋಡಿದ್ದೆ, ಯಾಕೆಂದರೆ ನಾನು ದಿನನಿತ್ಯ ಅಲ್ಲೆ ಕೆಲಸಕ್ಕೆಂದು ಚಿಕ್ಕಪೇಟೆಯ ರಂಗಸ್ವಾಮಿ ಗುಡಿಬೀದಿಯಲ್ಲಿ ರೇಷ್ಮೆ ಕೆಲಸದಲ್ಲಿ ವಾರ್ಪು (ನೇಕಾರಿಕೆ) ಕೆಲಸ ಮಾಡಲು

ಹೋಗುತ್ತಿದ್ದೆ, ಆದ್ದರಿಂದ ಹೋಗಿ ಬರುವಾಗ ದಿನನಿತ್ಯ ಈ ಖಾದಿ ಬಟ್ಟೆಯ ಅಂಗಡಿಯನ್ನು ನೋಡುತ್ತಿದ್ದೆ ಆಗ ನೆನಪು ಬಂದು ನನ್ನ ಜೊತೆಯಲ್ಲಿ ಕುಳಿತಿದ್ದ ತಮಿಳುನಾಡಿನಿಂದ ಬಂದ ವ್ಯಕ್ತಿಗೆ ಈ ಖಾದಿ ಬಟ್ಟೆಯ ಅಂಗಡಿಯ ಅಡ್ರೆಸ್ ಹೇಳಿದೆ. ಆಗ ಅವರು ಈಗ ಊಟ ಮಾಡಿಕೊಂಡು ಬರೋಣ ಆಮೇಲೆ ಅಂಗಡಿ ಹತ್ತಿರ ಹೋಗೋಣ ಎಂದರು, ಸರಿ ಆಯಿತು ಎಂದು ಹೋಟೆಲ್ ಕಡೆ ಹೊರಟೆವು, ನಂದಿನಿ ಪ್ಯಾರಡೈಸ್ ಹೋಟೆಲ್ ಹತ್ತಿರ ಇಳಿದು, ಸೀದಾ ಹೋಟೆಲ್‌ಗೆ ಹೋಗಿ ಎರಡು ಪುಲ್ ಮೀಲ್ಸ್ ಅರ್ಡರ್ ಮಾಡಿದೆವು. ಇಬ್ಬರು ಹೊಟ್ಟೆ ತುಂಬಾ ಊಟ ಮಾಡಿದೆವು ನನ್ನ ಜೊತೆಯಲ್ಲಿದ್ದವರು ಊಟ ತುಂಬಾ ಚೆನ್ನಾಗಿದೆ ಒಳ್ಳೆ ಹೋಟೆಲ್‌ಗೆ ಕರೆದುಕೊಂಡು ಬಂದಿದ್ದೀರಾ ಎಂದು ಖುಷಿಪಟ್ಟರು.

ಅಲ್ಲಿಂದ ಮತ್ತೆ ಆಟೋ ಹತ್ತಿ ವಿಜಯ ಲಕ್ಷ್ಮಿ ಟಾಕೀಸ್ ಹತ್ತಿರ ಇಳಿದು ಅವರಿಗೆ ನೋಡಿ ಇದೆ ಖಾದಿ ಬಟ್ಟೆ ಅಂಗಡಿ ಎಂದು ತೋರಿಸಿದೆ ಆಗ ಅವರು ನನಗೆ ಥ್ಯಾಂಕ್ಸ್ ಹೇಳಿ ಬ್ಯಾಗಿನಿಂದ ನನ್ನ ಬಟ್ಟೆಯ ಸೈಜ್‌ನ್ನು ಕೇಳಿ ಒಂದು ಖಾದಿ ಷರ್ಟ್‌ನ್ನು ಉಡುಗೊರೆಯಾಗಿ ಕೊಟ್ಟರು ನಾನು ಬೇಡವೆಂದರು ಕೇಳದೆ ನನ್ನ ಕೈಗೆ ಇಟ್ಟು ನಿಮ್ಮಿಂದ ತುಂಬಾ ಸಹಾಯವಾಗಿದೆ ಎಂದು ಹೇಳಿ ಮತ್ತೆ ಯಾವಾಗಲಾದರು ಸಿಗುತ್ತೇನೆ ಎಂದು ಹೇಳಿ ಖಾದಿ ಬಟ್ಟೆಯ ಅಂಗಡಿ ಕಡೆಗೆ ಹೋರಟರು, ನಾನು ಮನೆ ಕಡೆಗೆ ದಾರಿ ಹಿಡಿದೆ. ಸೀದಾ ನಾನು ಮನೆಗೆ ಬಂದೆ ಆಗ ನನಗೆ ನೆನಪಾಯಿತು. ಆ ಮನುಷ್ಯನಿಂದ ಯಾವುದೇ ಅಡ್ರಸ್ಸಾಗಲೀ ಪೋನ್ ನಂ. ಆಗಲೀ ಪಡೆದು ಕೊಂಡಿರಲಿಲ್ಲ, ನಾನು ಮಾತಾನಾಡುತ್ತಾ ಹಾಗೆ ಮರೆತು ಬಿಟ್ಟೆ, ಅವನು ಸಹ ನನಗೆ ಪೋನ್ ನಂ. ಕೊಡಲು ಮರೆತುಬಿಟ್ಟಿದಾನೆ ಈಗೇನು ಮಾಡುವುದು ಎಂದು ನಾನು ಸುಮ್ಮನಾಗಿಬಿಟ್ಟೆ.

ಮಾರನೇ ಬೆಳಗ್ಗೆ ಎದ್ದು ಸ್ನಾನಮಾಡಿಕೊಂಡು ಆ ತಮಿಳುನಾಡಿನಿಂದ ಬಂದವನು ಕೊಟ್ಟಿದ್ದ ಖಾದಿಬಟ್ಟೆಯನ್ನು ನನಗೆ ಸರಿ ಹೊಂದುತ್ತೋ ಇಲ್ಲವೋ ಒಂದು ಸಾರಿ ಧರಿಸಿ ನೊಡೋಣ ಎಂದು ಆ ಖಾದಿ ಷರ್ಟ್ ಅನ್ನು ನಾನು ಧರಿಸಿ ನೋಡಿದೆ, ನನ್ನ ಸೈಜ್‌ಗೆ ಪರ್ಫೆಕ್ಟ್ ಆಗಿ ಇತ್ತು, ನಾನು ದುಡ್ಡು ಕೊಟ್ಟು ಹೊಲಿಸಿದರು ಇಷ್ಟೊಂದು ಪರ್ಫೆಕ್ಟಾಗಿ ಯಾವ ಷರ್ಟನ್ನು ಯಾವ ಟೈಲರ್ ಹೊಲಿದಿರಲಿಲ್ಲ, ತುಂಬಾ ಕಂಪರ್ಟ್ ಆಗಿತ್ತು, ಕೆಲವು ತಿಂಗಳಕಾಲ ಇಷ್ಟಪಟ್ಟು ಈ ಷರ್ಟನ್ನು ಹಾಕಿಕೊಳ್ಳುತ್ತಿದ್ದೆ. ಈ ಖಾದಿ ಬಟ್ಟೆ ತೆಗೆದ ನಂತರ ಮಾಮೂಲಿಯಾಗಿ ಏನೋ ಒಂದು ತರಹದ ಆತ್ಮವಿಶ್ವಾಸದಲ್ಲಿ ಕೊರತೆ ನನ್ನಲ್ಲಿ ಎದ್ದು ಕಾಣುತ್ತಿತ್ತು, ನಾನು ಇದನ್ನು ಸಾಕಷ್ಟು ದಿವಸ ಇದನ್ನು ಗುರುತಿಸುತ್ತಿರಲಿಲ್ಲ.

ಹೀಗೆ ಕೆಲವು ದಿನಗಳು ಕಳೆದ ನಂತರ ಹೀಗೆ ಮುಂದುವರೆದುಕೊಂಡು ಬರುತ್ತಿದ್ದೆ. ಖಾದಿ ಬಟ್ಟೆ ಧರಿಸಿದ ಕೂಡಲೇ ಮತ್ತೆ ನನಗೆ ಏನೋ ಒಂದು ತರಹದ ಹುಮ್ಮಸ್ಸು ಆ ಕೆಲಸ  ಮಾಡಬೇಕು. ಈ ಕೆಲಸಮಾಡಬೇಕು ಎಂದು ಮನಸ್ಸಿನಲ್ಲಿ ಯಾವಾಗಲೂ ಒಂದು ತರಹ ತಳಮಳ ಉಂಟಾಗುತ್ತಿತ್ತು, ನನ್ನಲ್ಲಿ ಇರುವ ಏನೋ ಒಂದು ನೆಗೆಟಿವ್ ಎನರ್ಜಿ, ಸುಸ್ತು, ಆಯಾಸ, ಸೋಂಬೆರಿತನ ಯಾವುದು ಖಾದಿ ಬಟ್ಟೆ ಧರಿಸಿದ ನಂತರ ಕಾಣುತ್ತಿರಲಿಲ್ಲ, ಯಾವಾಗಲೋ ಒಂದು ಸಾರಿ ನಾನು ತೊಂದರೆಯಲ್ಲಿ ಸಿಕ್ಕಿಹಾಕಿಕೊಂಡಾಗ ಯಾವ ಕೆಲಸ ಮಾಡುವುದು, ಯಾವ ಕೆಲಸದಿಂದ ಮುಂದೆ ಬರಲು ಸಾಧ್ಯ, ಯಾವ ಕೆಲಸ ಮಾಡಿದರೆ ಉತ್ತಮ, ಮುಂದಿನ ಭವಿಷ್ಯವೇನು? ಹೀಗೆ ಯಾವುದೋ ಒಂದು ಮೂಡ್‌ನಲ್ಲಿ ಯೋಚನೆ ಮಾಡುವಾಗ ತಟ್ಟನೆ ಯಾರೋ ಸ್ನೇಹಿತರೊಬ್ಬರು ಮನೆಗೆ ಬಂದು ಬಾ ಗುರು ಮನೆಯಲ್ಲಿ ಏನು ಯೋಚನೆ ಮಾಡುತ್ತಾ ಕುಳಿತಿದ್ದಿಯಾ, ಬಾ ಷಾಪ್‌ಗೆ ಹೋಗಿ ಬಟ್ಟೆ ವ್ಯಾಪಾರ ಮಾಡಿಕೊಂಡು ಬರೋಣ ಎಂದು ಕರೆದರು.

ನಾನಿನ್ನು ಸ್ನಾನಮಾಡಿಲ್ಲ ಬೇಗನೇ ಸ್ನಾನ ಮುಗಿಸಿಕೊಂಡು ಬರುತ್ತೇನೆ, ಅಲ್ಲಿವರೆಗೂ ಕುಳಿತುಕೋ ಎಂದು ಸ್ನಾನದ ರೂಮಿಗೆ ಹೋದೆ ಬೇಗ ಸ್ನಾನ ಮಾಡಿಕೊಂಡು ಮತ್ತೆ ಅದೇ ಖಾದಿಬಟ್ಟೆಯನ್ನು ಧರಿಸಿಕೊಂಡು ಅವನ ಮುಂದೆ ಪ್ರತ್ಯಕ್ಷನಾದೆ, ಅವನು ನನ್ನನ್ನು ನೋಡಿದ ಕೂಡಲೆ ಏನೋ ಸೋಂಬೇರಿ ತರಹ ಕುಳಿತುಕೊಂಡವನು ಹೀಗೆ ಹುಮ್ಮಸ್ಸಿನಿಂದ ಒಳ್ಳೆ ಹೀರೋ ತರಹ ಕಂಗೊಳ್ಳಿಸುತ್ತಿದ್ದಿಯಲ್ಲೊ, ಎಲ್ಲಿಂದ ಬಂತೋ ಈ ಎನರ್ಜಿ, ನನ್ನನು ನಾನು ನಂಬುವುದಕ್ಕೆ ಆಗುತ್ತಿಲ್ಲ ಏನೋ ಸಮಾಚಾರ ಮಗ, ಸೊಂಬೇರಿತನದಿಂದ ಸ್ನಾನಕ್ಕೆ ಹೋದವನು ದಿಡೀರನೆ ನಿನ್ನಲ್ಲಿ ಯಾವುದೋ ಒಂದು ಶಕ್ತಿ ಮೈಮೇಲೆ ಬಂದಾಗೆ ಕಾಣುತ್ತಿದ್ದೀಯಲ್ಲೋ,,

ಆಗ ನನ್ನ ಮನಸ್ಸಿನಲ್ಲಿ ಮೂಡಿದ್ದೇನೆಂದರೆ ಇವನಿಗೆ ನಾನು ಯಾವ ರೀತಿ ಸ್ಪೇಷಲ್ಲಾಗಿ ಕಾಣುತ್ತೇನೆ ದಿನ ನಿತ್ಯ ಇದ್ದಂಗೆ ಇದ್ದೇನೆ, ಸ್ನಾನಮಾಡಿದ ನಂತರ ಸ್ವಲ್ಪ ಪ್ರೇಷ್ ಆಗಿ ಕಾಣುತ್ತೀದ್ದೇನೆ, ಇದರಲ್ಲಿ ಏನು ವಿಶೇಷವಿಲ್ಲವಲ್ಲ, ಅದು ಬಿಟ್ಟು ನನ್ನಲ್ಲಿ ಇನ್ಯಾವ ಸ್ಪೆಷಲ್ ಇವನಿಗೆ ಕಾಣುತ್ತಿದೆ, ಅಂತ ಯೋಚಿಸುತ್ತಿರುವಾಗ ಅವನೇ ಮಾತನ್ನು ಪುನಃ ಮುಂದುವರಿಸಿ, ಲೇ ಮಗಾ ಈ ಬಟ್ಟೆ ಎಲ್ಲಿ ತಂದೇಯೋ ನಿನಗೆ ಸೂಪರ್ ಆಗಿ ಮ್ಯಾಚ್ ಆಗುತ್ತದೆ. ತುಂಬಾ ಚೆನ್ನಾಗಿ ನಿನಗೆ ಕಾಣುತ್ತದೆ, ಏನೋ ಒಂದು ತರಹ ನಿನ್ನಲ್ಲಿ ಅಕರ್ಷಣೆ ಕಾಣುತ್ತೆ ನನಗೂ ಇದೇ ತರಹ ಬಟ್ಟೆ ಕೊಡಿಸೋ, ಎಂದು ನನ್ನನ್ನು ಕೇಳಿದ.

ಅದಕ್ಕೆ ನಾನು ಅದ್ಯಾಕೋ ಇಷ್ಟೊಂದು ನನ್ನ ಬಟ್ಟೆಯ ಮೇಲೆ ನಿನಗೆ ಕಣ್ಣು ಇದು ಒಂದು ಕಾಲದ ಓಲ್ಡ್ ಫ್ಯಾಷನ್ ಬಟ್ಟೆಯಾಗಿತ್ತು ಹಿಂದಿನ ಕಾಲದ ಸ್ವತಂತ್ರ ಹೋರಾಟಗಾರರು ಇದನ್ನು ಹೆಚ್ಚಾಗಿ ಬಳಸುತ್ತಿದ್ದರಂತೆ.

ಹಿಂದಿನ ಕಾಲದ ರಾಜಕಾರಣಿಗಳು ಸಹ ಹೆಚ್ಚಾಗಿ ಈ ಕಾದಿ ಬಟ್ಟೆಯನ್ನೇ ಉಪಯೋಗಿಸುತ್ತಿದ್ದರಂತೆ, ಈ ಬಟ್ಟೆಯನ್ನೇ ಖಾದಿ ಬಟ್ಟೆಯೆಂದು ಕರೆಯುತ್ತಾರೆ. ಈ ಖಾದಿ ಬಟ್ಟೆಯನ್ನು ದೇಶಕ್ಕೆ ಪರಿಚಯಿಸಿದವರು ಮಹತ್ಮಾ ಗಾಂಧೀಜಿಯಂತೆ ಆದ್ದರಿಂದ ಈ ಬಟ್ಟೆಯ ಲೋಗೋ ಮೇಲೆ ಗಾಂಧೀಜಿಯವರು ಚರಕದಿಂದ ನೂಲು ಸುತ್ತುವ ಪೋಟೋವನ್ನು ಅಳವಡಿಸಿದ್ದಾರೆ. ಈ ಖಾದಿ ಬಟ್ಟೆ ನಮ್ಮ ದೇಶದ ಸ್ವದೇಶಿ ಮಂತ್ರದ ಹೆಮ್ಮೆಯ ಬಟ್ಟೆಯೆನಿಸಿಕೊಂಡಿದೆ, ಹಿಂದೆ ಎಲ್ಲಾ ಸ್ವತಂತ್ರ ಹೋರಾಟಗಾರರು ಹೆಚ್ಚಾಗಿ ಧರಿಸುತ್ತಿದ್ದರಂತೆ.

ಈಗ ಎಲ್ಲಾ ತರಹದ ಹೊಸ ಹೊಸ ಆವಿಷ್ಕಾರಗಳೊಂದಿಗೆ ಹೊಸ ಹೊಸ ಪ್ಯಾಷನ್ ಬಟ್ಟೆಗಳು ಬಜಾರಿನಲ್ಲಿ ಬಂದಿದ್ದರಿಂದ ಈ ಬಟ್ಟೆಗಳನ್ನು ಧರಿಸುವವರು ತುಂಬಾ ಅಪರೂಪವಾಗಿದೆ. ಈಗ ಈ ಖಾದಿ ಬಟ್ಟೆಗೆ ಹೊಸ ರೂಪ ಕೊಟ್ಟು ಹೆಚ್ಚಿನ ಡಿಮ್ಯಾಂಡ್ ಕ್ರೀಯೆಟ್ ಮಾಡಿದ್ದಾರೆ.

ಆಗ ನನ್ನ ಸ್ನೇಹಿತನು ಲೋ ಮಗ ನನಗೂ ಒಂದು ಜೊತೆ ಇದೇ ತರಹ ಕಾದಿ ಬಟ್ಟೆಯನ್ನು ಕೊಡಿಸು ಎಂದು ಕೇಳುತ್ತಾನೆ. ಸರಿ ಆಯಿತು ನೆಡೆಯಪ್ಪ ಎಂದು ಅವನನ್ನು ಕರೆದುಕೊಂಡು ಹೊರಟೆ.

ಇಬ್ಬರು ಹೊರಡುವಾಗ ಲೋ ಮಗ, ಈ ಖಾದಿ ಬಟ್ಟೆ ಎಷ್ಟು ರೇಟು ಇರಬಹುದು, ಇದು ಎಲ್ಲಿ ಸಿಗುತ್ತದೆ ಎಂದು ಪ್ರಶ್ನೆ ಮಾಡಿದ ಅಯ್ಯೋ ಈ ಬಟ್ಟೆಯ ಬಗ್ಗೆ ಯಾಕೋ ನೀನು ಇಷ್ಟೊಂದು ತಲೆ ಕೆಡಿಸಿಕೊಳ್ಳುತ್ತಿದ್ದಿಯಾ, ಈ ಬಟ್ಟೆ ಖಾದಿ ವಸ್ತ್ರೋದ್ಯಾಮ ಅಥವಾ ಖಾದಿ ವಸ್ತ್ರಾಲಯ, ಅಥವಾ ಖಾದಿ ಬಂಡಾರ ಅಂತ ಎಲ್ಲಿ ಬೋರ್ಡ್ ಹಾಕಿರುತ್ತದೋ ಅಲ್ಲಿ ಈ ಬಟ್ಟೆಗಳು ಸಿಗುತ್ತದೆ. ಸ್ವಲ್ಪ ಬೆಲೆ ಜಾಸ್ತಿಯಾಗಿರುತ್ತದೆ.

ಜಾಸ್ತಿ ಬೆಲೆಯಾದರೂ ಪರವಾಗಿಲ್ಲ ನನಗೆ ಒಂದು ಜೊತೆ ಖಾದಿ ಬಟ್ಟೆಯನ್ನು ಕೊಡಿಸು, ಎಂದು ಕೇಳಿದ ಸರಿ ಆಯ್ತು ನಡೆ ಎಂದು ಬೆಂಗಳೂರಿನ ಚಿಕ್ಕ ಪೇಟೆಯಲ್ಲಿರುವ ವಿಜಯಲಕ್ಷ್ಮಿ ಟಾಕೀಸ್ ಎದುರು ಇರುವ ಖಾದಿ ವಸ್ತ್ರಾಲಯಕ್ಕೆ ನನ್ನ ಸ್ನೇಹಿತನನ್ನು ಕರೆದುಕೊಂಡು ಬಂದೆ ಎರಡು ಪ್ಯಾಂಟ್ ಪೀಸ್ ಎರಡು ಷರ್ಟ್ ಪೀಸ್ ಅವನಿಗೆ ಇಷ್ಟವಾದ ಬಿಳಿಬಣ್ಣದ ಕಲರ್ ಮತ್ತು ಮಿಲ್ಕ್ ವೈಟ್

ಕಲರ್ ಬಟ್ಟೆಯನ್ನು ವ್ಯಾಪಾರ ಮಾಡಿಕೊಂಡ ಒಂದು ಮೀಟರ್‌ಗೆ 350/- ರಿಂದ 400/- ರೂಪಾಯಿಗಳು ಬೆಲೆ ಇದೆ ಎಂದು ಅಂಗಡಿಯವನು ಹೇಳಿದ, ಸರಿ ಎಂದು ಎರಡು ಜೊತೆ ಬಟ್ಟೆಗೆ 2350/- ರೂಪಾಯಿಗಳನ್ನು ಕೊಟ್ಟು ತಂದು ಹಾಗೆ ಬರುವಾಗ ಮೆಜೆಸ್ಟಿಕ್‌ನಲ್ಲಿ ಇಬ್ಬರು ಸಿನಿಮಾ ನೋಡಿಕೊಂಡು ಹೋಟೆಲ್‌ನಲ್ಲಿ ತಿಂಡಿ ತಿಂದು ಮನೆಕಡೆ ದಾರಿ ಹಿಡಿದೆವು.

ಹೀಗೆ ಒಂದೆರಡು ವಾರದ ನಂತರ ನನ್ನ ಸ್ನೇಹಿತನು ಖಾದಿ ಬಟ್ಟೆಯನ್ನು ಹೊಲಿಸಿ ಹಾಕಿಕೊಂಡು ನನ್ನ ಮುಂದೆ ಬಂದು, ಹೇಗಿದೆ ಗುರು ಈ ಡ್ರೆಸ್, ಚೆನ್ನಾಗಿ ಹೊಲಿದಿದ್ದಾನಾ, ನನಗೆ ಏನೋ ಒಂದು ತರಹದ ಖುಷಿ ಕಣೋ, ಒಳ್ಳೆ ದೊಡ್ಡ ಶ್ರೀಮಂತನಂತೆ ನನಗೆ ಅನುಭವವಾಗುತ್ತದೆ, ಒಂತರಾ ಮಜಾ ಇದೆ, ಇನ್ನೂ ಯಾವಾಗಲೂ ಇದೆ ಬಟ್ಟೆಯನ್ನು ಧರಿಸಲು ಪ್ರಾರಂಭಿಸುತ್ತೇನೆ. ಅಂತ ಹೇಳಿದ ನಾನು ಸಹ ಆತನಿಗೆ ಹೌದು ಕಣೋ ಮೊದಲಿಗಿಂತ ಈಗ ನೀನು ಒಂದು ತರಹದ ಡಿಫ್ರೆಂಟ್ ವ್ಯಕ್ತಿಯಾಗಿ ಕಾಣುತ್ತೀಯಾ, ನನಗೂ ಸಹ ಇದೇ ರೀತಿ ಅನುಭವವಾಯಿತು,

ಇದು ಒಂದು ತರಹ ಏನರ್ಜಿ ಬಟ್ಟೆಯಾಗಿದೆ. ಮೈಗೂ ಸಹ ತಂಪಾಗಿದೆ, ಮೈಗೆ ಹೆಚ್ಚಾಗಿ ಬಿಸಿಲಿನ ಶಾಖ ತಾಗುವುದಿಲ್ಲ, ಚಳಿಗೂ ಸಹ ಒಂದು ತರಹದ ಬೆಚ್ಚನೆಯ ಅನುಭವವಾಗುತ್ತದೆ, ಒಂದು ಸಾರಿ ಐರನ್ ಮಾಡಿದರೆ ಅದು ಹಾಗೆ ಐರನ್ ರೀತಿಯಲ್ಲಿಯೇ ಇರುತ್ತದೆ ಮತ್ತು ಬಟ್ಟೆಯನ್ನು ಒಗೆದಾಗ ಐರನ್ ಮಾಡಿರುವುದು ಹೋಗುವುದಿಲ್ಲ, ಐರನ್ ಮಾಡಿರುವುದು ಗುರುತು ಹಾಗೆ ಇರುತ್ತದೆ, ಮೊತ್ತೊಮ್ಮೆ ಐರನ್ ಮಾಡಲು ಈಸಿಯಾಗಿರುತ್ತದೆ, ಐರನ್ ಮಾಡಲು ಹೆಚ್ಚು ಕಷ್ಟಪಡಬೇಕಾಗಿಲ್ಲ. ಆಗ ನನಗೆ ಈ ಬಟ್ಟೆಯ ಬಗ್ಗೆ ಒಂದು ಯೋಚನೆ ಮೂಡಲು ಪ್ರಾರಂಭವಾಯಿತು.

ನನಗೆ ಆ ರಾತ್ರಿಯಲ್ಲ ಖಾದಿ ಬಟ್ಟೆಯದೆ ಚಿಂತೆ ಮನಸ್ಸಿನಲ್ಲಿ ಮೂಡತೊಡಗಿತು, ಸರಿ ಒಂದು ಮೂರು ತಿಂಗಳು ಈ ಖಾದಿ ಬಟ್ಟೆಯನ್ನು ಪರ್ಮನೆಂಟಾಗಿ ಧರಿಸಿ ಪರೀಕ್ಷೆ ಮಾಡೋಣ, ನನ್ನಲ್ಲಿ ಯಾವ ರೀತಿ ಬದಲಾವಣೆ ಕಂಡುಬರುತ್ತದೊ ನೋಡೋಣವೆಂದು ಮತ್ತೆ ಆ ಖಾದಿ ಬಟ್ಟೆಯ ಅಂಗಡಿಗೆ ಹೋಗಿ ಎಲ್ಲಾ ತರದ ಕಲರ್‌ನಲ್ಲಿ ಐದು ಜೊತೆ ಖಾದಿಬಟ್ಟೆಯನ್ನು ತಂದು ಎಲ್ಲವನ್ನು ಹೊಲಿಸಿಕೊಂಡು ಯಾವುದೇ ಮದುವೆ ಸಮಾರಾಂಭದಲ್ಲಿ ಈ ಬಟ್ಟೆಯನ್ನು ಧರಿಸಿಕೊಂಡು ಹೋಗುತ್ತಿದ್ದೆ, ಮದುವೆ ಸಮಾರಂಭಕ್ಕೆ ಬಂದವರೆಲ್ಲ ನನ್ನನ್ನು ಒಂದು ರೀತಿಯ ವಿಭಿನ್ನ ಗೌರವ ಕೊಡಲು ಮಾತನಾಡಲು ಪ್ರಾರಂಭಿಸಿದರು, ಮಾತನಾಡುವಾಗ ನನ್ನ ಖಾದಿ ಬಟ್ಟೆಯನ್ನು ಗುರುತಿಸಿ ನೋಡುತ್ತಿದ್ದರು.

ಸರಿಯಾಗಿ ಮುಖ ಕೊಟ್ಟು ಮಾತನಾಡದವರೆಲ್ಲ ನನ್ನನ್ನು ನೋಡಿದ ಕೂಡಲೆ ಏನೋ ಅವರಿಗೆ ನನ್ನ ಮೇಲೆ ಗೌರವ ಭಾವನೆ ತೋರುವುದು ನನಗೆ ಕಾಣಿಸುತ್ತಿತ್ತು, ಏನ್ ಗುರು ನೀನು ಇತ್ತೀಚೆಗೆ ನೀನು ನಮ್ಮನ್ನು ಸರಿಯಾಗಿ ಮಾತನಾಡಿಸುವುದಿಲ್ಲಾ, ನನ್ನ ಮನಸ್ಸಿನಲ್ಲಿ ಇವರೆ, ನನ್ನನ್ನು ಮಾತನಾಡಿಸಲು ಹಿಂದೆ ಮುಂದೆ ನೋಡುತ್ತಿದ್ದರು, ಆದರೆ ಈಗ ನೋಡಿದರೆ ನನ್ನ ಮೇಲಿಯೇ ಗೂಬೆ ಕೂರಿಸುತ್ತಾರಲ್ಲ, ಎಂದು ಮನಸ್ಸಿನಲ್ಲಿ ಅಂದುಕೊಂಡೆ, ಸಾವರಿಸಿಕೊಂಡು ಅಂತಹ ಅಹಂಕಾರ ನನಗೆ ಯಾವತ್ತು ಇಲ್ಲಾ ಗುರು ನನಗೆ ನಿಮ್ಮನ್ನು ಮಾತನಾಡಿಸಬಾರದೆಂದು ನನ್ನ ಮನಸ್ಸಿನಲ್ಲಿ ಯಾವ ಭಾವನೆಯಿಲ್ಲ. ಏನೋ ನೀವು ದೊಡ್ಡವರು ಯಾವುದೋ ಬಿಸ್‌ನೆಸ್ ಮೂಡಿನಲ್ಲಿರುತ್ತೀರಾ. ಯಾಕೆ ನಿಮಗೆ ತೊಂದರೆ ಕೊಡಬೇಕು. ಯಾವುದೋ ಕೆಲಸದಲ್ಲಿ ಬ್ಯುಸಿಯಾಗಿರುತ್ತೀರಾ ಅಂದುಕೊಂಡು ನಿಮ್ಮನ್ನು ಮಾತನಾಡಿಸುತ್ತಿರಲಿಲ್ಲ ಅಷ್ಟೆ ವಿನಃ ಬೇರೆ ಯಾವ ಉದ್ದೇಶನೂ ಇಲ್ಲ.

ಸರಿ ಬಾ ಗುರು ಹಾಯಾಗಿ ಮಾತನಾಡಿಕೊಂಡು ಬರೋಣ ಎಂದು ಕರೆದರು. ನಾನು ಅವರ ಹಿಂದೆ ಹೋದೆ, ಹೀಗೆ ಮಾತನಾಡುತ್ತಿರಬೇಕಾದರೆ ಅವರೆಲ್ಲ ಈ ಬಟ್ಟೆ ಎಲ್ಲಿ ತಂದಿದ್ದು, ನಮಗೂ ಇಂತಹ ಬಟ್ಟೆ ಕೊಡಿಸು ಗುರು ತುಂಬಾ ಚೆನ್ನಾಗಿ ಕಾಣುತ್ತಿದೆ. ನಿನ್ನನ್ನು ನೋಡಿ ನಾವೇ ಸುಸ್ತಾಗೊದ್ವು, ನಾವು ಇಷ್ಟೊಂದು ಶ್ರೀಮಂತಿಕೆಯಿದ್ದರು ಇಂತ ಬಟ್ಟೆ ಹಾಕಿಕೊಳ್ಳಲು ಸಾಧ್ಯವಾಗಿಲ್ಲ. ಎಲ್ಲಿ ಹುಡುಕಿದರು ಈ ಬಟ್ಟೆ ಕಾಣಸಿಗುವುದಿಲ್ಲ. ಈ ಬಟ್ಟೆಯನ್ನು ಯಾವ ಅಂಗಡಿಯಿಂದ ತಂದಿದ್ದು, ಈ ಬಟ್ಟೆಯಲ್ಲಿ ನೀನು ತುಂಬಾ ಮಿಂಚುತ್ತಿದ್ದಿಯಾ ನಮಗೂ ಈ ತರಹದ ಬಟ್ಟೆಯನ್ನು ಕೊಡಿಸಮ್ಮಾ ನಿನೊಬ್ಬನೆ ಮಿಂಚಬೇಡ ನಿನ್ನ ಜೊತೆಯಲ್ಲಿ ನಾವು ಮಿಂಚೋಣ, ಎಂದು ತಮಾಷೆ ಮಾಡುತ್ತಾ ಎಲ್ಲಿ ಗುರು ಈ ಬಟ್ಟೆ ಸಿಗುತ್ತೆ, ನಮಗೂ ಕೊಡಿಸು ಎಂದರು. ಅದಕ್ಕೆ ನಾನು ಅಯ್ಯೋ ಈ ಬಟ್ಟೆಗೋಸ್ಕರ ನೀವ್ಯಾಕೆ ನನ್ನ ಮೇಲೆ ಇಷ್ಟೊಂದು ಮುತುವರ್ಜಿ ವಹಿಸುತ್ತಿರಾ. ಈ ಖಾದಿ ಬಟ್ಟೆ ಯಾವ ಅಂಗಡಿಯಲ್ಲೂ ಮಾರುವುದಿಲ್ಲ. ಇದಕ್ಕೋಸ್ಕರನೇ ಸಪರೇಟ್ ಅಂಗಡಿಯಿದೆ, ಅದು ಖಾದಿ ವಸ್ತ್ರೋದ್ಯಮ, ಖಾದಿ ವಸ್ತ್ರಾಲಯ ಎಂದು ಬೋರ್ಡು ಹಾಕಿಕೊಂಡಿರುತ್ತಾರೆ. ಅಲ್ಲಿ ಮಾತ್ರ ಈ ಬಟ್ಟೆ ಸಿಗುತ್ತದೆ. ಈ ಖಾದಿ ಬಟ್ಟೆಯು ಬಳೆಪೇಟೆಯ ವಿಜಯಲಕ್ಷ್ಮಿ ಟಾಕೀಸ್, ಎದುರು ಒಂದು, ಸಂಧಿಯಲ್ಲಿ ಹೋದರೆ ಈ ಅಂಗಡಿ ಸಿಗುತ್ತದೆ. ಅಲ್ಲಿ ಹೋಗಿ ನಿಮಗೆ ಯಾವ ಕಲರ್ ಬೇಕೋ ಆ ಕಲರ್‌ನಲ್ಲಿ ಸಿಗುತ್ತದೆ. ನಾನು ಅಲ್ಲೆ ಅದೇ ಅಂಗಡಿಯಲ್ಲಿ ತಂದಿದ್ದು, ನೀವು ಅಲ್ಲಿ ಹೋಗಿ ನಿಮಗಿಷ್ಟವಾದ ಬಟ್ಟೆಯನ್ನು ಖರೀದಿ ಮಾಡಬಹುದು ಎಂದು ಅಡ್ರಸ್ ಹೇಳಿ ಮದುವೆ ಸಮಾರಂಭದಿಂದ ಊಟ ಮುಗಿಸಿಕೊಂಡು ಮನೆಯತ್ತ ದಾರಿ ಹಿಡಿದೆವು.

ಮತ್ತೆ ಆ ದಿನ ರಾತ್ರಿ ನಾನು ಮಲಗುವಾಗ ನನಗೆ ಮದುವೆ ಸಮಾರಂಭದಲ್ಲಿ ನಡೆದ ಘಟನೆ ನನ್ನ ಕಣ್ಣ ಮುಂದೆ ಹಾದು ಹೋಗುತ್ತಿತ್ತು, ಎಲ್ಲರಿಗೂ ಈ ಖಾದಿ ಬಟ್ಟೆಯ ಮೇಲೆ ಕಣ್ಣು ಈ ಖಾದಿ ಬಟ್ಟೆಯಲ್ಲಿ ಅಂತಹದ್ದು ಏನಿದೆ, ಈ ಖಾದಿ ಬಟ್ಟೆಯನ್ನು ನೋಡಿದ ಕೂಡಲೆ ಜನ ಯಾಕೆ ಈ ಬಟ್ಟೆಯನ್ನೆ ಕೇಳುತ್ತಾರೆ. ಈ ಬಟ್ಟೆಯಲ್ಲಿ ಅಂತಹದ್ದು ಏನಿದೆ. ಏನಿದರ ಆಕರ್ಷಣೆ, ಈ ಬಟ್ಟೆ ನಾನು ದರಿಸಿದ್ದಾಗಿನಿಂದಲೂ ಒಬ್ಬೊಬ್ಬರೇ ನನ್ನನ್ನು ನೋಡಿ ಇಷ್ಟೊಂದು ಆಕರ್ಷಣೆಗೊಳಗಾಗುತ್ತಾರಲ್ಲ, ಏನಿದರ ಮರ್ಮ ಖಾದಿ ಬಟ್ಟೆಯ ವಿಶೇಷ. ನನ್ನ ಮನಸ್ಸಿನಲ್ಲಿ ಒಂದು ತರಹದ ತಳಮಳ ಸೃಷ್ಟಿಯಾಯಿತು. ನೋಡೆ ಬಿಡೋಣ ಮೂರು ತಿಂಗಳು ಪೂರ್ತಿ ಕಂಟಿನ್ಯೂ ಹಾಗಿ ಈ ಬಟ್ಟೆಯನ್ನೆ ದರಿಸ ಬಿಡೋಣ ಇದರಿಂದ ಎನಾದರೂ ಪರಿಣಾಮ ಬೀರಬಹುದು ಎಂದು ಯೋಚಿಸಿದೆ.

ಮಾರನೇ ದಿನದಿಂದ ಈ ಖಾದಿ ಬಟ್ಟೆಯನ್ನು ಧರಿಸಲು ಪ್ರಾರಂಭ ಮಾಡಿದೆ, ಆಗ ನನ್ನಲ್ಲಿ ಒಂದು ರೀತಿಯ ಪಾಸಿಟಿವ್ ಎನರ್ಜಿ ಶುರುವಾಗಲು ಪ್ರಾರಂಭವಾಯಿತು, ಈ ಬಟ್ಟೆಯ ಬಗ್ಗೆ ತಿಳಿದು ಕೊಳ್ಳಲು ಪ್ರಾರಂಭ ಮಾಡಿದೆ ಆಗ ನನಗೆ ಜ್ಞಾಪಕಕ್ಕೆ ಬಂದಿದ್ದು ನಾನು ಹೈಸ್ಕೂಲ್‌ನಲ್ಲಿ ಓದುವಾಗ ನನಗೆ ಗೊತ್ತಿರುವ ಹಾಗೆ ನಮ್ಮ ಹೆಡ್ ಮಾಸ್ಟರ್ ಒಬ್ಬರು ಮಾತ್ರ ಈ ಬಟ್ಟೆಯನ್ನು ವರ್ಷ ಪೂರ್ತಿ ಧರಿಸಿಕೊಂಡು ಸ್ಕೂಲಿಗೆ ಬರುತ್ತಿದ್ದನ್ನು ನಾನು ನೋಡುತ್ತಿರುತ್ತಿದ್ದೆ. ಆಗ ನನಗೆ ಇವರು ಹಾಕಿಕೊಂಡು ಬರುತ್ತಿದ್ದ ಡ್ರೆಸ್ ಟಿಪ್ ಟಾಪ್ ಅಗಿ ಕಾಣಿಸುತ್ತಿತ್ತು, ಅವರನ್ನು ನೋಡಿದರೆ ಸಾಕು ಎಲ್ಲಾ ಉಪಾಧ್ಯಯರುಗಳು ಸೈಲೆಂಟಾಗಿ ಅವರ ಮುಂದೆ ವರ್ತಿಸುತ್ತಿದ್ದರು. ಶಾಲೆಯ ಒಳಗೆ ಅಂಗಳದಲ್ಲಿ ಪ್ರೈಯರ್ ಮಾಡುವಾಗ ಒಬ್ಬರು ಅತ್ತಿತ್ತಾ ಅಳ್ಳಾಡುತ್ತಿರಲಿಲ್ಲ. ಇನ್ನೂ ಈ ಹೆಡ್ ಮಾಸ್ಟರ್ ಕ್ಲಾಸಿಗೆ ಬಂದೊಡಣೆಯೇ ಒಂದು ಸೂಜಿ ಬಿದ್ದದ್ದು ಸೌಂಡ್ ಬರುತ್ತಿರಲಿಲ್ಲ. ಸ್ಕೂಲಿನಲ್ಲಿ ಅಂತಹ ಶಿಸ್ತು ಈ ಮುಖ್ಯೋಪಾಧ್ಯರಲ್ಲಿ ಕಾಣಿಸುತ್ತಿತ್ತು. ಇವರಿಗೆ ಆಗಾಗಲೇ ಸುಮಾರು 70 ವರ್ಷವಾಗಿದ್ದರೂ 30 ವರ್ಷ ಯುವಕನಂತೆ ಯಂಗ್ ಆಗಿ ಕಾಣುತ್ತಿದ್ದರು.

ಯಾವ ಹುಡುಗನು ಇವರನ್ನು ನೋಡಿದೊಡನೆ ಭಯ ಭಕ್ತಿಯಿಂದ ನಡೆದುಕೊಳ್ಳುತ್ತಿದ್ದರು. ಶಾಲೆಯ ಎಲ್ಲಾ ಉಪಾಧ್ಯಾಯರುಗಳು ಸಹ ಇವರ ಮುಂದೆ ಎದುರು ಮಾತಾಡದೆ ಹೆಡ್ ಮಾಸ್ಟರ್ ಹೇಳಿದಕ್ಕೆಲ್ಲ ತಲೆಯಾಡಿಸುತ್ತಾ ಕೇಳಿಕೊಳ್ಳುತ್ತಿದ್ದರು. ಯಾವ ಪ್ರಶ್ನೆಯನ್ನು ಯಾರು ಮಾಡುತ್ತಿರಲಿಲ್ಲ. ಹೆಡ್ ಮಾಸ್ಟರ್ ಅನ್ನು ಕಂಡರೆ ಎಲ್ಲರಿಗೂ ಒಂದು ತರಹದ ಭಯ, ಭಕ್ತಿ, ಶ್ರದ್ಧೆ ಶಿಸ್ತು ಎಲ್ಲರಲ್ಲೂ ಕಾಣುತ್ತಿದ್ದದ್ದನ್ನು ನಾನು ಆಗಲೆ ನೋಡಿದ್ದೇನೆ. ಯಾವ ಉಪಾಧ್ಯಾಯರುಗಳು

ಅವರ ಮುಂದೆ ನಿಂತು ಗಟ್ಟಿಯಾಗಿ ಮಾತನಾಡುತ್ತಿರಲಿಲ್ಲ. ಅಂತಹ ಶಿಸ್ತಿನ ಸಿಪಾಯಿಯಾಗಿ ಕಾಣುತ್ತಿದ್ದರು. ನಮ್ಮ ಹೆಡ್ ಮಾಸ್ಟರ್ ಅವರು ಪಾಠ ಪ್ರವಚನ ಮಾಡುತ್ತಾರೆಂದರೆ ಇಡೀ ಸ್ಕೂಲ್ ನಿಶಬ್ಧವಾಗಿ ಬಿಡುತ್ತಿತ್ತು. ಒಂದು ಸೂಜಿ ಬಿದ್ದರು ಸೌಂಡ್ ಶಾಲೆಯಲ್ಲಿ ಬರುತ್ತಿರಲಿಲ್ಲ. ನಾನು ಅವರ ಶಾಲೆಯಲ್ಲೇ 3 ವರ್ಷ ಹೈಸ್ಕೂಲು ಮುಗಿಸಿದೆ. ನಮ್ಮ ಹೆಡ್ ಮಾಸ್ಟರ್ ಅನ್ನು 3 ವರ್ಷದಿಂದ ಚೆನ್ನಾಗಿ ನೋಡಿದ್ದೇನೆ. ಅವರೊಬ್ಬರೇ ಖಾದಿ ಬಟ್ಟೆಯನ್ನು ಯಾವಾಗಲೂ ಧರಿಸುವುದನ್ನು ನಾನು ಮೊದಲು ನೋಡಿದ್ದು, ಬೇರೊಬ್ಬರು ಯಾರು ಧರಿಸುವುದನ್ನು ನಾನು ಇದುವರೆಗೂ ನೋಡಿ ಇರಲಿಲ್ಲ.

ಇಡೀ ಶಾಲೆಯಲ್ಲಿ ಅವರು ಒಂದು ರೀತಿಯ ಸ್ಪೇಷಲಾಗಿ ಎದ್ದು ಕಾಣುತ್ತಿದ್ದರು, ಇದನ್ನು ನಾನು ನನ್ನ ಕಣ್ಣಾರೆ ನೋಡಿ ಅನುಭವಿಸಿದ ಕ್ಷಣಗಳಾಗಿದ್ದವು. ಈಗಲೂ ಆ ಊರಿನ ಶಾಲೆಯ ಹೆಡ್ ಮಾಸ್ಟರ್ ಹೇಗಿದ್ದರೂ ಎಂಬುದು ಸುತ್ತಮುತ್ತಲಿನ ಹಳ್ಳಿಗಳಲ್ಲಿ ಕೇಳಿದರೆ ನಿಮಗೆಲ್ಲ ಗೊತ್ತಾಗುತ್ತದೆ. ಆ ಹಳ್ಳಿ ಬೇರೆ ಎಲ್ಲೂ ಇಲ್ಲ ಇದೇ ಬೆಂಗಳೂರಿನ ಉತ್ತರ ತಾಲ್ಲೂಕು, ದಾಸನಪುರ ಹೋಬಳಿ, ಸೊಂಡೆಕೊಪ್ಪದಲ್ಲಿ ಹೈಸ್ಕೂಲ್ ಇದೆ. ಅಲ್ಲಿ ನೀವುಗಳು ಸರ್ವೆ ಮಾಡಿದರೆ ಯಾರು ಕೇಳಿದರು ಈ ಹೆಡ್‌ಮಾಸ್ಟರ್ ಬಗ್ಗೆ ಹೇಳುತ್ತಾರೆ, ಅವರೇ ನಮ್ಮ ಗುರುಗಳಾಗಿದ್ದರು.

ಈಗ ಈ ಮೆಲ್ಕಂಡ ನೆನಪುಗಳು ನನ್ನಲ್ಲಿ ಬರಲು ಶುರುವಾಯಿತು ನಾನು ಹೈಸ್ಕೂಲ್ ಮುಗಿಸಿ ಇಂದಿಗೆ ಸುಮಾರು 39 ವರ್ಷಗಳಾಗಿದೆ, ಈಗ ನನಗೆ ನೆನಪಾಗುತ್ತದೆ ಈ ಖಾದಿ ಬಟ್ಟೆಯ ಮಹಿಮೆ ಏನೆಂದು, ಆಗ ನಾನು ಹುಡುಗನಾಗಿದ್ದೆ ನನಗೇನು ಗೊತ್ತಾಗುತ್ತಿರಲಿಲ್ಲ ಈಗ ಏಳೆಂಟು ವರ್ಷಗಳಿಂದ ಈ ಖಾದಿಬಟ್ಟೆಯಲ್ಲಿ ಎಷ್ಟೊಂದು ಪಾಸಿಟಿವ್ ಏನರ್ಜಿ ಇದೆಯೆಂದು ಈಗೀಗ ಗೊತ್ತಾಗುತ್ತದೆ, ನಾನು ಸಹ ಮೂರು ತಿಂಗಳು ಈ ಖಾದಿ ಬಟ್ಟೆಯನ್ನು ಧರಿಸಲು ಪ್ರಾರಂಭ ಮಾಡಿದೆ, ನನ್ನಲ್ಲೂ ಒಂದು ರೀತಿ ಬದಾಲಾವಣೆ ಕಂಡುಕೊಂಡೆ ಈ ಖಾದಿ ಬಟ್ಟೆ ಧರಿಸಲು ನಾನು ಪ್ರಾರಂಭ ಮಾಡಿದಂದಿನಿಂದ ನನ್ನಲ್ಲು ಒಂದು ರೀತಿ ಹುಡುಗಾಟಿಕೆಯ ಮಾತುಗಳು ನಿಂತುಹೋದವು, ಯಾರಿಗೆ ಯಾವ ಗೌರವ ಮರ್ಯದೆ ಕೊಡಬೇಕು ದೊಡ್ಡವರನ್ನು ಹೇಗೆ ಗೌರವಿಸಬೇಕು, ಚಿಕ್ಕವರನ್ನು ಕಂಡರೆ ಯಾವ ರೀತಿ ಮಾತನಾಡಿಸಬೇಕು, ಏನು ಮಾಡಿದರೆ ಒಳ್ಳೆಯದು, ಯಾವುದು ಮಾಡಿದರೆ ಕೆಟ್ಟದ್ದು, ಸಮಾಜದಲ್ಲಿ ನಾವು ಹೇಗೆ ನೆಡೆದುಕೊಳ್ಳಬೇಕು, ಯಾವ ರೀತಿ ಬದುಕನ್ನು ಕಲಿಯಬೇಕು, ಯಾರ ಸಹವಾಸ ಮಾಡಿದರೆ ಮುಂದೆ ಬರಬಹುದು, ಯಾರ ಸಹವಾಸ ಮಾಡಿದರೆ ದುಷ್ಚಟಗಳಿಗೆ ಬಲಿಯಾಗುತ್ತೀವಿ, ಬೇರೋಬ್ಬರನ್ನು

ಅವಮಾನಿಸಿದರೆ ಅದರಿಂದ ನಮಗೆ ಎಷ್ಟು ಕೆಡುಕು ಉಂಟಾಗುತ್ತದೆ, ನಾವು ಯಾರಿಗೆ ಮೋಸ ಮಾಡಿ ಬದುಕಿದರೆ ನಾವು ಎಷ್ಟು ಮೋಸ ಹೋಗುತ್ತೀವಿ, ಯಾರು ಶತ್ರುಗಳು ಯಾರು ಹಿತವರು ಇನ್ನು ಅನೇಕ ಮುಂತಾದವುಗಳು ಈ ಖಾದಿ ಬಟ್ಟೆಯನ್ನು ಧರಿಸಿದರೆ ನಮ್ಮ ಅನುಭವಕ್ಕೆ ಬರುತ್ತೀರುತ್ತೇವೆ.

ನಾವು ಇದನ್ನು ಸೂಕ್ಷ್ಮವಾಗಿ ಗಮನಿಸಿಕೊಂಡು ಅನುಭವಿಸಿ ತಿಳಿದುಕೊಳ್ಳುವುದು ತುಂಬಾ ಅವಶ್ಯಕವಾಗಿದೆ.ಯಾವುದೇ ಗ್ರಾಮ ಪಂಚಾಯ್ತಿ ಸದಸ್ಯನಿಂದ ಹಿಡಿದು ಯಾರೆ ರಾಜಕಾರಣಿಗಳೂ ಈ ಖಾದಿ ಬಟ್ಟೆಯನ್ನು ಇಷ್ಟಪಟ್ಟು ಧರಿಸುತ್ತಾರೆ ನೆನ್ನೆ ಮೊನ್ನೆಗೆ ಒಬ್ಬ ಗ್ರಾಮ ಪಂಚಾಯ್ತಿ ಸದಸ್ಯನಾದರೆ ಅದಾಗಲೇ ಅವನು ಖಾದಿ ಬಟ್ಟೆಯನು ಹುಡುಕಿ ಧರಿಸಲು ಪ್ರಾರಂಭಿಸುತ್ತಾನೆ, ಏನು ಇದರ ಗುಟ್ಟು ಎಂದು ನಾವು ಯೋಚನೆ ಮಾಡಬೇಕು.

ಯಾಕೆ ರಾಜಕಾರಣಿಗಳು ಇಷ್ಟೊಂದು ಶ್ರೀಮಂತರಾಗಿದ್ದಾರೆ ನಾವ್ಯಾಕೆ ಹೀಗೆ ಇದ್ದೇವೆ ಅವರ‍್ಯಾಕೆ ಎಲ್ಲರಿಗಿಂತ ವಿಭಿನ್ನವಾಗಿ ಕಾಣುತ್ತಾರೆ?! ಮತ್ತು ಶ್ರೀಮಂತರಾಗಿ ಹೋಗುತ್ತಾರೆ?!. ನಾವ್ಯಾಕೆ ಇದ್ದಲ್ಲಿಯೇ ಇದ್ದೇವೆ ?! ನಾವ್ಯಾಕೆ ಮುಂದುವರೆಯಲು ಆಗುತ್ತಿಲ್ಲ?! ಎಂದು ಯೋಚನೆ ಮಾಡುತ್ತಾ ರಾತ್ರಿಯಲ್ಲಿ ಮಲಗಿದ್ದಾಗ ನನಗೆ ಸುಮಾರು 3 ಗಂಟೆಗೆ ಎಚ್ಚರವಾದಾಗ ಆಗ ಹೊಳೆದಿದ್ದೆ "ಖಾದಿಬಟ್ಟೆಯ ಬಗ್ಗೆ ಬರೆಯಲು" ನನ್ನನ್ನು ಪ್ರೇರೆಪಿಸಿತು.

ಈ ವಿಚಾರ ಎಲ್ಲಾ ಜನಗಳಿಗೂ ತಿಳಿಯಲಿ ಎಲ್ಲಾ ಜನಗಳಿಗೂ ಅರ್ಥವಾಗಲಿ, ಎಲ್ಲಾ ಜನಗಳು ತಮ್ಮೂರಲ್ಲೆ ಸ್ವಂತ ಬಿಸ್‌ನೆಸ್ ಮಾಡಿಕೊಂಡು ಶ್ರೀಮಂತರಾಗಲೀ, ಎಲ್ಲಾ ಜನಗಳು ಖಾದಿ ಬಟ್ಟೆಯನ್ನು ಹೆಚ್ಚಾಗಿ ಉಪಯೋಗಿಸಲಿ ಎಲ್ಲಾರಿಗೂ ಖಾದಿ ಬಟ್ಟೆ ಕೈಗೆ ಸಿಗುವಂತಾಗಲಿ, ನಮ್ಮ ರಾಜ್ಯದ ದೇಶದ ಮೂಲೆ ಮೂಲೆಯಲ್ಲೂ ಈ ಖಾದಿ ಬಟ್ಟೆಯನ್ನು ಉಪಯೋಗಿಸಲಿ, ಮತ್ತು ಹೊರದೇಶಕ್ಕೂ ಖಾದಿ ಬಟ್ಟೆಯ ಪವರ್ ಏನೆಂದು ಗೊತ್ತಾಗಲಿ

ನಮ್ಮ ದೇಶದ ಸ್ವದೇಶಿ ಉದ್ಯಮ ಹೆಚ್ಚಾಗಿ ಬೆಳೆಯಲಿ ದೇಶದ ಆರ್ಥಿಕತೆಗೆ ಎಲ್ಲರೂ ಕೈ ಜೋಡಿಸಲಿ ಎಲ್ಲರೂ ವಾರಕ್ಕೆ ಎರಡುಬಾರಿ ಖಾದಿ ಬಟ್ಟೆ ಧರಿಸಲಿ, ಎಂದು ಎಲ್ಲರಿಗೂ ಖಾದಿ ಉದ್ಯಮದಿಂದ ಕೆಲಸ ದೊರಕಿ ಎಲ್ಲರು ಖಾದಿ ವ್ಯಾಪಾರದಿಂದ ದೇಶದ ಉನ್ನತಿಗೆ ಶ್ರಮಿಸಲಿ ಎಂದು ಖಾದಿ ಬಟ್ಟೆಯ ಬಗ್ಗೆ ನನ್ನ ಅನುಭವದಲ್ಲಿ ಮೂಡಿಬಂದ ವಿಷಯವನ್ನು ನಿಮ್ಮಲ್ಲಿ ಹಂಚಿಕೊಳ್ಳುತ್ತಿದ್ದೇನೆ.

ಸ್ನೇಹಿತರೆ ಈ ಖಾದಿ ಬಟ್ಟೆಯನ್ನು ಎಲ್ಲಾ ಕಡೆ ವಿಚಾರಿಸಿ ಸರ್ಚ್‌ಮಾಡಿದಾಗ ಯಾರು ಸರಿಯಾದ ಮಾಹಿತಿ ಕೊಡಲಿಲ್ಲ. ಇಲ್ಲಿ ಹೆಚ್ಚಾಗಿ ಬೆಲೆ ಇಟ್ಟುಕೊಂಡು

ಮಾರುತ್ತಾರೆ. ಆದರೂ ನಾನು ಮಾಹಿತಿಯನ್ನು ಸಂಗ್ರಹಿಸಿ ನಿಮ್ಮ ಮುಂದೆ ಇಡುತ್ತಿದ್ದೇನೆ. ಈ ಖಾದಿ ಬಟ್ಟೆಯು ಹೆಚ್ಚಾಗಿ ಉತ್ತರ ಪ್ರದೇಶದ ಮೀರಟ್‌ನಲ್ಲಿ ಮತ್ತು ದೆಹಲಿಯಲ್ಲಿ ಹೆಚ್ಚಾಗಿ ಖಾದಿ ಬಟ್ಟೆಯನ್ನು ಉತ್ಪಾದಿಸುತ್ತಾರೆ, ಅಲ್ಲಿಂದ ತಂದು ಇಲ್ಲಿ ಜಾಸ್ತಿ ಬೆಲೆಗೆ ಮಾರಾಟ ಮಾಡುತ್ತಾರೆಂದು ನಾನು ಕೇಳಿದ್ದೇನೆ, ಆಂದ್ರದಲ್ಲಿ ಕರ್ನಾಟಕದ ಹುಬ್ಬಳ್ಳಿಯಲ್ಲಿ ಹೆಚ್ಚಾಗಿ ಸಿಗುತ್ತೆಂದು ಕೇಳಿದ್ದೇನೆ, ಬೆಂಗಳೂರಿನಲ್ಲಿ ಸಿಗುತ್ತದೆ ಆದರೆ ಸ್ವಲ್ಪ ಜಾಸ್ತಿ ಬೆಲೆಗೆ ಮಾರುತ್ತಾರೆ ಇರಲಿ ಅವರ ವ್ಯಾಪಾರ ಅವರದು ಏಕೆಂದರೆ ಅಂಗಡಿ ಅಡ್ವಾನ್ಸು, ಕೆಲಸಗಾರರ ಸಂಬಳ, ಬಾಡಿಗೆ, ಲೈಟ್‌ಬಿಲ್ಲು, ಟ್ಯಾಕ್ಸ್, ಜಿ.ಎಸ್.ಟಿ. ಎಲ್ಲಾ ಸೇರಿಸಿ ಒಂದು ಬೆಲೆ ನಿಗದಿ ಮಾಡಿ ಮಾರುತ್ತಾರೆ ಇದು ಅವರವರ ಬಿಸ್ನೆಸ್, ಅದೆಲ್ಲ ನಾವು ಕೆದಕುವುದು ಸರಿ ಕಾಣಿಸುವುದಿಲ್ಲಾ, ಈಗಿನ ದಿನದಲ್ಲಿ ಎಲ್ಲಾ ವ್ಯಾಪರದಲ್ಲೂ ಕಾಂಪಿಟೇಷನ್ ಜಾಸ್ತಿ ಇದೆ ಇದರಲ್ಲಿ ಎಲ್ಲರೂ ಗೆಲ್ಲಬೇಕು ಗೆಲ್ಲಲು ಯೋಚಿಸಬೇಕು.

ಸ್ನೇಹಿತರೆ ನಾನು ಹೇಳುವುದು ಇಷ್ಟೆ ಎಲ್ಲರೂ ಖಾದಿ ಬಟ್ಟೆಯನ್ನು ಉಪಯೋಗಿಸಲು ಪ್ರಾರಂಭ ಮಾಡಿನೋಡಿ ನಿಮ್ಮಗಳ ಅನುಭವ ಒಳ್ಳೆಯ ಪಾಸಿಟಿವ್ ಎನರ್ಜಿ ಬರಲು ಪ್ರಾರಂಭವಾದರೆ ವರ್ಷಪೂರ್ತಿ ಧರಿಸಿ ನೋಡಿ ಯಾವುದು ನಿಮ್ಮಲ್ಲಿ ಬದಾವಣೆ ಕಾಣಲಿಲ್ಲವೆಂದರೆ ಈ ಖಾದಿ ಬಟ್ಟೆಯನ್ನು ಧರಿಸುವುದು ಬಿಟ್ಟುಬಿಡುವುದು ನಿಮ್ಮ ಸ್ವಂತ ವಿಷಯಕ್ಕೆ ಬಿಟ್ಟಿದ್ದು, ಇಲ್ಲಿ ನಾನೇನೋ ಹೇಳುತ್ತೇನೆಂದು ನೀವುಗಳೂ ನಂಬಿ ಬಲವಂತದಿಂದ ಧರಿಸಿಕೊಳ್ಳಬೇಡಿ ನನ್ನಲ್ಲಿ ದೋಷರೋಪ ಮಾಡಬೇಡಿ. ನಿಮ್ಮ ಆಶೀರ್ವಾದ ಯಾವಾಗಲು ನನ್ನ ಮೇಲಿರಲಿ ನನ್ನ ಅನುಭವಗಳನ್ನು ಮಾತ್ರ ನಾನು ನಿಮ್ಮ ಮುಂದೆ ಇಡುತ್ತೇನೆ

ಈ ಖಾದಿ ಬಟ್ಟೆಯನ್ನು ಧರಿಸುವುದು ಬಿಡುವುದು ನಿಮಗೆ ಸೇರಿದ್ದು ಯಾವನೋ ಎನೋ ಪುಸ್ತಕದಲ್ಲಿ ಬೊಗಳೆ ಬರೆದಿದ್ದ ಅದನ್ನು ಓದಿ ನಾನು ಖಾದಿ ಬಟ್ಟೆಯನ್ನು ಧರಿಸಲು ಪ್ರಾರಂಭಮಾಡಿದೆ, ಯಾವುದು ನನ್ನಲ್ಲಿ ಬದಲಾವಣೆ ಕಾಣಲಿಲ್ಲ ಎಂದು ನನ್ನನ್ನು ದೂಷಿಸಬೇಡಿ, ನಾನು ಹೇಳುವುದು ಇಷ್ಟೆ ನನ್ನ ಅನುಭವಕ್ಕೆ ಬಂದಿದಿಯೋ ಇಲ್ಲವೋ ನೀವು ನೋಡಿಲ್ಲ ಅಲ್ಲವಾ, ಇದನ್ನು ಬಿಡಿ ಹೋಗಲಿ, ನಮ್ಮ ಸ್ವದೇಶಿ ಮಂತ್ರ ಜಪಿಸಿಯಾದರೂ ಎಲ್ಲರೂ ಈ ಖಾದಿ ಬಟ್ಟೆಯನ್ನು ಧರಿಸುತ್ತೀರಿ ಎಂದು ನಾನು ನಂಬಿದ್ದೇನೆ,

ಸ್ನೇಹಿತರೇ ನನಗೆ ಗೊತ್ತಿರುವ ಹಾಗೇ ಈ ಖಾದಿ ಬಟ್ಟೆಯ ಬಗ್ಗೆ ಒಂದೊಂದೆ ಉದಾಹರಣೆ ಕೊಡುತ್ತಾ ಹೋಗುತ್ತೇನೆ ಸ್ವಲ್ಪವಾದರು ನೀವುಗಳೂ ತಿಳಿದುಕೊಳ್ಳೂತ್ತೀರೆಂದು ನಾನು ನಂಬಿದ್ದೇನೆ.

ಯಾರು ನಮ್ಮ ಭಾರತದೇಶದ ಸೇವೆಯನ್ನು ಮತ್ತು ಸ್ವದೇಶಿ ಮಂತ್ರವನ್ನು ಜಪಿಸಲು ಇಚ್ಚಿಸುವವರಿಗಾಗಿ. ಯಾರು ನಮ್ಮ ಭಾರತದ ಉಜ್ವಲ ಭವಿಷ್ಯಕ್ಕಾಗಿ ಹೋರಾಡುವವರೋ ಅಂತವರಿಗಾಗಿ,

ದೇಶಸೇವೆಯೇ ಜನಾರ್ಧನ ಸೇವೆ ನಮ್ಮ ಸಂಸ್ಕೃತಿಯನ್ನು ಪ್ರಪಂಚದಲ್ಲೆಡೆ, ಜಗತ್ತಿನಾದ್ಯಂತ ವಿಸ್ತರಿಸಬೇಕು ಎಂಬುದು ಪ್ರತಿಯೊಬ್ಬ ಭಾರತಿಯನಿಗೂ ಬರಬೇಕು ಅಂತವರಿಗಾಗಿ, ಈಗ ನೇರವಾಗಿ ವಿಷಯಕ್ಕೆ ಬಂದು ಬಿಡುತ್ತೇನೆ ಭಾರತದ ಪ್ರತಿಯೊಂದು ಶಾಲೆ ಹೈಸ್ಕೂಲು ಮಕ್ಕಳು ಖಡ್ಡಾಯವಾಗಿ ವಾರಕ್ಕೆ 2 ದಿವಸ ಖಾದಿ ಬಟ್ಟೆಯನ್ನು ಧರಿಸಬೇಕು, ಭಾರತದ ಪ್ರತಿಯೊಂದು ಸರ್ಕಾರಿ ಕಾಲೇಜಿನ ವಿದ್ಯಾರ್ಥಿಗಳು ಖಡ್ಡಾಯವಾಗಿ ಖಾದಿ ಸಮವಸ್ತ್ರವನ್ನು ಧರಿಸಬೇಕು ಹಾಗೂ ಶಿಕ್ಷಕರುಗಳು ಸಹಾ ಖಾದಿ ಸಮವಸ್ತ್ರ ಧರಿಸಬೇಕು ಎಂದು ಸರ್ಕಾರ ರೂಲ್ಸ್ ಜಾರಿಗೆ ಮಾಡಬೇಕು.ಎಲ್ಲಾ ಸರ್ಕಾರಿ ನೌಕರರು ಕೆಲಸಗಾರರು ವಾರಕ್ಕೆ 2 ದಿವಸ ಖಾದಿ ಸಮವಸ್ತ್ರವನ್ನು ಧರಿಸಬೇಕೆಂದು ಸರ್ಕಾರ ಆದೇಶ ಹೊರಡಿಸಬೇಕು.

ಈ ಖಾದಿ ಸಮವಸ್ತ್ರವನ್ನು ಬರೀ ರಾಜಕಾರಣಿಗಳು ಏಕೆ ಧರಿಸುತ್ತಾರೆ ಈ ವಿಷಯ ನಿಮಗೆ ಗೊತ್ತಾದರೆ ನೀವು ಈಗಲೇ ಈ ಖಾದಿ ಸಮವಸ್ತ್ರವನ್ನು ಕೂಡಲೆ ಧರಿಸಲು ಪ್ರಾರಂಭಿಸುತ್ತೀರಾ, ರಾಜಕಾರಣಿಗಳು ಖಾದಿ ಸಮವಸ್ತ್ರವನ್ನು ಎಲ್ಲರೂ ಧರಿಸಲು ಏಕೆ ಈ ನಿಯಮವನ್ನು ಜಾರಿಗೆ ತರುತ್ತಿಲ್ಲ ಎಂದು ನಿಮಗೆ ಗೊತ್ತೆ?!.

ಏಕೆಂದರೆ ರಾಜಕಾರಣಿಗಳೂ ಸಾಮನ್ಯ ಜನರು ಯಾರು ಎಂಬುದೇ ವ್ಯತ್ಯಾಸ ಗೊತ್ತಾಗುವುದೇ ಇಲ್ಲ ಎಂದು ಅವರ ಮನಸ್ಸಿನಲ್ಲಿ ಬರುವುದರಿಂದ ಇದನ್ನು ಜಾರಿಗೆ ತರುತ್ತಿಲ್ಲ,

ಈ ನಮ್ಮ ಭಾರತ ದೇಶ ಇನ್ನೂ ಹೆಚ್ಚು ಬಲಿಷ್ಟವಾಗ ಬೇಕಾದರೆ ನಾವೆಲ್ಲರೂ ಖಾದಿ ಬಟ್ಟೆಯನ್ನು ವಾರಕ್ಕೆ 2 ಬಾರಿಯಾದರು ಧರಿಸುವಂತಾಗಬೇಕು. ಈ ಖಾದಿ ಬಟ್ಟೆ ಧರಿಸುವುದರಿಂದ ನಮ್ಮ ದೇಶದ ಲಕ್ಷಾಂತರ ಕುಟುಂಬಗಳು ಉದ್ದಾರವಾಗುವುದರಲ್ಲಿ ಸಂಶಯವಿಲ್ಲ.

ಖಾದಿ ಬಟ್ಟೆಯ ರಹಸ್ಯ ನಿಮಗೆ ಗೊತ್ತಾದರೆ ನೀವುಗಳು ಆಶ್ಚರ್ಯ ಪಡುತ್ತೀರಾ, ಹೌದು ಈ ಖಾದಿ ಬಟ್ಟೆ ಧರಿಸುವವರೆಲ್ಲ ಆಗರ್ಭ ಶ್ರೀಮಂತರಾಗಿದ್ದಾರೆ.

ಈ ಖಾದಿ ಬಟ್ಟೆಯನ್ನು ಖಡ್ಡಾಯವಾಗಿ ಧರಿಸಲು ರಾಜಕಾರಣಿಗಳು ಏಕೆ ಜಾರಿಗೆ ತರುತ್ತಿಲ್ಲವೆಂದರೆ ನೀವೆಲ್ಲಾ ಶ್ರೀಮಂತರಾಗುತ್ತಿರಾ, ರಾಜಕಾರಣಿಗಳೂ ಸಾಮನ್ಯ ಜನರಿಗೂ ಯಾವುದೇ ವ್ಯತ್ಯಾಸ ಗೊತ್ತಾಗುದಿಲ್ಲ, ಖಾದಿ ಬಟ್ಟೆಯನ್ನು

ನೀವೆಲ್ಲ ಧರಿಸಿದರೇ ಹೇಗೆ ಹಣ ಸಂಪಾದನೆ ಮಾಡುವುದೆಂದು ನಿಮಗೆಲ್ಲ ಗೊತ್ತಾಗಿಬಿಡುತ್ತದೆ, ಖಾದಿ ಬಟ್ಟೆ ಮೈಮೇಲೆ ಬಂದ ತಕ್ಷಣ ನಿಮ್ಮಗಳ ಆಲೋಚನೆ ಬೇರೆ ರೀತಿ ತಿರುಗಲು ಪ್ರಾರಂಭವಾಗಿ ಬಿಡುತ್ತದೆ, ಯಾವ ರೀತಿ ಹೋದರೆ ಹಣ ಸಂಪಾದಿಸಬಹುದುದೆಂದು ಎಲ್ಲಾ ಐಡಿಯಗಳು ಜನಸಾಮಾನ್ಯರಿಗೆ ಗೊತ್ತಾಗಿಬಿಟ್ಟರೆ ನಮಗೆ ಎಲ್ಲಿ ಬೆಲೆ ಸಿಗುತ್ತದೆ, ಜನರಿಗೆ ಈ ಖಾದಿ ಬಟ್ಟೆಯ ರಹಸ್ಯ ಯಾವುದೇ ಕಾರಣಕ್ಕೂ ಗೊತ್ತಾಗಬಾರದೆಂದು ರಾಜಕಾರಣಿಗಳು ಗೌಪ್ಯವಾಗಿಟ್ಟಿರುತ್ತಾರೆ, ರಾಜಕಾರಣಿಗಳು ಮಾತ್ರ ಖಾದಿ ಬಟ್ಟೆಯನ್ನು ಧರಿಸಬೇಕು, ಏಕೆಂದರೆ ಇವರಲ್ಲಿ ಮಾತ್ರ ಯಾವಾಗಲು ಹಣ ಓಡಾಡುತ್ತಿರಬೇಕು ಜನಸಾಮಾನ್ಯರೆಲ್ಲ ಇವರ ಹಿಂದೆ ಮುಂದೆ ಸುತ್ತಾಡಲು ಮಾತ್ರ ಇರಬೇಕೆಂದು ಈ ರಾಜಕಾರಣಿಗಳ ಭಾವನೆಯಾಗಿರುತ್ತದೆ.

ನಾವು ರಾಜಕಾರಣಿಗಳು ಮಾತ್ರ ಖಾದಿ ಬಟ್ಟೆಯನ್ನು ಧರಿಸಬೇಕು ಆಗ ಜನಗಳೂ ನಮ್ಮನ್ನು ದೊಡ್ಡ ರಾಜಕಾರಣಿ, ಗಾಂಧೀವಾದಿ, ಸತ್ಯಸಂಬೂತ, ದೇಶವನ್ನಾಳವ ದೊರೆ, ಎಲ್ಲರ ಮುಂದೆ ನಾವು ವಿಭಿನ್ನವಾಗಿ ಕಾಣಬೇಕು, ಎಲ್ಲರೂ ನಮ್ಮನೇ ಗುರುತಿಸಬೇಕು ಅನ್ನೋ ಮನೋಭಾವನೆ, ಇದಕೊಸ್ಕರನೇ ಇವರು ಖಾದಿ ಬಟ್ಟೆಯನ್ನು ಹೆಚ್ಚಾಗಿ ಆಯ್ಕೆ ಮಾಡಿಕೊಳ್ಳುತ್ತಾರೆ. ಎಲ್ಲರೂ ಈ ಖಾದಿ ಬಟ್ಟೆಯನ್ನು ಧರಿಸಲಿ ಎಂದು ಜಾರಿಗೆ ತರಲಿ ನೋಡೋಣಾ ಹೂ ಹೂಂ.. ಅದು ಇವರ ಕೈಯಿಂದ ಸಾಧ್ಯವಾಗುವುದಿಲ್ಲ ಅದಕ್ಕೋಸ್ಕರನೇ ಇವರು ಎಲ್ಲರೂ ಖಾದಿ ಬಟ್ಟೆಯನ್ನು ಉಪಯೋಗಿಸಿ ಎಂದು ಜಾರಿಗೆ ತರಲು ಮನಸ್ಸು ಮಾಡುವುದಿಲ್ಲ.

ಸ್ನೇಹಿತರೇ ನೀವೆಲ್ಲರೂ ಈಗ ಎಚ್ಚರಗೊಳ್ಳದಿದ್ದರೆ ಎಂದಿಗೂ ಖಾದಿ ಬಟ್ಟೆ ನಮ್ಮ ಕೈಗೆ ಸಿಗುವುದಿಲ್ಲಾ ನೀವುಗಳು ರಾಜಕಾರಣಿಗಳಂತೆ ಶ್ರೀಮಂತರಾಗಬೇಕಾದರೆ ಮೊದಲು ಖಾದಿ ಬಟ್ಟೆಯನ್ನು ಉಪಯೋಗಿಸಲು ಪ್ರಾರಂಭಮಾಡಿ ಏಕೆಂದರೆ ಮುಂದೊಂದು ದಿನ ಈ ಖಾದಿ ಬಟ್ಟೆಯು ರೇಷ್ಮೆ ಬಟ್ಟೆಗೆ ಡಿಮ್ಯಾಂಡ್ ಬಂದಂತೆ ಈ ಖಾದಿ ಬಟ್ಟೆಗೆ ಬರಬಹುದು.

ನೀವು ಈಗ ಯೋಚಿಸಿನೋಡಿ ಖಾದಿ ಬಟ್ಟೆಯ ಒಂದು ಭಾಗವೇ ಲೆನಿನ್ ರೂಪದಲ್ಲಿ ಬಂದು ಎಲ್ಲಾ ರಾಜಕಾರಣಿಗಳ ಮೈಮೇಲೆ ರಾಜಾಜಿಸುತ್ತದೆ ಇದು ತುಂಬಾ ದುಬಾರಿಯಾ ಬಟ್ಟೆಯಾಗಿ ಎಲ್ಲರನ್ನು ಆಕರ್ಷಿಸುತ್ತದೆ, ಖಾದಿ ಬಟ್ಟೆಗೆ ಕಾಟನ್ ಮಿಕ್ಸ್ ಮಾಡಿ ಬಜಾರಿನಲ್ಲಿ ಬಿಟ್ಟಿದ್ದಾರೆ, ಖಾದಿ ಬಟ್ಟೆಗೆ ಸಿಲ್ಕ್ ಪಾಲಿಸ್ಟರ್ ಮಿಕ್ಸ್ ಮಾಡಿ ಬಜಾರಿಗೆ ಬಿಡಿತ್ತಿದ್ದಾರೆ, ನಿಮಗೆ ಯಾವುದು ಪ್ಯೂರ್ ಖಾದಿ ಬಟ್ಟೆ ಎಂದು ಈಗಾಗಲೇ ಕನ್ಫೂಸ್ ಮಾಡಿದ್ದಾರೆ, ಪ್ಯೂರ್ ಖಾದಿ ಬಟ್ಟೆ ಧರಿಸಲು

ಈಗಿನಿಂದಲೇ ಧರಿಸಲು ಪ್ರಾರಂಭಮಾಡಿ ಖಾದಿ ಬಟ್ಟೆಯ ಬಿಸೆನೆಸ್ ಮಾಡಲು ಹೆಚ್ಚಾಗಿ ಪ್ರಾರಂಭಿಸಿ ಈ ಖಾದಿ ಬಟ್ಟೆಯು ನಮ್ಮನ್ನು ಶ್ರೀಮಂತದ ಕಡೆಗೆ ಮುಂದುವರಿಯಲು ಸಹಕರಿಸುತ್ತದೆಂದು ನಾನು ನಂಬಿದ್ದೇನೆ.

108 ದಿವಸ ಖಾದಿ ಬಟ್ಟೆಯನ್ನು ಧರಿಸಿನೋಡಿ ಸ್ವಲ್ಪ ಸ್ವಲ್ಪ ನಿಮ್ಮ ಬೆಳವಣಿಗೆ ವೃದ್ಧಿಯಾಗುತ್ತಾ ಹೊಗುತ್ತದೆ.

ಖಾದಿ ಬಟ್ಟೆಯನ್ನು ಧರಿಸುವುದರಿಂದ ನಿಮ್ಮ ವ್ಯಕ್ತಿತ್ವ ದ್ವಿಗುಣಗೊಳ್ಳತ್ತದೆ. ಖಾದಿ ಬಟ್ಟೆ ಧರಿಸುವುದರಿಂದ ನೋಡುಗರ ಭಾವನೆಯಲ್ಲಿ ನೀವುಗಳು ವಿಭಿನ್ನ ವ್ಯಕ್ತಿಯಾಗಿ ಕಾಣುತ್ತೀರಿ.ಖಾದಿ ಬಟ್ಟೆ ಧರಿಸುವುದರಿಂದ ದೇಶಸೇವೆ ಮತ್ತು ದೇಶದ ಅಭಿವೃದ್ಧಿಗೆ ಸಾಮಾಜಿಕವಾಗಿ ಸೇವೆ ಮಾಡಲು ಮನಸ್ಸು ಹುರಿದುಂಬಿಸುತ್ತದೆ.

ಖಾದಿ ಬಟ್ಟೆ ಧರಿಸುವುದರಿಂದ ನಿಮ್ಮಲ್ಲೇ ನೀವು ಎನೋ ಒಂದು ಸಕಾರಾತ್ಮಕತೆ ಎನರ್ಜಿ ಕಂಡುಕೋಳ್ಳೂತ್ತಿರಾ, ಖಾದಿ ಬಟ್ಟೆ ಧರಿಸುವುದರಿಂದ ಅದೃಷ್ಟ ನಿಮ್ಮನ್ನು ಹಿಂಬಾಲಿಸುತ್ತದೆ, ಖಾದಿ ಬಟ್ಟೆ ಧರಿಸುವುದರಿಂದ ಮಹಾಲಕ್ಷ್ಮಿಯ ಕೃಪೆ ನಿಮ್ಮಲ್ಲಿ ಶುರುವಾಗಲೂ ಪ್ರಾರಂಭವಾಗುತ್ತದೆ, ಖಾದಿ ಬಟ್ಟೆ ಧರಿಸುವವರೆಲ್ಲರನ್ನು ನೀವು ನೋಡಿ ಯಾವುದೋ ಒಂದು ರೂಪದಲ್ಲಿ ಅವರೆಲ್ಲಾ ಶ್ರೀಮಂತರಾಗಿ ಹೋಗಿದ್ದಾರೆ. ಒಬ್ಬ ಸಾಮಾನ್ಯ ಗ್ರಾಮ ಪಂಚಾಯ್ತಿಯ ಸದಸ್ಯನು ಐದು ವರ್ಷದಲ್ಲಿ ಅವನ ಜೀವನವೇ ಒಂದು ಹೊಸರೀತಿಯಲ್ಲಿ ಚೆಂಜ್ ಹಾಗಿರುವುದನ್ನು ನಿಮ್ಮಗಳ ಊರಿನ ಗ್ರಾಮಪಂಚಾಯ್ತಿಯಲ್ಲೇ ನೋಡಿದ್ದೀರಾ ಅಲ್ಲವೆ, ಈಗ ಹೇಳಿ ನಾನು ಖಾದಿ ಬಟ್ಟೆಯ ಬಗ್ಗೆ ಹೇಳಿರುವುದು ಸರಿಯೋ ತಪ್ಪೋ ನೀವೇ ವಿಮರ್ಶೆ ಮಾಡಿಕೊಳ್ಳೀ, ಲಕ್ಷ ಲಕ್ಷ ಹಣ ಖರ್ಚು ಮಾಡಿ ಗ್ರಾಮ ಪಂಚಾಯ್ತಿ ಸದಸ್ಯನಿಂದ ಹಿಡಿದು ಶಾಸಕನಾಗುವವರೆಗೂ ಕೊನೆಗೆ ಮುಖ್ಯಮಂತ್ರಿ ಮತ್ತು ಪ್ರಧಾನಮಂತ್ರಿಯರೂ, ಉಪಯೋಗಿಸುವುದರಿಂದ ಈ ಖಾದಿ ಬಟ್ಟೆಯ ಮಹತ್ವ ಖಾದಿ ಬಟ್ಟೆಯ ಖದರ್, ಎಷ್ಟೆಂಬುದನ್ನು ನೀವುಗಳೂ ಈಗಾಗಲೇ ಎಲ್ಲಾ ಕಡೆ ನೋಡುತ್ತ ಮೂಖ ಪ್ರೇಕ್ಷಕನಾಗಿ ಕುಳಿತಿದ್ದೀರಾ, ನೀವು ಈಗಲೇ ಎಚ್ಚರಗೊಳ್ಳೀ ಈಗಿನಿಂದಲೇ ಖಾದಿ ಬಟ್ಟೆಯನ್ನು ಧರಿಸಲು ಪ್ರಾರಂಭಮಾಡಿ ಹಾಗೂ ಖಾದಿ ಬಟ್ಟೆಯ ವ್ಯಾಪಾರವನ್ನು ಪ್ರಾರಂಬಿಸಿ ಹೆಚ್ಚು ಹೆಚ್ಚು ವ್ಯಾಪಾರ ಮಾಡಿ ಎಲ್ಲರೂ ಶ್ರೀಮಂತರಾಗಿ.

ರಾಜಕಾರಣಿಗಳು ಜಾರಿಗೆ ತರಲಿ ಬಿಡಲಿ ನಾವೆಲ್ಲರೂ ಖಾದಿ ಬಟ್ಟೆಯನ್ನು ಉಪಯೋಸೋಣ ನಮ್ಮ ದೇಶದ ಸಂಸ್ಕೃತಿಯನ್ನು ಕಾಪಾಡೋಣ ನಮ್ಮ ಸ್ವದೇಶಿ ಮಂತ್ರವನ್ನು ಜಪಿಸೋಣ, ಖಾದಿ ಬಟ್ಟೆಯ ಬಿಸೆನಸ್ ಮಾಡೋಣ ಈ ನನ್ನ

ಬರವಣಿಗೆಯಿಂದ ನಿಮಗೆ ಇಷ್ಟವಾದರೆ ಎಲ್ಲಾರಿಗೂ ಈ ಪುಸ್ತಕದ ಬಗ್ಗೆ ಪ್ರಚಾರ ಮಾಡಿ, ಎಲ್ಲರೂ ಮುಂದೆ ಬರಲು ಅವಕಾಶ ಮಾಡಿಕೊಳ್ಳಿ, ಈ ಪುಸ್ತಕದ ಜ್ಞಾನದಿಂದ ನಿಮಗೆ ಉಪಯೋಗವಾದರೆ ನನ್ನ ಬರವಣಿಗೆಗೆ ನಿಮ್ಮೆಲ್ಲರ ಸಹಕಾರ ದೊರೆತರೆ ಇನ್ನೂ ಹೆಚ್ಚಿನ ಇಂತಹ ಪುಸ್ತಕ ಬರೆಯಲು ನನಗೆ ಅತ್ಯಂತ ಅವಕಾಶ ದೊರೆತರೆ ನಿಮ್ಮಗಳ ಕೊಡುಗೆಯಿಂದ ನಾನು ಯಾವಾಗಲು ನಿಮ್ಮ ಚಿರಋಣಿ ಯಾಗಿರುತ್ತೇನೆಂದು ಹೇಳಲು ಬಯಸುತ್ತೇನೆ, ಖಾದಿ ಬಟ್ಟೆಯ ಬಿಸ್‌ನೆಸ್ ಮಾಡಲು ನಿಮಗೆ ಬೇಕಾದ ಐಡಿಯಾ ತಿಳಿದು ಕೊಳ್ಳಲು ಈ ಪುಸ್ತಕದ ಪೋನ್ ನಂಬರಿಗೆ ಸಂಪರ್ಕಿಸಿ.

## "ಕನ್ನಡ ಚಲನಚಿತ್ರ ವಾಣಿಜ್ಯ ಮಂಡಳಿಗೆ"

ನಾನೊಬ್ಬ ಕನ್ನಡ ಚಲನಚಿತ್ರಗಳು ಹಾಗೂ ಸೀರಿಯಲ್‌ಗಳನ್ನು ಹೆಚ್ಚಾಗಿ ನೋಡುವ ಪ್ರೀತಿಸುವ ಕನ್ನಡ ಅಭಿಮಾನಿಯಾಗಿ ನನ್ನ ಮನಸ್ಸಿನಲ್ಲಿರುವ ಬಾವನೆಗಳನ್ನು ತಮ್ಮಗಳ ಮುಂದಿಡಲು ನಾನು ತಮ್ಮಲ್ಲಿ ತಿಳಿಯಬಯಸುತ್ತೇನೆ ಈ ಪುಸ್ತಕದಲ್ಲಿ ಬರೆದಿರುವುದು ಬಡತನದಿಂದ ಶ್ರೀಮಂತಿಕೆಗೆ ಹೇಗೆ ಪಯಣಿಸಬಹುದೆಂಬುದೆ ಈ ನನ್ನ ಬರವಣಿಗೆಯಲ್ಲಿರುವ ಸಾರಂಶವಾಗಿದೆ. ಇಲ್ಲಿ ತಮಗೆ ಕನ್ನಡ ಚಲನಚಿತ್ರ ವಾಣಿಜ್ಯ ಮಂಡಳಿ ಬಗ್ಗೆ ಯಾಕೆ ಇಲ್ಲಿ ಪ್ರಸ್ತಾಪಿಸಲಾಯಿತು ಎಂಬ ಅನುಮಾನ ಶುರುವಾಗಬಹುದು. ಏಕೆಂದರೆ ಕನ್ನಡ ಚಲನಚಿತ್ರ ವಾಣಿಜ್ಯ ಮಂಡಳಿಗೆ ಸಲಹೆ ಕೊಡುವಷ್ಟು ನಾನು ಬುದ್ದಿವಂತನಲ್ಲ ಇಲ್ಲಿ ದೊಡ್ಡ ದೊಡ್ಡ ಉತ್ತಮ ಜ್ಞಾನವುಳ್ಳ ಮೇದಾವಿಗಳು ಈ ವಾಣಿಜ್ಯ ಮಂಡಳಿಯನ್ನು ಇಲ್ಲಿಯವರಿಗೂ ನಡೆಸುಕೊಂಡು ಹೊಗುತ್ತಿದ್ದಾರೆ ಇಲ್ಲಿ ಎಳ್ಳಷ್ಟು ಅನುಮಾನವಿಲ್ಲ ಇಲ್ಲಿ ನಾನೋಬ್ಬ ಕನ್ನಡ ಚಲನಚಿತ್ರಗಳ ಅಭಿಮಾನಿಯಾಗಿ ನನ್ನ ತಲೆಯಲ್ಲಿ ಓಡಿದ ಐಡಿಯವನ್ನು ಮಾತ್ರ ಇಲ್ಲಿ ನಿಮಗೆ ತಿಳಿಸಲು ಇಚ್ಚಿಸುತ್ತೇನೆ ಇಲ್ಲಿ ಈ ನನ್ನ ಬರವಣಿಗೆಯಿಂದ ಯಾರಿಗೂ ನೋವು ಉಂಟು ಮಾಡಲು ಬರೆಯುತ್ತಿಲ್ಲ ಕನ್ನಡ ಚಲನಚಿತ್ರ ವಾಣಿಜ್ಯ ಮಂಡಳಿ ಎತ್ತರಕ್ಕೆ ಬೆಳೆಯಲಿ ಎಂಬುದೆ ನನ್ನ ಹೃತ್ಪೂರ್ವಕ ಉದ್ದೇಶವಾಗಿದೆ. ಇಲ್ಲಿ ಎಲ್ಲರೂ ಶ್ರೀಮಂತರಾಗಿ ಬೆಳೆಯಲಿ ಎಂಬುದೇ ಈ ಪುಸ್ತಕದ ಉದ್ದೇಶವಾಗಿದೆ ಇಲ್ಲಿ ಯಾವ ಉದ್ದೇಶ ಪೂರ್ವಕ ವಿಷಯಗಳನ್ನು ನಾನು ಬರೆಯುವುದಿಲ್ಲ. ಎಲ್ಲರಿಗೂ ಒಳಿತಾಗಲೀ ಎಂಬುದೇ ಇಲ್ಲಿನ ವಿಷಯವಾಗಿದೆ ಈ ವಿಚಾರವನ್ನು ಎಲ್ಲರೂ ಚರ್ಚೆಮಾಡಿ ಕಾರ್ಯರೂಪಕ್ಕೆ ತರುವುದು ಬಿಡುವುದು ನಿಮ್ಮ ವಿಚಾರಗಳಿಗೆ ಬಿಟ್ಟಿದ್ದು, ನನ್ನ

ಬಾವನೆಯಲ್ಲಿರುವುದನ್ನು ಹೇಳಬೇಕೆನಿಸಿತು ಈ ನನ್ನ ಬರವಣಿಗೆಯ ಮುಖಾಂತರ ತಿಳಿಸಲು ಇಚ್ಛಿಸುತೇನೆ.

ಈ ನನ್ನ ಬರವಣಿಗೆಯಿಂದ ಯಾರಿಗಾದರೂ ತೊಂದರೆ ಆಗುತ್ತದೆಂದು ತಮಗನಿಸುತ್ತಿದ್ದರೆ ಎಲ್ಲರೂ ನನ್ನನ್ನು ಕ್ಷಮಿಸುತ್ತೀರೆಂದು ನಾನು ನಂಬಿದ್ದೇನೆ, ಈ ವಿಷಯವು ಕನ್ನಡದ ದೊಡ್ಡ ದೊಡ್ಡ ನಿರ್ಮಾಪಕರುಗಳು ದೊಡ್ಡ ದೊಡ್ಡ ನಿರ್ದೇಶಕರು, ಹಾಗೂ ದೊಡ್ಡ ದೊಡ್ಡ ಸೂಪರ್ ಸ್ಟಾರ್ ನಟರುಗಳೂ ಹಾಗೂ ಸ್ಟಾರ್ ಹಿರೋಯಿನ್‌ಗಳವರಿಗೂ ಪೋಷಕ ಕಲಾವಿದರು, ಸಿನಿಮಾದ ತಂತ್ರಜ್ಞರೆಲ್ಲರಿಗೂ, ಹೊಸದಾಗಿ ಬರುವ ನಿರ್ಮಾಪಕ ನಿರ್ದೇಶಕರಿಗಳಿಗೂ ನಟ ನಟಿಯರೆಲ್ಲರಿಗೂ ಈ ವಿಷಯ ಅನ್ವಯಿಸುತ್ತದೆ, ಮತ್ತು ಸರ್ಕಾರಗಳು ಈ ವಿಷಯದಲ್ಲಿ ಚರ್ಚೆ ಮಾಡಿ ಕನ್ನಡ ಚಿತ್ರರಂಗಕ್ಕೆ ಸಹಾಯ ಮಾಡಿದರೆ ಎಲ್ಲರೂ ನಮ್ಮ ಕನ್ನಡ ಚಿತ್ರರಂಗವನ್ನು ಎಲ್ಲಾ ರಾಜ್ಯಗಳು ತಿರುಗಿ ನೋಡುವಂತೆ ಮಾಡಬಹುದೆಂದು ನನ್ನ ಮನಸ್ಸಿನಲ್ಲಿರುವ ಒಂದು ಪುಟ್ಟ ಭಾವನೆಯಾಗಿದೆ.

ದಯವಿಟ್ಟು ನಾನು ಇನ್ನೊಮ್ಮೆ ತಮ್ಮಲ್ಲಿ ವಿನಂತಿಸುವುದೇನೆಂದರೆ, ಇಲ್ಲಿ ಎಲ್ಲಾ ಬುದ್ಧಿವಂತರಿದ್ದಾರೆ ಅವರಿಗೆಲ್ಲ ನನ್ನ ಮನವಿಯನ್ನು ಸಲ್ಲಿಸುತ್ತೇನೆ ನಿಮಗೆಲ್ಲ ಇಷ್ಟವಾಗುತ್ತಿದೆಯೋ ನನಗೆ ಗೊತ್ತಿಲ್ಲ ನಿಮಗೆಲ್ಲ ಸಲಹೆ ಕೊಡುವಷ್ಟು ನಾನು ದೊಡ್ಡ ಮನುಷ್ಯನಲ್ಲ, ನನ್ನದೊಂದು ಸಣ್ಣ ಮನವಿಯೆಂದು ಸ್ವಿಕಾರ ಮಾಡಿ ನನ್ನ ಬರವಣಿಗೆಯಲ್ಲಿ ತಪ್ಪುಗಳು ಕಂಡುಬಂದಲ್ಲಿ ಎಲ್ಲರೂ ನನ್ನನ್ನು ಕ್ಷಮಿಸುತ್ತೀರೆಂದು ನಂಬಿದ್ದೇನೆ.

ಕನ್ನಡ ಚಲನಚಿತ್ರ ವಾಣಿಜ್ಯ ಮಂಡಳಿಯವರಿಗೆ, ನಾನೊಬ್ಬ ಸಾಮಾನ್ಯ ಮನುಷ್ಯ ಚಿಕ್ಕಂದನಿಂದ ಕನ್ನಡ ಚಲನಚಿತ್ರಗಳನ್ನು ನೋಡಿಕೊಂಡು ಅದರ ನೋವು ನಲಿವುಗಳನ್ನು ಸ್ವಲ್ಪವಾದರೂ ತಿಳಿದುಕೊಂಡವನು ಅಣ್ಣಾವ್ರು ಡಾ|| ರಾಜ್ ಕುಮಾರ್, ಡಾ|| ವಿಷ್ಣುವರ್ದನ್, ರೆಬಲ್ ಸ್ಟಾರ್ ಅಂಬರೀಶ್, ರವಿಚಂದ್ರನ್, ಅನಂತ್‌ನಾಗ್, ಶಂಕರ್ ನಾಗ್, ಶಿವರಾಜ್‌ಕುಮಾರ್ ಪುನಿತ್‌ರಾಜ್ ಕುಮಾರ್, ಸುದೀಪ್, ದರ್ಶನ್, ಯಶ್, ಉಪೇಂದ್ರ ಸರ್ ಮುಂತಾದ ಎಲ್ಲಾ ದೊಡ್ಡ ದೊಡ್ಡ ಸ್ಟಾರ್ ನಟರುಗಳ ಚಿತ್ರಗಳನ್ನು ನೋಡಿ ಅವರಿಂದ ಸ್ವಲ್ಪವಾದರು ಸ್ಫೂರ್ತಿ ಪಡೆದು ಈ ನನ್ನ ಬಾವನೆಗಳನ್ನು ನಿಮ್ಮಲ್ಲಿ ಹೇಳಿಕೊಳ್ಳುತ್ತಿದ್ದೇನೆ ಅದರಲ್ಲಿ ಚಿತ್ರರಂಗಕ್ಕೂ ಸ್ವಲ್ಪ ಅನ್ವಯಿಸಬಹುದೆಂದು ಈ ಪ್ರಸ್ತಾಪವನ್ನು ತಮ್ಮ ಮುಂದೆ ಇಡುತ್ತಿದ್ದೇನೆ, ವಿನಃ ಬೇರೆ ಯಾವ ಉದ್ದೇಶವಿರುವುದಿಲ್ಲ. ಈ ವಿಚಾರ ನಿಮಗೆ ಸರಿ ಅನ್ನಿಸಿದರೆ ಯೋಚನೆ ಮಾಡಿ ಎಲ್ಲಾ ದೊಡ್ಡ ಸ್ಟಾರ್ ನಟರುಗಳ ಮುಂದೆ ಈ ಪ್ರಸ್ತಾಪವನಿಟ್ಟು ದೊಡ್ಡ ದೊಡ್ಡ

ನಿರ್ಮಾಪಕರುಗಳು ಮತ್ತು ದೊಡ್ಡ ದೊಡ್ಡ ನಿರ್ದೇಶಕರುಗಳು ಈ ನಿರ್ಧಾರ ಸರಿಯಗಿದ್ದರೆ ಯೋಚನೆ ಮಾಡಿ ಒಂದು ನಿರ್ಧಾರಕ್ಕೆ ಬನ್ನಿ ಅಥವಾ ಈ ನಿರ್ಧಾರ ಸರಿಯಲ್ಲವೆಂದು ನಿಮಗನ್ನಿಸಿದರೆ ಇಲ್ಲಿಗೆ ಬಿಡಿ.

ಏಕೆಂದರೆ ದೊಡ್ಡ ದೊಡ್ಡ ಸ್ಟಾರ್‌ನಟರುಗಳು ಮತ್ತು ನಿರ್ಮಾಪಕರುಗಳು ಮತ್ತು ಹೆಸರಾಮತ ದೊಡ್ಡ ದೊಡ್ಡ ನಿರ್ದೇಶಕರುಗಳು ಈ ಕನ್ನಡ ಚಲನ ಚಿತ್ರರಂಗವನ್ನು ಈಗಾಗಲೇ ವಿಶ್ವಮಟ್ಟಕ್ಕೆ ಕೊಂಡಯ್ಯಲು ಶ್ರಮಿಸಿದ್ದಾರೆ, ಅವರ ಹೆಸರಿಗೆ ಕನ್ನಡ ಚಿತ್ರಗಳಿಗೆ ಕೆಟ್ಟ ಹೆಸರು ಬರಬಾರದೆಂದು ಈ ಮೇಲಿನ ವಾಕ್ಯಗಳಲ್ಲಿ ತಿಳಿಸಲು ಬಯಸುತ್ತೇನೆ, ನನ್ನ ಮಾತಿನಲ್ಲಿ ಏನಾದರು ತಪ್ಪಿದ್ದರೆ ನನ್ನನ್ನು ಕ್ಷಮಿಸುತ್ತೀರೆಂದು ನಂಬಿದ್ದೇನೆ.

ಈಗ ನೇರವಾಗಿ ವಿಷಯವನ್ನು ಮತ್ತು ನನ್ನ ಮನಸ್ಸಿನಲ್ಲಿ ಮೂಡಿದ ಪ್ರಸ್ತಾಪವನ್ನು ಕನ್ನಡ ಚಲನಚಿತ್ರ ವಾಣಿಜ್ಯಮಂಡಳಿಯ ಅಧ್ಯಕ್ಷರುಗಳು ಹಾಗೂ ದೊಡ್ಡ ನಿರ್ಮಾಪಕರುಗಳಿಗೂ ದೊಡ್ಡ ದೊಡ್ಡ ಸೂಪರ್ ಸ್ಟಾರ್ ನಟರುಗಳಲ್ಲಿ ಮತ್ತು ಹೆಸರಾಂತ ದೊಡ್ಡ ನಿರ್ದೇಶಕರಲ್ಲಿ ನನ್ನ ಮನವಿಯನ್ನು ಮಾಡಿ ಕೇಳುತ್ತಿದ್ದೇನೆ ಒಬ್ಬ ಸಾಮಾನ್ಯ ಪ್ರೇಕ್ಷಕನಾಗಿ ಕೇಳುತ್ತೇನೆ ಕನ್ನಡ ಚಲನಚಿತ್ರ ಮತ್ತು ಸೀರಿಯಲ್‌ಗಳಾಗಲಿ ಸಮಾಜಕ್ಕೆ ಸಂದೇಶ ಕೊಡುವಂತ ಯಾವ ಸಿನಿಮಾವಾಗಲಿ, ಸೀರಿಯಲ್‌ಗಳಾಗಲಿ ಇತ್ತೀಚೆಗೆ ಬರುವುದಿಲ್ಲ, ಈಗಿನ ಸಿನಿಮಾದಲ್ಲಿ ಕಥೆಗೆ ಹೆಚ್ಚಿನ ಪ್ರಾಮುಖ್ಯತೆ ಕೊಡುವುದಿಲ್ಲ ನಾಲ್ಕು ಪೈಟ್, ನಾಲ್ಕು ಹಾಡು ಮತ್ತು ಸಲ್ಪ ಕಾಮಿಡಿ ಎಲ್ಲಾ ಮಸಾಲೆ ಸೇರಿಸಿ ಒಂದು ಸಿನಿಮಾ ಮಾಡಿ ಮುಗಿಸುತ್ತಾರೆ. ಹಿಂದೆ ಸಿನಿಮಾ ಮಾಡಬೇಕೆಂದರೆ ಕಥೆಗೆ ಹೆಚ್ಚು ಪ್ರಾಮುಖ್ಯತೆ ಕೊಡುತ್ತಿದ್ದರು ಈಗ ಅದಿಲ್ಲ ಕಿವಿಗೆ ಕೇಳಲು ಇಂಪಾದ ಹಾಡುಗಳಿಲ್ಲ, ಕರ್ಕಷವಾದ ಹಾಡುಗಳು, ದೃಷ್ಯಕ್ಕೆ ತಕ್ಕಂತೆ ಪೈಟ್ ಸೀನ್‌ಗಳಿಲ್ಲದಿದ್ದರು ಪೈಟ್ಸ್ ಸೇರಿಸುವುದು.

ಸಿನಿಮಾ ಮುಗಿಯುವ ಮುಂಚೆನೆ ಸಿನಿಮಾದ ಸ್ಟೋರಿ ಅರ್ಥವಾಗಿಬಿಡುವುದು ಹೇಳುತ್ತಾ ಹೋದರೆ ಬೇಕಾದಷ್ಟಿದೆ ಈಗ ಚರ್ಚೆ ಬೇಡ ಇನ್ನು ಸೀರಿಯಲ್ ವಿಚಾರಕ್ಕೆ ಬಂದರೆ ಅದೇ ಅತ್ತೆ ಸೊಸೆ ಜಗಳ, ತಂದೆ ತಾಯಿಯಗಳನ್ನು ಹೊರಗಟ್ಟುವುದು, ಕುಟುಂಬದಲ್ಲಿ ಒಡಕು ತಂದಿಡುವುದು, ಇನ್ನೋಬ್ಬರನ್ನು ಹೀಯಾಳಿಸುವುದು ಕುಟುಂಬಗಳನ್ನು ಚೂರು ಚೂರು ಮಾಡುವುದು, ಮೂಡನಂಬಿಕೆಗಳ ಕಥೆಯನ್ನು ಹೆಣೆಯುವುದು ಇದನ್ನೆ ಮೆಗಾ ಸೀರಿಯಲ್ ಆಗಿ ತೆಗೆದುಕೊಂಡು ಹೋಗುವುದು ಸೀರಿಯಲ್ ತುಂಬಾ ಇದನ್ನೇ ನೋಡಿ ನೋಡಿ

ಎಲ್ಲರ ಮನೆಯಲ್ಲಿ ಹೆಂಗಸರು ಗಂಡಸರು ಹೀಗೆ ಆಡುತ್ತಾರೆ, ಇಂತಹ ಸೀರಿಯಲ್‌ಗಳಿಂದ ಜನಸಾಮಾನ್ಯರುಗಳೂ ಕಲಿಯುವುದು ಏನಿದೆ.

ಸಿನಿಮಾಗಳಾಗಲಿ ಸೀರಿಯಲ್‌ಗಲಾಗಲಿ ಈಗಿನ ಯುವಕ ಯುವತಿಯರು ಸ್ಫೂರ್ತಿದಾಯಕವಾಗುವಂತಹ, ಅವರು ಜೀವನದಲ್ಲಿ ಮುಂದೆ ಬರುವಂತಹ, ಹೊಸ ಹೊಸ ಬಿಸೆನೆಸ್ ಐಡಿಯಾ ಹೊಂದಿರುವಂತಹ, ಸಮಾಜಕ್ಕೆ ಒಳ್ಳೆಯ ಸಂದೇಶಕೊಡುವಂತಹ, ನಾಡು ನುಡಿ ನಮ್ಮ ಸಂಸ್ಕೃತಿಯ ಸಂಪ್ರಾದಾಯಗಳ ಉದ್ಯೋಗ ಸೃಷ್ಟಿಯ, ಎಲ್ಲಾ ಜನ ಸಾಮಾನ್ಯರ ಭವಿಷ್ಯ ದೃಷ್ಟಿಯಿಂದ, ಕಾಡು ರಕ್ಷಣೆ, ಜಲ ಸಂಪನ್ಮೂಲಗಳ ರಕ್ಷಣೆ, ಕಸ ಕಡ್ಡಿಗಳ ವಿಲೇವಾರಿ ವಾಯುಮಾಲಿನ್ಯ ತಡೆಗಟ್ಟುವಿಕೆ ನೊಂದವರ ಜೀವಕ್ಕೆ ಸಹಾಯವಾಗುವಂತಹ ಸಿನಿಮಾವಾಗಲಿ ಸೀರಿಯಲ್‌ಗಳಾಗಲಿ ಮಾಡಿದರೆ, ಹೆಚ್ಚು ಹೆಚ್ಚು ಜನಗಳು ಸಿನಿಮಾ ಸಿರಿಯಲ್‌ಗಳನ್ನು ನೋಡಲು ಇಷ್ಟಪಡುತ್ತಾರೆ, ಹಾಗೂ ಮುಖ್ಯವಾಗಿ ರೈತರಿಗೆ ಸಂಬಂಧಪಟ್ಟಂತಹ ಅವರು ಉತ್ಪಾದಿಸುವ ಧಾನ್ಯಗಳಿಗೆ ಹೆಚ್ಚಿನ ಬೆಲೆ ಸಿಗುವಂತಹ, ಮಾರುಕಟ್ಟೆಯ ಬಗ್ಗೆ ಸಿನಿಮಾ ಸೀರಿಯಲ್ ಮಾಡಿದರೆ ತುಂಬಾ ಒಳ್ಳೆಯದೆಂಬುದು ಎಲ್ಲರ ಅನಿಸಿಕೆಯಾಗಿದೆ.

ಹಿಂದೆ ಡಾ॥ ರಾಜ್‌ಕುಮಾರ್ ಅಣ್ಣಾವ್ರ ಬಂಗಾರದ ಮನುಷ್ಯ ಸಿನಿಮಾ ಮತ್ತು ವಿಷ್ಣುವರ್ಧನ್‌ರವರ ಸೂರ್ಯವಂಶ, ಪುನಿತ್ ರಾಜ್‌ಕುಮಾರ್ ರವರ ರಾಜಕುಮಾರ ಮತ್ತು ಅರಸು ಇನ್ನೂ ಹೆಚ್ಚಿನ ಚಿತ್ರಗಳನ್ನು ಉದಾಹಣೆಯಾಗಿ ಕೊಡಬಹುದು, ಈ ಸಿನಿಮಾಗಳು ಎಷ್ಟು ದಿವಸಗಳು ಓಡಿವೆ ಎಂಬುದು ಎಲ್ಲಾರಿಗೂ ಚೆನ್ನಾಗಿ ಗೊತ್ತಾಗಿದೆ, ದಯವಿಟ್ಟು ಸಮಾಜಕ್ಕೆ ಸ್ಫೂರ್ತಿದಾಯಕವಾಗುವಂತಹ ಸಿನಿಮಾಗಳು ಬರಲಿ ಎಂಬುದೇ ಎಲ್ಲರ ಕನ್ನಡಾಭಿಮಾನಿಗಳ ಮನವಿಯಾಗಿದೆ, ಏಕೆ ಇಷ್ಟೆಲ್ಲ ತಮ್ಮಲ್ಲಿ ಮನವಿ ಮಾಡಿಕೊಳ್ಳುತ್ತೇನೆಂದರೆ ಇತೀಚಿನ ದಿನಗಳಲ್ಲಿ ಗಾಂಧೀನಗರಕ್ಕೆ ಹೊಸ ಹೊಸ ಆಸೆಗಳನ್ನು ಇಟ್ಟುಕೊಂಡು ಹೊಸ ಹೊಸ ನಿರ್ಮಾಪಕರುಗಳು ಹೊಸ ಹೊಸ ನಿರ್ಧೇಶಕರುಗಳು ಹೊಸ ನಟ ನಟಿಯರು ಪ್ರತಿಭೆಗಳು ಸಿನಿಮಾ ಸೀರಿಯಲ್ ನಲ್ಲಿ ನಟಿಸಬೇಕೆಂದು ಮನೆ ಮಟ ಬಿಟ್ಟು ಬರುತ್ತಾರೆ ಯಾರೋ ಕೆಲವು ಮಂದಿ ಶೋಕಿ ಮಾಡಲು ಬರುತ್ತಾರೆ.

ಹಾಗೂ ಕೆಲ ಹೊಸನಟ ನಟಿಯರು ತನ್ನ ಪ್ರತಿಭೆಯನ್ನು ತೋರಿಸಲು ಹೊಸ ಹೊಸ ನಿರ್ದೇಶಕರುಗಳ ಬಳಿ ಹೊಸ ಅವಕಾಶಕ್ಕಾಗಿ ಹೊಸ ಹೊಸ ನಿರ್ಮಾಪಕರುಗಳು ಅವಕಾಶಕ್ಕಾಗಿ ಜಾತಕ ಪಕ್ಷಿಯಂತೆ ಕಾದು ಕುಳಿತಿರುತ್ತಾರೆ. ಏನಾದರು ಹೆಸರು ದೊಡ್ಡ ಸಾದನೆ ಮಾಡಬೇಕೆಂದು ಹೊಸ ಹೊಸ

ನಿರ್ಮಾಪಕರುಗಳು ಬರುತ್ತಾರೆ ಇಂತವರಿಗೆಲ್ಲ ನಿಮ್ಮ ಸಹಾಯ ತುಂಬಾ ಅಗತ್ಯವಿದೆ, ಆದರೆ ಇಲ್ಲಿ ಹೊಸದಾಗಿ ಬರುವಂತ ನಿರ್ಮಾಪಕರುಗಳಿಗೆ ಮತ್ತು ನಟ ನಟಿಯರಿಗೆ ಆಗುವ ವಂಚನೆ, ಮೋಸ, ನೆನಸಿಕೊಂಡರೆ ಇನ್ನೇಂದಿಗೂ ಈ ಚಿತ್ರರಂಗದ ಸಹವಾಸ ಬೇಡಪ್ಪ ಏನಿಸುತ್ತದೆ. ನಿರ್ಮಾಪಕರನ್ನು ಅಣ್ಣಾವ್ರು ಅನ್ನದಾತ ಎಂದು ಕರೆದರು ಅಭಿಮಾನಿಗಳನ್ನು ದೇವರುಗಳೆಂದು ಕರೆದರು, ಆದರೆ ಎಲ್ಲಿದೆ ಆ ಭಯ, ಭಕ್ತಿ ಶ್ರದ್ದೆ, ಎಷ್ಟೋ ನಿರ್ಮಾಪಕರುಗಳು ಕೋಟ್ಯಾಧಿಪತಿಯಾಗಿದ್ದವರು ಈಗ ಭಿಕ್ಷಾಧಿಪತಿಗಳಾಗಿದ್ದಾರೆ, ಸಿನಿಮಾ,ಸೀರಿಯಲ್ ಹೊಸದಾಗಿ ನಿರ್ಮಿಸಲು ಬಂದವರು ಈಗಿನ ದಿನಗಳಲ್ಲಿ ಮನೆ ಮಠ ಕಳೆದುಕೊಂಡು ಬೀದಿಗೆ ಬಿದ್ದಿದ್ದಾರೆ, ಕನ್ನಡ ಚಿತ್ರಗಳು ಬೆಳಿಬೇಕು ಆದ್ದರಿಂದ ಕನ್ನಡ ಚಲನಚಿತ್ರ ವಾಣಿಜ್ಯ ಮಂಡಳೀಯವರಿಗೆ ಹೆಸರಾಂತ ಸ್ಟಾರ್ ನಟರುಗಳಿಗೆ ನನ್ನದೊಂದು ಪುಟ್ಟ ಮನವಿಯನ್ನು ತಿಳಿಸಲು ಇಚ್ಚಿಸುತ್ತೇನೆ, ನೀವೆಲ್ಲ ಈ ನನ್ನ ಮನವಿಯನ್ನು ಕೇಳುತ್ತೀರೆಂದು ನಾನು ನಂಬಿಕೆಯಿಂದ ಬರೆಯುತ್ತಿದ್ದೇನೆ.

ನೀವೆಲ್ಲ ಮನಸ್ಸು ಮಾಡಿದರೆ ಕರ್ನಾಟಕದಲ್ಲಿ ಒಂದು ದೊಡ್ಡ ಸಾಂಮ್ರಾಜ್ಯವನ್ನೆ ಕಟ್ಟಬಹುದು ಹೊಸದಾಗಿ ಬರುವ ಎಲ್ಲಾ ನಿರ್ಮಾಪಕರುಗಳಿಗೆ ನಿಮ್ಮಗಳ ಅವಶ್ಯಕತೆ ತುಂಬಾ ಇರುತ್ತದೆ, ನಿಮ್ಮಗಳ ಸಹಕಾರ ಸಿಕ್ಕರೆ ಕನ್ನಡ ಚಿತ್ರೋಧ್ಯಮವನ್ನು ಭಾರತ ದೇಶದ ಮೊದಲ ಪಟ್ಟಿಯಲ್ಲಿ ನೋಡಬಹುದೆಂಬ ನಮ್ಮೆಲ್ಲರ ಕನ್ನಡ ಚಿತ್ರಾಭಿಮಾನಿಗಳ ಮನವಿಯಾಗಿದೆ, ನೀವೆಲ್ಲ ಸೇರಿ ಒಗ್ಗೂಡಿ ಒಂದು ಯೋಜನೆ ಮಾಡಿ, ಈ ಒಂದು ಯೋಜನೆಯನ್ನು ನೀವುಗಳೆಲ್ಲ ಸೇರಿ ಸ್ಥಾಪನೆ ಮಾಡಿದರೆ ಹೊಸದಾಗಿ ಬರುವ ಎಲ್ಲಾ ನಿರ್ಮಾಪಕರುಗಳಿಗೂ ನಿರ್ದೇಷಕರುಗಳಿಗೆ ಹೊಸ ಹೊಸ ತಂತ್ರಜ್ಞರಿಗೂ ಹೊಸ ಮುಖ ಪ್ರತಿಭೆಗಳಿಗೂ ನಿಮ್ಮಗಳ ಸಹಕಾರ ಸ್ಪೂರ್ತಿಯಿಂದ ಎಲ್ಲರಿಗೂ ಹೆಚ್ಚಿನ ಅವಕಾಶ ಮಾಡಿಕೊಟ್ಟಂತಾಗುತ್ತದೆ. ಕನ್ನಡ ಚಿತ್ರೋದ್ಯಮಕ್ಕೆ ನಿಮ್ಮ ಕೊಡುಗೆ ಚಿರಾಸ್ಥಾಯಿಯಾಗಿ ಉಳಿಯುತ್ತದೆಂದು ನನ್ನ ಬಾವನೆ, ಕನ್ನಡ ಚಲನಚಿತ್ರಗಳ ಇತಿಹಾಸದಲ್ಲೆ ಇದು ಒಂದು ಮೈಲಿಗಲ್ಲಾಗುತ್ತದೆ. ಎಲ್ಲರ ಏಳಿಗೆಗೆ ಸಹಾಕಾರಿಯಾಗುತ್ತದೆ, ಹೊಸದಾಗಿ ಬರುವ ನಿರ್ಮಾಪಕರುಗಳಿಗೆ ಮೋಸವಾಗದಂತೆ ಪರಿಣಾಮಕಾರಿಯಾಗಿ ಕೆಲಸ ಮಾಡಲು ಉತ್ತೇಜನ ಕೊಟ್ಟಂತೆ ಆಗುತ್ತದೆ, ಕನ್ನಡ ಚಿತ್ರೋದ್ಯಮ ಇನ್ನು ಹೆಚ್ಚಾಗಿ ಬೆಳೆಯಲು ಪ್ರಾರಂಭವಾಗುತ್ತದೆ.

ಯಾವುದು ಯೋಜನೆ ಈ ಯೋಜನೆಗೆ ಸರ್ಕಾರದಿಂದ ಸಪೋರ್ಟ್ ತೆಗೆದುಕೊಂಡು ಪ್ರಾರಂಭ ಮಾಡಿದರೆ ಇನ್ನೂ ಪ್ರಯೋಜನವೆನಿಸುತ್ತದೆ. ಕನ್ನಡ ಚಿತ್ರರಂಗವನ್ನೇ ನಂಬಿಕೊಂಡು ನೂರಾರು ಕುಟುಂಬಗಳು ಬದುಕುತ್ತವೆ, ಎಲ್ಲರಿಗೂ

ಉದ್ಯೋಗ ಸಿಕ್ಕಿದಂತಾಗುತ್ತದೆ ಯಾವುದು ಈ ಯೋಜನೆ ಎಂದರೆ ಎಲ್ಲರಿಗೂ ಸಹಕಾರಿಯಾಗುವ ಮತ್ತು ಕರ್ನಾಟಕ ಚಲನಚಿತ್ರ ವಾಣಿಜ್ಯ ಮಂಡಳಿಗೂ ಇನ್‌ಕಂ ಬರುವ ಇದರಲ್ಲಿ ಹಣ ಹೂಡಿಕೆ ಮಾಡುತ್ತಿರುವ ಎಲ್ಲರಿಗೂ ಆದಾಯ ಬರಲು ಪ್ರಾರಂಬಿಸುತ್ತದೆ. ಈ ಯೋಚನೆಯ ಹೆಸರೆ **"ಕನ್ನಡ ಚಲನಚಿತ್ರ ಮತ್ತು ಕನ್ನಡ ಸೀರಿಯಲ್ ವಾಣಿಜ್ಯ ಮಂಡಳಿಯ ಬ್ಯಾಂಕ್"**.

ಇದನ್ನು ಸ್ಥಾಪನೆ ಮಾಡಿದರೆ ಬರುವ ಎಲ್ಲಾ ಹೊಸ ನಿರ್ದೇಶಕರು ಕಲಾವಿದರು ಮತ್ತು ನಿರ್ಮಾಪಕರುಗಳಿಗೆ ಅನುಕೂಲವಾಗುತ್ತದೆ. ಈ ವಿಚಾರ ಹೇಗೆ ನನ್ನ ಮನಸ್ಸಿಗೆ ಹೊಳೆಯಿತು ಎಂದರೆ ಯಾಕೆ ಈ ವಿಚಾರವನ್ನು ತಮಗೆ ತಿಳಿಸುತ್ತಿದ್ದೇನೆಂದರೆ ಯೂ ಟೂಬ್ ಚಾನಲ್‌ನ "ಬಿ ಗಣಪತಿಯವರು" ಕಮಲಿ ಸೀರಿಯಲ್ ನಿರ್ಮಾಪಕ ರೋಹಿತ್‌ಶರ್ಮಾರ ಸಂದರ್ಶನ ಮಾಡಿದಾಗ ನಾನು ಈ ಸಂದರ್ಶನವನ್ನು ನೋಡಿದೆ ಅರವಿಂದ್ ಕೌಶಿಕ್ ಮತ್ತು ಹುಣಸೂರು ರಾಘವೇಂದ್ರ ನಿರ್ದೇಶನದ ಕಮಲಿ ಸೀರಿಯಲ್ ಜೀ ಟಿ.ವಿ ಯಲ್ಲಿ ಪ್ರಸಾರವಾದ ನಿರ್ಮಾಪಕ ರೋಹಿತ್ ಶರ್ಮರು ಈ ಸೀರಿಯಲ್‌ನಿಂದ ಹಣ ಕಳೆದುಕೊಂಡು ತುಂಬಾ ನೋವಿನಿಂದ ಮಾತಾನಾಡಿದ ಅವರ ಬಾಯಿಂದ ಬಂದಂತಹ ಸ್ಫೂರ್ತಿದಾಯಕ ಮಾತುಗಳು ಈ ವಿಚಾರವನ್ನು ಬರೆಯಲು ನನ್ನನ್ನು ಪ್ರೇರೆಪಿಸಿತು ಆಗ ನನ್ನ ಮನಸ್ಸಿನಲ್ಲಿ ಮೂಡಿದ ಬಾವನೆಯನ್ನು ನಾನೊಬ್ಬ ಕನ್ನಡ ಚಲನಚಿತ್ರಗಳ ವೀಕ್ಷಕ ಅಭಿಮಾನಿಯಾಗಿ ಒಬ್ಬ ಸಾಮಾನ್ಯ ಪ್ರೇಕ್ಷಕನಾಗಿ ನನ್ನ ಮನಸ್ಸಿನಲ್ಲಿ ಮೂಡಿದ ಬಾವನೆಯನ್ನ ತಮ್ಮಗಳ ಮುಂದೆ ಹೇಳಿಕೊಳ್ಳಲು ಈ ನನ್ನ ಬರೆವಣಗೆಯ ಮುಖಾಂತರ ಪ್ರಯತ್ನಿಸುತ್ತಿದ್ದೇನೆ

ಈ ವಿಚಾರಗಳನ್ನು ತಾವುಗಳಲ್ಲೇರೂ ಸೂಕ್ಷ್ಮವಾಗಿ ವಿಚಾರಮಾಡಿ ಎಲ್ಲರಿಗೂ ಒಳ್ಳೆಯದಾಗುವುದಿದ್ದರೆ "ಕನ್ನಡ ಚಲನಚಿತ್ರ ಕನ್ನಡ ಸೀರಿಯಲ್ ವಾಣಿಜ್ಯ ಬ್ಯಾಂಕ್‌ನ್ನು ಸ್ಥಾಪನೆ ಮಾಡಿ" ಇಲ್ಲದಿದ್ದರೆ ನನ್ನ ಬರವಣಿಗೆಯಿಂದ ಎಲ್ಲಾದರೂ ಲೋಪದೋಷಗಳು ಕಂಡುಬಂದಲ್ಲಿ ಅಥವಾ ನಿಮ್ಮಗಳ ಸ್ವಾಭಿಮಾನಕೆ ದಕ್ಕೆಯುಂಟಾದ ವಿಚಾರವಿದ್ದರೆ, ನನ್ನ ತಪ್ಪುಗಳೇನಾದರೂ ನಿಮಗೆ ಕಂಡುಬಂದಲ್ಲಿ ಯಾವ ಬ್ಯಾಂಕ್ ಸ್ಥಾಪನೆ ಮಾಡುವುದು ಬೇಡ, ನಿಮಗೆಲ್ಲರಿಗೂ ಒಳಿತು ಆಗುವುದಿದ್ದರೆ ಪ್ರಾರಂಭಿಸಿ, ಇಲ್ಲದಿದ್ದರೆ ಹಾಗೆ ಬಿಟ್ಟು ಬಿಡಿ ಎಂದು ಹೇಳಲು ಬಯಸುತ್ತೇನೆ.

ಇಲ್ಲಿ ನನ್ನ ಉದ್ದೇಶ ಒಂದೇ ಇಲ್ಲಿ ಯಾರು ಮೇಲು ಯಾರು ಕೆಳಗೆ ಎಂಬ ಬೇದಬಾವಕ್ಕೆ ಅವಕಾಶವಿಲ್ಲ ಎಲ್ಲರು ಸೇರಿ ನೆಡೆಸಿಕೊಂಡು ಹೋಗುವುದೇ ಒಂದು ಒಗ್ಗಟ್ಟಿನ ಮಂತ್ರವಾಗಿದೆ ನಿಮ್ಮಲ್ಲೆ ಯಾರು ಅಧ್ಯಕ್ಷ, ಉಪಾಧ್ಯಕ್ಷ, ಯಾರು ಸದಸ್ಯ, ಎಂದು ಆಯ್ಕೆ ಮಾಡಿಕೊಂಡು ಉತ್ತಮವಾಗಿ ನೆಡೆಸಿಕೊಂಡು ಹೋಗಬೇಕಾಗುತ್ತದೆ, ಇದರಿಂದ ಎಲ್ಲರಿಗೂ ಅನುಕೂಲವಾಗಲು ಪ್ರಾರಂಭವಾಗುತ್ತದೆ.

ಹೇಗೆ ಕರ್ನಾಟಕ ಚಲನಚಿತ್ರ ವಾಣಿಜ್ಯ ಮಂಡಳಿಯ ಬ್ಯಾಂಕ್‌ನ್ನು ಸ್ಥಾಪಿಸುವುದು ಇದರಿಂದ ಯಾರಿಗೆಲ್ಲ ಪ್ರಯೋಜನವಾಗುತ್ತದೆ, ಇದರಿಂದ ನಮಗೇನು ಲಾಭ ಸಿಗುತ್ತದೆ, ಇದರಿಂದ ಎಲ್ಲಾ ರೀತಿಯ ಪ್ರಯೋಜನಗಳಿವೆಯಾ, ಯಾರು ಇದಕ್ಕೆ ಮುಖ್ಯಸ್ತರಾಗಬೇಕು, ಯಾರನ್ನು ಆಯ್ಕೆ ಮಾಡಬೇಕು, ಯಾರನ್ನ ಆಯ್ಕೆ ಮಾಡಿದರೆ ಚನ್ನಾಗಿರುತ್ತದೆ, ಈ ಕನ್ನಡ ಚಲನಚಿತ್ರ ವಾಣಿಜ್ಯ ಮಂಡಳಿಯ ಬ್ಯಾಂಕ್‌ನ್ನು ಯಾರು ಚೆನ್ನಾಗಿ ನೆಡೆಸಿಕೊಂಡು ಹೊಗುತ್ತಾರೆ, ಯಾರನ್ನ ಅಧ್ಯಕ್ಷರನ್ನಾಗಿ ಮಾಡಬೇಕು, ಯಾರನ್ನ ಉಪಾಧ್ಯಕ್ಷನ್ನಾಗಿ ಮಾಡಬೇಕು, ಯಾರನ್ನ ಸದಸ್ಯರನ್ನಾಗಿ ಮಾಡಬೇಕು, ಎಂದು ಎಲ್ಲಾ ದೊಡ್ಡ ಸ್ಟಾರ್ ನಟರುಗಳು ಮತ್ತು ಸ್ಟಾರ್ ನಿರ್ದೇಶಕರುಗಳೂ ಹಾಗು ಎಲ್ಲಾ ದೊಡ್ಡ ನಿರ್ಮಾಪಕರುಗಳು ಹಾಗೂ ಚಲನಚಿತ್ರ ವಾಣಿಜ್ಯ ಮಂಡಳಿಯ ಅಧ್ಯಕ್ಷರುಗಳೂ ನೀವೆಲ್ಲರೂ ಸೇರಿ ಚರ್ಚೆ ಮಾಡಿ ಒಂದು ನಿರ್ಧಾರಕ್ಕೆ ಬಂದರೆ ಈ ಬ್ಯಾಂಕ್ ಸ್ಥಾಪನೆ ಮಾಡುವುದು ದೊಡ್ಡ ಕೆಲಸವೇನಲ್ಲ. ಬ್ಯಾಂಕ್ ಸ್ಥಾಪನೆ ಮಾಡುವುದು ನಿಮಗೆಲ್ಲಿ ಸೂಕ್ತವಾದ ಜಾಗದಲ್ಲಿ ಇಷ್ಟವಾಗುತ್ತದೋ ಆ ಜಾಗದಲ್ಲಿ ಯಾವುದಾದರೂ ಒಂದು ಕಟ್ಟಡವನ್ನು ಬಾಡಿಗೆಗೆ ತೆಗೆದುಕೊಂಡು ಅಥವಾ ನಿಮ್ಮಗಳ ಸ್ವಂತದ್ದೇ ಆಪೀಸ್ ಇದ್ದರೆ ಅಲ್ಲೇ ಪ್ರಾರಂಭ ಮಾಡಲು ಪ್ರಯತ್ನಿಸಬಹುದು.

ಈಗ ತಮಗೆ ಇಷ್ಟವಾದ ಯಾವುದಾದರೂ ಒಂದು ಕಟ್ಟಡ ಬ್ಯಾಂಕ್ ಮಾಡಲು ಸಿಕ್ಕಿದ ಹಾಗಾಯಿತು ಎಂದು ಕೊಳ್ಳೋಣ, ಈಗೇನು ಮಾಡುವುದು ಎಂದು ಯೋಚಿಸುತ್ತಿದ್ದೀರಾ ಅಲ್ಲವೆ ಈಗ ಎಲ್ಲಾ ದೊಡ್ಡ ನಿರ್ಮಾಪಕರುಗಳು, ಎಲ್ಲಾ ಸ್ಟಾರ್ ನಿರ್ದೇಶಕರು ಹಾಗೂ ಎಲ್ಲಾ ದೊಡ್ಡ ಸ್ಟಾರ್ ನಟರುಗಳೆಲ್ಲ ಸೇರಿ ನಿಮಗೆಷ್ಟೋ ತೋಚುತ್ತದೆಯೋ ಅಷ್ಟು ಹಣವನ್ನು ಈ ಕರ್ನಾಟಕ ಚಲನಚಿತ್ರ ವಾಣಿಜ್ಯ ಮಂಡಳಿಯ ಬ್ಯಾಂಕ್‌ನಲ್ಲಿ ಹಣ ಹೂಡಿಕೆ ಮಾಡಿ ಎಲ್ಲರಿಂದ ಸುಮಾರು 50ಕೋಟಿ ಆಗುತ್ತದೆಂದು ಬಾವಿಸೋಣ ಇದರಲ್ಲಿ ನಿಮ್ಮಲ್ಲೇ ಅಧ್ಯಕ್ಷ, ಉಪಾಧ್ಯಕ್ಷ ಹಾಗೂ ಸದಸ್ಯನ್ನು ಆರಿಸಿಕೊಳ್ಳಿ ಬ್ಯಾಂಕ್‌ನ್ನು ಚೆನ್ನಾಗಿ ನೆಡೆಸಿಕೊಂಡು ಹೋಗುವವರನ್ನು ಆಯ್ಕೆಮಾಡಿಕೊಳ್ಳಿ ಈ ಬ್ಯಾಂಕಿನ ವಹಿವಾಟನ್ನು ಚೆನ್ನಾಗಿ ನಿಭಾಯಿಸಿಕೊಂಡು ಹೋಗುವ ನುರಿತ ಜ್ಞಾನವುಳ್ಳವರನ್ನೇ ಆಯ್ಕೆ ಮಾಡಿಕೊಳ್ಳಿ, ಎಲ್ಲೂ ಲೋಪವಾಗದಂತೆ ಎಚ್ಚರಿಕೆಯಿಂದ ಮುನ್ನೇಡಸಿಕೊಂಡು ಹೋಗುವವರನ್ನು ಆಯ್ಕೆ ಮಾಡಿಕೊಳ್ಳಬೇಕಾಗುತ್ತದೆ ಈಗ ಬ್ಯಾಂಕ್‌ನ್ನು ಆರ್.ಬಿ.ಐ ಬ್ಯಾಂಕಿಂದ ಪರ್ಮಿಷನ್ ತೆಗೆದುಕೊಂಡು ಮಾಡಬೇಕಾಗುತ್ತದೆ.

ಆನಂತರ ಸರ್ಕಾರದ ದೊಡ್ಡ ಗಣ್ಯವ್ಯಕ್ತಿಗಳಿಂದ ಉದ್ಘಾಟನೆ ಮಾಡಿಸಿ ಸರ್ಕಾರದಿಂದಲೂ ತಮ್ಮ ಬ್ಯಾಂಕಿಗೆ ಕೊಡುಗೆಯನ್ನು ಪಡೆಯಲು ಪ್ರಯತ್ನಿಸಬೇಕು ಆನಂತರ ಈ ಕನ್ನಡ ಚಲನಚಿತ್ರ ವಾಣಿಜ್ಯ ಮಂಡಳಿಯು ಬ್ಯಾಂಕಿಗೋಸ್ಕರ

ಒಂದು ದೊಡ್ಡ ಈವೆಂಟ್‌ನ್ನು ಮಾಡಿ ರಸಮಂಜರಿ ಕಾರ್ಯಕ್ರಮ ಮಾಡಿ, ಇದಕ್ಕೂ ಟಿಕೇಟ್ ಧರ ನಿಗದಿ ಮಾಡಿ ನಿಮ್ಮ ಬ್ಯಾಂಕಿಗೆ ಹಣ ಬರುವ ಹಾಗೆ ಮಾಡಿಕೊಳ್ಳಬಹುದು ಈ ವಿಚಾರದಲ್ಲಿ ಸಿನಿಮಾದವರಿಗೆ ಚೆನ್ನಾಗಿ ತಿಳಿದಿದೆ ಎಂದು ನಾನು ಬಾವಿಸುತ್ತೇನೆ ಇದರಿಂದ ಹೆಚ್ಚಾಗಿ ನಿಮ್ಮ ಬ್ಯಾಂಕಿಗೆ ಹಣ ಸಂಗ್ರಹವಾಗುತ್ತದೆ.

ಏತಕ್ಕೆ ಈ ವಿಚಾರ ಮಾಡುತ್ತೇನಂದರೆ ಈಗ ಬರುವ ಎಲ್ಲಾ ನಿರ್ಮಾಪಕರುಗಳು ಪೈನಾನ್ಸ್‌ರ್ಗಳಿಂದ 10% ರಿಂದ 20% ಮೀಟರ್ ಬಡ್ಡಿಗಳಿಂದ ಸಾಲ ತೆಗೆದುಕೊಂಡು ಚಲನಚಿತ್ರ ನಿರ್ಮಿಸಲು ಮುಂದಾಗುತ್ತಾರೆ. ಚಲನಚಿತ್ರ ನಿರ್ಮಿಸಿದ ನಂತರ ಚಲನಚಿತ್ರ ಪ್ರಸಾರ ಪೋಷ್ಟರ್‌ಗಳು ಎಡಿಟಿಂಗ್, ಡಬ್ಬಿಂಗ್ ಮುಂತಾದ ಕೆಲಸಗಳಿರುತ್ತವೆ, ಕೈಯಲ್ಲಿ ದುಡ್ಡು ಕಾಲಿಯಾಗಿರುತ್ತದೆ ಇದರ ಜೊತೆಗೆ ಚಿತ್ರಮಂದಿರಗಳ ಸಮಸ್ಯೆ. ಕಟೌಟ್, ಬ್ಯಾನರ್, ರೆಕಾರ್ಡಿಂಗ್‌ಗಳಿಗೆ ಹಣದ ಅವಶ್ಯಕತೆ ತುಂಬಾ ಇರುತ್ತದೆ ಇಂತಹ ಸಂದರ್ಭದಲ್ಲಿ ನಿಮ್ಮ ಬ್ಯಾಂಕಿನಿಂದಲೇ ಕಡಿಮೆ ಬಡ್ಡಿಗೆ ಹಣದ ಸಹಾಯ ಮಾಡಲು ತುಂಬಾ ಅನುಕೂಲವಾಗುತ್ತದೆಯಲ್ಲವೆ.

ಕರ್ನಾಟಕ ಚಲನಚಿತ್ರ ವಾಣಿಜ್ಯಮಂಡಳಿಯ ಬ್ಯಾಂಕ್‌ನಲ್ಲಿ ಹೊಸದಾಗಿ ಚಲನಚಿತ್ರ ಮತ್ತು ಸೀರಿಯಲ್‌ಗಳನ್ನು ನಿರ್ಮಿಸಲು ಬರುವ ಎಲ್ಲಾ ಹೊಸ ನಿರ್ಮಾಪಕರುಗಳಿಗೆ ನಿಮ್ಮ ಬ್ಯಾಂಕಿನ ಬಗ್ಗೆ ಮೀಡಿಯ, ನ್ಯೂಸ್ ಪೇಪರ್‌ನಲ್ಲಿ ಜಾಹಿರಾತನ್ನು ನೀಡಿ ಅವರಿಗೆ ಎಲ್ಲೂ ಮೋಸವಾಗದಂತೆ ತಡೆಯಲು ಮತ್ತು ಹೊಸದಾಗಿ ಹೆಸರುಗಳನ್ನು ನೊಂದಾವಣೆ ಮಾಡಲು ಅವಕಾಶ ಮಾಡಿಕೊಟ್ಟರೆ ಅನುಕೂಲವಾಗುತ್ತದೆಂದು ನನ್ನ ನಂಬಿಕೆಯಾಗಿದೆ.

ಹಾಗೂ ಹೊಸದಾಗಿ ಬರುವ ಎಲ್ಲಾ ಸಿನಿಮಾ ತಂತ್ರಜ್ಞರು ಇಲ್ಲಿಂದಲೇ ನೋದಾವಣೆ ಮಾಡಿಸಿ ಸಿನಿಮಾ ಹಾಗೂ ಸೀರಿಯಲ್‌ಗಳನ್ನು ನಿರ್ಮಿಸಲು ಅವಕಾಶ ಮಾಡಿಕೊಟ್ಟರೆ ಆಗ ಯಾರಿಗೂ ಮೊಸ ಆಗುವುದಿಲ್ಲವೆಂದು ಚಿಂತನೆ ಮಾಡಬೇಕಾಗುತ್ತದೆ. ಯಾವುದೇ ಹೊಸ ನಿರ್ಮಾಪಕರುಗಳು ಸಿನಿಮಾ ಅಥವಾ ಸೀರಿಯಲ್ ನಿರ್ಮಾಣ ಮಾಡಲು ಮೊದಲು ಕನ್ನಡ ಚಲನಚಿತ್ರ ವಾಣಿಜ್ಯಮಂಡಳಿಯ ಬ್ಯಾಂಕ್‌ನ ಮುಖಾಂತರವೇ ಸಂಪರ್ಕಿಸಲು ನೀವುಗಳು ನ್ಯೂಸ್ ಪೇಪರ್‌ನಲ್ಲಾಗಲೀ ಮೀಡಿಯಾದಲ್ಲಾಗಲಿ ಜಾಹಿರಾತನ್ನು ಕೊಡಬೇಕು, ಏಕೆಂದರೆ ಸಿನಿಮಾ ಮತ್ತು ಸಿರಿಯಲ್ ಮಾಡುವ ವಿಚಾರದಲ್ಲಿ ಎಷ್ಟೋ ಜನ ನಿರ್ಮಾಪಕರುಗಳು ಯಾರನ್ನೋ ನಂಬಿ ಮೋಸ ಹೋದವರು ತುಂಬಾ ಜನ ಇದ್ದಾರೆ, ಅದಕ್ಕೋಸ್ಕರನೆ ಈ ಹೊಸದಾಗಿ ಬರುವ ನಿರ್ಮಾಪಕರುಗಳಿಗೆ ತೊಂದರೆಯಾಗಬಾರದೆಂದರೆ ಅವರ

ಸಹಾಯಕ್ಕೇ ಈ ಬ್ಯಾಂಕ್‌ನ್ನು ತೆರೆಯ-ಬೇಕಾಗುತ್ತದೆ. ಹೊಸ ಹೊಸ ನಿರ್ಮಾಪಕರುಗಳಿಗೆ ಹೊಸ ನಿರ್ದೇಶಕರುಗಳಿಗೆ ಮತ್ತು ಹೊಸ ಕಲಾವಿದರಿಗೆ ಅವಕಾಶ ಕೊಡಲೆಂದೆ ಈ ಬ್ಯಾಂಕಿನ ಮೂಲಕ ಯಾರಿಗೂ ನಷ್ಟವಾಗದಂತೆ ತಡೆಯುವುದೇ ಇದರ ಉದ್ದೇಶವಾಗಿದೆ ಹೊಸ ನಿರ್ಮಾಪಕರುಗಳು ನಿಮ್ಮ ಕನ್ನಡ ಚಲನಚಿತ್ರ ವಾಣಿಜ್ಯಮಂಡಳಿಯ ಬ್ಯಾಂಕಿಗೆ ಬಂದಾಗ ಎಲ್ಲಾ ವಿಚಾರವನ್ನು ತಿಳಿದುಕೊಳ್ಳಲು ಇಲ್ಲಿ ತಿಳಿಸಿಕೊಡಬೇಕಾಗುತ್ತದೆ.

ಯಾವ ನಿರ್ದೇಶಕ ನಿಮಗೆ ಬೇಕಾಗುತ್ತದೆ ಅಥವಾ ನೀವು ಯಾವ ನಿರ್ದೇಶಕನನ್ನು ಆಯ್ಕೆ ಮಾಡಿದ್ದಿರಾ, ಸಿನಿಮಾಗೊ ಅಥವಾ ಸೀರಿಯಲ್ ನಿರ್ಮಾಣಮಾಡುವುದಕ್ಕೊ ನಿಮ್ಮಲ್ಲಿ ತಿಳಿಸಬೇಕಾಗುತ್ತದೆ.

ಇದರಿಂದ ನಿಮ್ಮಲ್ಲಿ ಎಲ್ಲಾ ದೊಡ್ಡ ಪಳಗಿರುವ ತಂತ್ರಜ್ಞರಿಂದ ಕೂಡಿದ ವಾಣಿಜ್ಯ ಮಂಡಳಿಯ ಬ್ಯಾಂಕ್ ಸ್ಥಾಪನೆ ಮಾಡಿರುವುದರಿಂದ ಹೊಸದಾಗಿ ಬರುವ ನಿರ್ಮಾಪಕರುಗಳಿಗೆ ನೀವುಗಳು ಸಹಾಯ ಮಾಡುವುದರಿಂದ ಹೊಸದಾಗಿ ಬರುವ ನಿರ್ದೇಶಕನ ಅಂತರಾಳ ತಿಳಿಯಲು ನಿಮಗೆ ಅನುಕೂಲವಾಗುತ್ತದೆ ಈ ನಿರ್ದೇಶಕ ಈ ಸಿನಿಮಾ ಫೀಲ್ಡ್‌ನಲ್ಲಿ ಅನುಭವಸ್ಥನೆ, ಅಥವಾ ಇಲ್ಲವೆ ಎಂಬುದು ನಿಮಗೆ ಪಕ್ಕ ತಿಳಿಯುತ್ತದೆ. ಇವನ ನಂಬಿ ಸಿನಿಮಾವಾಗಲಿ, ಸೀರಿಯಲ್ಲಾಗಲೀ ಹಣ ಹೂಡಿಕೆ ಮಾಡಿದರೆ ವಾಪಸ್ಸು ಬರುತ್ತದಾ ಇಲ್ಲವ ನಿಮಗೆಲ್ಲ ಚೆನ್ನಾಗಿ ತಿಳಿದಿರುವುದರಿಂದ ನೀವುಗಳೂ ಗುರ್ತಿಸಿ ಅಂತವರಿಗೆ ಕೆಲಸ ಕೊಡಿಸಲು ಅವಕಾಶ ಮಾಡಿಕೊಟ್ಟಂತಾಗುತ್ತದೆ.

ಇದರಿಂದ ನಿರ್ಮಾಪಕನು ಉಳಿಯುತ್ತಾನೆ ಈ ಸಿನಿಮಾ ಸೀರಿಯಲ್‌ಗಳಲ್ಲಿ ಅಸಿಸ್ಟೆಂಟ್ ಡೈರೆಕ್ಟರಾಗಿ ಕೆಲಸಮಾಡಿದವರಿಂದಲೂ ಒಂದು ಅವಕಾಶ ಮಾಡಿ ಕೊಟ್ಟರೆ ಅವರಿಗೂ ಒಳ್ಳೆಯ ಹೆಸರು ಬರಲು ಪ್ರಾರಂಭಿಸಹುದು ಅಥವಾ ಹೊಸದಾಗಿ ಬರುವ ನಿರ್ದೇಷಕರನ್ನು ಅವರ ಟಾಲೆಂಟ್ ಅನ್ನು ಗುರುತಿಸಿ ನೀವುಗಳೂ ಅವಕಾಶವನ್ನು ಕಲ್ಪಿಸಿಕೊಡಬಹುದು, ಇದರಿಂದ ಯಾರಿಗೂ ಮೊಸವಾಗದೆ ಎಲ್ಲರೂ ಈ ಸಿನಿಮಾ ಮತ್ತು ಸೀರಿಯಲ್ ಮಾದ್ಯಮಗಳಲ್ಲಿ ತನ್ನನ್ನು ತಾನು ಗುರುತಿಸಿಕೊಳ್ಳಲು ಅವಕಾಶ ಮಾಡಿಕೊಟ್ಟಾಂತಾಗುತ್ತದೆ.

ಯಾರು ಹೊಸದಾಗಿ ಬರುವ ನಿರ್ಮಾಪಕ ನಿರ್ದೇಶರುಗಳು ಸಿನಿಮಾ, ಸಿರೀಯಲ್, ಮಾಡಲು ಇಲ್ಲಿಂದಲೇ ಪ್ರಾರಂಭಮಾಡಲು ಅವಕಾಶ ಮಾಡಿಕೊಡಬೇಕು, ಹೊಸದಾಗಿ ಟೈಟಲ್ ಅನ್ನು ಇಲ್ಲೆ ನೊಂದಾವಣೆ ಮಾಡಿಕೊಳ್ಳಬೇಕು ಟೈಟಲ್‌ನ್ನು ನೋಂದಾವಣೆ ಮಾಡಿದ ಮೇಲೆ ನಿಮ್ಮ ವಾಣಿಜ್ಯ ಮಂಡಳಿಯ ಬ್ಯಾಂಕ್‌ನಲ್ಲಿ

ಹೊಸದಾಗಿ ಖಾತೆಯನ್ನು ತೆರೆಯುಲು ತಿಳಿಸಬೇಕು, ನಿರ್ಮಾಪಕನಾದವನು ಎಷ್ಟು ಬಂಡವಾಳದಿಂದ ಸಿನಿಮಾ ಅಥವಾ ಸೀರಿಯಲ್ ನಿರ್ಮಿಸುತ್ತಾನೆ. ಅಷ್ಟು ಹಣವನ್ನು ನಿಮ್ಮ ಬ್ಯಾಂಕ್‌ನ ಖಾತೆಯಲ್ಲಿಯೇ ಜಮಾ ಮಾಡಲು ತಿಳಿಸಬೇಕು, ಆಗ ಸಿನಿಮಾ ಮಾಡುತ್ತಾನೋ ಅಥವಾ ಸೀರಿಯಲ್ ಮಾಡುತ್ತಾನೊ ಇಲ್ಲಿ ಇವನು ಸೂಚಿಸಬೇಕಾಗುತ್ತದೆ. ಈ ಸಿನಿಮಾ ಅಥವಾ ಸೀರಿಯಲ್‌ಗೆ ಯಾರು ನಿರ್ದೇಶಕರು ಯಾರು ಕಲಾವಿದರು, ಯಾರು ಪ್ರೋಡಕ್ಷನ್ ಮ್ಯಾನೆಜರ್, ಯಾರು ಮೇಕಪ್ ಮ್ಯಾನ್, ಯಾರು ಕ್ಯಾಮರಮ್ಯಾನ್, ಅಸಿಸ್ಟೆಂಟ್ ಡೈರೆಕ್ಟರ್, ಪೋಷಕ ಕಲಾವಿದರು, ಹೊಸ ಕಲಾವಿದರ ಸರಬರಾಜು ಮಾಡುವವರು, ಹಾಗೂ ಆಡುಗೆ ಭಟ್ಟರಿಂದ ಹಿಡಿದು ಎಲ್ಲರೂ ಇಲ್ಲಿ ನೊಂದಾವಣಿ ಮಾಡಿಸಬೇಕು ಎಲ್ಲರಿಗೂ ಈ ನಿಮ್ಮ ಕನ್ನಡ ಚನಲಚಿತ್ರ ವಾಣಿಜ್ಯ ಮಂಡಳಿಯ ಬ್ಯಾಂಕ್ ನಿಂದಲೇ ಎಲ್ಲರಿಗೂ ಹಣ ಸಂದಾಯ ಮಾಡುವ ಹಾಗೆ ನೋಡಿಕೊಂಡರೆ ಉತ್ತಮವಾಗುತ್ತದೆ, ಇದರಿಂದ ನಿರ್ಮಾಪಕನ ಹಣ ಎಲ್ಲೂ ಪೋಲಾಗದಂತೆ ಎಚ್ಚರ ವಹಿಸಬಹುದು, ಹಾಗೂ ಯಾರ್‍ಯಾರಿಗೆ ಎಷ್ಟೆಷ್ಟು ಹಣ ಸಂದಾಯವಾಗಿದೆ ಎಂದು ವಾಣಿಜ್ಯ ಮಂಡಳಿಯ ಬ್ಯಾಂಕ್‌ನಿಂದಲೇ ತಿಳಿಯುತ್ತದೆ, ಸಿನಿಮಾ ಅಥವಾ ಸೀರಿಯಲ್‌ಗಳಿಗೆ ಹಣದ ತೊಂದರೆ ಬಂದರೆ ನಿಮ್ಮ ಬ್ಯಾಂಕ್‌ನಿಂದ ಕಡಿಮೆ ಬಡ್ಡಿಯಲ್ಲಿ ಇಂತವರಿಗೆ ಸಾಲ ಕೊಡಲು ಸಹಕಾರಿಯಾಗುತ್ತದೆ.

ಸಿನಿಮಾವಾಗಲಿ ಅಥವಾ ಸೀರಿಯಲ್‌ಗಳಾಗಲಿ ನಿರ್ಮಿಸುವ ನಿರ್ಮಾಪಕರುಗಳು ನಿಮ್ಮ ಬ್ಯಾಂಕ್ ಖಾತೆಯಲ್ಲಿಯೇ ಹಣವನ್ನು ಇಟ್ಟು ಈ ಖಾತೆಯಿಂದಲೇ ಹಣವನ್ನು ಲೇವಾದೇವಿ ಮಾಡಬೇಕು ಯಾಕೆ ಹೊಸದಾಗಿ ಬರುವ ನಿರ್ಮಾಪಕ ನಿರ್ದೇಷಕರುಗಳು ಮೊದಲು ಇಲ್ಲಿ ಹೆಸರು ನೊಂದಾಯಿಸಿ ಆಮೇಲೆ ಸಿನಿಮಾ ಸೀರಿಯಲ್ ನಿರ್ಮಿಸಿ ಎಂದು ನಿಮ್ಮಲ್ಲೇ ಒಂದು ಕಾನೂನು ಜಾರೀಗೆ ತರಬೇಕು, ನಿರ್ಮಾಪಕರು ಮತ್ತು ನಿರ್ದೇಷಕರು ಯಾವ ತಂತ್ರಜ್ಞರನ್ನು ಮತ್ತು ಯಾವ ಕಲಾವಿದರನ್ನು ಆಯ್ಕೆ ಮಾಡುತ್ತಾರೋ ಅವರಿಗೆಲ್ಲಾ ಈ ಖಾತೆಯಿಂದಲೇ ಲೇವಾದೇವಿ ಮಾಡಲು ಸೂಚಿಸಬೇಕು ಮೊದಲು ನಿರ್ದೇಷಕರು ಹೊಸ ನಿರ್ಮಾಪಕರುಗಳನ್ನು ವಾಣಿಜ್ಯ ಮಂಡಳಿಯಲ್ಲಿಯೇ ಪರಿಚಯಿಸಿ ವಾಣಿಜ್ಯ ಮಂಡಳಿಯ ಸಲಹೆ ಸೂಚನೆ ಮೇರೆಗೆ ನಿರ್ದೇಷಕರನ್ನು ಆಯ್ಕೆ ಮಾಡಿಕೊಂಡು ಸಿನಿಮಾ ಅಥವಾ ಸೀರಿಯಲ್ ಪ್ರಾರಂಭಿಸಬೇಕು.

ಯಾವುದೇ ಹೊಸ ನಿರ್ದೇಷಕರುಗಳು ಕರ್ನಾಟಕ ಚಲನಚಿತ್ರ ವಾಣಿಜ್ಯ ಮಂಡಳಿಯ ಬ್ಯಾಂಕ್‌ನಲ್ಲಿ ನಿರ್ದೇಷನದ ಐಡಿಯನ್ನು (ಕಾರ್ಡ್) ಪಡೆದಿರಬೇಕು

ಹೊಸ ನಿರ್ಮಾಪಕರುಗಳಿಗೆ ಮೋಸವಾಗದಂತೆ ನೋಡಿಕೊಳ್ಳಬೇಕು ಹೊಸ ಕಲಾವಿದರ ಆಯ್ಕೆಯಿಂದ ಹಿಡಿದು ಚಿತ್ರಗಳ ತಂತ್ರಜ್ಞಾನ ಪ್ರೊಡಕ್ಷನ್, ಲೈಟಿಂಗ್, ಎಡಿಟಿಂಗ್, ಗ್ರಾಫಿಕ್ಸ್, ಫೋಟೋಶೂಟ್, ಕೋರಿಯಾಗ್ರಾಫ್, ಸಾಹಸ, ಮೇಕಪ್, ಡಬ್ಬಿಂಗ್, ಜಾಹಿರಾತು ಎಲ್ಲದರ ಬಗ್ಗೆ ಗೊತ್ತಿರುವ ಹಾಗೂ ಟಿ.ವಿ.ಸ್ಲಾಟ್ ಕೊಡಿಸುವ ತನಕ ನುರಿತ ನಿರ್ದೇಷಕನಾಗಿ, ನಿರ್ಮಾಪಕನ ಹಣ ಮೋಸವಾಗದಂತೆ ನಿರ್ದೇಷಕ ನೋಡಿಕೊಳ್ಳಬೇಕು ಅದು ನಿಮ್ಮಗಳ ವಾಣಿಜ್ಯ ಮಂಡಳಿಯ ಸಲಹೆಯ ಮೇರೆಗೆ ನಡೆಯಬೇಕು ಯಾವುದೇ ಕಾರಣಕ್ಕೂ ನಿರ್ದೇಷಕನ ಹೆಸರಿನಲ್ಲಿ ಟಿ.ವಿ ಸ್ಲಾಟ್ ಪಡೆಯಬಾರದೆಂದು ನಿಮ್ಮ ವಾಣಿಜ್ಯ ಮಂಡಳಿಯೇ ಎಚ್ಚರಿಕೆ ವಹಿಸಬೇಕಾಗುತ್ತದೆ ಅದು ನಿರ್ಮಾಪಕನ ಹೆಸರಲ್ಲೆ, ಟಿ.ವಿ.ಸ್ಲಾಟ್, ಕಾಪಿರೈಟ್ಸ್, ಬಂಡಾವಾಳ ಹಾಕಿದವನ ಹೆಸರಲ್ಲೆ ಇರಬೇಕು ಈ ವಿಚಾರದಲ್ಲಿ ನಿಮ್ಮ ವಾಣಿಜ್ಯ ಮಂಡಳಿಯ ಬ್ಯಾಂಕ್ ಎಚ್ಚರವಹಿಸಬೇಕು.

ಹಣ ಹೂಡುವವನು ನಿರ್ಮಾಪಕ ನಿರ್ದೇಷಕನಲ್ಲ ನೂರಾರು ಜನಕ್ಕೆ ಅನ್ನ ನೀಡುವವನು ಅನ್ನದಾತ ಎಂದು ಅಣ್ಣಾವ್ರು ಆಗಲೇ ಕರೆದಿದ್ದಾರೆ ನಿರ್ಮಾಪಕನಿಗೆ ಮೋಸವಾಗಬಾರದು,ನಿರ್ದೇಷಕನಿಗೆ ಈ ವಿಚಾರ ಚೆನ್ನಾಗಿ ತಿಳಿದಿರಬೇಕು ಇಲ್ಲಿ ಸಿನಿಮಾ ಆಗಲಿ ಅಥವಾ ಸಿರಿಯಲ್ ಆಗಲಿ ಎಲ್ಲರಿಗೂ ಸಿನಿಮಾದ ಎಲ್ಲಾ ಯುನಿಟ್‌ನಲ್ಲಿ ಕೆಲಸಮಾಡುವವರೆಲ್ಲರಿಗೂ ಕರ್ನಾಟಕ ಚಲನಚಿತ್ರ ವಾಣಿಜ್ಯ ಮಂಡಳಿಯ ಬ್ಯಾಂಕ್‌ನ ನಿರ್ಮಾಪಕನ ಖಾತೆಯಿಂದಲೇ ಎಲ್ಲರಿಗೂ ಹಣ ಸಂದಾಯವಾಗಬೇಕು ಎಲ್ಲಾ ಸಿನಿಮಾ ಸೀರಿಯಲ್ ತಂತ್ರಜ್ಞರ ಖಾತೆಯನ್ನು ನಿಮ್ಮ ಬ್ಯಾಂಕ್‌ನಲ್ಲೆ ಮಾಡಿಸಬೇಕು.

ಟಿ.ವಿ ಚಾನಲ್‌ನವರಿಂದ ನಿರ್ಮಾಪಕರ ಹೆಸರಲೇ ಸ್ಲ್ಯಾಟ್ ಕೊಡಿಸಲು ಕರ್ನಾಟಕ ಚಲನ ಚಿತ್ರಮಂಡಳಿಯಿಂದಲೇ ಸಹಾಯ ಮಾಡಬೇಕು ಟಿ.ವಿ ಚಾನಲ್‌ನವರು ನಿರ್ಮಾಪಕರಿಗೆ ಸೇರಬೇಕಾದ ಹಣವನ್ನು ಕನ್ನಡ ಚಲನಚಿತ್ರ ವಾಣಿಜ್ಯಮಂಡಳಿಯಲ್ಲಿರುವ ಬ್ಯಾಂಕ್ ಮುಖಾಂತರವೇ ನಿರ್ಮಾಪಕನ ಅಕೌಂಟ್‌ಗೆ ಹಣ ಬರುವ ಹಾಗೆ ವಾಣಿಜ್ಯ ಮಂಡಳಿಯವರೆ ನೋಡಿಕೊಳ್ಳಬೇಕು.

ಯಾವುದೇ ಹೊಸದಾಗಿ ಸಿನಿಮಾ ಅಥವಾ ಸೀರಿಯಲ್ ನಿರ್ಮಿಸುವ ನಿರ್ಮಾಪಕರುಗಳು ನೇರವಾಗಿ ನಿಮ್ಮ ವಾಣಿಜ್ಯ ಮಂಡಳಿಯ ಅದ್ಯಕ್ಷರನ್ನು ಸಂಪರ್ಕಿಸಿ ಎಲ್ಲಾ ವಿಚಾರಗಳನ್ನು ತಿಳಿದುಕೊಂಡ ಮೇಲೆ ಇಲ್ಲಿ ಖಾತೆ ತೆರೆಯಲು ಮೊದಲು ಅವಕಾಶ ಮಾಡಿಕೊಡಬೇಕು.

ವಾಣಿಜ್ಯ ಮಂಡಳಿಯವರು ಯಾವುದೇ ಹೊಸ ಸೀರಿಯಲ್ ಅಥವಾ ಸಿನಿಮಾ ನಿರ್ಮಿಸಲು ಬರುವ ನಿರ್ಮಾಪಕರುಗಳಿಗೆ. ನಿಮ್ಮಗಳ ಕಂಡಿಷನ್‌ಗೆ ಒಪ್ಪಿದರೆ ಒಂದು ಒಪ್ಪಂದ ಕರಾರು ಪತ್ರ ಮಾಡಿಕೊಳ್ಳಬೇಕು.

ನಿರ್ದೇಶಕರಾದವರು ಯಾವುದೇ ಕಾರಣಕ್ಕೂ ನಿರ್ಮಾಪಕರಿಗಾಗಲೀ ಕಲಾವಿದರಿಗಾಗಲಿ, ತಂತ್ರಜ್ಞರಿಗಾಗಲಿ ಪ್ರೊಡಕ್ಷನ್‌ಗಳಿಗಾಗಲಿ ಯಾವುದೇ ತೊಂದರೆ ಆಗದಂತೆ ನೋಡಿಕೊಳ್ಳಬೇಕು ನಿರ್ದೇಷಕರಾದವರು ನಿಮಗೆ ಯಾರೇ ಹೊಸದಾಗಿ ನಿರ್ಮಾಪಕರು ಪರಿಚಯವಾದರೆ ಮೊದಲು ಕರ್ನಾಟಕ ವಾಣಿಜ್ಯ ಮಂಡಳಿಯ ಅಧ್ಯಕ್ಷರಲ್ಲಿ ಪರಿಚಯಿಸಿ ನಿರ್ಮಾಪಕರ ಹೆಸರಲ್ಲಿ ಖಾತೆ ತೆರೆದು ಅಮೇಲೆ ಪ್ರೋಡಕ್ಷನ್ ಸ್ಟಾಟ್ ಮಾಡಲು ಪ್ರಾರಂಬಿಸಿ.

ಆಗ ನಿಮ್ಮಗಳ ಹೆಸರು ಉಳಿಯುತ್ತೆ, ಕನ್ನಡ ಚಲನಚಿತ್ರ ಮಂಡಳಿಗೂ ಒಳ್ಳೆ ಹೆಸರು ಬರತ್ತೆ, ಇದರಿಂದ ಬರುವ ಹೊಸ ನಿರ್ಮಾಪಕರುಗಳಿಗೆ ನಿಮ್ಮ ಮೇಲೆ ನಂಬಿಕೆಯು ಬರುತ್ತೆ. ಇದರಿಂದ ಹೊಸ ನಿರ್ಮಾಪಕರುಗಳು ಹೆಚ್ಚಾಗುತ್ತಾರೆ ಎಲ್ಲಾ ಹೊಸ ಹೊಸ ತಂತ್ರಜ್ಞರು, ಕಲಾವಿದರು ಸೇರ್ಪಡೆಯಾಗುತ್ತಾರೆ ಹೊಸ ಹೊಸ ನಿರ್ದೇಷಕರಿಗೆ ಅವಕಾಶ ಕಲ್ಪಿಸಿದಂತಾಗುತ್ತದೆ.ಕನ್ನಡ ಚಿತ್ರರಂಗ ದೊಡ್ಡದಾಗಿ ಬೆಳೆಯುತ್ತದೆ. ಸಿನಿಮಾ ಸೀರಿಯಲ್ ನಿರ್ಮಿಸುವ ನಿರ್ಮಾಪಕರುಗಳು ಹೆಚ್ಚಾಗಿ, ಎಲ್ಲರಿಗೂ ಕೆಲಸ ದೊರಕಿದಂತಾಗಿ ಕನ್ನಡದ ಸಿನಿಮಾ ಸೀರಿಯಲ್‌ಗಳ ಕೀರ್ತಿ ವಿಶ್ವದಾದ್ಯಂತ ಹಬ್ಬುತ್ತದೆ ಇದರಿಂದ ಎಲ್ಲಾ ನಿರ್ಮಾಪಕರುಗಳಿಗೆ ಚಿತ್ರರಂಗದ ಬಗ್ಗೆ ಹೆಚ್ಚಿನ ನಂಬಿಕೆ ಬರುತ್ತದೆ ಕನ್ನಡ ಚಲನಚಿತ್ರರಂಗ ವಿಸ್ತಾರವಾಗಿ ಬೆಳೆಯುತ್ತದೆ.

ಈ ಒಂದು ಮಾಯಾಲೋಕದ ತೆರೆಯ ಮೇಲೆ ಮಿಂಚಲು ಅದೇಷ್ಟೋ ಮಂದಿ ಜಾತಕ ಪಕ್ಷಿಯಂತೆ ಕಾಯುತ್ತಿದ್ದಾರೆ. ಕೊನೆ ಪಕ್ಷ ಒಂದು ಸೀರಿಯಲ್ಲಾದರು ನಟಿಸಬೇಕು ಎಂದು ಎಷ್ಟೊ ಜನರು ಕಾಯುತ್ತಿದ್ದಾರೆ, ಅದೇಷ್ಟೋ ನಿರ್ಮಾಪರು ಒಂದು ಸೀರಿಯಲ್ಲಾದರೂ ನಿರ್ಮಿಸಬೇಕೆಂದು ಕನಸು ಕಾಣುತ್ತಿದ್ದಾರೆ, ಅದೇಷ್ಟೋ ನಿರ್ದೆಷಕರು ಒಂದು ಸಿರಿಯಲ್ ನಿರ್ದೇಶಿಸಬೇಕೆಂದು ಕನಸು ಕಾಣುತ್ತಿದ್ದಾರೆ ಆದರೆ ಅವರಿಗೆಲ್ಲ ನಿರಾಸೆ ಇಲ್ಲಿನ ಮೋಸ, ವಂಚನೆ ಇಲ್ಲಿನ ಸಿನಿಮಾರಂಗದ ಮಾಯಾಜಾಲಕ್ಕೆ ಬಿದ್ದು ತಮ್ಮ ಜೀವನವನ್ನೆ ಹಾಳು ಮಾಡಿಕೊಂಡಿದ್ದಾರೆ ಇನ್ನೂ ಮುಂದೆ ಹಾಗಾಗಬಾರದು, ಯಾರೋ ನಾನೊಬ್ಬ ಸೀರಿಯಲ್ ದೊಡ್ಡ ನಿರ್ದೇಷಕನೆಂದು ನಂಬಿಸಿ ಹೊಸದಾಗಿ ಬಂದ ನಿರ್ಮಾಪಕರುಗಳಿಗೆ ಮೊಸಮಾಡಿ ಒಳ್ಳೆಯ ನಿರ್ದೇಷಕರುಗಳಿಗೆ ಕೆಟ್ಟ ಹಸರು ತರುವವರು ತುಂಬಾಜನ ಇದ್ದಾರೆ, ಹಳೆಯ ನಿರ್ಮಾಪಕರುಗಳು ತಂತ್ರಜ್ಞನರು ಕನ್ನಡ ಚಿತ್ರರಂಗವನ್ನು ವಿಶ್ವಮಟ್ಟಕ್ಕೆ

ಬೆಳೆಸಿದ್ದಾರೆ ಅವರ ಆದರ್ಶವನ್ನು ಇಟ್ಟುಕೊಂಡು ಕನ್ನಡ ಚಿತ್ರರಂಗ ಇನ್ನೂ ಬೆಳೆಯಬೇಕಾಗಿದೆ.

ಹೊಸ ನಿರ್ದೆಷಕರಾದವರು ಹಳೆಯ ನಿರ್ಧೇಷಕರಿಗಾಗಲಿ ಕನ್ನಡ ಚಿತ್ರರಂಗಕ್ಕಾಗಲಿ ಮಸಿ ಬಳಿಯಬೇಡಿ, ಕನ್ನಡ ಚಿತ್ರವನ್ನು ಉಳಿಸಿ ಬೆಳೆಸಿ ವಿಶ್ವಮಟ್ಟಕ್ಕೆ ಕನ್ನಡ ಚಿತ್ರಗಳ ಸಂದೇಶವನ್ನು ರವಾನಿಸಿ,ಯಾರೋ ಕೆಲ ನಿರ್ದೇಷಕರು ಮಾಡಿದ ತಪ್ಪಿಗೆ ಒಳ್ಳೆಯ ನಿರ್ದೇಷಕರಿಗೆ ಕೆಟ್ಟ ಹೆಸರು ತರಬೇಡಿ, ಹೊಸ ನಿರ್ಮಾಪಕರುಗಳಿಗೆ ಅವಕಾಶ ಮಾಡಿದರೆ ಇನ್ನೂ ಹೆಚ್ಚಿನ ಸಿನಿಮಾ ಸೀರಿಯಲ್ ನಿರ್ಮಿಸಲು ಅವಕಾಶ ಮಾಡಿಕೊಡಿಕೊಟ್ಟಂತಾಗುತ್ತದೆ. ಸಿನಿಮಾಗೆ ಸೀರಿಯಲ್‌ಗೆ ಬೇಕಾಗುವ ಹಣ ಕನಿಷ್ಟ ಅಂದಾಜಿನ ಮೇಲೆ ಹಣ ಹೂಡಿಕೆ ಮಾಡಲು ವಾಣಿಜ್ಯ ಮಂಡಳಿಯವರೆ ಹೊಸದಾಗಿ ಬರುವ ನಿರ್ಮಾಪಕರಿಗೆ ತಿಳೀಸಬೇಕಾಗುತ್ತದೆ, ಹಾಗೂ ಟಿ.ವಿ ಚಾನಲ್‌ನವರಿಂದ ಬರುವ ಹಣವನ್ನು ವಾಣಿಜ್ಯಮಂಡಳಿಯವರೆ ವಹಿಸಿಕೊಂಡು ಟಿ.ವಿ ಸ್ಲಾಟ್‌ನ್ನು ವಾಣಿಜ್ಯಮಂಡಳಿಯವರೆ ಕೊಡಿಸುವ ಜವಬ್ದಾರಿ ತೆಗೆದುಕೊಂಡು, ತನ್ನ ಬ್ಯಾಂಕಿನ ಖರ್ಚುವೆಚ್ಚಗಳನ್ನು ಮುರಿದುಕೊಂಡು ಉಳಿದ ಹಣವನ್ನು ನಿರ್ಮಾಪಕರಿಗೆ ಕೊಡಲು ವಾಣಿಜ್ಯ ಮಂಡಳಿಯವರೆ ವಹಿಸಿಕೊಂಡರೆ ತುಂಬಾ ಚೆನ್ನಾಗಿರುತ್ತೆದೆ.

ಟಿ.ವಿ.ಚಾನಲ್‌ನವರು ಕೊಡವ ಹಣ ನೇರವಾಗಿ ವಾಣಿಜ್ಯ ಮಂಡಳಿ ಬ್ಯಾಂಕಿಗೆ ಬರುವ ಹಾಗೆ ನೋಡಿಕೊಂಡು ತನ್ನ ಖರ್ಚು ವೆಚ್ಚವನೆಲ್ಲ ನೋಡಿಕೊಂಡು ಉಳಿದ ಹಣವನ್ನು ನಿರ್ಮಾಪಕನ ಖಾತೆಗೆ ವರ್ಗಾವಣೆ ಮಾಡಬಹುದು ಇದರಿಂದ ಎಲ್ಲಾ ಸಿನಿಮಾ ಅಥವಾ ಸೀರಿಯಲ್‌ರಂಗದ ಎಲ್ಲಾ ತಂತ್ರಜ್ಞನರಿಗೆ ಸಂಬಳ ಕೊಟ್ಟು ನಿರ್ಮಾಪಕನಿಗೆ ಹಾಕಿದ ಬಂಡವಾಳಕ್ಕೆ ಎಷ್ಟು ಲಾಭ ಸಿಗುತ್ತದೆಂದು ನಿಮ್ಮ ವಾಣಿಜ್ಯ ಮಂಡಳಿಯ ಬ್ಯಾಂಕ್‌ನಲ್ಲೆ ಗೊತ್ತಾಗುವುದರಿಂದ ನಿಮ್ಮ ಬ್ಯಾಂಕಿಗೆ ನಿಮಗೆ ಸೇರಬೇಕಾದ ಹಣವು ಬಂದಾಗಾಯ್ತು ನಿರ್ಮಾಪಕನಿಗೆ ಸೇರಬೇಕಾದ ಹಣ ಸಂದಾಯವಾದರೆ ನಿರ್ಮಾಪಕನಿಗೆ ಇದರಿಂದ ಸ್ವಲ್ಪವಾದರೂ ಲಾಭ ಬಂದರೆ ಅವನು ಮತ್ತೊಂದು ಸೀರಿಯಲ್ ಅಥವಾ ಸಿನಿಮಾ ಮಾಡಲು ಮುಂದಾಗುತ್ತಾನೆ. ಇದರಿಂದ ಯಾರು ಯಾರಿಗೂ ಮೋಸ ಮಾಡಲು ಸಾದ್ಯವಾಗುವುದಿಲ್ಲ, ಇದರಿಂದ ಯಾವ ನಿರ್ದೇಷಕನು ಬರುವ ಹೊಸ ನಿರ್ಮಾಪಕರುಗಳಿಗೆ ಮೋಸ ಮಾಡಲು ಯಾಮಾರಿಸಲು ಸಾದ್ಯವಾಗುವುದಿಲ್ಲ.

ಇದರಿಂದ ನಿಮ್ಮ ವಾಣಿಜ್ಯ ಮಂಡಳಿಯ ಬ್ಯಾಂಕು ಬೆಳೆಯುತ್ತದೆ ಹೊಸ ನಿರ್ಮಾಪಕರುಗಳಿಗೆ ಸಿನಿಮಾರಂಗದಲ್ಲಿ ಹೆಚ್ಚಿನ ನಂಬಿಕೆ ಬಂದು ಹೆಚ್ಚು ಹೆಚ್ಚು ಹೊಸ ನಿರ್ಮಾಪಕರುಗಳು ಬರಲು ಪ್ರಾರಂಭಿಸುತ್ತಾರೆ, ಈ ಮೇಲಿನ ವಿಚಾರಗಳ

ಬಗ್ಗೆ ಎಲ್ಲಾ ದೊಡ್ಡ ಕಲಾವಿದರು ನಿರ್ಮಾಪಕರು ಹಾಗೂ ದೊಡ್ಡ ನಿರ್ದೇಷಕರುಗಳು ನಿರ್ಮಾಪಕರ ವಾಣಿಜ್ಯಮಂಡಳಿಯ ಬ್ಯಾಂಕ್‌ನ್ನು ಸ್ಥಾಪನೆ ಮಾಡಿದರೆ ಯಾರಿಗೂ ನಷ್ಟವಾಗದಂತೆ ತಡೆಯಬಹುದು, ಇದರಿಂದ ನಿಮ್ಮಗಳ ಕರ್ನಾಟಕ ಚಲನಚಿತ್ರ ವಾಣಿಜ್ಯ ಮಂಡಳಿಯ ಬ್ಯಾಂಕಿಗೂ ಒಳ್ಳೆಯ ಹೆಸರು ಬರುತ್ತದೆ. ಹಾಗೆ ಬಡ್ಡಿ ರೂಪದಲ್ಲಿ ಬ್ಯಾಂಕಿಗೆ ಹಣದ ಹರಿವು ಹೆಚ್ಚಾಗುತ್ತದೆ ನಿಮ್ಮಗಳ ಸಹಕಾರದಿಂದ ಎಲ್ಲರಿಗೂ ಒಳ್ಳೆಯದಾಗುತ್ತದೆ

ಇಲ್ಲಿ ನಿರ್ದೇಶಕರಾದವರು ಕರ್ನಾಟಕ ಚಲನಚಿತ್ರ ವಾಣಿಜ್ಯ ಮಂಡಳಿಯ ಒಪ್ಪಂದದ ಸಲಹೆಯ ಮೇರೆಗೆ ನಿರ್ಮಾಪಕನಿಗೆ ಟಿ.ವಿ. ಸ್ಲಾಟ್ ಕೊಡಿಸಬೇಕು ಜಾಹಿರಾತಿನಿಂದ ಬಂದ ಹಣ ನೇರವಾಗಿ ವಾಣಿಜ್ಯಮಂಡಳಿಯ ಬ್ಯಾಂಕಿನ ಮುಖಾಂತರವೆ ನಿರ್ಮಾಪಕನ ಖಾತೆಗೆ ಹಣ ವರ್ಗಾವಣೆ ಆಗಬೇಕು ಇದನ್ನು ಮಂಡಳಿಯೇ ನೋಡಿಕೊಳ್ಳಬೇಕು, ಇದರಿಂದ ಯಾವ ನಿರ್ದೇಷಕರಿಂದಲೂ ಹಣ ಮೋಸವಾಗಲು ಅವಕಾಶ ಸಿಕ್ಕುವುದಿಲ್ಲ, ಈಗ ಯಾರೆ ಹೊಸದಾಗಿ ಬರುವ ನಿರ್ದೇಷಕರಾಗಲಿ ನಿರ್ಮಾಪಕರನ್ನು ಕನ್ನಡ ಚಲನಚಿತ್ರ ವಾಣಿಜ್ಯ ಮಂಡಳಿಯಿಂದಲೇ ನಿರ್ಮಾಪಕ ಖಾತೆಯನ್ನು ತೆರೆಸಿ, ನಿರ್ಮಾಪಕನ ಹೆಸರನ್ನು ನೊಂದಣಿ ಮಾಡಿಸಿ, ತಾನು ಈ ನಿರ್ಮಾಪಕನ ಸಿರಿಯಲ್ ನಿರ್ದೇಷಿಸುತ್ತೇನೆ ಎಂದು ವಾಣಿಜ್ಯ ಮಂಡಳಿಯಲ್ಲಿ ನಿರ್ದೇಷಕನ ಹೆಸರನ್ನು ಆಗಲೇ ಹೆಸರು ನೊಂದಣಿ ಮಾಡಿಸಿಕೊಂಡು, ವಾಣಿಜ್ಯ ಮಂಡಳಿಯ ಮೂಖಾಂತರವೇ ಒಪ್ಪಂದ ಕರಾರು ಪತ್ರ ಮಾಡಿಕೊಂಡು, ಸಿನಿಮಾ ಅಥವಾ ಸೀರಿಯಲ್ ನಿರ್ದೇಷನ ಮಾಡಲು ಪ್ರಯತ್ನಿಸಬೇಕು. ನೇರವಾಗಿ ವಾಣಿಜ್ಯ ಮಂಡಳಿಯ ಬ್ಯಾಂಕ್ ಮುಖಾಂತರ ನಿರ್ಮಾಪಕನ ಖಾತೆಗೆ ಹಣ ಬರುವ ಹಾಗೆ ನೋಡಿಕೊಳ್ಳಬೇಕು, ಇದರಿಂದ ಯಾವ ನಿರ್ದೇಷಕನಿಂದ ನಿರ್ಮಾಪಕರುಗಳಿಗೆ ಮೊಸ ಮಾಡುವ ಸಂಬವ ಬರುವುದಿಲ್ಲ

ಕರ್ನಾಟಕ ವಾಣಿಜ್ಯಮಂಡಳಿಯ ಬ್ಯಾಂಕ್ ಸ್ಥಾಪನೆಯಿಂದ ಯಾರ್‍ಯಾರಿಗೆ ಉಪಯೋಗವಾಗುತ್ತದೆ ಎಂದರೆ ಎಷ್ಟೋ ನಿರ್ಮಾಪಕರುಗಳಿಗೆ ಈ ಬ್ಯಾಂಕ್‌ನಿಂದ ಸಾಲದ ರೂಪದಲ್ಲಿ ಕಡಿಮೆ ಬಡ್ಡಿಯಲ್ಲಿ ಹಣ ಸಿಗುವಂತೆ ಮಾಡಿದರೆ ಎಷ್ಟೋ ನಿರ್ಮಾಪಕರುಗಳ ಸಮಸ್ಯೆ ಬಗೆ ಹರಿದಂತಾಗುತ್ತೆ

ಅರ್ಧಂಬರ್ಧ ಸಿನಿಮಾ ಮಾಡಿ ಅರ್ಧಕ್ಕೆ ನಿಲ್ಲಿಸಿ ಹಣ ಹೊಂದಿಸಲು ಆಗದೆ ಮನೆ ಮಠಗಳನ್ನು ಮಾರಿ ಬೀದಿಗೆ ಬಂದಿದ್ದಾರೆ ಇಂತವರನ್ನು ಮೇಲೆತ್ತಲು ಕರ್ನಾಟಕ ಚಲನ ಚಿತ್ರವಾಣಿಜ್ಯ ಮಂಡಳಿಯ ಬ್ಯಾಂಕ್ ಸಹಕಾರದಿಂದ ಕಡಿಮೆ ಬಡ್ಡಿಯಲ್ಲಿ ಹಣ ಪಡೆದು ಅರ್ಧಕ್ಕೆ ನಿಂತು ಹೋಗಿರುವ ಸಿನಿಮಾ ಹಾಗೂ

ಸೀರಿಯಲ್‌ಗಳನ್ನು ಮುಗಿಸಲು ಸಹಾಯ ಮಾಡಿದಂಗೆ ಆಗುತ್ತದೆ. ಹಾಗೂ ಇದರಿಂದ ಲಾಸ್ ಆಗಿದ್ದ ನಿರ್ಮಾಪಕರೂ ಸ್ವಲ್ಪ ಚೇತರಿಕೆ ಕಾಣುವಂತಾಗುತ್ತದೆ, ಇದರಿಂದ ನೀವುಗಳು ಸ್ಥಾಪನೆ ಮಾಡಿದ ಬ್ಯಾಂಕುಗಳು ಇವರು ನೀಡುವ ಬಡ್ಡಿಯಿಂದ ನೀವುಗಳು ಹೂಡಿಕೆ ಮಾಡಿದ ಹಣವು ಬ್ಯಾಂಕಿನಲ್ಲಿ ಬೆಳೆಯಲು ಪ್ರಾರಂಭವಾಗುತ್ತದೆ, ಅರ್ಧಕ್ಕೆ ನಿಂತ ಸಿನಿಮಾಗಳನ್ನು ಪೂರ್ಣಗೊಳಿಸಿ ನೀವೆ ಸಿನಿಮಾ ರಿಲೀಸ್ ವಹಿಸಿಕೊಂಡು ನೀವು ನೀಡಿದ ಹಣವನ್ನು ಹಿಡಿದುಕೊಂಡು ಉಳಿದಿದ್ದನ್ನು ನಿರ್ಮಾಪಕನಿಗೆ ಕೊಟ್ಟರೆ ಅವನು ಸ್ವಲ್ಪ ಉಸಿರಾಡುತ್ತಾನೆ, ಇದರಿಂದ ನಿಮ್ಮಗಳ ಹೂಡಿಕೆಯ ಹಣ ಬೆಳೆಯುವುದರಲ್ಲಿ ಯಾವುದೇ ಸಂದೇಹವಿಲ್ಲ.

ನೀವೆಲ್ಲ ಸೇರಿ ಹೂಡಿಕೆ ಮಾಡಿದ ಹಣ ನೀವು ಸ್ಥಾಪನೆ ಮಾಡಿದ ಬ್ಯಾಂಕ್ ಯಾವುದೇ ಕಾರಣಕ್ಕೂ ಲಾಸ್ ಆಗದಂತೆ ಎಚ್ಚರಿಕೆ ವಹಿಸಬೇಕು. ಏಕೆಂದರೆ ನಿಮ್ಮ ಹಣ ಒಂದೇ ಸಾರಿ ಹೂಡಿಕೆ ಮಾಡಿದ್ದೀರಾ ನಿಮ್ಮಗಳ ಜೀವನಪೂರ್ತಿ ಆದಾಯ ಬರುವ ಹಾಗೆ ನಿಮ್ಮಗಳ ಬ್ಯಾಂಕ್‌ನ್ನು ನೋಡಿಕೊಳ್ಳಬೇಕು ಯಾವ ಸಿನಿಮಾ ಸೀರಿಯಲ್ ಪ್ರಾರಂಭ ಮಾಡಬೇಕಾದರೆ, ಇಲ್ಲಿಂದಲೇ ಮೊದಲು ಹೆಸರು ನೊಂದಾಯಿಸಿ ಇಲ್ಲಿಂದಲೇ ಪರ್ಮಿಷನ್ ತೆಗೆದುಕೊಳ್ಳುವ ಹಾಗೆ ನೀವು ಮಾಡಬೇಕು, ಒಂದು ಸೀರಿಯಲ್ ಅಥವಾ ಒಂದು ಸಿನಿಮಾ ಪ್ರಾರಂಭ ಮಾಡಬೇಕಾದರೆ, ಅವರಿಗೆ ನಿಮ್ಮಿಂದ ಪರ್ಮಿಷನ್ ಸಿಗಬೇಕಾದರೆ ನಿಮ್ಮ ಬ್ಯಾಂಕಿಗೆ ಎಷ್ಟು ಪೀಸ್ ಕಟ್ಟಬೇಕೆಂಬುದು ಮೊದಲೇ ನಿಗದಿ ಮಾಡಿಕೊಂಡರೆ ಒಳ್ಳೆಯದು,

ಇದರಿಂದ ಯಾವ ನಿರ್ಮಾಪಕನು, ನಿರ್ದೇಷಕನು ನಿಮ್ಮ ಪರ್ಮಿಷನ್ ಇಲ್ಲದೆ ಸಿನಿಮಾ ಅಥವಾ ಸೀರಿಯಲ್ ಮಾಡಲು ಅವಕಾಶ ಸಿಗುವುದಿಲ್ಲ ನಿಮ್ಮಗಳ ವಾಣಿಜ್ಯ ಮಂಡಳಿಯ ಬ್ಯಾಂಕ್‌ನ ಪರ್ಮಿಷನ್ ಫೀಸ್ ಬ್ಯಾಂಕಿಗೆ ಕಟ್ಟಿಸಿಕೊಂಡಮೇಲೆಯೇ ನಿರ್ಮಾಪಕನ ಹಣವನ್ನು ನಿರ್ಮಾಪಕರಿಂದ ನಿಮ್ಮ ಬ್ಯಾಂಕಿಗೆ ನಿರ್ಮಾಪಕನ ಖಾತೆಗೆ ಡೆಪಾಸಿಟ್ ಮಾಡಿಕೊಂಡು ನಿರ್ಮಾಪಕ ನಿರ್ದೇಶಕನಿಗೆ ಸಿನಿಮಾ ಸೀರಿಯಲ್ ನಿರ್ದೇಷಿಸಲು ಪರ್ಮಿಷನ್ ಕೊಡಬೇಕು ಇದರಿಂದ ನಿರ್ಮಾಪಕನ ಹಣ ನಿಮ್ಮ ಬ್ಯಾಂಕ್‌ಲ್ಲಿ ಹಣ ಸೇಫಾಗಿ ಇಡಲು ಸಹಕಾರ ಮಾಡಿಕೊಡಬೇಕು ಆನಂತರ ಸಿನಿಮಾ ಅಥವಾ ಸೀರಿಯಲ್ ನಿರ್ಮಿಸುವಾಗ ನಿಮ್ಮ ಬ್ಯಾಂಕಿನಿಂದಲೇ ಸಿನಿಮಾ ಸೀರಿಯಲ್ ಎಲ್ಲಾ ಟೆಕ್ನಿಷಿಯನ್‌ಗಳಿಗೆ ಇಲ್ಲಿಂದಲೇ ಹಣ ಸಂದಾಯವಾಗುವಂತೆ ನೀವು ಅವರಿಗೆ ಸಹಕರಿಸಬೇಕು.

ಹಾಗೇ ನಿರ್ಮಾಪಕನು ಸೀರಿಯಲ್ ಅಥವಾ ಸಿನಿಮಾಗಾಗಿ ಎಷ್ಟು ಖರ್ಚು ಮಾಡುತ್ತಾನೆ ಎಷ್ಟು ಬಂಡವಾಳದಲ್ಲಿ ಸಿನಿಮಾ ಸೀರಿಯಲ್ ಮುಗಿಸುತ್ತಾರೆ ಇವರ

ಹಣ ಸಾಕಾಗುವುದೇ ಅಥವಾ ಇನ್ನೂ ಉಳಿದಿದೆಯೋ ಎನ್ನುವ ವಿಚಾರವನ್ನು ತಿಳಿದು ವಹಿಸಿಕೊಂಡು ಸಿನಿಮಾ ಅಥವಾ ಸೀರಿಯಲ್ ಮುಗಿಯುವವರೆಗೂ ನಿರ್ಮಾಪಕನಿಗೆ ನಿಮ್ಮಿಂದ ಸಲಹೆ ಸೂಚನೆ ಕೊಡುವುದರಿಂದ ನಿರ್ದೇಷಕನಾದವನು ಬಹಳ ಎಚ್ಚರಿಕೆಯಿಂದ ಸಿನಿಮಾ ಅಥವಾ ಸೀರಿಯಲ್ ಮಾಡಲು ಹೆಚ್ಚಿನ ಜವಬ್ದಾರಿ ತೆಗೆದುಕೊಂಡು ತಾನು ಕೆಲಸ ಮಾಡಬೇಕಾಗುತ್ತದೆ.

ಯಾಕೆಂದರೆ ನಿಮ್ಮಗಳ ಬ್ಯಾಂಕ್ ನಿಂದಲೇ ನಿಮ್ಮಗಳ ಸೂಚನೆಯಿಂದಲೇ ನಿರ್ದೇಷಕ ಕೆಲಸ ಮಾಡಬೇಕಾಗುತ್ತದೆ ಇದರಿಂದ ನಿರ್ಮಾಪಕ ನಿಮ್ಮಗಳ ಹೆಚ್ಚಿನ ಜವಾಬ್ದಾರಿಯಿಂದ ಸೇಫಾಗಿರುತ್ತಾನೆ. ಆದ್ದರಿಂದ ಇಲ್ಲಿ ಎಲ್ಲೂ ಹಣ ಮೋಲಾಗುವ ಸಾಧ್ಯತೆಯಿಲ್ಲ ಏಕೆಂದರೆ ಇಲ್ಲಿ ದೊಡ್ಡ ದೊಡ್ಡ ಹೆಸರಾಂತ ನಿರ್ದೇಷಕ ನಿರ್ಮಾಪಕರುಗಳು ಸ್ಟಾರ್ ನಟರುಗಳ ಅನುಭವದ ದಂಡೆ ಇಲ್ಲಿರುವುದರಿಂದ ಯಾವ ನಿರ್ದೇಷಕ ನಿರ್ಮಾಪಕನಿಗೆ ಮೋಸ ಮಾಡಲು ಸಾಧ್ಯವಿಲ್ಲ.

ಹೊಸದಾಗಿ ನಿರ್ಮಾಣ ಮಾಡುವ ಸೀರಿಯಲ್ ಮತ್ತು ಸಿನಿಮಾವನ್ನು ವಾಣಿಜ್ಯಮಂಡಳಿಯವರೆ ವಹಿಸಿಕೊಂಡು ರೀಲೀಸ್ ತನಕ ಎಲ್ಲಾ ಎಚ್ಚರಿಕೆಯನ್ನು ವಹಿಸಿಕೊಂಡು ಬಿಡುಗಡೆಯಾಗುವ ತನಕ ತಾನೆ ಜವಾಬ್ದಾರಿ ವಹಿಸಿಕೊಂಡು ನಿಮ್ಮಗಳ ಸಹಕಾರದಿಂದಲೇ ಟಿ.ವಿ ಚಾನಲ್‌ಗಳಿಂದ ನಿಮ್ಮ ಬ್ಯಾಂಕಿಗೆ ಹಣ ಬರುವಂತೆ ಮಾಡಿಕೊಂಡು ನೀವುಗಳು ಸಹಾಯ ಮಾಡಿದ ಹಣವನ್ನು ಹಿಡಿದುಕೊಂಡು ಬಡ್ಡಿಗೆ ಕೊಟ್ಟಿದ್ದರೆ ಅದನ್ನು ಹಿಡಿಕೊಂಡು ಉಳಿದ ಹಣವನ್ನು ಹಿಡಿದುಕೊಂಡು ನಿರ್ಮಾಪಕನಿಗೆ ನೀವೇ ಸಂದಾಯ ಮಾಡಿದರೆ ನಿರ್ಮಾಪಕನು ಉಳಿಯುತ್ತಾನೆ ಇದರಿಂದ ನಿಮ್ಮಗಳ ಬ್ಯಾಂಕ್ ಬೆಳೆಯುತ್ತಾ ಹೋಗುತ್ತದೆ. ಹೆಚ್ಚಿಗೆ ಸೀರಿಯಲ್ ನಿರ್ಮಾಣ ಮಾಡಲು ಹೆಚ್ಚು ಹೆಚ್ಚು ನಿರ್ಮಾಪಕರು ಬರುತ್ತಾರೆ ಸಿನಿಮಾ ಮಾಡಲು ದೊಡ್ಡ ನಿರ್ಮಾಪಕರುಗಳು ಬರುತ್ತಾರೆ, ಸಿನಿಮಾ ಸೀರಿಯಲ್ ಮಾಡುವವರು ಎಲ್ಲೂ ಮೋಸಹೋಗದೆ ನೇರವಾಗಿ ಬಂದು ನಿಮ್ಮ ವಾಣಿಜ್ಯ ಮಂಡಳಿಯ ಬ್ಯಾಂಕ್ ಅನ್ನೆ ಸಂಪರ್ಕಿಸಲು ಹೆಚ್ಚಿನ ಜಾಹಿರಾತು ನೀಡಿದರೆ ಯಾವ ನಿರ್ಮಾಪಕನು ಮೋಸ ಹೋಗದೆ ನೇರವಾಗಿ ನಿಮ್ಮನ್ನೇ ಬೇಟಿ ಮಾಡಿ ಎಲ್ಲಾ ವಿಚಾರವನ್ನು ತಿಳಿದುಕೊಂಡು ನಿಮ್ಮಗಳ ಸಹಕಾರದಿಂದಲೇ ಸಿನಿಮಾ ಸೀರಿಯಲ್ ಪ್ರಾರಂಭ ಮಾಡಲು ಮುಂದಾಗುತ್ತಾನೆ.

ಇದರಿಂದ ಎಷ್ಟೋ ಜನಗಳಿಗೆ ಕೆಲಸ ಸಿಗುತ್ತದೆ ಎಷ್ಟೋ ಕುಟುಂಬಗಳಿಗೆ ಅನ್ನದ ಮಾರ್ಗ ಸಿಗುತ್ತದೆ ಹೊಸ ಹೊಸ ನಿರ್ಮಾಪಕರು ಬರಲು ಪ್ರಾರಂಭಿಸುತ್ತಾರೆ ಎಲ್ಲರಿಗೂ ಸಿನಿಮಾ ಅಥವಾ ಸೀರಿಯಲ್ ಮಾಡಲು ಉತ್ತೇಜನ ಸಿಕ್ಕಾಂತಾಗುತ್ತದೆ.

ಸಿನಿಮಾ ಮತ್ತು ಸೀರಿಯಲ್ ನಿರ್ಮಿಸುವವರಿಗೆ ಕಡಿಮೆ ಬಡ್ಡಿಯಲ್ಲಿ ನಿಮ್ಮಗಳ ವಾಣಿಜ್ಯ ಬ್ಯಾಂಕ್‌ನಿಂದ ಹಣದ ಸಹಾಯ ಸಿಗುತ್ತದೆ 10% 20% ಬಡ್ಡಿ ದಂದೆ ಕಡಿಮೆಯಾಗಿ ನಿರ್ಮಾಪಕರು ನಿಟ್ಟುಸಿರು ಬಿಡುತ್ತಾರೆ. ಈ ರೀತಿ ನೀವು ಬ್ಯಾಂಕನ್ನು ಪ್ರಾರಂಭಿಸಿದರೆ ಎಲ್ಲರಿಗೂ ಒಳ್ಳೆಯಾದಾಗುತ್ತದೆ ಮತ್ತು ನಿಮ್ಮಿಂದ ಒಳ್ಳೆಯ ಮಾರ್ಗದರ್ಶನ ಸಿಗುತ್ತದೆ, ನಿಮ್ಮಗಳ ಸಹಕಾರದಿಂದ ಹೊಸ ಹೊಸ ಕಲಾವಿದರು ಬರುತ್ತಾರೆ ಹೊಸ ಹೊಸ ಸಿನಿಮಾ ಟೆಕ್ನಿಷಿಯನ್‌ಗಳು ಸಂಗೀತಗಾರರು, ಗಾಯಕರು, ಯಕ್ಷಗಾನ ಕಲಾವಿದರು, ನಾಟಕಕಾರರುಗಳು, ಚಿತ್ರ ಕಥೆಗಾರರು ಹೊಸ ಹೊಸ ಕ್ಯಾಮರಾಮ್ಯಾನ್‌ಗಳು, ಬರುವುದರಿಂದ ಒಬ್ಬಬ್ಬರಲ್ಲಿ ಒಂದೊಂದು ಹೊಸ ಐಡಿಯಾದೊಂದಿಗೆ ಸಿನಿಮಾ ಸೀರಿಯಲ್‌ಗಳು ನಿರ್ಮಾಣವಾಗುತ್ತೆವೆ ಇದರಿಂದ ಎಷ್ಟೋ ಕಲಾವಿದರಿಗೆ ಕೆಲಸ ಸಿಕ್ಕಂತಾಗುತ್ತದೆ, ಈಗಿನ ಯುವಕರಲ್ಲಿ ಹೊಸದಾಗಿ ವಿಭಿನ್ನ ರೀತಿಯಲ್ಲಿ ಸೀರಿಯಲ್ ತೆಗೆಯಲು ಹೊಸ ಟೆಕ್ನಾಲಜಿ ಉಪಯೋಗಿಸಿ-ಕೊಂಡು ಜನಗಳಿಗೆ ಹೊಸತನ್ನು ಕೊಡಲು ಯೋಚಿಸುತ್ತಾರೆ ಇಂತವರಿಗೆಲ್ಲ ಉತ್ತಮ ಅವಕಾಶ ನಿಮ್ಮಿಂದ ಸಿಗುತ್ತದೆಂದು ಬಾವಿಸುತ್ತೇನೆ. ದೊಡ್ಡ ನಿರ್ಮಾಪಕರುಗಳು ದೊಡ್ಡ ಸ್ಟಾರ್ ನಟರುಗಳು ಹಾಗೂ ಹೆಸರಾಂತ ನಿರ್ದೇಷಕರು ಮತ್ತು ವಾಣಿಜ್ಯ ಮಂಡಳಿಯ ಅಧ್ಯಕ್ಷರುಗಳು ಎಲ್ಲರೂ ಸೇರಿ ಹೂಡಿಕೆ ಮಾಡಿದ ಬಂಡವಾಳಕ್ಕೆ ಬಡ್ಡಿ ಬರುವ ಹಾಗೆ ಬ್ಯಾಂಕ್ ಸ್ಥಾಪನೆ ಮಾಡಿಕೊಂಡು ಎಲ್ಲಾ ಲೇವಾದೇವಿ ವ್ಯವಹಾರಗಳು ಇಲ್ಲಿಂದಲೇ ಪ್ರಾರಂಭವಾಗುವಂತೆ ಮಾಡಿದರೆ ನೀವೆಲ್ಲರೂ ಹೂಡಿಕೆ ಮಾಡಿದ ಹಣ ಬೆಳೆಯುತ್ತಾ ಹೋಗುವುದುದಲ್ಲದೆ ನಿಮ್ಮಗಳ ಹಣಕ್ಕೆ ಸೂಕ್ತ ಬಡ್ಡಿ ಸಿಗುತ್ತದೆ. ತಾವುಗಳೆಲ್ಲರು ಬರುವ ಎಲ್ಲಾ ಹೊಸ ನಿರ್ಮಾಪಕರುಗಳಿಗೆ ನಿಮ್ಮಗಳ ಸಹಕಾರ ಸಿಕ್ಕಿದರೆ ಹೆಚ್ಚು ಹೆಚ್ಚು ಸಿನಿಮಾ ಸೀರಿಯಲ್ ಮಾಡಲು ಬರುತ್ತಾರೆ

ಹಾಗೆ ನೀವುಗಳು ಯಾವುದೇ ಈವೆಂಟ್ ಪ್ರೋಗ್ರಾಂ ಮಾಡುವಾಗಲು ನಿಮ್ಮಗಳ ಪರ್ಮಿಷನ್ ಇಲ್ಲದೆ ಯಾರಿಗೂ ಹೊಸದಾಗಿ ಮಾಡುವವರಿಗೆ ಅವಕಾಶ ಇರುವುದಿಲ್ಲ, ಎಲ್ಲಾ ವ್ಯವಹಾರಗಳು ನಿಮ್ಮಗಳ ವಾಣಿಜ್ಯ ಬ್ಯಾಂಕ್‌ನಿಂದಲೇ ನಡೆಯಬೇಕು ನೀವು ಸ್ಥಾಪನೆ ಮಾಡಿದ ಬ್ಯಾಂಕ್ ಬೆಳೆಯುತ್ತಾ ಹೋಗುವ ಹಾಗೆ ನೋಡಿಕೊಳ್ಳಬೇಕು, ಟಿ.ವಿ.ಸ್ಲಾಟ್ ಜಾಹಿರಾತಿನಿಂದ ಬಂದ ಹಣವು ನೀವು ಸ್ಥಾಪಿಸಿದ ಬ್ಯಾಂಕ್ ಮುಖಾಂತರವೇ ನಿರ್ಮಾಪಕನಿಗೆ ಹಣ ಸಿಗುವಂತಾಗಬೇಕು, ಹಾಗೂ ಎಲ್ಲಾ ಟೆಕ್ನಿಷಿಯನ್‌ಗಳಿಗೆ ಇಲ್ಲಿಂದಲೇ ಹಣ ಸಂದಾಯವಾಗಲು ನೋಡಿಕೊಳ್ಳಬೇಕು ಇದರಿಂದ ಡೈರೆಕ್ಟಾಗಿ ಈ ಹಣ ನಿಮ್ಮ ವಾಣಿಜ್ಯ ಬ್ಯಾಂಕಿಗೆ ಬರುವುದರಿಂದ ನಿಮ್ಮ ವಾಣಿಜ್ಯ ಬ್ಯಾಂಕಿನಲ್ಲಿ ನೀವು ಸಹಕರಿಸಿದ ಎಲ್ಲಾ ಖರ್ಚುವೆಚ್ಚಗಳನ್ನು ಹಿಡಿಕೊಂಡು

ನಿರ್ಮಾಪಕನ ಖಾತೆಗೆ ಹಣ ಜಮಾವಾಗಲೂ ಯೋಚಿಸಬೇಕು ಇದರಿಂದ ನಿಮ್ಮ ಬ್ಯಾಂಕಿಗೆ ಹೆಚ್ಚಿನ ಹಣ ಬರಲು ಶುರುವಾಗುತ್ತದೆ ನೀವುಗಳು ಹೂಡಿಕೆ ಮಾಡಿದ ಹಣ ಬೆಳೆಯುತ್ತಾ ಹೋಗುತ್ತದೆ.

ಈಗ ಎಲ್ಲಾ ವಿಚಾರ ಗೊತ್ತಾಯಿತು ಇಲ್ಲಿ ಸಿನಿಮಾವನ್ನು ಹೇಗಾದರೂ ನಿರ್ಮಾಣ ಮಾಡಬಹುದು ಆದರೆ ಇಲ್ಲಿ ನಿಮಗೆ ಎದ್ದು ಕಾಣುವುದು ಚಿತ್ರಮಂದಿರಗಳ ಸಮಸ್ಯೆ ಚಿತ್ರಮಂದಿರ ಸಿಕ್ಕಿದರೂ ಬಾಡಿಗೆ ಹಣ ದುಬಾರಿ, ಹೇಗಾದರು ನಿಮ್ಮಗಳ ಸಹಕಾರದಿಂದ ಚಿತ್ರಮಂದಿರ ಸಿಗುತ್ತದೆ ಎಂದುಕೊಳ್ಳಿ ಆದರೆ ಈ ದಿನಗಳಲ್ಲಿ ಚಿತ್ರಮಂದಿರಳಿಗೆ ಜನಗಳೇ ಬರುವುದಿಲ್ಲವಲ್ಲ ಈಗೇನು ಮಾಡುವುದು ನಾವೇ ವಹಿಸಿಕೊಂಡು ಸಿನಿಮಾ ಓಡಲಿಲ್ಲವೆಂದರೆ ನಿರ್ಮಾಪಕನ ಹಣ ಲಾಸ್ ನಾವುಗಳೂ ಕೊಟ್ಟ ಸಾಲದ ಹಣ ಬರುತ್ತದೆಯೋ ಇಲ್ಲವೋ ಅದು ಗ್ಯಾರಂಟಿಯಿಲ್ಲ ನಮಗ್ಯಾಕೆ ಈ ಉಸಬಾರಿ ಯಾರು ಹೇಗೆ ಬೇಕಾದರು ಮಾಡಿಕೊಳ್ಳಲಿ ಎಂದು ಸುಮ್ಮನಾದರೆ ನೀವುಗಳು ಸ್ಥಾಪಿಸಿದ ಬ್ಯಾಂಕ್‌ನ ಗತಿಯೇನು.

ನೀವುಗಳು ಹೂಡಿಕೆ ಮಾಡಿದ ಹಣ ವಾಪಸ್ಸು ಬರುವುದು ಬೇಡವೇ ಅಯ್ಯೋ ಇವನ್ಯಾವನೋ ತಲೆಗೆ ಹುಳ ಬಿಡುತ್ತಾನೆ ಇವನ ಮಾತನ್ನು ನಂಬಿ ನಾವುಗಳೂ ಕಷ್ಟಪಟ್ಟು ಲೈಫ್‌ಲ್ಲಿ ಸೆಟಲ್ ಹಾಗಿದ್ದೇವೆ ಇನ್ನೂ ಇದನ್ನು ತಲೆಗೆ ಹಚ್ಚಿಕೊಂಡು ಸಿನಿಮಾ ಓಡಲಿಲ್ಲವೆಂದರೆ ಜನಗಳು ಚಿತ್ರಮಂದಿರಳಿಗೆ ಬರಲಿಲ್ಲವೆಂದರೆ ಅಲ್ಲಿಗೆ ನಮ್ಮ ಕಥೆ ಮುಗಿದ ಹಾಗೆ ಎಂದು ನೀವು ಬಾವಿಸಿರಬಹುದು.

ನಿಮಗೆ ಗೊತ್ತೆ ಇದೆ ಹೊಸದಾಗಿ ಬಂದ ಕಾಂತಾರ ಸಿನಿಮಾ ಎಷ್ಟು ಹಣ ಮಾಡಿದೆಯೆಂದು ಯಾವುದನ್ನು ನಾವು ನೆಗೆಟಿವ್ ಹಾಗೆ ಯೋಚನೆ ಮಾಡಬಾರದು ಕತೆ ಚೆನ್ನಾಗಿದ್ದರೆ ಜನ ಚಿತ್ರಮಂದಿರಗೆ ಬಂದೆ ಬರುತ್ತಾರೆ, ಹೊಸಬರನ್ನು ಹಾಕಿಕೊಂಡು ಸಿನಿಮಾ ನಿರ್ಮಿಸಿದರೆ ಜನ ಚಿತ್ರಮಂದಿರದ ಹತ್ತಿರ ಸುಳಿದಾಡುವುದಿಲ್ಲ ಈಗಾಗಲೇ ಎಲ್ಲಾ ಚಿತ್ರಮಂದಿರಗಳು ಒಂದೊಂದೆ ಖಾಲಿಯಾಗುತ್ತ ಕಣ್ಮರೆಯಾಗುತ್ತವೆ ಚಿತ್ರಮಂದಿರಗಳು ಹೋಗಿ ಮಾಲ್‌ಗಳಾಗಿ ಪರಿವರ್ತನೆಗೊಳ್ಳುತ್ತವೆ ಎಲ್ಲರ ಕೈಯಲ್ಲೂ ಈಗ ಮೊಬೈಲ್‌ನಲ್ಲಿ ಹೊಸ ಸಿನಿಮಾ ಪೈರಸಿಯಾಗಿ ಹರಿದಾಡುತ್ತದೆ ಸಿನಿಮಾಗೆ ಹಾಕಿದ ಬಂಡವಾಳ ವಾಪಸ್ಸು ಬರಲು ಕಷ್ಟವಾಗುತ್ತದೆ.

ಇಂತಹ ಸಂಧರ್ಭದಲ್ಲಿ ಎಲ್ಲಾ ಜವಾಬ್ದಾರಿ ನಾವೆ ತೆಗೆದುಕೊಂಡು ಚಿತ್ರಮಂದಿರ ಬಾಡಿಗೆ ನಾವೇ ಕಟ್ಟಿಕೊಂಡು ನಾವೇ ಸಿನಿಮಾವನ್ನ ರಿಲೀಸ್‌ಮಾಡಿ ಜನ ಬರದಿದ್ದರೆ ಅಲ್ಲಿಗೆ ನಾವುಗಳು ಫುಟ್‌ಪಾತ್‌ಗೆ ಬಂದುಬಿಡಲು ನಿಮ್ಮ ಆಸೆಯಿದ್ದರೆ ಹೇಳಿ ಎಂದು ನಮ್ಮನ್ನು ನೀವು ಕೇಳಬಹುದು ಹೌದು ನಿಮ್ಮ ಯೋಚನೆ ಸರಿಯಾದದ್ದೇ

ಎಲ್ಲರೂ ನಿಮ್ಮಂತೆ ಯೋಚನೆ ಮಾಡಿದರೆ ಕನ್ನಡ ಚಿತ್ರರಂಗದ ಗತಿಯೇನು ಮುಂದಿನ ಪೀಳಿಗೆಗೆ ನಿಮ್ಮಗಳ ಕೊಡುಗೆಯೆನು ನಿಮ್ಮಗಳ ಹೆಸರು ಕನ್ನಡ ಚಿತ್ರರಂಗದಲ್ಲಿ ಶಾಶ್ವತವಾಗಿ ಹೆಸರು ಉಳಿಯಬೇಕಾದರೆ ಡಾ. ರಾಜ್‌ಕುಮಾರ್, ಕರ್ನಾಟಕ ರತ್ನ ಪುನೀತ್ ರಾಜ್‌ಕುಮಾರ್, ವಿಷ್ಣುವರ್ಧನ್,ಅಂಬರೀಷ್, ಶಂಕರ್‌ನಾಗ್, ಶಿವರಾಜ್‌ಕುಮಾರ್, ಸುದೀಪ್, ದರ್ಶನ್, ಉಪೇಂದ್ರ, ಯಶ್, ಗಣೇಶ್, ಧ್ರುವಸರ್ಜ, ವಿಜಯ್ ತರಹ ಶಾಶ್ವತವಾಗಿ ಹೆಸರು ಉಳೀಯಬೇಕಾದರೆ ಏನಾದರೂ ಐಡಿಯಾ ಮಾಡಬೇಕು.

ಸೂಪರ್ ಸ್ಟಾರ್ ಉಪೇಂದ್ರ ಸಾರ್ ಹೇಳುವ ಹಾಗೆ ಏನಾದರೂ ಸಾಧಿಸಬೇಕಾದರೆ ಹೊಸದೊಂದು ನಿಮ್ಮಿಂದ ಐಡಿಯಾ ಸೃಷ್ಟಿಯಾಗಬೇಕು ಆಗಲೇ ಈ ಚಿತ್ರೋದ್ಯಮ ಬೆಳೆಯುವುದು ನನಗೆ ಗೊತ್ತಿರುವ ಹಾಗೆ ನೀವುಗಳೂ ಈಗಾಗಲೇ ತುಂಬಾ ಎತ್ತರಕ್ಕೆ ಬೆಳೆದಿದ್ದೀರಿ ನಿಮಗೆ ಇದರ ಅವಶ್ಯತೆ ಬೇಕಾಗಿಲ್ಲ ಎಂದುಕೊಳ್ಳೋಣ, ನಿಮ್ಮಿಂದ ಕನ್ನಡ ಚಿತ್ರರಂಗಕ್ಕೆ ಇನ್ನೂ ಒಳ್ಳೊಳ್ಳೆಯ ಕೊಡುಗೆ ಯಾದರೂ ಬೇಡವೇ ನಿಮ್ಮ ಹೆಸರು ಕೀರ್ತಿ ವಿಶ್ವಮಟ್ಟಕ್ಕೆ ಬೆಳೆಯಲಿ ನಿಮ್ಮ ಅಭಿಮಾನಿಗಳಿಗೋಸ್ಕರವೇ ಏನಾದರೂ ಈ ರಾಜ್ಯಕ್ಕೆ ನಿಮ್ಮಿಂದ ಸಹಕಾರ ಸಿಗಲಿ ಎಂಬುದೆ ನನ್ನ ಬಾವನೆ.

ನೀವುಗಳು ಯಾರೂ ನಿಮ್ಮ ಕೈಯಿಂದ ಹಣ ತೊಡಗಿಸಬೇಡಿ ನಿಮ್ಮ ಚಿತ್ರೋದ್ಯಮ ಬೆಳೆಯಬೇಕಾದರೆ ನನ್ನದೊಂದು ಚಿಕ್ಕ ಐಡಿಯಾವನ್ನು ನಿಮ್ಮ ಮುಂದೆ ಇಡುತ್ತಿದ್ದೇನೆ ಕರ್ನಾಟಕ ರಾಜ್ಯದಲ್ಲಿ ಎಷ್ಟು ಜಿಲ್ಲೆಗಳಿವೆ, ಒಂದೊಂದು ಜಿಲ್ಲೆಯಲ್ಲಿ ಎಷ್ಟು ತಾಲ್ಲೂಕುಗಳಿವೆ, ಒಂದು ತಾಲ್ಲೂಕಿನಲ್ಲಿ ಎಷ್ಟು ಹೋಬಳಿಗಳು ಬರುತ್ತವೆ, ಕಡಿಮೆಯೆಂದರು ಒಂದು ಜಿಲ್ಲೆಗೆ 10 ತಾಲ್ಲೂಕುಗಳು ಸೇರ್ಪಡೆಯಾಗುತ್ತವೆ ಇನ್ನೂ ಒಂದು ತಾಲ್ಲೂಕಿಗೆ ಸುಮಾರು 4 ಹೋಬಳಿಗಳು ಸೇರುತ್ತವೆ ಎಂದು ಅಂದಾಜಿಸೋಣ.

ಕರ್ನಾಟಕ ರಾಜ್ಯದಲ್ಲಿ ಸುಮಾರು 19 ರಿಂದ 22 ಜಿಲ್ಲೆಗಳಿರಬಹುದು ಎಂದುಕೊಳ್ಳೋಣ, ಒಂದು ಜಿಲ್ಲೆಗೆ 10 ತಾಲ್ಲೂಕು ಎಂದರು 22 ಜಿಲ್ಲೆಗಳಲ್ಲಿ 240 ತಾಲ್ಲೂಕುಗಳೂ ಬರುತ್ತವೆ. ಹೋಬಳಿಗಳು ಸುಮಾರು ಒಂದು ತಾಲ್ಲೂಕಿಗೆ 4 ಹೋಬಳಿಯೆಂದರು ಒಂದು ಜಿಲ್ಲೆಗೆ 40 ಹೋಬಳಿಗಳು ಬರುತ್ತವೆ, 22 ಜಿಲ್ಲೆಗಳಿಗೆ 880 ಹೋಬಳಿಗಳು ಬರುತ್ತವೆಯೆಂದು ತಿಳಿಯೋಣ, ನನಗೆ ಒಂದು ತಾಲ್ಲೂಕಿಗೆ ಎಷ್ಟು ಹೋಬಳಿಗಳು ಬರುತ್ತವೆಯೆಂದು ಸರಿಯಾಗಿ ನೆನಪಿಲ್ಲ ಸರಿಯಾಗಿ ಗೊತ್ತಿರದ ಕಾರಣ ಉದಾಹರಣೆಯಾಗಿ 4 ಹೋಬಳಿಗಳೆಂದೆ ಲೆಕ್ಕ ತೆಗೆದುಕೊಂಡಿದ್ದೇನೆ ಒಟ್ಟು 880 ಹೋಬಳಿಗಳನ್ನು ಆಯ್ಕೆ ಮಾಡಿದ್ದಾಯಿತು.

ಈ 880 ಹೋಬಳಿಗಳನ್ನು ಗುರುತಿಸಿಕೊಂಡು ಎಲ್ಲಾ ದೊಡ್ಡ ಸ್ಟಾರ್‌ನಟರುಗಳು ಸೇರಿ ರಾಜ್ಯ ಸರ್ಕಾರಕ್ಕೆ ಒಂದು ಮನವಿಯನ್ನು ಮಾಡಿಕೊಂಡು ಒಂದೊಂದು ಹೋಬಳಿಯಲ್ಲಿ ಒಂದೊಂದು ಸಿನಿಮಾಮಂದಿರ ಸರ್ಕಾರವೇ ಕಟ್ಟಿಕೊಟ್ಟರೆ ಚೆನ್ನಾಗಿರುತ್ತದೆ ಅಲ್ಲವೆ ಒಂದು ಸಿನಿಮಾಮಂದಿರ ಕಡಿಮೆಯೆಂದರು 500 ಸೀಟುಗಳುಳ್ಳ ಮಿನಿ ಸಿನಿಮಾಮಂದಿರವನ್ನು ಸರ್ಕಾರ ಕಟ್ಟಿಸಿಕೊಟ್ಟರೆ ಈ ಸಿನಿಮಾ ಮಂದಿರದ ಉಸ್ತುವಾರಿಯನ್ನು ಸರ್ಕಾರವೇ ನೋಡಿಕೊಳ್ಳಲು ಕಡಿಮೆ ಬಾಡಿಗೆ ಮಾಡಿ ಟಿಕೇಟ್ ರೇಟ್ ಕಡಿಮೆ ಮಾಡಿದರೆ ಸರ್ಕಾರಕ್ಕೂ ಬಾಡಿಗೆಯಿದ ಮತ್ತು ತೆರಿಗೆಯಿಂದ ಸರ್ಕಾರಕ್ಕೆ ಆದಾಯ ಬರಲು ಶುರುವಾಗುತ್ತದೆ.

ಈಗ ಹೆದ್ದಾರಿಯ ಟೋಲ್‌ನಲ್ಲಿ ಹೇಗೆ ವಾಹನಗಳಿಂದ ಟೋಲ್ ಪೀಸ್‌ನ್ನು ವಸೂಲಿ ಮಾಡುತ್ತಾರೋ ಹಾಗೇಯೆ ಈ 880 ಸಿನಿಮಾ ಮಂದಿರದಿಂದ ಎಷ್ಟು ಬಾಡಿಗೆ ಬರುತ್ತದೆಂದು ನೀವೇ ಯೋಚಿಸಿ.ಒಂದು ಸಿನಿಮಾ ಮಂದಿರದಲ್ಲಿ 4 ಷೊ ನೆಡೆಯುತ್ತದೆ ಒಂದು ಷೋ ಗೆ ಕೇವಲ 5000 ಸಾವಿರ ಬಾಡಿಗೆ ನಿಗದಿ ಮಾಡಿದರೆ ಸಾಕು ದಿನಕ್ಕೆ 4 ಷೋ ಸಿನಿಮಾ ಓಡಿದರೆ 20,000/– ಬಾಡಿಗೆ ಬಂದಾಯ್ತು ಎಲ್ಲಾ ಹೋಬಳಿಗಳಿಂದ ಒಟ್ಟು 880 ಸಿನಿಮಾ ಮಂದಿರದಿಂದ ಒಂದು ಕೋಟಿ ಎಪ್ಪತ್ತಾರು ಲಕ್ಷ (1,76,00,000) ಬಾಡಿಗೆ ಒಂದು ದಿನಕ್ಕೆ ಬರುತ್ತದೆ ತಿಂಗಳಿಗೆ ಬರಿ ಬಾಡಿಗೆಯಿಂದಲೇ 52 ಕೋಟಿ 80 ಲಕ್ಷ ರೂಪಾಯಿಗಳು ಬರಲು ಪ್ರಾರಂಭವಾಗುತ್ತದೆ ಇದೇ ತರಹ ವರ್ಷಕ್ಕೆ 633 ಕೋಟಿ 60 ಲಕ್ಷ ರೂಪಾಯಿಗಳು ಸರ್ಕಾರಕ್ಕೆ ಆಧಾಯಬರುತ್ತದೆ ಇನ್ನೂ ತೆರಿಗೆ ಹಣ ಸೇರಿದರೆ ಸುಮಾರು 700 ಕೋಟಿ ಅಧಾಯ ಬರಬಹುದು ಒಂದು ವರ್ಷಕ್ಕೆ.

ಸರ್ಕಾರ ಒಂದು ಸಿನಿಮಾ ಮಂದಿರ ನಿರ್ಮಿಸಲು 4 ಕೋಟಿ ಖರ್ಚುಮಾಡಿದರು ಪ್ರತಿ ಹೋಬಳಿಗೆ ಒಂದರಂತೆ 880 ಸಿನಿಮಾ ಮಂದಿರ ನಿರ್ಮಿಸಲು 3520 ಕೋಟಿ ಬೇಕಾಗುತ್ತದೆ 5 ವರ್ಷದಲ್ಲೆ ಸರ್ಕಾರ ಕೊಟ್ಟಿದ ಬಂಡವಾಳ ವಾಪಸ್ಸು ಪಡೆಯಬಹುದು. ಇಲ್ಲಿ ಸಿನಿಮಾ ಹಂಚಿಕೆ ಪಡೆಯಲು ಪ್ರತಿ ಹೋಬಳಿಯ ಯಾರೇ ಆಗಲಿ ಸಾರ್ವಜನಿಕರಿಗೆ ಅವಕಾಶ ಮಾಡಿಕೊಟ್ಟರೆ ಅಲ್ಲಿರುವ ಸ್ಥಳಿಯ ಯುವಕರಿಗೆ ಉದ್ಯೋಗ ಸಿಕ್ಕಾಂತಾಗುತ್ತದೆ. ಹಾಗೆ ಪ್ರತಿ ಹೋಬಳಿಯಲ್ಲಿ ಒಬ್ಬೊಬ್ಬ ಒಂದೊಂದು ಸಿನಿಮಾದ ಪ್ರಿಂಟ್ ತೆಗೆದುಕೊಳ್ಳಲು ಅವಕಾಶ ಸಿಗುತ್ತದೆ.

ಒಂದು ಸಿನಿಮಾಗೆ ಒಂದು ವಾರಕ್ಕೆ ಒಂದು ಲಕ್ಷದ ರೂಪಾಯಿಯಂತೆ ಹಂಚಿಕೆ ಮಾಡಿದರೂ 880 ಸಿನಿಮಾ ಮಂದಿರಗಳಿಗೆ ಹಂಚಿಕೆ ಮಾಡಿದರೆ 8 ಕೋಟಿ 80 ಲಕ್ಷ ರೂ. ಗಳು ನಿರ್ಮಾಪಕನಿಗೆ ಸಿಗುತ್ತದೆ. ನಿರ್ಮಾಪಕರಾದವರು ಸಿನಿಮಾ

ನಿರ್ಮಿಸುವುದಾದರೆ ಖರ್ಚು ವೆಚ್ಚ ಪ್ರಿಂಟ್‌ಗಳಿಂದ ಸಿನಿಮಾದ ಎಲ್ಲಾ ಒಟ್ಟು ವೆಚ್ಚಗಳು ಈ ಅಮೌಂಟ್‌ನ ಒಳಗೆ ಬರುವ ಹಾಗೆ ಸಿನಿಮಾ ನಿರ್ಮಿಸಲು ಯೋಚಿಸಬೇಕು ಕಡಿಮೆಯೆಂದರು ನಿಮ್ಮ ಸಿನಿಮ 4 ರಿಂದ 5 ಕೋಟಿಯೊಳಗೆ ನಿರ್ಮಾಣ ಮಾಡಲು ಯೋಚಿಸಿದರೆ ಈ 8 ಕೋಟಿ 80 ಲಕ್ಷ ನಿಮಗೆ ಬರುವ ಹಾಗೆ ನೋಡಿಕೊಳ್ಳಬೇಕು ನೀವು ಹಾಕಿದ ಬಂಡವಾಳ ವಾಪಸ್ಸು ಬರಬೇಕಾದರೆ ಈ ಐಡಿಯಾವನ್ನು ಯೋಚಿಸಬೇಕಾಗುತ್ತದೆ.ಒಂದು ವಾರಕ್ಕೆ ಹಂಚಿಕೆಮಾಡಿದರೆ ನೀವುಗಳೂ ಈ ಮೇಲ್ಕಂಡ ಲಾಭವನ್ನು ನೋಡಬಹುದು. ಸಿನಿಮಾ 2ನೇ ವಾರಕ್ಕೆ ಕಾಲಿಟ್ಟರೆ ನಿಮಗೆ ಇನ್ನೂ ಹೆಚ್ಚಿನ ಲಾಭವನ್ನು ನೋಡಬಹುದು ಇದರಿಂದ ಬರುವ ಎಲ್ಲಾ ಹೊಸ ಹೊಸ ನಿರ್ಮಾಪಕರುಗಳಿಗೆ ಹೊಸ ಹೊಸ ತಂತ್ರಜ್ಞರಿಗೆ ಹೊಸ ಹೊಸ ಕಲಾವಿದರಿಗೆ ಹೆಚ್ಚಿನ ಅನುಕೂಲವಾಗಬಹುದೆಂದು ನನ್ನ ನಂಬಿಕೆಯಾಗಿದೆ. ಸರ್ಕಾರವು ಪ್ರತಿ ಹೋಬಳಿಯಲ್ಲಿ 4 ಪಂಚಾಯ್ತಿಗಳು ಬರುತ್ತವೆ ಎಂದುಕೊಳ್ಳೊಣ.

ಒಂದೊಂದು ಪಂಚಾಯ್ತಿಗೂ ಒಂದೊಂದು ವಾರ ಸಿನಿಮಾ ಮಂದಿರ ಬಾಡಿಗೆ ಹಾಗೂ ತೆರಿಗೆ ವಸೂಲಿ ಮಾಡಲು ಅವಕಾಶ ಮಾಡಿಕೊಟ್ಟರೆ ಸರ್ಕಾರಕ್ಕೆ ಸಿನಿಮಾ ಮಂದಿರದಿಂದ ಬಾಡಿಗೆ ಮತ್ತು ತೆರಿಗೆ ರೂಪದಲ್ಲಿ ಆದಾಯ ಬರಲು ಶುರುವಾಗುತ್ತದೆ ದೊಡ್ಡ ದೊಡ್ಡ ನಗರಗಳ ಸಿನಿಮಾ ಮಂದಿರಗಳನ್ನು ಹೆಚ್ಚಿನ ಬಾಡಿಗೆ ಕೊಡಲು ಶಕ್ತಿ ಇಲ್ಲದವರು ಸರ್ಕಾರ ನಿರ್ಮಿಸಿಕೊಡುವ ಸಿನಿಮಾ ಮಂದಿರಗಳಲ್ಲೇ ನಿಮ್ಮಗಳ ಸಿನಿಮಾ ನಿರ್ಮಾಣಮಾಡಿ ಓಡಿಸಬಹುದು, ಇದರಿಂದ ಚಿಕ್ಕ ಚಿಕ್ಕ ನಿರ್ಮಾಪಕರುಗಳಿಗೆ ಹೆಚ್ಚಿನ ಅನುಕೂಲವಾಗುತ್ತದೆಂದು ಎಲ್ಲರ ಅನಿಸಿಕೆಯಾಗಿದೆ, ಈ ತರಹದ ಕಡಿಮೆ ಬಂಡವಾಳದಲ್ಲಿ ಸಿನಿಮಾ ತೆಗೆದು ಪ್ರತಿ ಹೋಬಳಿಗೂ ಕಡಿಮೆ ರೇಟಿನಲ್ಲಿ ಸಿನಿಮಾ ಹಂಚಿಕೆ ಮಾಡಿದರೆ ಸಣ್ಣ ನಿರ್ಮಾಪಕರುಗಳು ಉದ್ಧಾರವಾಗಬಹುದು,

ಇದರಿಂದ ರಾಜ್ಯದ ಪ್ರತಿ ಹೋಬಳಿಯಲ್ಲಿ ನಿಮ್ಮ ಸಿನಿಮಾ ತೆಗೆದುಕೊಳ್ಳಲು ಅವರ ಊರುಗಳಲ್ಲಿ ರೀಲೀಸ್ ಮಾಡಲು ಕೇವಲ ಒಂದು ಲಕ್ಷದಲ್ಲಿ ಸಿಗುತ್ತದೆಯೆಂದರೆ, ಎಲ್ಲರೂ ನಿಮ್ಮ ಸಿನಿಮಾಗಳಿಗೆ ಕ್ಯೂ ನಿಲ್ಲುತ್ತಾರೆ, ಇದರಿಂದ ನೀವು ಹಾಕಿದ ಬಂಡವಾಳ ಒಂದೇ ವಾರದಲ್ಲಿ ಗಳೀಸಲು ಸುಲಭವಾಗುತ್ತದೆ. ಪ್ರತಿ ಹಳ್ಳಿಯ ಯುವಕರು ನಿಮ್ಮ ಸಿನಿಮಾ ಪ್ರಚಾರಮಾಡಿ ಹಣಗಳಿಸಿಕೊಳ್ಳಲು ಹೆಚ್ಚಾಗಿ ಪ್ರಯತ್ನ ಮಾಡುತ್ತಾರೆ. ಏಕೆಂದರೆ ಒಂದು ಟಿಕೇಟ್‌ಗೆ ಕೇವಲ ನೂರು ರೂಪಾಯಿ ಬೆಲೆ ಇಟ್ಟರು 4 ಷೋ ಹೌಸ್‌ಫುಲ್ ಆದರೆ ಒಂದೆ ದಿನಕ್ಕೆ ಹಳ್ಳೀಯ ಸಿನಿಮಾ ಓಡಿಸುವವರಿಗೆ 2 ½ ಲಕ್ಷ ರೂಪಾಯಿಗಳು ಪ್ರಾಫಿಟ್ ಸಿಗುತ್ತದೆ.

ಇದರಲ್ಲಿ ಅವರಿಗೆ ಬಾಡಿಗೆ 20,000/– ಹೋದರೂ ಹಾಗೂ ಬಂಡಾವಾಳ 1 ಲಕ್ಷ ಕಳೆದರು ಇನ್ನೂ ಒಂದು ಲಕ್ಷದ 30,000/– ಆಧಾಯ ಬರುವುದರಿಂದ ಎಲ್ಲರೂ ನಿಮ್ಮ ಸಿನಿಮಾ ತೆಗೆದುಕೊಳ್ಳಲು ಓಡೋಡಿ ಬರುತ್ತಾರೆ. ಇಲ್ಲಿ ಒಂದು ಲಕ್ಷದ 30,000/– ರೂ ನಲ್ಲಿ ಎಲ್ಲಾ ತೆರಿಗೆ ಕಳೆದು ಎಲೆಕ್ಟ್ರಿಕ್ ಬಿಲ್ ಕಳೆದು ಎಲ್ಲರ ಸಂಬಳ ಕಳೆದು ಕಡಿಮೆಯೆಂದರು ಒಂದು ದಿವಸಕ್ಕೆ 50,000/– ಸಂಪಾದನೆ ಮಾಡಿದರೆ ಹಳ್ಳಿಯ ಜನರಿಗೆ ಇದೊಂದು ದೊಡ್ಡ ಮೊತ್ತದ ಹಣವೆನಿಸುತ್ತದೆ. ವಾರ ಪೂರ್ತಿ ಹೌಸ್‌ಫುಲ್ ಹಾಗದೆ ಕೇವಲ 30% ಕಲೆಕ್ಷನ್ ಆದರೂ, ಎಲ್ಲ ಕಳೆದು ವಾರಕ್ಕೆ 50,000 ಸಿಕ್ಕಿದರು ಅಲ್ಲಿನ ಜನಕ್ಕೆ ಇದು ದೊಡ್ಡ ಮೊತ್ತದ ಹಣವಾಗಿದೆ.

ಈ ಐಡಿಯಾವನ್ನು ಎಲ್ಲಾ ಚಿತ್ರರಂಗದ ನಟರುಗಳು ನಿರ್ಮಾಪಕರುಗಳು ಹಾಗೂ ಎಲ್ಲಾ ನಿರ್ದೇಷಕರುಗಳು ಮತ್ತು ತಂತ್ರಜ್ಞನರು ಚಿತ್ರರಂಗದ ಎಲ್ಲಾ ಗಣ್ಯವ್ಯಕ್ತಿಗಳು ಸರ್ಕಾರಕ್ಕೆ ಈ ಮನವಿಯನ್ನು ಸಲ್ಲಿಸಬಹುದು ಸರ್ಕಾರ ಈ ಮನವಿಯನ್ನು ಅರ್ಥಮಾಡಿಕೊಂಡು ಯಾವುದಾದರೂ ಒಂದು ಬಜೆಟ್ ಅಧಿವೇಶನದಲ್ಲಿ ಇದನ್ನು ಪುರಸ್ಕರಿಸಬಹುದು. ಯಾವಾಗ ಹೋಬಳಿಗೊಂದು ಸಿನಿಮಾಮಂದಿರ ನಿರ್ಮಾಣವಾದರೆ, ಹೊಸದಾಗಿ ಬರುವ ಹೆಚ್ಚು ಹೆಚ್ಚು ನಿರ್ಮಾಪಕರುಗಳಿಗೆ ಅನುಕೂಲವಾಗುತ್ತದೆ. ಸಿನಿಮಾ ಮಂದಿರದ ಸಮಸ್ಯೆಗಳು ಬಗೆಹರಿಯುತ್ತದೆ ಹೆಚ್ಚು ಹೆಚ್ಚು ಚಲನಚಿತ್ರಗಳು ನಿರ್ಮಾಣಗೊಂಡು ಹೆಚ್ಚು ಹೆಚ್ಚು ಜನರಿಗೆ ಕೆಲಸ ಸಿಗುತ್ತದೆ.

ಇದರಿಂದ ಚಿತ್ರರಂಗ ಬೆಳವಣಿಗೆ ಕಾಣಲು ಪ್ರಾರಂಭವಾಗುತ್ತದೆ. ನೀವುಗಳು ಹುಟ್ಟು ಹಾಕಿದ "ಕರ್ನಾಟಕ ಚಲನಚಿತ್ರ ವಾಣಿಜ್ಯ ಮಂಡಳಿಯ ಬ್ಯಾಂಕ್" ಗೆ ಹೆಚ್ಚಿನ ಆದಾಯ ಬರಲು ಶುರುವಾಗುತ್ತದೆ. ಇದರ ಜೊತೆಗೆ ಎಲ್ಲಾ ನಟರುಗಳು ಪ್ರತಿ ಹೋಬಳಿಯಲ್ಲಿ ಯಾವುದಾದರೂ ಈವೆಂಟ್ ಪ್ರೋಗ್ರಾಂ ಮಾಡಿ ಉದಾ: (ರಸಸಂಜೆ ಕಾರ್ಯಕ್ರಮ) ಟಿಕೇಟ್ ರೇಟ್ ಫಿಕ್ಸ್‌ಮಾಡಿ ಆ ಟಿಕೇಟ್‌ನಿಂದ ಬಂದ ಹಣದಲ್ಲಿ ಆ ಊರಿನ ಹೋಬಳಿಯ ಸಿನಿಮಾಮಂದಿರ ನಿರ್ಮಿಸಲು ನಿಮ್ಮಗಳಿಂದಲೂ ಸರ್ಕಾರಕ್ಕೆ ಸಹಾಯವಾಗುತ್ತದೆ ಎಂದು ನಂಬಿದ್ದೇನೆ.

ಮತ್ತೊಂದು ವಿಚಾರವನ್ನು ನಿಮ್ಮಲ್ಲಿ ಪ್ರಸ್ತಾಪ ಮಾಡುತ್ತಿದ್ದೇನೆ. ಸಿನಿಮಾ ಮಂದಿರಗಳಲ್ಲಿ ಸಿನಿಮಾ ಇಲ್ಲದಿದ್ದ ಸಮಯದಲ್ಲಿ ಆ ಹೋಬಳಿಯ ಊರಿನ ಜನರಿಗೆ ರಂಗ ಮಂದಿರವಾಗಿ ಮಾರ್ಪಾಡು ಮಾಡಬಹುದು. ಸಿನಿಮಾಮಂದಿರಗಳನ್ನು ನಿರ್ಮಿಸುವ ಸಮಯದಲ್ಲಿ ಒಂದೇ ಖರ್ಚಿನಲ್ಲಿ

ಸಿನಿಮಾಮಂದಿರ + ರಂಗಮಂದಿರವಾಗಿ ಕಟ್ಟಡವನ್ನು ಕಟ್ಟಬೇಕು, ಇದರಿಂದ ರಂಗ ಭೂಮಿಯ ಕಲಾವಿದರಿಗೂ ಅನುಕೂಲವಾಗುತ್ತದೆ.

ಸಿನಿಮಾ ಮಂದಿರದ ಸ್ಕ್ರೀನ್ ಅನ್ನು ಹಿಂದೆಗಡೆ ಫಿಕ್ಸ್‌ಮಾಡಿ, ಹಾಗೂ ರಂಗಮಂದಿರಕ್ಕೆ ಬೇಕಾಗುವ ಐದಾರು ಪರದೆಗಳನ್ನು ಅಳವಡಿಸಲು ಮುಂದೆ ಜಾಗ ಮಾಡಿಕೊಂಡು, ಹೊಸ ಐಡಿಯಾದೊಂದಿಗೆ ಸಿನಿಮಾಮಂದಿರ + ರಂಗಮಂದಿರವಾಗಿ ನಿರ್ಮಾಣ ಮಾಡಲು ಯೋಚಿಸಿದರೆ ತುಂಬಾ ಒಳ್ಳೆಯದೆನಿಸುತ್ತದೆ. ಸಿನಿಮಾಗಳು ಇಲ್ಲದ ಸಮಯದಲ್ಲಿ ನಾಟಕಗಳನ್ನು ಪ್ರದರ್ಶಿಸಲು ತುಂಬಾ ಅನುಕೂಲವಾಗುತ್ತದೆ. ಇದರಿಂದ ಯಾವಾಗಲು ಸಿನಿಮಾ ಮಂದಿರ ಖಾಲಿಯಾಗಿ ಉಳಿಯುವುದು ತಪ್ಪುತ್ತದೆ.

ಪ್ರತಿ ಹಳ್ಳಿಯಲ್ಲಿಯೂ ರಂಗಭೂಮಿ ಕಲಾವಿದರು ತುಂಬಾ ಜನ ಇದ್ದಾರೆ. ಅವರಿಗೆ ಹೆಚ್ಚಿನ ಪ್ರೋತ್ಸಾಹ ದೊರೆತು ಹೆಚ್ಚು ಹೆಚ್ಚು ಸಾಮಾಜಿಕ ಕಳಕಳಿಯಿರುವ ಒಳ್ಳೊಳ್ಳೆಯ ಸಂದೇಶವನ್ನು ಸಾರುವ ನಾಟಕಗಳನ್ನು ಪ್ರದರ್ಶಿಸಲು ಅನುಕೂಲವಾಗುತ್ತದೆ. ಇದರ ಜೊತೆಗೆ ಪೌರಾಣೀಕ ನಾಟಕಗಳಲ್ಲಿ ಉತ್ಸಾಹ ಇರುವವರು ಪೌರಾಣಿಕ ನಾಟಕ ಪ್ರದರ್ಶಿಸುತ್ತಾರೆ. ಒಂದು ರೀತಿಯಲ್ಲಿ ಜನ ಸಾಮಾನ್ಯರಲ್ಲಿ ಹೆಚ್ಚಿನ ಸಾಮಾಜಿಕ ಸಂದೇಶವನ್ನು ಸಾರಲು ಇದರಿಂದಲೂ ಅನುಕೂಲವಾಗಬಹುದು, ಎಂಬ ನನ್ನ ನಂಬಿಕೆ.

ರಂಗಮಂದಿರದಿಂದಲೂ ಸರ್ಕಾರಕ್ಕೆ ಬಾಡಿಗೆ ರೂಪದಲ್ಲಿ ಹಣ ಬರುತ್ತದೆ. ಈಗ ಒಂದು ನಾಟಕ ಪ್ರಾರಂಭಿಸಬೇಕಾದರೆ, ಲಕ್ಷಾಂತರ ದುಡ್ಡು ಕಟ್ಟಿ, ನಾಟಕ ಪ್ರದರ್ಶಿಸಬೇಕು, ಸೀನರಿ ರಂಗಮಂದಿರ ನಿರ್ಮಾಣಗೋಸ್ಕರ ಲಕ್ಷಾಂತರ ಖರ್ಚು ಮಾಡುವ ಬದಲು ಚಿತ್ರಮಂದಿರ+ರಂಗಮಂದಿರ ಎರಡು ಒಂದರಲ್ಲೆ ಅಳವಡಿಸುವುದರಿಂದ ರಂಗ ಮಂದಿರದ ಲಕ್ಷಾಂತರ ಖರ್ಚು ರಂಗ ಕಲಾವಿದರಿಗೆ ಉಳಿತಾಯ ವಾಗುತ್ತದೆ. ಲಕ್ಷಾಂತರ ಖರ್ಚು ಮಾಡಿ ಹೊಸ ಸೀನ್ಸ್ ಸೀನರಿ ಅಳವಡಿಸುವುದು ತಪ್ಪುತ್ತದೆ.

ಈಗ ಕೇವಲ ಒಂದು ಷೋಗೆ 5 ಸಾವಿರ ಬಾಡಿಗೆಯಿಂದ ನಾಟಕ ಪ್ರದರ್ಶಿಸಲು ರಂಗ ಕಲಾವಿದರಿಗೆ ಅನುಕೂಲವಾಗುತ್ತದೆ. ಹಾಗೂ ಈ ನಾಟಕಕ್ಕೂ ಟಿಕೇಟ್ ಮಾಡಿದರೆ ರಂಗ ಕಲಾವಿದರೂ ಬದುಕು ಕಟ್ಟಿಕೊಳ್ಳಲು ಅನುಕೂಲವಾಗುತ್ತದೆ. ಈ ರೀತಿ ಐಡಿಯಾದಿಂದಲೂ ಹೆಚ್ಚು ಹೆಚ್ಚು ರಂಗಕಲಾವಿದರು ಮುಂದೆ ಬರಲು ಪ್ರಾರಂಭಮಾಡುತ್ತಾರೆ. ಈ ಪ್ರೋತ್ಸಾಹದಿಂದ ರಂಗ ಕಲಾವಿದರು ಹೆಚ್ಚಾಗಿ ಹೆಚ್ಚು

ಜನರಿಗೆ ಉದ್ಯೋಗ ಸಿಕ್ಕಂತಾಗುತ್ತದೆ. ರಂಗಮಂದಿರ+ಸಿನಿಮಾ ಯಾವಾಗಲೂ ಹೌಸ್‌ಫುಲ್ ಬೋರ್ಡ್ ಹಾಕಬೇಕಾಗುತ್ತದೆ. ಎಲ್ಲರಿಗೂ ಹೆಚ್ಚಿನ ಪ್ರೋತ್ಸಾಹ ಸಿಗಲಿ ಎಂದು ನಾನು ತಮ್ಮಲ್ಲಿ ವಿನಂತಿಸಿಕೊಳ್ಳುತ್ತೇನೆ.

ನಾನು ಮತ್ತೊಮ್ಮೆ ತಮ್ಮಲ್ಲಿ ವಿನಂತಿಸಿಕೊಳ್ಳುವುದೇನೆಂದರೆ ಈ ಮೇಲಿನ ವಿಷಯಗಳಲ್ಲಿ ಯಾರಿಗಾದರೂ ನೋವುಂಟು ಮಾಡುವ ಪದಗಳು ನನ್ನ ಬರವಣಿಗೆಯಲ್ಲಿ ಕಂಡುಬಂದರೆ ದಯವಿಟ್ಟು ನನ್ನನ್ನು ಕ್ಷಮಿಸುತ್ತಿರೆಂದು ಭಾವಿಸುತ್ತೇನೆ. ನಿಮಗೆ ಸಲಹೆ ಕೊಡುವಷ್ಟು ನಾನು ದೊಡ್ಡವನಲ್ಲ. ನಾನು ಒಬ್ಬ ಕನ್ನಡ ಚಲನಚಿತ್ರಗಳ ಪ್ರೇಕ್ಷಕ ಅಭಿಮಾನಿಯಾಗಿ ನನ್ನ ಮನಸ್ಸಿನಲ್ಲಿ ಅನಿಸಿದ್ದನ್ನು ನಿಮಗೆ ತಿಳಿಸಲು ಇಚ್ಛಿಸಿದ್ದೇನೆ.

ಇದರಿಂದ ಕನ್ನಡ ಚಿತ್ರೋದ್ಯಮಕ್ಕೆ ಉಪಯೋಗವಾಗಲಿ ಎಂಬುದೇ ನನ್ನ ಉದ್ದೇಶ ತಾವುಗಳು ಯೋಚಿಸಿ, ಸಾಧ್ಯವಾದರೆ ಕಾರ್ಯರೂಪಕ್ಕೆ ತರಲು ಎಲ್ಲರೂ ಒಗ್ಗಟ್ಟಾಗಿ ಪ್ರಯತ್ನಿಸುತ್ತಿರೆಂದು ನಾನು ನಂಬಿದ್ದೇನೆ. ಹಾಗೂ ಈ ನನ್ನ ಬರವಣಿಗೆಯಿಂದ ನಿಮಗೆ ಇಷ್ಟವಾದರೆ, ಎಲ್ಲಾ ಚಿತ್ರೋದ್ಯಮದವರು ಈ ಪುಸ್ತಕವನ್ನು ಎಲ್ಲರೂ ಕೊಂಡು ಓದುತ್ತಿರೆಂದು ನಾನು ನಂಬಿದ್ದೇನೆ. ಪುಸ್ತಕದ ವಿಚಾರ ಚೆನ್ನಾಗಿದ್ದರೆ, ಎಲ್ಲರೂ ತೆಗೆದುಕೊಳ್ಳಲು ಪ್ರೋತ್ಸಾಹಿಸುತ್ತಿರೆಂದು ನಾನು ನಂಬಿದ್ದೇನೆ. ನಿಮ್ಮಗಳ ಪ್ರೋತ್ಸಾಹ ಆಶೀರ್ವಾದ ನನ್ನ ಮೇಲಿರಲಿ ನಿಮ್ಮಗಳ ಪ್ರೋತ್ಸಹದಿಂದ ಇನ್ನೂ ಹೊಸ ಐಡಿಯಾದೊಂದಿಗೆ ನಿಮ್ಮ ಮುಂದೆ ಬರಲು ನನಗೆ ಹೆಚ್ಚಿನ ಉತ್ಸಾಹ ದೊರಕಿದಂತಾಗುತ್ತದೆ.

*****

www.ingramcontent.com/pod-product-compliance
Lightning Source LLC
LaVergne TN
LVHW100323210926
848480LV00003B/1238
* 9 7 9 8 9 0 4 7 9 4 2 4 8 *